HOA TRÊN ĐÁ
Hương Dạ Thảo

Bìa: Uyên Nguyên Trần Triết
Dàn trang: Đỗ Huỳnh Đăng Ngọc
Nhân Ảnh xuất bản 2025
ISBN: 979-8-3485-8737-6

HƯƠNG DẠ THẢO

HOA TRÊN ĐÁ

Nhân Ảnh 2025

HOA TRÊN ĐÁ

NỮ VĂN SĨ ALEXIEVICH- CÂY BÚT CAN ĐẢM ĐƯỢC GIẢI NOBEL 2015.Trên trang web riêng, bà viết:

«Tôi không chỉ ghi nhận lại các sự kiện khô khan của lịch sử. Tôi viết về lịch sử của cảm xúc con người. Những gì con người nghĩ, hiểu và nhớ về những sự kiện. (trích).

Tôi rất tâm đắc câu này. HDT...

MỘT

Mặt trời mới lên sương chưa tan, sương còn đọng trên cây cỏ, còn đọng trên những phiến lá. Gà gáy lần chót cứ lai rai. Đoàn thanh niên đã tiến về phía núi Lạc Sơn để phát quang, đường xá nơi chiến tranh nó đã trở nên hoang vu nhiều. Hai đơn vị thi công hôm nay là Trực Đạo và Trà Lương nhằm giúp đỡ, họ hỗ trợ các thôn miền trên chứ không phải các thôn tự làm. Hiền thấy họ nhưng không kể, cô xăm xăm băng đường, qua nhà chú bốn bên kia đường. Các thửa ruộng lúc này vẫn còn chưa khai tỉa, đang đợi...

Hiền qua nhà sớm lắm, khi Liễu đang đứng quét sân lúc sáng sớm.

Hiền nói:

- Chú bốn ơi! Ba đâu em Liễu. Ba chị tin cho, nói chú đi cải tạo đó.

- Sao nói ba em không đi mà? Liễu hỏi và nhìn vào mắt chị Hiền.

Hiền cúi xuống nhìn đất, nhìn sân gạch, rồi ngước lên nhìn Liễu mà trả lời:

- Ban đầu thì vậy, nhưng họp chi bộ lần cuối người ta họ

quyết định em à.

- Ba em hôm qua đi rừng chặt cây, bị mắc mưa rừng nơi ấy, nên bị cảm nằm trong nhà rồi.

Hiền nhỏ hơn Liễu một tuổi, nhưng vai chị. Vì ba Hiền là con bà chị. Ba của Liễu là con bà em. Và nội của hai người là chị em ruột của nhau.

Hiền hỏi tiếp:

- Thím đâu, nói má chuẩn bị gạo thóc cho chú đi nha. Chiều nay họ đưa giấy báo đó. Ba chị nói nên báo cho chú thím biết trước.

Nghe đến đây mắt Liễu rưng rưng. Hiền cũng thấy buồn vô hạn. Mấy em trong nhà Hoa, Thanh, Thảo, Ánh, Ngọc, đều chạy ra nhốn nháo khi nghe hung tin này. Cả tháng nay chúng nơm nướp sợ ba đi cải tạo.

Chị Liễu là con đầu và là cô gái đẹp nhất nhà.

Liễu lên 18, Hoa lên 16, Thanh lên 13, Thảo lên 10, Ánh lên 5, Ngọc lên 4.

Thanh lẹ miệng hỏi thêm:

- Ba em phải đi cải tạo hả chị Hiền?

Hiền chỉ gật đầu không nói nữa.

Vừa lúc đó Thảo như hiểu được sự việc sắp tới. Ba phải xa nhà, ba phải xa gia đình, ba phải đi cải tạo, cô bưng mặt khóc như bị kiến cắn đột xuất, rồi Thảo thích nói lên tiếng nói chính lòng mình:

- Không, không. Em không cho ba em đi đâu chị Hiền? Ba em bịnh mà. Em thương ba em lắm. Hu hu.

Cả mấy chị em đưa mắt nhìn Thảo.

Thảo mặc chiếc áo hoa cổ cánh sen, tay áo ngắn và áo hơi cũ, nhưng cô ưa chuộng nó. Thảo đứng cạnh giữa hai chị và hai em. (Tức là giữa chị Thanh, chị Hoa với em Ánh, em Ngọc.) Còn chị Liễu và chị Hiền đứng một góc sân nhìn các em. Trông như một thảm cảnh của họ, khi có tin buồn.

Nhung người mẹ các con, vợ ba Kim đang rang gạo ở nơi bếp, làm nước uống cho chồng. Đó là một chất gạo kết hợp ngâm rải với tý nước trong thời lượng ít, rồi đem rang lên cho vàng thay trà, công dụng uống thơm giải nhiệt, trị cảm, trị thương hàn, có giá trị vào thời kỳ thuốc thang khan hiếm này.

Nghe chộn rộn ở ngoài sân bà Nhung xôn xao, nhưng đợi đổ xong nồi gạo rang cuối cùng ra mâm, bà mới cầm luôn đôi đũa bếp chạy ra ngoài sân luôn. Bà hối hả hỏi:

- Có gì vậy các con?

- Chú phải đi cải tạo thím. Hiền nói lanh, nhìn thím Nhung.

- Hã, sao nói chú được xá rồi, hơn nữa chú bịnh mà con?

- Ba con có đi dự họp nghe, nên ba thông báo cho chú. Vì không ai chịu nghe ý kiến của ba con, về công lao chú nữa thím ơi.

Cả nhà lắng nghe Hiền. Hiền bảo thêm:

-Thôi để chú nghỉ cho khỏe. Chị báo tin thế, chị về nghen mấy em.

Rồi Hiền quay sang lễ phép:

- Thưa thím Nhung con về nha.

Cả mấy chị em đảo mắt nhìn Hiền bước đi, cả má Nhung nữa. Hiền cao ráo xinh đẹp ở dáng dấp, nhưng gương mặt hơi xương, với đôi gò má cũng cao lồ lộ... Hiền xuất sắc hơn ở đôi mắt lá răm và lông mày lá liễu, cùng sở hữu được một sóng mũi dọc dừa và đôi môi mọng hình trái tim thật tự nhiên, làn da cô hơi ngã về ngăm đen, nhưng mịn màng không mang tì vết... Liễu thì khác hơn chị Hiền, ở Liễu có đôi mắt bồ câu đẹp tuyệt dịu mơ mộng, với làn da trắng hồng non, tươi sáng, và khuôn mặt trái xoan, cằm chẻ, sóng mũi vẫn thẳng và cao... Tuy hai chị em họ vẫn được bình bầu là những thiếu nữ đẹp nhất ở đây... Hiền bước ra ngõ thì gặp cô ba Tổng đang bưng một món gì đó qua cho chú Kim. Thấy Hiền cô hỏi nhanh:

- Đi đâu sớm vậy con Hiền?

- Con đến báo cho chú bốn chuẩn bị đi cải tạo cô ơi.

- Làm gì có vụ đó. Chẳng lẽ ông Tổng chồng tao đi tập kết, không đủ bảo vệ cho một thằng em tao đã hoạt động cách mạng nhỡ thời sao?

(Tên cô chính là Mỹ Đâu. Trần Thị Mỹ Đâu, song ở đây ít khi kêu tên cha mẹ đặt cho cô, mà phần đông họ gọi với cái tên đứa con đầu lòng, gắn dính vào tên vợ và chồng khi mà hai người đã có con. Họ chỉ kêu như thế như một tục lệ. Cô Mỹ Đâu cũng vậy thôi, anh em bà con họ hàng, gia tộc không ai kêu cô Mỹ Đâu mà toàn kêu cô Tổng mới lạ chứ. Xin ghi điều này cho các bạn đọc rõ.)

- Con không hiểu hết cô ơi. Mà ba nói giờ chót chi bộ đã thay đổi ý. Chú phải đi thôi, vì nhiều người lên tiếng chèo kéo, người ta kìa ghẹ đó cô.

- Ai dám lên tiếng chứ. Sáng mai tao xuống ủy ban, tao la làng mới được vụ này.

Cô Tổng nói thêm:

- Chứ bộ ba con không có ý kiến đòi quyền lợi cho chú bốn hay sao Hiền?

- Ba nói nhưng họ không chịu nghe ba con nữa.

Nhìn vào mắt cô ba Tổng. Hiền tiếp tục thưa:

- Dạ ba con không bảo vệ chú được. Họ lên án chú cũng là ngụy quyền to, chính xác rồi. Có giấy tờ, cái khổ là vậy đó cô!

- Giờ ba con đi đâu rồi?

- Ba đi nguồn lên An Tường Hoài Ân, chích kim cho cô Tám Phạn. Cô Tám Phạn đau trên đó.

- Mùa này nhiều người đau bịnh quá, dịch hạn hán, mưa mà mưa tận đâu rừng rú xa lơ xa lắc, nơi đây mưa không nổi, nên dịch đau cảm cúm, đau đủ thứ lung tung, thấy mà sợ hơn chiến tranh. Cô ba như phân minh thế cuộc. Cô ba nói tiếp:

- Thôi được con về đi, để cô vô nhà. Hôm qua nay nó, chú bốn con đau bịnh. Bởi hồi giờ có đi rừng đâu, nay lại đi liên tục và mắc mưa rừng nơi đó nhiều lần, thành ra đã ngã bịnh nặng rồi.

- Dạ con biết.

Hai người nói chuyện sơ, rồi họ chia tay đầu ngõ, cô ba Tổng vô nhà. Hiền tiếp tục băng qua con đường về nhà mình. Những đám ruộng như còn trơ gan chưa khai tỉa.

Hiền nhìn nó và thấy thương làm sao. Cũng gọi là một cánh đồng nhỏ, gồm những mảnh ruộng nối đuôi tiếp giáp nhau, quây quần nhau rồi gặp giao lộ, với đường lộ thẳng kia. Ruộng như đang lên án ông trời sao không thương xót, không cho chúng miếng nước, để da dẻ khô muốn bốc khói đất lên kia, mà ông trời nào nghe để cảm thông xót thương, hoặc đoái hoài về chúng đâu? Mưa mà mưa không đủ, mưa vài hột rồi bạt cánh bay đi đâu mất... Cứ mưa tận những xa xôi, tránh ra nơi vùng này chắc? Hiền nghĩ và thương cho đất quá, nhưng thôi chờ một tý, biết đâu "nắng hạn thì sẽ mưa nhiều mà...?"

Ông bà mình hay an ủi với thời tiết khó khăn, lỡ kéo dài thế, hạn hán như thế đó... Nàng cũng nghĩ mình không có phép màu thần thánh gì, để biến hóa đất kia có nước, để đất được ngậm nước uống dễ hơn, có chi đâu tội nghiệp như thế này. Hiền đành bâng quơ vu vơ, thoáng nghĩ đôi điều lòng buồn xa xôi, rồi sải chân bước. Hiền bước vội nhanh về nhà thôi...

Cô Tổng thì tiến về phía nhà của ông Kim, tức là nhà em ruột, em kề của bà. Ông Bảy Vạn là ba của Hiền, cùng bà và ông Kim có sợi dây ràng buộc. Là họ con bà chị, bà em nơi dòng tộc.

Chồng cô Tổng đi tập kết, bà có bốn người con. Anh Tổng là đứa con mang trong dạ đầu lòng, vợ chồng bà đã đặt tên cho anh, nhưng bà sẩy thai non, anh không có sống. Vậy mà cái tên anh lại lưu dấu tích của lịch sử mới hay chứ. Thật sự cô Tổng chỉ tồn tại, còn ba cô con gái trên mặt đất. Nhưng một chị tên Lụa đã chết vì đạn canh nông, một người tên Tơ đã mất khi đau hạch chuột mà không dám uống thuốc. Duy nhất một người con gái nuôi là chị Đốc đã lớn lấy chồng về thôn Chánh Thuận rồi.

Bà ở vậy nương nhờ với em trai ông Kim, từ khi cô con gái nuôi Đốc lấy chồng đến giờ. Vào lúc này Miền Nam đã được thâu lấy toàn bộ vào trong tháng tư, giờ đã lên tháng sáu. Thấy ông chồng Tổng nói mà vẫn chưa về. Bà trông mong ông về hội ngộ, cũng là trông mong ông về để lo cho thằng em không đi cải tạo như lời hứa. Chờ mãi tới giờ ông vẫn chưa... Bà nghĩ tức cho ông chồng bà, như cho bà leo thang trận dài. Vừa đi bà vừa lẩm bẩm:

- "Đợi ông về chắc thằng Kim sẽ chết trong tù cải tạo mất."

Khúc chiết bâng khuâng, bà đến nơi nhà cậu Kim rồi, bà oang oang, thanh thanh nói từ sân đi vào:

- Ôi cậu nó sao rồi mợ Nhung ơi?

Bà Nhung chạy ra sân nghe một chút cho rõ. Khi Hiền về, thì đám con đi mỗi đứa mỗi nẻo, vì công việc. Liễu thì chuẩn bị máy may, may đồ. Cô vừa ra nghề trước hai tháng, sau đó là giải phóng tháng tư. Hai em nhỏ hơn kề, là Hoa và Thanh tưới cây. Ba Kim mới ươn thêm xoài, mít, dừa, lê, táo, quýt, chanh, chuối trong vườn. Ông Kim mau mắn, ông khẩn trương trồng cây thêm cho đẹp nhà, lợi ích để con cái ăn uống nữa...

Bé Thảo đang lo xách nước từ giếng đổ thêm cho bò uống. Tuy nắng hạn bên ngoài đồng kia chờ mưa thiếu nước, nhưng cái giếng nhà của họ mạch rất là tốt, nước phủ đủ đầy. Ba Kim mới vét sửa lại thêm. Chỉ có hai em Ánh và Ngọc thì không làm gì, nhưng theo chị Thảo ra chuồng bò cùng chị. Ánh, Ngọc ngắm những con bò, con thì háu ăn, con thì nhường nhịn, con thì ăn chậm rãi vẻ thích thú. Rồi Ánh, Ngọc lấy rơm đút vào miệng chúng mà cười... Hai em nhỏ nhất vẫn thường làm chơi như thế.

Nghe chị chồng hỏi bà Nhung đáp:

- Ảnh còn mê ngủ chị, chắc đêm qua không ngủ được, anh Kim rên miết chị ơi.

- Vậy sao?

- Dạ chị.

Giọng cô ba vẫn còn thanh thanh:

- Tôi đem món này cho cậu nó ăn nè. Hầm con gà với đậu đen đó.

- Thời buổi này gà đắt hơn thuốc Bắc. Mà chị cho tụi em, không để bán lấy tiền hã chị? Má Nhung nói nhưng đã bưng nồi cháo gà từ tay cô Tổng trao. Còn nghe cô Tổng tiếp tục bảo:

- Chị không cần tiền lắm, ăn chi cũng được, nuôi để chờ ông Tổng về. Đã lớn gần 20 con, mà ổng không về, sợ dịch một cái là nó đi toi hết mợ ơi.

- Ồ nắng kiểu này lâu gà cũng dễ dịch chị ba nè. Má Nhung nhìn chị chồng trả lời, rồi tâm tư lưỡng lự nói thêm:

- Em nuôi gà dở hơn chị, chỉ có mỗi con gà trống gáy sáng. Hai con gà mái như nâng hay sao không chịu đẻ trứng chị à?

Cô Tổng vội cười, tuy bà chưa muốn cười vào lúc này.

Giọng cô ba Tổng bây giờ nói như hạ đằm hơn lúc nãy:

- Mợ mới gầy đây, nên chậm thôi, chứ không nâng đâu. Muốn thì qua tôi cho thêm vài mái nữa.

Hai chị em cô Tổng, má Nhung nói chuyện tý ngoài sân và cũng bước vô nhà. Cô Tổng ngồi xuống ghế. Má Nhung cất nồi cháo gà cô Tổng đưa, má Nhung còn loay hoay chi đó với công việc riêng của má.

Vừa lúc đó ông Kim cựa mình dậy. Cô Tổng linh tính liền nói:

- Cậu nó dậy đó mợ, cất đi rồi đưa cậu ăn. Cả nhà ăn cũng đủ, nhiều đó mà. Tôi về xuống xã có chút việc, vì tôi tức. Chiều tôi qua lại thăm cậu nó cũng được mợ nha.

- Chị gặp ảnh chút đã?

Cô Tổng lính xính rồi trả lời:

- Ừ thôi cũng được. Và cô lục lấy vài miếng trầu têm sẵn, cô đem theo một bịch nhỏ ny lon ở túi, cô đem ra ăn chờ đợi. Cô Tổng còn trẻ nhưng ăn trầu khá sớm. Miếng trầu cũng có thể làm bà vui miệng, hoặc nguôi ngoai nỗi buồn nào cô Tổng đang ám ảnh...

Ông Kim tỉnh dậy, súc miệng tại giường bằng một cái thau nhôm nhỏ, và một ly nước bà Nhung để sẵn vì ông bịnh cảm mà. Vợ Nhung lo xa nếu ông đi không được khỏe thì phải chu đáo cho chồng vậy thôi. Xong phần vệ sinh cá nhân ông uống ly nước gạo rang của kỳ trước còn lại. Vợ Nhung đã pha sẵn để bên. Ba Kim lau mặt cho sạch sẽ khoan khoái rồi bình tĩnh kêu:

- Ôi Thảo đâu con? Tìm lấy cho ba đôi dép chút đi, trời ơi đôi dép lộn xộn, chạy đâu rồi con ơi?

Thảo chạy vào khi nghe ba kêu đúng tên mình, vừa khóc, Thảo vừa nói giọng hơi lẹ:

- Con tìm cho ba được mà. Nhưng ba ơi, ba phải đi cải tạo mất rồi. Con buồn lắm nhà sẽ vắng ba từ nay.

- Có chuyện đó nữa sao?

- Con nghe chị Hiền, con bác Bảy mới sáng nay báo ba ơi.

Thấy ba làm thinh ủ rũ. Thảo nói tiếp:

- Chiến tranh làm chi. Rồi con người phải đi cải tạo vô tù, con chán, con ghét chiến tranh.

- Suỵt. Con đừng nói vậy người ta bắt, tại mình đi khác, sai chánh sách họ, là phải học tập để tốt thôi.

- Con biết. Nhưng ba xa gia đình, xa ba, con buồn nói.

- Con hiền ngoan thảo dạ, ba biết ba thương. Nhưng đừng lo cho ba nhiều nha!

Thảo làm thinh nhìn ba xúc động.

- Hai cha con nói gì lâu vậy? Xuống nhà bếp đi, cô chờ đây. Cô ba Tổng lên tiếng.

- Thảo lại nói:

- Có cô qua đó, ba dép này nè, mang đi rồi xuống nhà bếp, nhà dưới kẻo cô đợi. Thảo đã tìm ra dép cho ba mỗi chiếc mỗi nơi, chiếc gần đó, chiếc lăn xa tận gầm giường. Thảo mò kéo lấy đưa cho ba Kim.

Cô bé nói chuyện bằng miệng, nhưng mắt tay tìm ra lanh để đưa cho ba như ý rồi. Ba khen Thảo giỏi. Và ông mang lấy đôi dép rọ, đôi dép kiểu của các giải phóng quân - Và là đôi dép một thương hiệu của họ đó. Vì rằng khi giải phóng xong làng ấp, nhà cửa ở đâu coi được là bị họ tịch thu hết, những thứ gì quý giá họ ra tay dọn lấy hết. Nên ba Kim cũng không còn muốn ăn diện chi. Hơn nữa tiền đâu mà ăn diện? Thôi để mang đôi dép rọ này đi rừng cũng tốt, ở nhà cũng xong. Tiền để mua những cây trái ươm ươn, mà làm vườn sau này cho con cái ăn uống, để chúng lớn lên còn hơn. Ông chỉ thầm nghĩ vậy.

Ngôi nhà mà vợ con ông đang sống cùng ông là ngôi nhà mới dựng lại, tu bổ thêm gần đây thôi. Trước giải phóng 22/ tháng 3 thì vùng này trở thành hoang vu, bê bối lắm. Hai bên quốc gia, cộng sản tranh chấp ác liệt vào những năm... Vợ chồng con cái ông một thời điêu đứng và phải rời bỏ, sơ tán đến sống vùng "ấp chiến lược" - Vùng Trực Đạo.

Thoáng nghĩ suy tưởng ba Kim mang dép, tự sửa gối mền, khăn mặt, gọn gàng bản thân hơn, ông đứng lên nhanh. Thảo biết và nắm tay ba đi, biết ba sắp xuống nhà dưới gặp cô. Nhà xấu, nhà nghèo nhưng cũng khá tươm tất hai ngăn, hai khu. Cất sửa kiểu mẫu nhà mái lúc xưa.

Ngăn nhà trên là nơi thờ phượng, bước xuống một ô cửa, khu bên phải là mấy phòng ngủ. Khu nhà dưới ngoài phòng chị Liễu may của chị kế hông, bước ra ngoài là án nước, nhưng cửa tiếp giáp bên trong (Cửa có hình thức trống trải thông qua, để bước tới chứ không có khung đóng, hoặc then cài chi cả.) Đó là nhà bếp nối dài để nấu ăn, có chỗ ngồi ngơi nghỉ rộng hoặc khi ăn uống. Còn đồ đạc cất trử làm nông lúa má, mì, ngô, đậu, thì được đưa vào chài phía sau cho dễ coi và trật tự ngăn nắp.

Ông Kim cùng Thảo xuống nơi cô ba, bà ngồi trên một cái ghế gần cái bàn nhỏ. Bé Ánh, bé Ngọc đã sà vào lòng cô lúc nào đứng đó. Nhưng thấy Thảo, cô ba nắm tay Thảo một chút, rồi cô thả ra. Cô lại ngưng nhai trầu, khi nhìn ba Kim, miệng cô ba bảo giòn tan:

- Sao hã? thế nào bớt chưa cậu bốn, bước đi có chóng mặt không? Trời mưa thì cậu không nên đi núi như vậy. Trúng mưa sẽ cảm nặng lắm. Mai mốt để ý thời tiết vậy không nên đi nha...

- Dạ chào chị. Chị mới qua? Cũng tạm bớt chút đỉnh rồi chị à. Trời mưa nắng bất thường làm sao mình biết. Mưa ở xa thôi, ở gần đây lại không có. Mình cần là đi thôi mà chị.

- Qua nãy giờ cũng lâu rồi, để cậu nằm nghỉ đó. Hừm lạ quá nha. Cậu còn nói ẩu càn nữa đấy. Mình phải để ý chứ, nghĩ tới thời tiết chứ?

- Thời tiếc có nói mưa đâu chị?

- Vậy sao? Khí tượng chuẩn đoán dở quá vậy?

Ông Kim làm thinh không tranh luận với chị nữa về chuyện này. Thì bà chị cũng thương mình đó thôi mà. Phần cô ba lại nhìn bé Thảo, rồi nói lãng qua chuyện khác:

- Con bé này giống tôi nhất nè. Qua ở với cô đi, đi đâu cũng theo ba cả, dính như cái đuôi vậy con?

- Con thích đi với ba như vậy mà. Không, con ở với ba con thôi. Đến nhà cô chơi thì có.

Thảo nói, cười hồn nhiên nhưng cũng có vẻ bí mật.

- Tổ cha mày, thấy con mắt mày là tao ghét hà.

Thấy cách nói chuyện cưng của cô ba với chị Thảo. Hai em Ánh, Ngọc lại ganh hờn:

- Cô thương chị Thảo không thương tụi con trong lòng nè, con hổng chịu đâu, con hổng chịu đâu. Hai đứa nói, đứa trước đứa sau, tranh giành ngã người qua vai, qua lòng cô ba nữa, như nhõng nhẽo thêm.

Thảo cười vì thấy em mình đang ganh mình, cũng là câu đùa vui. Thảo vội giải thích:

- Nè hai đứa bay qua cô ở đi. Chỉ mãi ganh hờn chị thôi phải không? Ngon thì qua với cô đi. Chị đâu có dành hai em. Hi hi.

- Ứm... ừ cô ba ơi? Hai em Ánh Ngọc phụng phịu có chút hờn mát co chu môi lên, như muốn bắt đền cô ba.

Lúc đó Thảo đã rời tay chỗ ba Kim, Thảo bước tới ngồi xuống gần nơi đó, bên cạnh cô ba rồi.

- Thôi cô không cần nó, cần con thôi ... Song thương, thì cô thương chung hết. Chịu chưa nè. Cô ba nói vậy.

Ba đứa nhỏ lắng nghe cô ba nói, vừa lúc mấy chị lo làm xong công việc, và rửa tay đi vào cửa chính bên ngoài vào. Phần chị Liễu chuẩn bị ở phòng may mình, cũng bước qua hỏi ba:

- Ba khỏe hơn chứ? Thưa ba.

- Tạm hơn thôi con à.

Để cho cô và ba Kim nói chuyện thêm nơi góc bàn nhỏ, cùng với ba em gái nhỏ quay quần vui chơi. Thanh, Hoa như thường lệ phụ cùng má dọn ăn bữa sáng, nơi sàn nhà gần đó, dù không cao lương mỹ vị vẫn phải ăn sáng mỗi ngày để đi làm. Chỉ có bé Thảo còn đi học, còn mấy chị đã nghỉ học hết. Thảo phải đi học lại ở thời điểm sớm hơn, cho đủ chương trình lớp bốn, để lên lớp năm. Vì hai tháng trước đó giặc giã, pháo nổ đạn bay, trường trại đã bị tạm đóng cửa hầu hết. Hai em Ánh, Ngọc thì nhỏ quá chỉ nô đùa ở nhà chủ yếu! Ánh có lớp mẫu giáo mới hình thành, một tuần cũng được mấy tiết, dẫu hè mẫu giáo trên sân đội gần sát nhà vẫn cứ dạy. Phần Ngọc đi theo chị Ánh chơi, buồn thì tự về nhà! (Vì nhà ba má họ gần nhà sân đội phía sau, cách khoảng không hơn 300 mét.)

Cơm nước dọn xong, cả nhà quây quần ăn, cô ba cùng ăn. Có cả cháo gà cô cho, má và chị Hoa cũng đem ra đầy đủ hết.

Ăn xong một chén, thấy cháo trong chén Thảo cạn, má Nhung nhìn nói:

- Đưa chén con đây má cho thêm chén cháo nữa, ăn rồi đi học.

Thảo đáp:

- Thôi để cho ba và mấy em ăn đi, con đủ rồi. Thảo ôm lấy nồi khoai mì ra ăn thêm. Còn mấy chị thì ăn bánh mì đã tráng tạo thành bánh khô mỏng ở đây. Đó là thứ bánh được làm qua nhiều công đoạn. Đầu tiên khởi hành là những cây mì nhặt đắng, được trồng nhổ lấy trái tươi trên gò khô, rồi đem ngâm nước giếng ủ độ vài ngày, đến khi bóc ra lấy phần xác với bột trái thật mềm, rồi lại tiếp tục phải được giã thêm cho bột thật nhuyễn nhừ luôn... Và còn phải làm nhiều khâu nữa với đôi tay thủ công, nhưng không dễ chút nào, phải lành nghề mới được. Các chị và má làm rất khéo léo, tận tụy. Sau đó mới đem ra lò tráng, tráng được nhiều bánh thì cất để dành. Ở vùng này hình như ai cũng làm thế thay cơm, vì thời buổi gạo kiếm khó khăn "gạo châu củi quế đó mà" đang mất mùa lúa mà... Đôi khi không có mì tươi sẵn hoặc hết mùa, thì họ đi mua dùng mì thái khô cất lâu ngày của ai bán, vẫn đem ngâm với nước cho thật mềm rồi làm các khâu tương tựa như vậy, như giai đoạn mì tươi, cũng bóc vỏ, giã nhuyễn, lọc xác v.v... Sau đó cho nước sạch vào vừa đủ lượng hợp lý. Và họ phải chờ vài ngày, chọn ngày rồi đem ra lò để tráng đúc thành bánh, bằng những hình tròn có đường kính khoảng hơn một gang tay rưỡi của người lớn, và nhất định độ mỏng mới ăn ngon, và để phơi cũng dễ dàng mau khô.

Nhà ông Kim cô ba Tổng luôn nhắc nhở, hỗ trợ. Cho nên bánh mì vật liệu mì tươi, hoặc vật liệu bằng mì khô lấy tráng bánh, luôn có sẵn nơi nhà, gia đình họ không thiếu thốn so với các nhà trong xóm thôn...

Ăn xong Thảo liền lấy sách vở đi học. Cô thắt hai cái nơ trên đầu và chạy. Thói quen Thảo là như vậy.

Cô Ba còn ngồi đó bảo:

- Từ từ đi con, chạy chi gấp té đó.

Bà chỉ nói với một quán tính thôi. Thảo thì đã đi xa rồi, và có lẽ cô bé không nghe được cô Ba nói.

Quay qua bà bảo với ông Kim:

- Con nhỏ đó khác nhất. Một sướng, một khổ đó cậu bốn.

- Không biết được chị, nhưng nó là một cá tánh khác hơn hết trong nhà. Tánh nó thì đa cảm, giàu tình thương, mà lại hay hờn lẫy, mau tổn thương...

- Tôi nhìn con mắt nó là tôi biết rồi, cậu nói chi nữa.

- Nó giống vợ em, hay em chị nhỉ?

- Giống mợ mà cũng giống cậu. Mà lai lai ai chút đâu rồi đấy.

- Nó cũng giống chị đó. Lai chị chứ lai ai. Ông Kim đáp.

- Giống tôi? Hi hi. Bà Tổng nói và cười chúm chím tươi vui, rồi mà rằng tiếp:

- Chắc giống tiếng hát đó, nhưng lại nhát làm không giống tôi?

Cô Tổng là một người hát hay nổi tiếng. Khi hát kết, hát bài chòi, hát bội ở đây từ hồi trẻ đến nay ai cũng nghe danh. Và không ai hát qua mặt cô được.

Ông Kim nghe chị bảo, rồi ông nói:

- Nó giỏi lắm, hơi yếu đuối đó thôi. Nhưng làm cái gì

cũng lanh lẹ, tuy nó ít chịu khó.

- Thì vậy không chịu khó, làm sao giống tôi được?

- Chị cũng đớt đát chứ chịu khó gì đâu? Hơn nữa nó tuổi còn thơ mà.

Làm như không nghe nhiều, cô ba cố tiếp ý nơi mình:

- Tôi không chịu khó mà nuôi cậu ăn học tới Thành Chung chứ?

- Tại chị em mình ba mất sớm, thương mẹ nên chị vượt khó. Nó có mẹ nên ỷ lại, hơn nữa mấy chị nó, có cho nó làm gì đâu?

- Nhìn qua cậu mợ cũng cưng nó nhất đó. Mà tôi nhìn nó còn muốn cưng như trứng mỏng, huống hồ chi cậu mợ.

- Hì hì, thấy nó hay mủi lòng. Nên vợ và em không muốn để nó tổn thương sớm thôi chị à.

- Vậy là cưng số một rồi chứ gì nữa.

Hai chị em cô Tống, cậu Kim ngồi nói chuyện vãn về con bé Thảo. Cả nhà ăn sáng cũng đã xong lâu, các con lớn lo dọn dẹp. Và các con đi làm công chuyện riêng tư hết…

Má Nhung thì đi thắt võng bằng những sợi chỉ trân bên hiên nhà, một loại chỉ thiên nhiên bằng cây trân làm võng, thì nằm rất êm và mát mẻ. Bà làm để kiếm chút tiền thêm nếu ai mua đặt. Khi hai chị em họ nói chuyện chung, bà ít khi lui tới, bà Nhung muốn để chị em ruột họ có chút riêng tư…

Ánh, Ngọc thích quây quần với má. Hôm nay thứ sáu nó không lên mẫu giáo. Lớp đang dạy mẫu giáo lớn. Chị Liễu thì may. Hai chị Thanh, Hoa dọn dẹp xong vui vẻ đi ra suối, cắt cỏ cho bò… (Bò ở đây ưng thì chị Hoa hoặc chị Thanh, hoặc má đưa đi ăn trên các gò cỏ hoang. Không thì cứ để trong chuồng ăn rơm rạ uống nước. Và hai chị em Thanh Hoa đi cắt nhiều loại cỏ nơi ven suối cạn, hoặc dùng quèo móc bằng lưỡi liềm dài giựt lá tre, bỏ vào giỏ ngựa, quảy gánh đem về thả cho chúng ăn, chúng vẫn vui và mập khỏe…)

Một đoạn cô Tống, ba Kim lại ngồi nói chuyện về chồng cô Tống tập kết chưa về. Ba Kim lên tiếng:

- Anh Cần có viết thư về nói gì không chị?

- Nói về đó mà sao chưa thấy, chắc còn để chị đợi cho dài cổ hơn chắc?

-Từ từ ảnh về. Có lẽ bận bịu việc chi đó chị.

- Nhưng mà hứa thì không nên để lâu.

- Chị trông cũng tội, nhưng từ từ ảnh về chị ơi.

Hai chị em đang nói chuyện chưa vãn. Cô Tổng định về nhà, nhưng rồi không về được, mãi vui chơi tâm tình với ba Kim. Lúc đó mặt trời đã nhô lên phía hướng Đông một khoảng, nhưng vẫn còn thấp chưa lên cao lắm... Một thoáng sau đó, có người đưa thư, chuyển đến một phong thư mật. Ông Kim thấy họ vào ngõ nhà là ông biết ngay. Ông chạy ra chào họ, ông Kim vẫn lịch sự đón lấy và cám ơn. Chờ họ lui gót đi rồi, ông vô nhà mở ra xem. Đúng như kinh thư viết.

Giấy mời.

Gởi ông Trần Tiên Kim.

Thông báo cho ông về trụ sở Ủy ban nhân dân xã để phải đi cải tạo. Địa điểm sẽ đi về đèo Ô Phi Mỹ Thọ.

Sau khi nhận được thông tin này, trước mắt chúng tôi xin triệu tập.

Ngày... tháng... năm...1975

Thay Mặt Ủy ban nhân dân. Phó Chủ Tịch:

Ng... Văn... X

Ông Kim cầm thư đọc. Ông không thấy cụ thể giờ mời đến, nhưng ông biết chắc là buổi sáng thôi. Cô ba nghe chới với bà đứng lên nơi đó nói. (Nhà dưới vẫn có một chiếc bàn nhỏ hình chữ nhật để khách hoặc gia đình ngồi chơi uống nước nói chuyện vãn. Chứ ngồi ăn cơm thì hơi chật vật. Nhưng nó được ăn thông với nhà trên qua một cái cửa chỉ khung hình thức, nghĩa là cửa trống không gỗ ghép vào, không then cài đóng, nó cách xa với bếp nấu chừng bốn mét.)

- Nè cậu không đi đâu hết. Chiều nay tôi xuống Ủy Ban tôi sẽ hỏi tội họ. Họ đui mù hay sao? Về thành tích cậu những năm đầu kháng chiến?

- Chuyện quá lâu rồi chị. Em đã làm cho chính quyền Sài Gòn thật sự hơn mười mấy năm rồi.

- Cậu nói vậy tôi nghe không được. "Uống nước nhớ nguồn chứ" Điểm đầu tiên là cậu được, cán bộ tổ chức, lập trình cho cậu vô làm mà?

- Em biết, nhưng dù sao mình ăn cơm quốc gia hơn mười năm nay. Ngồi trên bàn làm việc cho chế độ mà họ đang lật đổ thì phải chịu thôi.

- Không được. Làm việc với cái chức hành chánh đó có can hệ chi đâu chỉ là giấy tờ ngập mặt thôi có gì? Không có cậu, ai cho những người đi chợ, ở vùng giải phóng xuống mua được thức ăn, nước mắm, cá khô, hay mua thuốc men, về rồi đưa cho quân giải phóng chứ!

- Chị nghĩ vậy cũng sai nữa. Chỉ là tình cảm làm người của em thôi. Không sao chị, đi cải tạo rồi về mà.

- Bộ cậu muốn đi lắm hả?

- Em nào muốn đi. Nhưng là chính sách, cũng là học hỏi một cách, để làm công việc hòa giải dân tộc chị à. Chính sách họ mà, em nhắc lại chị nghe cho rõ...

- Tôi không lý luận nhược nhạt như cậu. Tôi muốn cậu ở nhà. Còn ông Tổng về đây nữa, không cứu nổi một thằng em đưa vô để giúp cách mạng, với nhiệm vụ tay trong, tay ngoài này sao?

- Chị ơi thiệt tình em muốn nói...

- Cậu nói gì? Chuyện này thì ổng không thể khất chuyện với tôi. Tôi có thể chết đi mất...

- Em đã nói đó là thời gian xa xưa. Còn hiện tại em đã là tù binh thôi. Vì họ chiến thắng mình phải đi cải tạo, hay đi vào tù chăng nữa cũng là thường mà! Thắng thì coi như làm vua, thua coi như giặc thôi chị à. Chuyện xưa xa lắc xa lơ rồi chị ba.

- Nhưng cậu bên của cách mạng đưa vào.

- Đã nói quá khứ rồi, họ không tính đâu chị ơi?

- Tôi không chịu nổi bất công này.

- Không có bất công đâu! Sự thật mà chị, em đương kim là xã phó hành chánh, khi giải phóng họ đánh chiếm vào.

Em đang làm việc cho chính quyền Sài Gòn, nhưng thất thủ mà chị ba. Em nhận giấy rồi chuẩn bị xuống Ủy Ban. Mai mốt bắt đầu "Hành Hương" rồi có thể. Chị đừng can thiệp hay lo lắng điều chi nữa nghen.

- Cậu nói gì nói. Chiều mai tôi phải xuống đó đấu tranh để đòi quyền lợi cho cậu.

- Em nói họ quyết định rồi. Mình không hơn đâu.

- Cậu cứ để tôi làm. Thôi bây giờ tôi về chăm mấy con heo con. Và chuẩn bị cho lò tráng, ở những ngày phiên chợ tới. Chiều mai tôi nhất định xuống thưa chuyện cùng họ. Cô ba nói và đứng lên.

(Ủy Ban xã lúc bấy giờ buổi sáng dành thì giờ giải quyết các công việc cần thi hành, và nhận những thông tri mới từ huyện, tỉnh đưa về. Buổi chiều thì hội thảo, giải quyết các khiếu nại, chứng từ cá nhân, thông tư được công bố v.v...)

- Thôi chị ơi. Xin chị đừng... Ông Kim nhìn vào người chị cố phân minh:

- Cậu đừng cản. Cô Ba vẫn như có quyết tâm.

Quay sang tìm kiếm bóng dáng má Nhung. Cô Tổng lên tiếng luôn:

- Thôi tôi về mợ ơi.

Cô Ba nói khi má Nhung đã rời nhà bếp thất võng lâu rồi, giờ bà đang cho vài con heo choai choai ăn rau cám. Má Nhung chưa kịp rửa tay để chào, cô ba đã ra khỏi nhà.

Hai con bé Ánh, bé Ngọc thấy cô về chạy ra hôn cô rồi chia tay. Cô Tổng không còn con, nên thương cháu, cô coi con cậu Kim như núm ruột của mình, cưng và luôn quà cáp cho tụi chúng...

Một đoạn má Nhung vào thì ông Kim bảo:

- Chắc anh đi cải tạo. Em ở nhà giữ gìn sức khỏe nuôi con nha. Chờ anh về không lâu đâu? Giấy họ đã gởi rồi em. Lúc nãy nè.

- Nhưng có lẽ em và con phải buồn lắm anh.

- Cải tạo là để ý thức nhiều thứ không sao đâu em. Anh sẽ gắng về sớm bên em và con. Em yên tâm.

Má Nhung nhìn chồng trìu mến, có pha lẫn nỗi đau xót

ngậm ngùi. Hai con bé Ánh Ngọc thì vô tư chơi vọc phá đất phía trước nhà, đang xếp đồng tiền bằng những chiếc lá mít, lá ổi già non chồng lên nhau, hàng bán kẹo của chúng là những viên đá cuội, hoặc là các loài đá sỏi nhỏ. Hai chị em bày biện hàng ra chơi như thế, tuổi trẻ con nít luôn vô tư và đáng yêu quá...

HAI

Ba Kim và một số người được triệu về Ủy Ban để biết tên họ mình được đọc, sẽ chuẩn bị đi học tập, và những thông tin cần thiết cho người đi học tập cải tạo. Cuối cùng là ký văn bản rồi hô to tập thể hai câu. Câu thứ nhất "Chúng tôi nhất trí thi hành theo chính sách khoan hồng cải tạo, của nhà nước. Chúng tôi nhất trí thi hành theo chính sách khoan hồng cải tạo, của nhà nước. Và câu thứ hai "Chúng tôi luôn hưởng ứng nhiệt tình. Chúng tôi luôn hưởng ứng nhiệt tình." Mỗi câu phải lập lại. Phải hô to hơn bốn lần tập thể để nhấn mạnh ý. Nhất trí, nhất trí, nhất trí, nhất trí. Còn câu thứ hai là hô: hưởng ứng, hửng ứng, hưởng ứng, hưởng ứng. Và tất cả phải ra về nhà mình, chờ đợi ngày đi cụ thể đã báo nơi đó.

Và rồi tới ngày ai bà con chòm xóm. Nội ngoại hai bên cũng tới chia tay ba Kim lên đường, theo đoàn người 15 người trong xã, về cứ điểm Đèo Ô Phi học cải tạo theo chánh sách.

Chú Kính phiền âu nói:

- Tôi không ngờ anh đi.

Bác Bảy bảo:

- Thôi em đi. Anh ý kiến rất nhiều, nhưng ông Xuyên, ông Nghị, ông Anh đã bác bỏ. Anh đành không giúp được em.

- Tôi đây một ngày hôm qua cà kê, lê lết mà họ có coi ra chi. Để ông Tổng về tôi nói chuyện. Cô Tổng buồn bã thốt như không ra lời.

- Đợi ảnh về chuyện đã rồi. Chú Kính buồn rầu nói thêm.

Chú Năm, là chú em thúc bá với ông Kim lên tiếng:

- Làm nghề buôn bò như em chắc ăn. Làm bàn giấy như anh giờ đây tù tội.

Cô ba tức chú Năm nên la lên:

- Giờ này cậu Năm còn nói với cậu bốn câu đó hã? Chúc gì cho anh đi an lành. Ở nhà chú phải giúp đỡ mẹ con nó đó.

- Tôi lo gia đình tôi không hết. Có đâu thời gian tôi giúp trời?

- Cậu đừng nói lạnh lùng như thế. "Máu chảy ruột mềm, răng hở môi lạnh." "Một con ngựa đau cả tàu bỏ cỏ" Dù sao cũng một lùm mà ra.

- Nói thì nói vậy thôi. Anh lên đường cải tạo, cày bừa, băm đất, cuốc xới, tôi sẽ phụ cho mấy cháu và chị. Mấy mùa là ảnh về mà, chị lo chi quá.

- Cậu nói chuyện dửng dưng tôi bực lắm đó. Sao không lo chứ. Cô ba giận cậu Năm, nên mắt trừng trợn nhìn cậu bảo thế.

- Cám ơn chú, mẹ con tôi làm được. Không phiền chú đâu. Bà Nhung đáp. Nước mắt bà còn lưng tròng.

- Cậu Năm cậu ăn nói vô ý thức. Mợ Nhung nó hờn đó. Cô ba giận nhiều hơn về cậu Năm.

Bác Bảy lại nói:

- Không sao đâu, có anh Bảy ở nhà. Có gì anh cũng trông coi thêm thím, và các cháu.

Bấy nhiêu đủ rồi giờ đi đã đến. Ông Kim nhìn vợ con lần chót có đủ. Chỉ duy bé Thảo đi học chưa về. Nhưng mà đó là ý của ông và vợ Nhung sắp xếp vậy. Hai hôm nay ông, vợ Nhung cùng ba cô con gái lớn biết thôi. Họ không hở môi cho Thảo và hai cô bé út, áp út biết. Vì Ánh, Ngọc mà biết nó sẽ mách lại với chị Thảo nó liền, miệng con nít mà. Ai cấm chúng được. Cho nên việc ông đi cải tạo này coi như đã giấu ba người con phía sau. Ông bà Kim muốn thế. Giờ này áp út và út đã hay, Thảo thì vẫn chưa. Nếu Thảo biết được thì nó sẽ khóc ròng không cho ông đi, nên ông không muốn chuyện xảy ra như vậy. Không đi được, lại là có tội với pháp luật và chính sách họ? Sự thể buộc nên ông chọn một cách! Cố giấu nó.

Nhưng rồi ở tận trường học, ai nói cho bé Thảo biết tin, tức tấp Thảo bỏ ngang lớp học, liền phóng người về nhà liền chạy một mạch, thở hổn hển, nhanh hơn gió thổi... Nơi trường tiểu học nằm gần sát Ủy Ban chắc có người mách lẻo là phải! Về nhà thấy cảnh tượng, Thảo đâm người vào giữa bao người vây quanh nơi sân cùng gia đình, cô bé nức nở khóc than, mà như đã chực sẵn:

- Ba ơi con không cho ba đi đâu. Sao không ai nói cho con nghe chuyện này. Trời ơi cả gia đình nữa ai cũng giấu con...

Thảo quay mắng hai em:

- Sao Ánh, Ngọc không nói cho chị biết với. Hai em ích kỷ với chị lắm nha?

- Hai em có biết đâu mà nói? Ánh, Ngọc lần lượt trả lời, mắt đứa nào đứa nấy cũng đỏ hoe.

Lúc ấy Thảo khóc to hơn:

- Con không cho ba đi đâu. Con không muốn ba con ở tù.

- Nói bậy, ở tù đâu mà ở tù, nói họ bắt đó. Chú Kính giải thích vì sợ. Ông nhìn chung quanh...

Số đông mọi người thố mắt nhìn. Cô Ba đứng bên nghẹn ngào. Chị Hiền lại nói:

- Ba em sẽ về mà em, Thảo có hiếu có nghĩa dễ thương lắm. Nhưng họ sẽ cho ba về với em thôi. Đi cải tạo chứ không phải đi tù. Không khổ cực như đi tù Thảo à.

- Không, ở đó chắc có cọp beo, hùm sói đó. Không như nơi đây, em nghĩ vậy... Con không muốn ba khổ. Em không muốn ba em cực khổ, chị Hiền ơi!

Mọi người ngơ ngác nhìn, Thảo vẫn lắc đầu lia lịa khóc sấy lên. Vì tin này đối với cô bé quá ư là dậy sóng, quá ư là mới tinh. Ba chuẩn bị đi có ngày giờ hẳn hoi mà không cho Thảo biết!

Chị Hiền nói thêm:

- Chị hiểu nhưng đã là luật rồi em. Mà không có cọp

đâu em...

Liễu thương em, nhẹ nhàng đỡ bé Thảo đứng thẳng dậy và nói:

- Chị sẽ chở em xuống thăm ba ưu tiên. Để ba đi, kẻo công an tới họ trách em đó.

- Em không sợ vì em thương ba. Công an không làm gì em đâu?

Thảo nắm chặt tay ba, bên kia Ngọc cùng Ánh cũng nắm một tay ba.

Cảnh trạng rất đau lòng. Nhưng đó là tình thương máu mủ ruột thịt, khi sắp chia tay xảy ra thôi, buồn như sinh ly tử biệt, khi cách xa người thân là như thế đó...

Anh Thi người trưởng xóm bảo:

- Thảo ngoan lên em nè. Ba đi rồi về, anh hứa mà. Trại cải tạo này chắc không cực lắm.

- Có tin lời anh nói không? Hay là nói dóc với em chứ. Trại nào lại không cực. Đi tù mà không cực khổ? Em hổng tin đâu nè. Hu hu.

- Tù đâu mà tù. Cải tạo thôi. Ở đó tạm thời và sẽ về. Ba em sẽ không đi các trại khác. Nếu em nhớ ba, anh chở em đi thăm. Vậy nha giờ đã đến chú đi đi... Không nên chậm, để họ trách đó chú bốn.

- Vâng chú hiểu. Ông Kim đáp.

- Anh chín Thi ơi! Em không muốn ba em đi. Em nhớ ba em lắm.

- Không sao ba về mà. Cuộc chia tay nhỏ thôi em. Xóm trưởng anh Thi bảo thế.

Ông Kim im lặng nhìn từng đứa con một, dừng mắt lại đó, trên đôi mắt biểu hiện tình thương nỗi nhớ khó nói của người cha, và ông cùng nhìn cả vợ ông nữa. Má Nhung rất đau lòng bên cạnh những đứa con, nhưng cố giữ yên lặng. Chỉ có Thảo là bức xúc nhiều nhất, ông hiểu được cá tánh của con bé. Đến với tất cả người thân quen có mặt, ông vẫn cứ nhìn bằng tia mắt trìu mến. Cuối cùng ông lại đến hôn đứa áp út và út, rồi ông hôn lên nơi trán Thảo thật lâu. Ông bày tỏ để ôn hòa với cảnh tình:

- Ba về mà, ba đi như con đi học thôi. Không có gì để ngại. Tạm biệt con thân yêu, tạm biệt nhá mọi người thân. Ba Kim im một chút vì xúc động, rồi nói như dặn dò thêm:

- Tạm biệt em, má Nhung của mấy con. Giữ gìn sức khỏe và nuôi con nha. Anh về trong nay mai.

- Em hiểu anh đi giữ gìn sức khỏe. Má Nhung bịn rịn nắm tay chồng rồi thả ra.

Các cô con gái lớn đều bịn rịn nắm tay ba đứa nào cũng nói lên được.

- Ba đi giữ gìn sức khỏe. Liễu nói.

- Ba đi giữ gìn sức khỏe. Hoa nói.

- Ba đi giữ gìn sức khỏe. Thanh nói.

Mọi người đều nói.

- Anh đi giữ gìn sức khỏe. Chú Kính nói.

- Em đi giữ gìn sức khỏe. Bác Bảy nói.

Anh đi giữ gìn sức khỏe. Chú năm nói.

Chú đi nhớ giữ gìn sức khỏe. Chị Hiền nói.

- Em đi bình an. Chị nhớ em. Cô ba nói cuối cùng.

Mỗi cái chúc ông đều gật đầu đáp lễ trân trọng.

Và đến giờ ông Kim vẫy tay ra đi, trong tư thế mạnh bạo khẩn trương hơn là rụt rè. Vì đã nhận được những tình cảm chia tay đầy đủ, nơi thâm tình thâm sâu rồi...

Mọi người lần lượt ra về như một cuộc tiễn đưa đã dứt.

Thảo ngồi gục đầu khóc hụ hụ như nằm vạ, cùng với 5 chị em, mẹ và cô ba là còn lại nơi nhà thôi. Ai nấy mắt vẫn phải đỏ hoe, môi họ, tay họ như run lên lẩn thẩn. Mấy cây dừa lâu năm kia, ông bà nội trồng phía trước nhà, phía sau lưng nhà, chung quanh nhà đó, như ngã nghiêng soi bóng đổ dài, các cây lá khác như, tre, trúc, bông ngâu, dâm bụt, cảnh vật không nói được mà tất cả chúng, đều như muốn chia buồn, gởi lời bay theo nơi gió để từ tạ, tạ từ một cách đau thương kia... Ở một sáng một ngày vẫn chưa cuối hạ, vẫn chưa sang thu, gió đâu vẫn còn phớt nhẹ, nhưng sao đau đáu trên môi từng người thân đầy ắp... Như đâu đây chạm thấu được, niềm thương nỗi nhớ, của trời biển đất quê đong đầy...

Thảo lúc đó mười tuổi hơi ốm yếu. Cô bật đứng dậy không lời từ giã ai chi. Cô bé hành động với chính mình. Thảo chạy một mạch thì đến Ủy Ban nhân dân, cô nói như vẫn còn khóc nức nở lắm:

- Con không cho ba con đi.

- Ngon há không cho ba mày đi. Thì mày đi, tao bắn nát đầu mầy chứ tưởng?

- Bắn đi, tôi không sợ đâu, đừng hăm.

- Cha chả con nhỏ này có một không hai hả. Thật dũng cảm há, đáng khen há, nhưng chú chọc con thôi hi hi. Anh du kích nói cười dã lã như hề.

Một đoạn anh du kích lại hạ giọng hơn lúc nãy:

- Để ba mày đi đi, mấy tháng ổng về. Ổng đi cho có lệ thôi, con bé ngốc.

- Tôi không ngốc, tôi thương ba tôi, ông mới ngốc đó.

- Ha ha hỗn ghê ta, nhỏ nhóc con.

- Ai biểu ông chọc tôi. Vì ông không có tình thương cha con như tôi. Nên ông không thấy.

- Hiểu rồi nói mãi.

- Ai biểu tim ông sắt đá chi. Không có tình cảm như tôi, tôi mới nói chứ.

Thảo nói âm vang thì gan góc. Còn nước mắt thì chảy tràn, dùng tay cô quệt quệt.

- Nếu mà em ngoan cố. Học cuối năm em sẽ bị ghi hạnh kiểm xấu đó. Tôi báo với nhà trường nha.

- Tôi không cần, ông cứ báo đi. Thảo đáp gọn.

- Cha chả ngon nữa ta, dám thách há. Ở lại lớp không ngán sao?

- Tôi đâu có hạnh kiểm xấu. Tại mấy người ác, nên ghi sai thôi.

- Ôi trời ơi. Ní nuận ẩu. (Lý luận ẩu nhưng không hiểu sao anh nhại tiếng quê hương nào trên Bắc Việt chắc?)

Sau đó thì họ giữ bé lại. Cho đoàn người xuất cửa ra đi.

Thảo đứng gọi mãi:

- Ba ơi con nhớ ba, con nhớ ba. Ba ơi ba mau về nha ba... Ba ơi...

Ông Kim có nghe văng vẳng, nhưng không còn thời gian dành cho con bé nữa. Ông đã đi, đã tiếp tục bước cùng với bạn bè để xác nhập thêm đoàn Mỹ Hòa tại Diêm Tiêu gần 30 người. Họ phải đi ra phía Bắc Đèo Nhong. Rồi hướng về phía Đông Nam, tiếp tục lên đèo, xuống đèo khác, đến nơi rồi quẹo phải về hướng dốc đèo Ô Phi Nam - Mỹ Thọ trại. Họ mang thức ăn ba lô nơi trên lưng, và phải bước từng bước, dù muốn hay không vẫn phải đi, phải tới. Không phải là con lạc đà qua sa mạc, nhưng đâu đó là hình bóng, là hiện tượng khó khăn, khổ nhọc, của đoàn người phải đi... Đất dưới chân họ vẫn cứng như sáp, và bắt đầu nóng ran...

Trời như đã nóng nhanh ai cũng mệt lã hơn. Sức nóng thật mau lẹ, mạnh lên với oai bức. Song lúc bấy giờ không có xe để chở, đành phải họ cứ đi như thế, như thế thôi. Và họ cũng đi đến chốn, đến nơi để mà học tập.

BA

Ở nhà cuộc sống mẹ, có cô ba cùng các chị lớn phụ giúp. Làm cỏ, cắt lúa, gánh phân, cắt lá v.v... hai chị lớn trọng trách, đó là Chị Hoa và chị Thanh. Chị Liễu, chị Hoa nghỉ học từ lâu, sau qua tiểu học, để đỡ đần cho mẹ. Ba làm công chức xã nơi này cũng không mấy tiền bạc. Thời đó trường trại ở xa không dễ kiếm? Hơn nữa ba Kim không chú trọng cho con gái đi học, ba Kim nghĩ con gái học nghề, lấy tấm chồng, học đức hạnh nuôi con là đủ. Chị Liễu học may từ Quy Nhơn, thì ngồi trên ghế may rồi vì mới ra trường. Chị Hoa, 16 tuổi nhưng khỏe mạnh, phốt phát, làm chi cũng gọn gàng và mạnh bạo. Chị thường đi cắt lá ủ làm phân hữu cơ, gánh phân bỏ ruộng, làm nông như chị đã quen tay, mẹ nhờ chị nhiều nhất. Chị Thanh thì đang học lớp 7 vô giải phóng mới nghỉ đây. Chị Thanh đã biết phụ với chị Hoa ra đồng cùng mẹ mỗi sáng đến trưa về...

Chỉ có Thảo thì đang học lớp năm. Thấy tình thế thay đổi, ba Kim vẫn muốn cho Thảo nghỉ học. Nhưng cô gái nhỏ thích học quá, ông không nỡ cấm. Cộng với má Nhung luôn năn nỉ:

- Thôi cho một mình Thảo học cũng không sao anh. Mấy chị nó cùng tôi làm. Cũng đủ rồi để nó đến trường anh à.

- Nhưng lại lý lịch học làm chi. Tôi thấy khỏi cần.

- Đằng nào anh cũng nên cho con... Cho nó phải qua tiểu học chứ.

Ông Kim làm thinh, bao lần nói chuyện về sự học này của Thảo. Ông suy nghĩ có lẽ nó quá còn nhỏ. Thảo chưa qua tiểu học. Có thể vợ ông nói trúng nên ông nhường.

Bây giờ ông nằm trong trại nhớ đến gia đình, đọc thơ bé Thảo viết. Ông lại nhớ đến những lúc ông với vợ tranh cãi. Có nên cho Thảo tiếp tục học hay không? Hôm nay nó viết lá thư trông thật dễ thương. Ông đọc mà mủi lòng hết sức.

Ba thương mến!

Con và cả nhà nhớ ba vô cùng...

Mùa bắp này sắp về, ba không có ở nhà, má luộc bắp và ngồi ăn cùng con, có má, mấy chị, mấy em nữa, một gia đình ta lúc thiếu hụt vẫn vui đó ba ơi... Vậy mà tại sao ba phải ra đi xa... Nhớ đến ba, những khi mùa bắp luộc, những trái bắp thưa hột, thiếu nước, ba má ăn. Ưu tiên dành cho con, các em những cái ngon thơm đầy đủ hạt. Cơm ba má cũng ăn phần mì củ, cho con và các em ăn cơm trắng thơm ngon. Bây giờ ba không còn ở nhà, con tự lựa cơm trắng, bỏ mì củ qua một bên, lúc mà con ngán mì quá, má cho phép đó. Nhưng nhớ đến ba đau xót cả lòng con. Vì con biết ba rất thương con. Ba luôn lựa cho con trong những bữa ăn vì con ngán khoai mì, khoai lang mà con thèm cơm trắng. Nhưng sao giờ này ba ở đâu ba ơi...Con nhớ ba lắm, nhớ đến vô cùng ba ơi...

Con viết thơ này gởi đến ba. Con xin cầu chúc ba an lành khỏe mạnh. Mong ba sớm về nhà.

Con Ba TTTT.

Ông Kim đang ngồi trong lớp học tập, lại có người đưa thư. Lớp cũng đã tới giờ tan, ông ra đứng gốc cây me rừng, mở để xem. Thì ra không phải thơ của vợ, hoặc mấy cô gái lớn, mà đó là cô gái thứ tư trước kề út và út, thơ của Thảo gởi ba. Ông đọc lên lòng bồi hồi xúc động thương nhớ đứa con mà bao lần ông định cho nó nghỉ học sớm. Rồi ông ngước nhìn trời, nhìn những đám mây trôi xa lãng đãng kia, làm cho ông thêm nhớ vợ, nhớ những đứa con như thắt ruột thắt gan... Sau đó ông vào phòng vẫn muốn đọc lại thư bé Thảo viết và thương nó lắm. Nói thì vào phòng chứ có phòng chi đâu! Một cái võng cột xéo qua những thân cây được cắt hết trụi nhánh lá, hoặc một thân cây nào đó được đào chôn phần gốc cho cứng, giữ độ thăng bằng chắc chắn để treo võng. Ông cùng các bạn nằm chung một ngôi nhà không có cửa nẻo chi cả, hình thức chỉ là mô trại cải tạo đó thôi. Nhớ nhung cuộc sống vợ con nơi nhà, ba Kim luôn suy nghĩ, ám ảnh khi nằm trong doanh trại...

Cứ hai tuần cho thăm nuôi một lần. Lần đầu tiên vợ ông, bà Nhung cùng con gái đầu đến thăm. Hai mẹ con đi bằng cây xe đạp sườn ngang có phần cũ kỹ. Có một chiếc HonDa 50 phân khối cũng đã bị tịch thu rồi, họ nói trả lại nhưng không trả. Ai đang dùng nó ông Kim cũng không cần hỏi, bà chị Tổng xuống Ủy Ban đi đòi mấy lần. Ông cán bộ này chỉ cho ông cán bộ kia, hỏi người này họ lại chỉ hỏi người khác. Có lẽ họ xạo láo quá đến nỗi ba Kim phải nói với chị ông là cô Tổng: "Thôi cho họ đi, vợ em cũng đi hỏi nhiều rồi chị à..." Tánh ba Kim là thế, ít tranh giành lợi lộc hơn thua. Và như thế, ông mới thấy lòng mình nhẹ nhàng một chút. Dù mình cũng khổ, vợ con cũng mắc vào khổ nạn nhưng thôi...

Thấy vợ và con gái lớn xuống thăm, vượt qua đèo Ô Phi tâm trạng ông mừng lắm. Toàn trại xôn xao thăm nuôi trông cũng vui hơn. Khi Liễu đưa má Nhung qua được"thác ghềnh đèo dốc nguy hiểm" với chiếc xe đạp có vẻ thời thượng cổ đến thăm doanh trại. Câu đầu tiên ông Kim hỏi vợ khi gặp:

- Em và con Liễu đến thăm, anh vui mừng khôn xiết...

- Dạ em biết. Bà Nhung đáp.

Má nói chưa hết. Nhưng Liễu biết má thì ít nói từ nào đến giờ. Nên nàng buồn vẫn hớn hở môi:

- Ba ơi được đi thăm ba, và gặp ba như thế này. Con và

má coi như cũng còn nhiều ơn phước lắm.

- Ồ ba hiểu điều đó chứ con gái.

Quay sang ông nhìn vợ hỏi:

Còn các con ở nhà vẫn mạnh giỏi hết chứ em Nhung?

- Bình an tất cả, chỉ có bé Thảo nhớ anh lắm, nó có vẻ buồn nhiều nhất.

- Tội nghiệp con. Anh mới nhận được thơ nó.

- Thảo viết hồi nào? Sao em không nghe nó nói. Má Nhung ngạc nhiên hỏi chồng.

- Viết hơn nửa trang giấy học sinh. Nhưng hay lắm, làm cho anh nhớ con lắm. Thương con quá em ơi. Ông Kim nói, mắt ông như có gì đó cay xé...

- Hèn chi nó có hỏi em xin mấy đồng. Chắc mua tem, mua phong bì.

- Có thể vậy. Ông nhìn vợ như cảm thông, hỏi tiếp:

- Thanh, Hoa, hai đứa út vẫn khỏe chứ Nhung? (Hai đứa út là ba Kim kêu chung cho đứa kề út và út.)

- Khỏe hết, đứa nào cũng nhớ anh. Nhưng bé Thảo là em thấy nhớ anh nhiều nhất đó. Tội cho con quá anh ơi.

- Anh biết. Lần sau Liễu chở Thảo xuống thăm ba nha con.

- Dạ. Liễu đáp.

Để cho ba mẹ nói chuyện. Liễu đi chung quanh trại ba, và xem chu vi toàn doanh trại.

Trại khá rộng, mỗi xã là một cứ điểm khoanh vùng. Toàn bộ chung quanh trại, được đóng cọc rào bằng những cây gỗ cứng, lớn cỡ trung thôi, và được chặt nơi đầu vót bào nhọn hoắt, để phòng thú dữ ban đêm kéo về. Liễu đứng nhìn mà thấy sợ sợ, đâu đó có vài con chim đa đa kêu vang lên, như văng vẳng từ xa xa dội lại, nàng vuốt tóc và thèm lắng nghe... Vài loài hoa rừng thoang thoảng khiến nàng buâng khuâng với tuổi mười tám, đôi mươi. – Nơi một thiếu nữ ưu tư mơ mộng... có lẽ chính là nàng đây!

Liễu đẹp xuất hiện giữa doanh trại, nên nhiều chú, nhiều bác cũng thích nhìn thầm khen:" Ba nàng, ông Kim có đứa con gái đẹp quá." Còn mấy chàng thanh niên chuẩn úy trẻ, thiếu úy trẻ được cải tạo ở đây cũng ngấp nghé, mau miệng giòn tan gọi:

"Em ơi em, có người yêu chưa đợi anh về hỏi cưới nhé."

"Anh độc thân vui tính đây, chờ sự trả lời của em đó."

"Lính thất trận nhưng lính vẫn còn đầy tình yêu, yêu em, em ơi." "Anh là lính chung tình ... ha ha"

Rồi tiếng cười lại rộn lên.

Đại loại là như vậy. Liễu hiểu được tiếng nói con tim của các chàng trai trẻ, tâm hồn họ đẹp, nhiệt huyết và nóng bỏng. Dầu họ là những người bị tù cải tạo, hoặc là những chàng trai trẻ, thuộc về phía bên kia bại trận...

Liễu đang nghe họ nói nàng mắc cỡ phải cắn môi, chỉ im lặng. Tiếng nói của những người trai trẻ, điều đó khiến làm Liễu thêm nhớ người yêu Nguyễn Văn A. Chàng đã ba mùa trăng chưa gặp lại, sau ngày giải phóng toàn nước 30 tháng 4... Đến giờ chàng ở đâu, vẫn còn như mắt kẹt ở tận Đức Linh Bình Thuận... Hẹn nàng về mà vẫn chưa thấy. Nàng cứ còn mỏi mắt chờ mong...

Để cho ba má nói chuyện hơn một tiếng đồng hồ, Liễu quanh quẩn đi đi lại lại. Mặc cho các chàng lính thất bại chiến trường kia đùa giỡn cho vui, để lấy lại thăng bằng cuộc sống họ. Liễu biết... Nhưng sóng lòng nơi nàng lại dâng mạnh, gợi nàng nhớ người yêu xa xôi dữ dội, không kìm được nơi... Và rồi nàng nhớ đến bài hát loáng thoáng của đời lính, nàng rất lấy làm yêu chuộng nó. Đó là bài hát ***"Vườn Tao Ngộ -***

Hôm nay ngày chủ nhật/ Vườn tao ngộ em đến thăm anh, đường Quang Trung nắng đổ xa xôi mà em đâu có ngại khi tình yêu cao ngút trời. Ta nhìn nhau bâng khuâng/ Đâu biết rằng chuyện đôi ta sẽ vui hay buồn. Ngày mai ra đơn vị... Đường tình hai lối mộng. Thôi rồi đây biết ra sao..."

Thật sự nàng Liễu có người yêu là thợ may chứ không phải lính. Song Liễu vẫn thích bài hát đó đến cực kỳ, khi nghe tiếng ca của Giao Linh điểm xuyến qua các đĩa hát sóng nhạc, vô cùng gợi tả... Nàng cũng không hiểu sao tâm hồn mình, lại đi chung nhịp đập của các nàng, nơi các thiếu nữ có người yêu là lính một thời đã qua....

Ba mẹ nói chuyện, và mẹ pha cho ba ít bột sắn dây đem theo để ba uống. Chính tay mẹ Nhung pha. Vợ chồng nhìn nhau đầy thương cảm, họ nói như không hết lời... Nhưng thời gian như vọt qua nhanh. Rồi giờ chia tay cũng đã đến, Liễu hết dạo cảnh, hết phải nhớ người yêu, hết mơ mộng với tiếng hát nào, nàng phải chở mẹ về. Ba nàng ông Kim bảo:

- Không có gì cả. Em và con nên hiểu. Đây là chính sách học vậy thôi. Chắc cũng về sớm được, chỉ có ăn uống thì khổ cực tý thôi. Nhưng đó là cái chung của sau chiến tranh mà.

- Dạ con biết. Liễu nói.

- Dạ em hiểu nhiều. Em mong anh về sớm như vậy. Má Nhung trả lời.

Liễu, mẹ, ba cũng đã chia tay, cả doanh trại thân nhân đều đến giờ chia tay. Họ lần lượt ra về. Trả lại sự sinh hoạt của trại... Cơm nước, hội hè, học tập, tự kiểm, vui buồn sinh hoạt đủ kiểu, dưới hình thức của mô trại cải tạo...

Má Nhung bước đi theo Liễu ra cổng, chuẩn bị đi về, nhưng mắt bà như còn gởi lại nơi đây, đọng lại nơi người chồng một tình yêu lớn lao không dứt...

BỐN

Thảo được nghe Chị Liễu và má về kể, cũng vui. Vui vì nơi ba không có chi là tra tấn, không có chi là tù tội. Chỉ học cải tạo, phá rừng, chặt cây, đốn củi, cất nhà, xây cửa, giúp dân quanh vùng và làm lụng, học tập v.v... Nhưng nàng bé vẫn thấy buồn vì nhớ ba.

Rồi hôm đó thứ bảy, chị Liễu nói:

- Ba muốn em thăm đó. Tuần kỳ sau em ưu tiên đi với chị.

Thảo nắm tay chị lúc lắc:

- Vậy nha chị không đổi ý nhá.

- Hứa mà, ý của ba nữa. Chị Liễu đáp.

Vui quá được tin như vậy, là Thảo cắm đầu chạy sang

nhà cô ba báo liền. (Cô ba tức là cô ba Tổng kêu tắt.) Ngôi nhà cô ba không xa lắm. Ở cùng phía sau hông nhà bác Bảy Vạn, nhà chị Hiền đó mà. Nhà cô ba cũng là ngôi nhà xưa, bỏ hư nát ủ dột, vì chiến tranh. Giờ mới về gần đây gây lại, ba Kim cùng cô chú dựng lại cho cô ba, cô Tổng thôi.

Thảo nói lanh miệng, khi báo cho cô hay:

- Ba vẫn khỏe cô. Tuần kỳ tới con được má và chị Liễu cho đi thăm ba! Nên con mừng chạy qua báo với cô.

- Ừa lần lượt đi thăm hết mà. Cô thì đợi ở các đợt sau. Sao má về nói thế nào về ba con?

- Từ từ con nói cô nghe đây.

- Sao? Thế nào?

- Học tập cải tạo, đốn củi, khai phá rừng, xây cất gì đó thôi, không ai đánh đập. Không biết có nói thật không?

- Tổ cha mày. Sao nói vậy con?

- Vì sợ con buồn nên giấu, ba má hay giấu con mà, như ba đi cải tạo đâu cho con hay, đợi giờ chót con mới biết...

- Ừa, nhưng cô sợ họ đánh đập, mà làm sao đánh đập được chứ? Thật ra cũng không công bằng cho ba con. Ba Kim con lẽ ra không đi cải tạo đâu.

Cô ba vừa nói, vừa đi lấy bánh thuẫn cho Thảo rồi nói tiếp, không đợi Thảo trả lời:

- Thôi cô cho ít bánh thuẫn ăn đi đã. Cô ba bỏ bánh vào một túi nylon nhỏ đưa cho Thảo.

- Dạ ngon quá con xin cám ơn cô. Thảo cầm bịch bánh trên tay mà chưa kịp ăn. Cô bé lo nói tiếp:

- Biết nói sao hơn cô ơi. Con chỉ nghe nói vậy. (Giây phút đó Thảo lẹ tay lấy bánh cắn ăn ngon rồi.)

Từ trong nhà nói chuyện, cô ba chuyển ra ngoài để hái mấy trái cà tím gởi Thảo cầm hộ về. Cô định sang nhà gặp má Nhung đưa. Mà có nàng tiên bé nhỏ này vội sang đây, thì cô không cần đi, sẽ gởi về thôi. Để con bé cầm về, ở nhà cô làm chuyện khác...

Thảo đã dời gót theo cô, ra đám cà ở phía trước, được xéo lệch qua một góc vườn. Trông nó cũng không xa căn nhà lắm.

Ôi những trái cà tím mơn mởm dễ thương. Những cánh bông nó đẹp quá, tim tím màu hồng nhạt mà lạ mắt nữa, làm sao mà Thảo tả hết được vẻ đẹp tuyệt vời của nó, chúng nhẹ nhàng mà ma mị sắc sảo làm sao. Cô bé nhìn mãi mê những trái và bông hoa. Một tay ăn hết bánh, Thảo đưa bịch nylon lại cho cô ba để dành. (Bịch nylon nhỏ lúc này còn quý hiếm lắm. Nên thường xài được nhiều lần, cứ cất để dành xài lại.) Và Thảo nói:

- Bánh ngon quá cô ba, con ăn no mất.

- Cô biết con ghiền bánh thuẫn từ bụng mẹ mà phải không?

Thảo cười nhìn cô ba không nói. Rồi vui tay kia Thảo ngắt lên ngửi vài cánh hoa, vì mùi thơm dìu dịu của nó. Cô ba nhìn thấy thì cô la lên:

- Để nó ra trái chứ con, tổ cha mày, quá lẹ tay làm hư hết. Hỏng hết cà nhà tôi nha...

Thảo cười, một chút le lưỡi ngượng ngùng. Bé Thảo đưa cả hai tay còn mân mê cánh hoa rất mịn kia mà bảo:

- Con xin lỗi. Con không biết, vì con ham bông hoa này quá cô ơi. Lỗi con để cho con múc nước giếng tưới cà cho cô, là trừ nha.

- Tổ cha mày nói và biện luận khôn lắm. Cô mới tưới ba chiều. Ra trái nhiều rồi không cần tưới săn sỏ đâu.

- Hi hi vậy là con khỏe.

- Ừa nói vậy thôi, không sao. Đừng ngắt nữa là được rồi.

- Con không ngắt nhiều đâu, chỉ thích ngắt ngửi một, hay hai cái thôi mà.

- Cô hiểu con. Được rồi...

Cô ba nói và hái tuyển được một rổ nhỏ cà tím. Khoảng 9 đến 10 cái đưa cho Thảo:

- Đem về đi nha bao nhiêu chắc đủ đó, cô nghe tin ba Kim vậy cũng ổn rồi. Cô phải đi giặt khăn để tráng bánh ở ngày mai đây. Và chuẩn bị cho chợ phiên tới... Cô bảo vậy.

- Dạ con mừng quá, chạy báo thôi. Nếu con lái xe được con chở cô đi thăm ba, nhưng con nhỏ quá.

- Ừa nói gì con biết cỡi xe, lái xe, mà đường đèo nguy

hiểm lắm. Chị Liễu con đi, cô còn lo ngại hùn hụt hết hơi.

- Chị chạy xe tốt mà.

- Thì sợ xui nếu bị té vậy thôi. Nhiều người bị té ở dốc đèo đó lắm con biết không?

- Vậy hã cô?

- Ừ. Thôi về đi làm gì đi. Cô cũng làm việc cho kịp công, kịp cán.

- Dạ.

Thảo kéo tay cô ba hôn một cái nhẹ. Rồi chạy như bay về nhà, với đôi chân trần cà lon, cà ton của mình.

Về đến nhà cả gia đình đã dọn cơm ăn. Ai cũng có thể dự định, khi Thảo vắng nhà là qua cô ba vòi vĩnh chi đó. Vừa lúc gia đình ngồi xuống dùng bữa, là Thảo vừa về tới nơi. Chân bước vào, miệng thì nói lanh:

- Ôi nè, cô ba cho cà tím này nè. Sao ăn cơm sớm vậy má? Thảo vừa nói và tìm chỗ đặt rổ cà. Má Nhung tiếp tay cất rổ cà, trầm trồ khen:

- Cô ba tụi con và ba Kim trồng cái chi cũng ra hoa trái đẹp như mơ...

- Con nghĩ chắc vậy. Thảo hưởng ứng lời má.

Má Nhung quay sang nói thêm:

- Thôi còn gì nữa sớm con, trưa rồi gần 12 giờ rồi kìa. Ngồi xuống ăn đi. Các chị đi làm đồng Sa về thì đói bụng lắm rồi.

- Con mới ăn mấy cái bánh thuẫn cô cho nên no quá. Con chưa ăn cơm được.

Ánh, Ngọc la lên:

- Chị ngon hơn hai em. Cô ba lúc nào cũng cưng chị nhất, không chịu được...

Thảo cười như một cô bé quá hồn nhiên, rồi im lặng ngồi xuống. Má và các chị nhìn đứa con gái thứ tư trong nhà tức là Thảo, họ vui theo là lạ. Lúc bấy giờ cơm còn dọn dưới sàn nhà, tất cả đều ngồi bằng đòn. Cái đòn là khúc gỗ cây mài nhẵn, được chặt cưa đóng thành như một cái hộp nhỏ có hai chân chấu bám hai đầu để ngồi vững, nên người ta gọi là đòn. Bé Thảo kiếm một cái ngồi chen vào chỗ chị

Thanh còn rộng. Nhà có chiếc bàn nhỏ hình chữ nhật kia đó, nhưng có mấy khi dọn cơm ở đó đâu? Bởi ngồi không thoải mái có vẻ chen chúc chật chội. Thành ra ai cũng thích ngồi dưới sàn đất, nó được làm tạo bằng kỷ thuật nước tro, pha muối này. Tuy vậy sức bóng sạch mát rượi của nó vẫn có, và có phần rộng rãi hơn nhiều...

Má Nhung thấy Thảo ngồi vào chỉnh tề, bà bảo cô con gái lớn nhất:

- Thôi bới cho em nó ăn luôn đi con Liễu.

- Dạ. Liễu đáp.

Liễu bới cơm cho em. Thảo bưng lấy từ tay chị, lễ phép thưa:

- Cám ơn chị. Em ăn luôn cho vui.

- Ừa ăn đi gia đình trông em nãy giờ đó. Chị Thanh nói.

Chị Liễu ngồi trước bới chén cơm đưa cho bé Thảo, chị cũng thường bới cho tất cả mọi người. Vì chị là con gái lớn, đứa con đầu phải làm việc bới cơm, đó là kiểu theo tục lệ quê làng ở đây.

Cả nhà đang quây quần mâm cơm ăn. Một bữa ăn không có chi là cao lương mỹ vị, nhưng rất đầm ấm chỉ thiếu ba thôi. Vừa lúc chị Hiền lại vào nhà nữa. Miệng chị oang oang cất lên:

- Chào cả nhà ăn cơm nhá. Liễu ơi em có tin này đây.

- Tin gì chị? Chị Liễu hỏi. Chị Liễu lắng tai nghe, vẫn còn bưng chén cơm trong tay, chỉ ngưng ăn một tý. Chị Hiền im lặng nhìn Liễu. Rồi đáp giọng vẫn chưa hạ thấp:

- Nè em... Chi bộ không cho em diễn vai đó, hoạt cảnh đó. Họ nói em là con của ngụy quyền...

Cả nhà im lặng hơn, không khí chuyển sang không vui chút nào, như lúc ăn khi nãy. Chị Hiền vẻ tiếp ứng phân minh:

- Chị và Tư đấu tranh mà họ nói là, thiếu gì người đóng mà để em đóng, vì em sẽ không có kinh nghiệm du kích.

Chị Liễu lắng nghe thêm, vẫn dịu dàng:

- Nhưng vừa rồi chú Nhàn trưởng phòng thông tin huyện lên xem nói em đóng tốt mà?

- Chị Hiền lắc đầu:

- Khổ là "phép vua thua lệ làng em ơi." Trong chi bộ xã đã có quyết định em không được đóng vai đó. Chỉ hợp ca hay làm gì đó đó thì được thôi.

Chị Hiền nói thêm như cố giải bày hơn:

- Chị là chi hội phó thanh niên thôn, chị báo cho em hay thế thôi. Chị tranh cãi hơn nửa giờ. Họ nói chi bộ quyết định là trên hết.

Chị Liễu vẫn ôn tồn:

- Thôi không sao chị, cho tham gia gì thì em tham gia nấy thôi. Họ cắt bỏ thì cũng không sao.

Thảo nghe chị Hiền nói, lại phản ứng nhanh với tính trẻ con:

- Bác Hồ giàu tình thương và đâu có phân biệt như vậy, sao chi bộ nào làm việc cứng đơ như khúc củi vậy ta? Đồ khùng điên phân biệt, thấy ghét. Ghét ghê luôn nha...

- Thảo không được hỗn nha. Ai bày em nói thế, chi bộ là thành phần tiên phong, thành phần Đảng đó em.

- Rất bất công chứ còn gì? Một vai hay ấn tượng không cho diễn. Người có khả năng thì cho họ vui đi. Người không có khả năng làm sao mà nhồi mãi.

Hiền như không để ý lời Thảo kháng kích. Cô chỉ nói cho xong phận sự mình. Mặc dầu Chị Hiền vẫn thương em Liễu và bé Thảo nhiều. Chị bảo thêm rằng:

- Còn các môn múa, ca nhạc, hợp ca khác thì được hết.

Má cùng các chị ngồi nghe. Ánh, Ngọc không biết gì, nhưng Thảo cứ nói mãi:

- Bất công, quá bất công... Mai mốt em diễn mà không cho em... Em lên đập đổ sân khấu đó.

- Cô bé, nàng tiên hiền dịu chút đi, chi mà nổi nóng ghê thế Thảo. Hiền nhìn vào sóng mũi cô bé, trấn tĩnh bé Thảo như thế.

- Cái tật nó nói vậy thôi. Nó không hung dữ đâu. Má Nhung giải thích.

Chị Hiền cười nhẹ:

- Con biết tánh nó lẻo mồm mà. Nó thích sôi nổi ưa bàn

cãi việc.

- Thiệt đó chứ. Công trình tập dợt giờ bác bỏ. Bất công, vô lý chứ, ai mà chịu chứ? Thảo nói cô gái nhỏ nhìn vào mâm cơm, với một tâm trạng lơ đễnh khơi khơi.

- Chị hiểu thành phần bảo thủ còn nhiều lắm em. Không thể... chưa phá, chưa cải tiến được em à.

Chị Hiền như tiếp tục chia sẻ lời sau cùng:

- Thôi chị về nha! Bên nhà con cũng chưa cơm trưa, cả gia đình ăn cơm đi nha.

Chị Hiền nói xong, cầm nón bài thơ đội lên đầu bước đi. Cả nhà nhìn theo Chị Hiền với chiếc nón bài thơ mảnh mai đẹp, một thiếu nữ cao ráo, chỉ mang trên đầu chiếc nón bài thơ cũng đủ thu hút người nhìn là điều hiển nhiên...

Và rồi lúc này không ai nói gì thêm. Ai cũng chả muốn ăn thêm gì nữa, khi nghe tin bất công này, họ lơ đũa thật. Chỉ việc diễn văn nghệ thôi mà cũng phải phân ranh, phân biệt quá... Sự việc khiến cho bữa cơm gia đình lại mất vui. Một bữa cơm như chan vào trong họ nỗi buồn khó tả... Chị Hiền thì đã đi xa, bóng khuất dần, và có lẽ cũng gần đến hiên nhà chị... (Đó cũng là một chuyện kỷ niệm, ghi dấu trong lòng nơi Thảo khó quên...)

NĂM

Rồi tới ngày cũng đến. Hai tuần sau đó, là ngày mai đây thôi, mình được đi thăm ba. Bé Thảo biết nhưng vẫn dẫn hai đứa em đi hái sim trên đồi, cả trâm gò nữa. Giờ về, ba chị em miệng mồm tím rịm, vì ăn sim bôi lem luốt. Chị Liễu nhìn Thảo nhắc lại:

- Thảo chuẩn bị sáng mai đi thăm ba đó nha em! Em nhớ hôn?

- Dạ, em nhớ mà.

Liễu hỏi tiếp:

- Nắng vậy mà dẫn em đi hái sim chi? Mà mặt mày đứa nào đứa nấy đỏ lên hừng hực như cắt kè đổi màu, và đổ mồ hôi thấy sợ vậy Thảo?

- Tụi em thích đi chơi tý mà.

- Nắng lắm! Em phải biết?

- Nắng lên mới có sim mà chị.

Liễu không nói nữa. Chị lắc đầu nhìn thấy Thảo đang soạn ra sim cho hai em. Cả ba chị em như được ba bịch nylon trâm và sim bỏ chung. Chủ yếu là Thảo Ánh hái thôi. Liễu nghĩ vậy… Ngọc đi theo chắc chỉ là xin ké, rồi hái mót thôi. Cô bé út này còn nhỏ quá, mập mạp, lại chậm chạp, đi theo Thảo Ánh đuối sức rồi còn chi hái? Cầm cây thước trên tay đang coi sổ đo cắt đồ. Chị Liễu quay ra nói thêm:

- Về nhìn mặt thấy tội hè. Nè nghe chị, lần sau đi nữa nên dẫn một em Ánh thôi nha. Ngọc đi theo không kịp đâu, có trâu bò lỡ đạp, nó chết bụi bờ đó, em cẩn thận nha Thảo.

- Dạ em đâu cho, mà nó chạy theo...

- Được rồi. Chỉ dặn dò em thôi.

- Hai chị Thanh, Hoa và má đâu chị Liễu? Thảo hỏi.

- Ra suối cấy rau muống thêm rồi...

- Em thích ra ngoài đó nha.

- Thôi ở nhà đi, má gần về rồi.

Ba chị em san sớt lựa riêng ra, vì sim và trâm đang trộn chung. Thảo lựa tìm chia ra hai phần khác nhau giùm cho hai em. Cái chín hơn để vào bịch hai em, cái xanh hơn thì cho vào bịch mình. Hai em nhỏ cứ nhìn bịch của mình vui, tủm tỉm cười sung sướng không nói chi hết, tay lại cứ vỗ thầm nhịp nhịp…

Một đoạn sau. Má, chị Thanh, chị Hoa về. Chị Thanh cầm một con rùa con, chị Hoa cầm một con rùa mẹ. Má thì ôm bó rau muống chồng chềnh, cọng dài cọng ngắn đi vào nhà. (Loại rau muống nước mà.) Thấy vậy Thảo chào nhanh:

- Thưa má đã về…

- Ừa. Má đáp.

Rồi Thảo hô to như la lên luôn:

- Ôi chao ôi. Coi kìa nè. Có con rùa mẹ và rùa con đẹp thế, nhưng sao chị bắt nó tội nghiệp vậy chị?

- Nó bò lên đám rau muống nhà mình chị cầm về chơi nhưng mai chị ra suối thả lại, vì thấy cũng thương quá. Chứ chị đâu có cố tình đi bắt nó. Chị Hoa giải thích:

- Ô đúng đó nha. Nhưng coi chừng thần Kim Quy đó chị ơi. Thảo vỗ nhịp tay lên trán mình nói vậy.

- Thần Kim Quy đâu lạng thế em. Cũng chị Hoa bảo.

- Thảo nó giàu tưởng tượng, không sao đâu? Đặt vô thau em nhìn, chiều chị ra bỏ lại mà. Thanh nói.

Chị Thanh quay nhìn hai em Ánh Ngọc, chị la lên thêm:

- Trời ơi nãy giờ mới thấy, dẫn em đi hái sim hã Thảo? Coi Ngọc mặt mày mệt đỏ lã kìa.

Chị Hoa cũng la lên không kém:

- Ba đứa miệng kìa, đen tím ngắt kìa, đi rửa mặt đi.

Má Nhung bước ra liệng mớ rau muống sống vào chuồng cho vài con heo nó háu ăn, nó ăn vui đỡ đói, bà nhìn chúng ve vẩy đuôi. Bà thích thú và mỉm cười...

Rồi cũng vội quay vô nhà, nhìn kỹ ba đứa con, má Nhung chặt lưỡi than:

- Trời ơi thôi được, để khoan đã con, chắc nó mới về hã Liễu? Trời ơi độ nóng gặp nước lạnh liền bịnh đó. Ham chi mà dẫn em đi hái sim vậy Thảo?

- Thì vậy đó con mới la. Liễu trả lời.

Thảo lễ phép thưa:

- Dạ xin lỗi má tha cho, tụi con thích đi kiếm sim chín trên đồi cao đó mà. Nắng gắt trở lại mới độ vài hôm nay, nhưng có sim nhiều lắm má ơi.

- Con còn nhỏ, em nữa, còn nhỏ lắm đi lạc như chơi, kiếm cũng sẽ mệt đó. Má Nhung lo lắng tâm trạng thương con. Song giọng bà ôn tồn bảo thế.

- Không lạc đâu má, đồi nhỏ mà. Thảo đáp và nhìn má lễ phép hơn.

Chị Liễu đang cắt đồ may, cô ngưng tay, cô như tỏ ra giải thích kỹ với má Nhung:

- Tụi nó mới về, con thấy vậy nên chưa bảo đi tắm rửa đó. Chừng nửa tiếng nữa thì tụi nó tắm rửa cũng được mà. Để nghỉ ngơi đã, ba đứa tụi nó mới về tức thì, chừng năm phút đó má ơi...

Bà Nhung trả lời:

- Má biết chắc vậy mới về thôi...

Thảo say mê ngắm, hai con rùa mẹ rùa con bên nơi chị Thanh chị Hoa đặt để một cách thương yêu và tội nghiệp chúng lắm... Thảo chưng hửng nghĩ cái đầu chúng thò ra, thụt vô trông rất lạ, vẻ oái ăm chi nhưng nhìn dễ ghét, dễ thương, và cả bí mật nữa chứ?

Hai đứa Ngọc, Ánh mãi mê bịch nylon sim và trâm gò của chúng. Coi thử của mình nhiều hơn hay ít hơn của chị, của em... Nên cả hai chưa ghé mắt nhìn hai mẹ con "Thần Kim Quy" đi lạc đó nha...

SÁU

Chuyện hội thi văn nghệ toàn huyện diễn, các xã về huyện, có được diễn qua vai "Nữ Du Kích Thông Minh" hoặc không, đối với Liễu không cần thiết. Có thì cũng vui không thì thôi, được hợp ca, song ca múa cũng đủ rồi. Cô không lấy chi làm buồn, có điều buồn hơn là: Nàng có một người yêu tên là Nguyễn Ngọc A, đã vào Đức Linh hẹn ngày về sau giải phóng, mà đến nay bốn tháng vẫn chưa về, từ buổi chia tay ở chiếc Cầu Đôi Quy Nhơn đến giờ chưa gặp lại. (Chiếc cầu đôi hò hẹn kia, là biểu tượng có đôi, mà mình giờ thì thiếu bóng...)

Số là lúc đó là nàng đang học may Quy Nhơn. Chàng Nguyễn Ngọc A vốn quê Trực Đạo Mỹ Trinh cũng học may và ra nghề tại Quy Nhơn, chàng chuyên may Âu Phục ở tiệm Xuân Đài nổi tiếng, tọa lạc trên đường Gia Long nối dài, sau chàng chuyển về Đức Linh, vì có anh trai Tùng bảo tin khẩn vào trong đó thăm chơi. Mối tình mới chớm nở, chàng luôn thường thích nàng mặc màu tím. Liễu nhớ khi ra Cầu Đôi ven đô chơi, chàng hay bảo:

- Liễu em anh thích màu tím... Màu tím mộng mơ, màu tím thủy chung, và màu tím đợi chờ. Nếu xa cách nhau hay ở gần anh luôn thích em mặc áo màu tím. Để em nhớ anh nhiều. Vậy nhé em... Cầu đôi này chứng minh đôi ta nha.

Thế mà chàng ra đi mấy tháng vẫn chưa thấy về. Giải phóng xong chàng kẹt gì ở trong đó luôn. Đó là nỗi buồn thường trực của Liễu. Nàng tựa hồ như ông trời đã gian ác chi với nàng một điều? Và nỗi buồn thứ hai là ba đi cải tạo. Liễu đang đong đo về khổ vải, khích thước dài rộng, các bộ áo quần để sẵn cắt may. Xong cô gôm gọn những đồ may quần thường, tức là quần có dây thun lưng lúc này, đã hoàn tất cô cất vào tủ, cất hết cho thật ngăn nắp. Cô suy nghĩ mông lung, rồi giật mình nghe má bảo:

- Má chuẩn bị xong rồi đó, con đi mang theo cho ba. Và chở Thảo đi nha. Hai em nhỏ má gởi cho cô ba. Má, Hoa, Thanh vô ruộng phía trong, của chân Núi Dựng sáng nay...

- Dạ.

Liễu trả lời với má một tiếng rồi nói với Thảo:

- Em thay đồ đi, bộ nào thích nhất đi thăm ba. Chị chở đi lẹ lên. Chị thu xếp đồ cho đâu ra đó, gọn rồi để đi sáng nay nè.

- Dạ em nghe theo chị.

Thảo vô thay bộ đồ xanh nhạt bông cúc cũng cổ cánh sen. Không hiểu sao cô bé luôn thích cổ áo đó hơn kiểu nào hết. Thấy Thảo tay gài nút trật, gài lại mò mày nơi cổ. Liễu nói thêm:

- Mang dép vào luôn chứ chân đất sao em?

Thảo gài xong nút cho đúng, rồi tìm đôi dép mang vào. Vì tật Thảo ở nhà thích đi chân đất cho tự do. Để cho cái chân sẽ bước đi được mau lẹ, không vướng, cũng là một sở thích tuổi thơ thỉnh thoảng của nàng bé!

Ba mẹ con má Nhung, chị Hoa, chị Thanh nhìn Liễu và Thảo rồi họ đi làm cho công việc thường ngày của họ. (Hôm nay ba mẹ con đi dọn bờ, lên liếp để chuẩn bị gieo lúa cà đung ở dưới chân núi vụ tới... Làm ruộng ở đây trước khi gieo trồng, phải phát cỏ bờ, nhổ cỏ chỉ, phá cỏ chân vịt, hạn chế mọi lòi cỏ chen vào, để sau gieo lúa sẽ mọc mạnh. Má chị Thanh chị Hoa đi làm công việc đó.)

Còn hai em nhỏ ở nhà thì nhìn chị Thảo được đi thăm ba, mà lòng rộn lên niềm ganh tỵ:

- Chị Thảo ba cũng thương nhất, được thăm ba.

- Chị biết ngồi xe đạp. Hai em ngồi được không mà la

làng, ganh chị chứ? Thảo nhíu mày nhìn hai em rồi bảo thế.

Chị Liễu lo đi cột đồ lên ba ga xe gọn gàng, đâu đó như ý chị thích, chị không còn thời gian, không để ý chi, mấy em Thảo, Ánh, Ngọc nói gì.

Vừa lúc đó cô ba đã tới. Mới bước vô tới cửa là cô la lên:

- Nước cơm mợ bốn để lâu ngày chi, lên mùi quá vậy? Không cho heo ăn kịp là đổ đi chớ trời ơi.

- Dạ má con tiếc đó. Liễu trả lời với cô ba.

- Chút nữa đổ đi nha. Cô nghe mùi khó chịu quá con ơi.

- Dạ. Nhưng má nói xắt chuối cây rồi bỏ ngâm đó, heo lại thích ăn hơn là nước lạnh trơn cô à.

- Vậy thì chuyển ra xa hơn áng nước đi. Má con cái gì chẳng tiếc.

Và cô ba hỏi thêm:

- Sao má Nhung chuẩn bị gì để đem cho ba?

- Má đem ít củ chà, vài kg gạo, vài lon nếp, và ba bịch trà vậy thôi. Lần này không có bột sắn dây.

- Thế được rồi. Cô hổ trợ thêm. Họ nuôi mà, nhưng mình đem thêm phải không? Cô thêm vài chục bánh tráng, với một kilogam đường phèn, một bịch bánh thuẫn và nửa ký bột bình tinh, có cả hai chai nhỏ mật ong nữa nè.

Nhìn đồ đạc cô ba hỏi tiếp:

- Chừng nào đi?

- Con xong hết rồi, chờ cô đó.

- Ừ vậy nha đi đi. Kẻo mặt trời lên cao, nóng đạp xe không nổi con ơi. Còn mấy cục nhỏ đường phèn này cho hai con bé kia ở nhà.

Cô ba nói và nhìn Ánh Ngọc đứng góc kìa.

Thảo lại đòi, miệng vẫn tươi:

- Con cũng có chứ cô?

- Con được thăm ba thì miễn. Cô ba có vẻ thích hù dọa Thảo một chút.

Thảo lại cười buồn:

- Cũng được thôi.

- Nói đùa chứ con có phần đây.

Ngọc, Ánh chen vô đồng lượt:

- Chị Thảo sướng nhất. Cái gì cũng được ưu tiên.

- Hai con đã biết ngồi xe đâu mà ganh với chị. Cô ba giải thích.

Sau đó Liễu đưa đồ cô ba lên, sửa lại đồ mình đã cột, cho cả hai đâu cho ra đó chỉnh tề hết chị ngắm xong và đẩy xe ra, như sẵn sàng để đi... Thảo cũng đã chuẩn bị, Thảo chải tóc lại, mang dép, soi gương. Lúc đó bé Thảo này được chị Liễu luôn hớt tóc thề ngang cho, cua đẹp và đều, bằng hai góc ở phía trước...

Dặn dò em, làm như hoàn tất. Chị Liễu gật đầu ra dấu. Thảo hôn cô ba, hôn hai em rồi đi theo chị Liễu...

- Ngoan nha Ánh, Ngọc. Em thương của chị mà. Chiều chị về, qua cô chơi đi nghen.

Liễu thì nói vọng khi dắt xe ra cổng ngõ nhà:

- Cô đóng cửa sau cho con nhé cô ba.

Hai em Ánh, Ngọc không nói, tiu nghỉu nhìn theo, chị Thảo bước cùng chị Liễu. Chúng có vẻ buồn vô cớ hơn vui. Cô ba nắm tay hai đứa dẫn ra đường, đưa về nhà mình. Sau khi nhớ lời chị Liễu đã dặn... Cô ba khép cửa nhà lại kín đáo rồi để đi.

**

Chiếc xe boong boong chạy trên đường, Chị Liễu để Thảo ngồi sau yên xe phụ. (Yên xe chính thì chị đã ngồi.) Bánh trái chị đã cột hai bên qua giỏ thúng và thụt phía sau nơi Thảo. Hai chị em ít nói chuyện để chị Liễu tập trung lái cỡi xe. Thảo sợ quá qua các dốc cứ ôm cứng bụng chị. Nhưng nhờ vậy giờ cô bé mới biết chị Liễu mình có cái eo thật là đẹp, tròn trịa hơi ốm tý thôi. Có lẽ eo chị Liễu mình đẹp nhất thế giới, có chút xíu như tranh công chúa thiếu nhi vậy, bé Thảo vui vẻ nói:

- Chị có eo đẹp quá. Em thích lắm.

- Chứ bộ hằng ngày em không thấy hả? Chị Liễu cười nhè nhẹ tươi vui hỏi lại như thế.

Thảo trả lời hồn nhiên:

- Thấy chứ. Mà nó không bằng, khi sờ như hôm nay chị ơi.

- Được rồi... Thôi im đi, để chị lái xe chạy cẩn thận, ôm chắc vô em.

Liễu nắm chặt tay lái ghi đông hơn và dặn thêm. Khi xe đã lên hết độ dốc, chuẩn bị xuống dốc đèo Nhong. Đèo này không cao lắm, nhưng độ dốc xuống từ Mỹ Trinh Diêm Tiêu đi ra, cứ lại là thoai thoải dài đến phát ngán...

- Chặt nhé. Chị Liễu dặn thêm nữa.

- Dạ.

- Em là ưu tiên nhất đó nha.

- Em biết.

- Thôi nhé không nói, xuống dốc nguy hiểm đây, ôm chặt vô nha, nơi eo bụng chị nha. Ôm cứng vô Thảo.

Thảo không trả lời nữa vì tự nhiên độ dốc phóng nhanh làm cô tái mặt, phải lo lắng chú ý hơn.

Chiếc xe tự nhiên chạy nhanh kỳ lạ, không hiểu sao chị Liễu cho chạy như thế, chắc thắng không được nó, nên cứ lao dốc vùn vụt, vùn vụt ghê thiệt...

Thảo hãi quá la lên:

- Chạy nhanh quá vậy chị? Nhanh quá... Em chóng mặt, em sợ rớt... Chị ơi, chị Liễu ơi...

- Cứ ôm đi, chặt chị vào. Chị Liễu lúng túng điều chi nhưng cố bảo.

- Ôi em...

- Cố lên ôm chặt vào... Liễu nói khi hồn vía đã bay đi đâu, khi xe chạy tuột nhanh nhanh.

- Chị ơi em sợ quá. Chị ơi... Em...

Đùng...! Một cái chiếc xe như phóng ngã xuống. Hai chị em bị bứng ngã liền theo, họ cách chân đèo còn khá xa.

Liễu thấy Thảo văng ra, rời chỗ ngồi khỏi yên xe phụ, chân thì soãi sàng...(Tuy đồ đạc thì tương đối không bị gì, và có lẽ được cột kỹ cứng.) Liễu mất hết hồn vía, nhưng liền hỏi:

- Sao không Thảo? Trời ơi sao vậy em?

Thảo nói mà âm đã tắt. Thấy Thảo hả họng mà không có âm thanh. Liễu tái mặt xanh thêm:

- Sao không em? Đau chỗ nào không, mà tắt tiếng tắt

giọng vậy em? Hã Thảo ơi?

Bé Thảo vẫn không nói được. Chỉ lắc đầu. Chị Liễu ôm em mà khóc.

- Trời ơi sao vậy em? Lẽ nào. Lẽ nào chị hư để té...

Khoảng 5 phút, trời thương Thảo mới bật ra tiếng:

- Chị, chị ơi. Em đau... Em đau hông một chút.

- Nói được rồi hã? Tay chị Liễu còn run dựa vai Thảo hỏi, và mắt như muốn rưng rưng chớp mi nhanh.

- Ừa được rồi. Thảo gật đầu đáp nhẹ. Cô bé nhìn chị Liễu, qua nỗi mừng mới có lại nơi mình.

- Trời ơi, em làm chị điếng hồn. Thôi lên xe đi lại nha. Được không em? Không lẽ bây giờ chị chở em về nhà Thảo hã?

- Chắc đi được chị à. Thảo đáp.

- Tại chở đồ nhiều chàng ràng thành thử, chị khó đi, nhưng vì thương ba nên...

- Em hiểu, thôi em sẽ ôm chặt hơn.

- Tại chị chạy lo sợ và dở quá, chứ không phải tại em đâu. Liễu giải thích cặn kẽ.

Người qua kẻ lại, họ chạy xe thấy hai chị em Liễu, Thảo ngã nhào. Nhưng độ dốc thoai quá khó ai ngừng lại hỏi thăm hay vấn đáp điều gì. Sau đó hai chị em đã gượng đứng dậy, lên xe đi tiếp xuống đèo. chị Liễu cũng không muốn mình thất bại, hoặc chậm trễ trong chuyến đi thăm ba lần này...

Khoảng năm phút sau, hai chị em đã chạy xe xuống hết chân đèo Nhong, đã tới lối rẽ về hướng Đông đi vào núi đèo Ô Phi rồi. Lại phải quẹo vào Đông Nam để đi đến doanh trại! Và khoảng này chị Liễu phải dắt xe đi bộ, vì không thể cỡi xe đạp được bởi đường luồng, bề rộng chỉ nhỏ xíu hà, chắc không đầy nửa sải tay người lớn, Thảo cảm nhận như thế. Còn trên đầu thì những thân cây to nhỏ trĩu cành, nhánh lá thường bị chúi, hoặc có cả dây rừng leo vương vướng bám lấy kia, thòng đổ rớt tòng ten, tạo lên những đường vòng kỳ dị, vẻ quái gỡ nhưng đẹp... Nên Thảo cùng đi bộ theo chị, mắt luôn ưa nhìn ngắm. Tuy cũng có những đoạn, được ai đó tốt lòng phát quang rộng rãi hơn tý đỉnh, làm cho thoáng mát và dễ đi hơn... Mỗi cảnh, mỗi kiểu, mỗi nơi đi đó, đều đẹp khác nhau làm cho tâm trạng Thảo mến yêu, mến yêu tất cả trên các lộ đường đi thăm ba của lần này...

Đau thì có đau, nhưng được đi thăm ba Thảo mừng không tả xiết, nên khó thấy đau lâu. Và thoáng chốc Thảo tỉnh táo hơn, hết trơn mọi chuyện phiền phức đau đớn kia. Cô hít không khí của núi rừng lạ lẫm. Một mùi hương thơm hoa lá rừng làm Thảo thích lắm. Cảnh vật thật lạ tươi, phóng khoáng vài nơi, thỉnh thoảng vài con ong bay ngang qua những lùm hoa dại... Làm tuổi thơ của bé chao động như yêu phong cảnh nơi đây hơn, yêu vô ngần... - Với một vài con chim nào đó, cách bay lượn phành phạch nặng nề, mà Thảo cũng thích ngắm vô cùng! Bởi lòng rung động của trẻ thơ...

Chị Liễu thì đây lần thứ hai nên không còn thấy lạ nữa. Tuy nhiên vẫn có một cảm giác xao xuyến từ đất núi vọng ra mát lạnh, dẫu mùa hè ở nơi núi...

Chẳng mấy chốc hai chị em đã dắt xe đến doanh trại. (Đúng ra là chị Liễu dắt thôi. Thảo chỉ lẽo đẽo đi theo và đưa mắt ngắm nhìn phong cảnh, cùng với những lối mòn hun hút...)

Doanh trại đã được mở ra từ sáng sớm, để đón gia đình thân nhân đi thăm nuôi nhiều ngõ, nhiều nguồn, nhiều lối, bước về...

Ông Kim chờ sẵn, đang bưng chén khoai lang ăn. Những củ khoai lang chút xíu, mật độ còn nhỏ như ngón tay út ông. Thảo vừa thấy ba, ông Kim cũng vừa nhận ra hai chị em nàng đến. Thảo nhìn chén khoai lang ba bưng ăn, nhìn được ba... Thảo reo lên:

- Ba ơi con nhớ ba. Con đây nè. Con đi đến thăm ba...
- Trời ơi sao mà gầy thế con. Ba Kim hỏi.
- Con nhớ ba ăn cơm ít lắm. Thảo đáp.
- Ăn uống đi, vài tháng ba về mà. Ba Kim trả lời mắt không rời cái trán trẻ thơ của cô con gái mới lên 10 tuổi.

- Vài tháng là mấy tháng hả ba? Thảo hỏi.

- Có thể cuối năm này.

- Chắc như vậy không ba?

- Chắc có thể thôi. Ồ Liễu cũng gầy hơn đó con.

- Dạ. Liễu đáp nhẹ.

Hai chị em vào doanh trại theo ba Kim.

Hai chị em dựng xe, đem đồ vào trại nơi phòng ba, cho ba Kim. Liễu thưa nhanh:

- Cô ba gởi cho ba đường phèn và bánh tráng, một chút ít hai chai mật ong nhỏ.

- Cô ba lúc nào cũng nhọc công cho ba.

- Cô có gởi cho bánh thuẫn nữa đó, bột bình tinh nữa.

- Ừa nói ba cám ơn, cô khỏe không con? Má sao khỏe không? và các em nữa Liễu?

- Ai cũng khỏe. Có điều ai cũng nhớ ba.

- Nói vậy chứ chắc tệ nhất đủ năm ba mới về.

- Lâu quá à.

Thảo buồn rên rỉ nhìn cảnh vật, và nhìn thương ba đã ăn xong chén cơm có những củ khoai tý tẹo, ba vào cất chén đâu đó. Chắc đói ba ăn dặm, hay họ phát, ba để dành ăn cho vui miệng.

Ông Kim nhìn hai chị em, và hỏi Thảo:

- Ở nhà học tốt không? Kể ba nghe đi nè Thảo.

- Con học giỏi. Chỉ có điều nhớ ba thôi.

- Vậy học giỏi. Làm bài điểm mấy, môn gì nào?

- Con làm văn ba lần 7 điểm.

Tả gì kể ba nghe đi.

- 1/Ngôi trường mới, 2/ Cánh đồng luá chín, 3/ Bình minh quê em. Im hai giây Thảo nói tiếp:

- Ồ con làm 7 điểm hết. Nhưng bài bình minh quê em là cộng được 1 thêm, nên thành 8 điểm.

- Con giỏi ba mừng. Ba có nhận thơ con viết cho ba, nhớ các con lắm. Ông quay sang hỏi Liễu:

- Con nói cô vẫn khỏe há Liễu?

- Cô bình an, cô đòi lần tới cô thăm ba đó.

- Ừ con khi nào chở cô đi, ba cũng nhớ. Rồi hai em

Thanh, Hoa con cũng chở đi thăm ba nhé. Lần lượt chở mọi người thăm ba nha Liễu!

- Dạ.

Ngọc, Ánh ra sao? Ông Kim hỏi nhìn Liễu.

- Nó ganh con được đi, nó khóc ở nhà. Thảo kể nói ngắn gọn, như hớt lời chị Liễu.

Nghe đến đây ông Kim xúc động:

- Lần sau con có thể đưa hai em út được không Liễu?

- Còn nhỏ lắm ngồi không được đâu, độ dốc lên đèo, xuống đèo... Thảo nó ngồi mà con còn ngại...

Liễu nói tới đây liếc nhìn em gái Thảo. Thảo chớp chớp mắt như không muốn ba biết tin buồn, của hai chị em mình mới xảy ra kia. Liễu hiểu ý ngưng ngay theo ý em Thảo, và cũng là ý nơi mình mới nhận ra...

- Thôi đành nhớ nhung ráng chịu rồi ba về mà... Ngày xưa người ta đi lính biền biệt vợ con ba, bốn năm hoặc mười năm thì còn sao nữa. Ông Kim phân minh cho con cái rõ.

- Dạ con hiểu. Liễu đáp.

Ba cha con nói chuyện khá lâu. Cũng có một vài anh lính chuẩn úy độ tuổi 20 -21 từ xa réo ghẹo:

- "Anh là chuẩn úy thất trận đây em chịu không?" "Nhưng anh sẽ về làm nô lệ cho em đấy. "Em là hoàng hậu nơi anh đây... "

Liễu không vui mà hơi sốt buồn, khi nghe những tiếng nói đó. Tiếng nói làm nàng như chợt tỉnh, nhớ tới người yêu Nguyễn Văn A đã từng nói với nàng: "Anh sẽ là nô lệ của em, chúng ta sẽ là vợ chồng có nhau, chúng ta không có điều phải xa nhau em nhé." Nhưng chàng mãi biền biệt vùng đất Đức Linh xa xôi. "Không có sông núi nào chia cách? Không có cửa thành nào xóa bỏ đêm bên nhau." Song sao chàng vẫn biệt ly nơi đâu đất khách quê người? Chàng đành đoạn xa nàng, trong cơn binh biến này đã tận phá hết. Nàng nghĩ rằng, sao mà tình yêu mình thảm quá...!

Vừa lúc đó có chuẩn úy Cường người xã Mỹ Hòa đã tay áo vắt vai. Là một người trẻ điển trai ở nơi này. Anh tới nhìn Liễu. Anh đùa với ba Kim:

- "Ngày mai ba khỏi vác cây nữa nha, con làm hết cho ba đấy. Người ba, con của ba, đẹp gái ơi là đẹp. Như hoàng hậu...

- Con lại nói quá. Ông Kim phải cười xòa.

- Tất cả người đẹp đều hiển nhiên mệnh danh hoàng hậu chứ bố, anh đãi giọng Bắc để đùa chữ "bố"

Ông bố Kim cười hiền lành đưa mắt ngắm chàng trai Cường đứng đó. Thì Cường nói nhanh thêm:

- Thiệt tình con chưa có người yêu bố ơi. Đất Mỹ Hòa với Mỹ Trinh đâu có xa bố nhá. Nối liền những dãi thương yêu Hội Phú Trinh Vân, Lạc Đông Trực Đạo mà bố nhỉ? Nhưng nếu con gái bố có người yêu rồi thì con nói giỡn thôi. Vì thấy người đẹp trái tim con rung động nói thôi.

- Ha ha. Đâu có sao. Đời trai thì hay bỡn cợt cho vui mà. Bố hiểu chứ? Ông Kim như thông cảm được cho chàng trai, đành bảo vậy.

Liễu nghe thì bẽn lẽn không nói điều chi. Chỉ đưa mắt nhìn khoảng trời xa đang bị rừng chắn nơi tầm mắt. Cô có chút cảm giác ngậm ngùi riêng cho mình...

Cường xoay qua nhìn em gái bé Thảo, Anh hỏi:

- Còn con bé này nữa. Sao không sợ lạc ở rừng mà vào đây bé.

- Làm sao mà lạc chứ?

- Cây lớn, bé nhỏ thì bị phủ lạc chứ sao?

- Lạc thì kêu, van vái thần rừng giúp thôi.

- Hay há ta! Có thần rừng giúp? Ai bày thế. Lại nhiễm cổ tích nhiều nha cô bé. Nhưng ý tưởng của bé hay đấy.

Cường nói đến đây, trông thấy người nhà mình đến. Vội mừng anh bảo:

- Ô con có người nhà con tới. Thôi chú cứ nói chuyện đi. Má và cô em gái con đã đến kìa. Ôi mừng quá, mừng quá đi thôi...

Đợi Cường đi rồi ông Kim nói:

- Tình yêu con vẫn như cũ chứ. Nơi A có tin tức, viết thư gì về hông con Liễu?

- Dạ không. Con chưa nhận được thơ mới của ảnh gởi.

- Ở đời không dễ gì được như ý hết. Nhưng ba mong tụi con chung thủy, có trái tim hướng về nhau. Và mong một ngày hôn nhân con sẽ đến.

Liễu im lặng lắng nghe, ông Kim tiếp:

- Hoa đã có người. Thanh cũng có nơi đặt cộc dạm sớm. Nhưng ba muốn gả con trước. Vì con là đứa con gái xinh nhất nhà.

- Dạ con hiểu.

- Con gái chỉ ở với ba mẹ dưới hai mươi tuổi thôi. Lớn lên phải đi theo chồng, có chồng đa số là như vậy. Đó là qui luật đời sống con người con à.

Liễu nhìn ba thương tâm ba, cô bày tỏ rõ hơn:

- Có nhiều người thương con. Mà rằng con muốn chờ ảnh. Dẫu sao chúng con yêu nhau trước giải phóng, từ khi con lên giữa năm 17.

- Thì đó, nhưng tình yêu không phải là thứ giỡn chơi. Ba mong vậy như...

- Dạ con biết, con hiểu. Liễu bâng khuâng một điều, tựa có cả ngậm ngùi nhớ thương, nơi người yêu của mình Nguyễn Văn A của nàng. Và cũng hơi giận chàng một chút.

Liễu bỗng nhiên im nói, nàng lo đi cất ngăn nắp, kiểm tra lại đồ đạc để theo thứ tự cho ba dễ nhìn. Và cho đứa em gái nói chuyện thêm với ba một chút.

Đúng vậy Thảo thì đeo đuổi một ý nghĩ khác hơn. Đoạn Thảo nhìn quanh rồi hỏi ba:

- Ơ kìa sao chung quang đóng cọc, cây cọc cao nhọn hoắt thế ba?

- Phòng hờ cọp beo về đột xuất phá, hoặc người bỏ trốn đi đó con.

- Vậy ba có thấy cọp không?

- Không.

- Con muốn hỏi ba ăn cơm ngon không ba? Ăn có đủ bụng không? Con thương ba quá!

- Ăn tạm thôi, thế đủ rồi khổ chung mà. Tụi ba chăm lang, trồng lang, trồng mì và tự túc, hoặc nối tiếp phát triển của dân họ bỏ đi, nhưng con thấy nơi này, trời nắng khoai lang không lớn nổi đó. Cái gì cũng có mưa nắng thuận hòa, thì cây trái mới phát triển, kết quả. Mưa nhiều không chắc tốt, nắng nhiều hẳn không lợi lộc. Còn ba ăn ngon thì chắc không ngon đâu, bởi nhớ gia đình con cái người thân...

- Con được đi thăm ba vầy đỡ nhớ lắm. Ba ơi... Thảo nói như nhắc lại lần nữa.

- Ba hiểu.

Được đi thăm ba. Thảo thấy thương người ba khổ ải, và chắc đỡ nhớ ba lắm trong lòng rồi. Cuộc đời, chiến tranh, thắng thua, hy sinh, chính nghĩa, phi nghĩa. Những lời nói này chân thật, hay sáo ngữ mị dân, đối với Thảo chưa phải là đến lúc phải nghĩ sớm. Chỉ có một điều cô bé Thảo này nghĩ là thương ba, và mong ba cải tạo nhanh về sớm với gia đình mà thôi.

Những cuộc nói chuyện của thân nhân đi thăm nuôi, của chị Liễu của Thảo, của họ cũng đến hồi kết thúc. Đúng giờ giấc rồi thân nhân lại phải ra về. Các trại viên, những người nơi trại đứng nhìn thân nhân cho tới khi khuất bóng xa họ... Ba Kim vẫn là người như thế, ông cứ đứng nhìn khi hai đứa con thân yêu rời xa cổng trại. Ông mãi miết nhìn chúng, và bọc mãi một tâm tư tình thương con trong trái tim mình, không có gì bù sớt được, và không thể nào so sánh hơn được, nơi ông...

BẢY

Cô ba Tổng lại giận, khi nghe Thảo kể ba ăn một cái khoai lang chút xíu trong bữa ba phải ăn. Vì Thảo lượm đem về cho bà cô xem dấu tích. Mà ai đâu hay biết cách làm của Thảo? (Thảo đã mò mẫn lén lấy, cất giấu bí mật hai cái để đem về.)

- Ba ăn như vầy, có khi đó cô ơi. Thảo đưa cho cô ba coi hai củ khoai lang dài hơn ngón tay cô, và là bé tý tẹo như chiếc đũa ăn cơm. Có thể là rễ dây thôi không có chi là tinh bột. Cô ba nhìn ngạc nhiên và bực mình kêu lên:

- Thằng em tôi lại khổ như thế này. Thì làm sao tôi chịu

nổi. Nó không có tội để phải đi cải tạo mà?

Giận quá và tức quá, như muốn bức mặt, bức tóc, khi lòng đau đáu thương cho thằng em, bà viết thơ cho chồng ngay. Cô ba đem giấy bút thảo trang thư cho ông:

Anh thân yêu!

Tôi những tưởng anh đi tập kết khi giải phóng miền Nam. Anh về đoàn tụ với vợ con, và nhân dân miền Nam. Nhưng tôi vô phước, con đã mất vì bom đạn gieo rắc thảm cảnh của chiến tranh. Tôi có một thằng em, nó có hoạt động cách mạng khi anh đi đã dặn. Tôi sống chết nhờ nó, vậy mà giờ người ta bỏ nó vô chỗ đi cải tạo. Anh nỡ không về để cứu em tôi, truy tố việc làm xằng bậy của họ. Dù gì tôi cũng có với anh gần bốn đứa con (kể cả đứa tôi mang thai anh ra đi và tôi sẩy nữa.) Vậy mong anh chút nghĩa tình sót còn lại. Anh lại bạc bẽo không về, hẹn rày, hẹn mai...

Khi thống nhất đất nước cả miền Nam đã bốn tháng rồi. Đồng ý, anh có vợ điều đó tôi không trách. Nhưng anh thử về một lần giúp tôi việc này. Và thăm toàn bộ nhân dân miền Nam...

Tôi: TTMĐ.

Nguyễn Cần nhận được lá thư bảo đảm, xé phong bì ra đọc. Ông đọc đi đọc lại lá thư ba lần. Ông đang sống ở Hà Nam Ninh và coi như ông đi đến quyết định. Ông muốn về Nam ngay.

Ông nói với vợ miền Bắc. Nơi đây khi ông đã có vợ ba con. Ông Nguyễn Cần là một trưởng ty giám đốc xuất nhập khẩu xi măng. Gia đình ông khá, khấm khá lắm. Khi chưa dám nói đúng nghĩa đã giàu sang. Ông đưa lời nói với vợ miền Bắc:

- Tôi về Nam có chuyện cần, cũng thăm quê hương sau bao năm xa cách. Bà và các con cứ sống bình thường nhé.

- Anh đi bình an. Chẳng lẽ nào em cấm anh về Nam sao?

- Em hiểu vậy thì tốt. Anh xin cám ơn em lắm.

Đó là lời chia tay sau cùng, khi ông bước ra khỏi nhà nơi miền Bắc để về Nam. Lúc bấy giờ ông tìm đến Hà Nội và tìm đi đường dài, chính bằng tàu lửa cao cấp.

Về đến miền Nam, chính xác là nhà ông khi xưa. Ông gõ cửa cho cô Tổng một người vợ sau 21 năm xa cách, đã có thư hẹn. Bà cũng đinh ninh, mặc dầu cô Tổng chưa biết thì giờ để rõ ràng lắm.

Quê hương sau 21 năm chinh chiến điêu tàn. Nhưng ông vẫn định hướng nhìn ra căn nhà ngày xưa, mà một thời son trẻ, ông đã tạm biệt người vợ ra đi. Nhà cửa dù đã bỏ hoang mới làm lại. Ông không dám nghĩ tới hình ảnh đẹp của ông và bà, khi nhuốm đau trong tâm tư ông nữa... Ông Cần chỉ mong gõ cửa mau lẹ. Đã 12 giờ đêm, một chiếc xe thồ cũ kỹ từ thị trấn chở ông về vùng này, ông báo nhà chỉ hướng họ chạy tới. Ông trả tiền cho chủ xe làm xong việc, họ rời theo như ý họ. Và ông ráng hết sức bình sinh gõ cửa. Thì giờ khẩn trương không cho phép ông suy nghĩ gì hơn... Bối rối nhiều, suy nghĩ hơn, ông sẽ trở thành bối rối nặng thì làm sao? Tuy thế ông vẫn gõ cửa run tay.

Cô Tổng đã ra mở cửa, đôi mắt bà buồn nhưng sáng rực, còn long lanh, như người về từ cõi mộng. Ông vẫn không quên mái tóc bà huyền đen óng ả. Ông Cần dùng sức mạnh bình sinh ôm bà và nói như đã từng ôm, thân quen lắm:

- Anh đã về đây em yêu. Người vợ yêu dấu của anh ngày nào, một thủa nào...

Bà cô Tổng nói trong mơ màng:

- Anh về đó sao. Em cứ những tưởng như giấc mộng...

- Anh về thiệt nè! Cho anh xin lỗi em nhiều thứ. Anh đã về hơi muộn từ khi giải phóng miền Nam...

Bà cô Tổng im lặng cả xúc động, giận hờn đi chung. Ông Cần nhìn bà thương xót bảo thêm khi cả hai bước lọt vào nhà:

- Anh về bên em, cho anh xin lỗi thật nhiều nha.

- Còn gì nữa mà xin lỗi. Tất cả đã đi qua, em cũng chẳng còn cho anh một đứa con. Anh về thăm là em quý rồi. Anh về cho cậu bốn nó là điều trước tiên. Cô nói nhẹ nhàng, nhưng hơi như bị yếu vì cảm xúc trong lòng đang mạnh, làm át đi làn hơi cô.

- Anh hiểu. Từ từ anh sẽ tính cho em. Ông Cần trả lời.

- Em chế chút trà cho anh uống. Bà rời tay ông để đi.

- Anh vẫn uống nước lạnh được mà.

- Không, nước có sẵn nơi bình thủy em chế ra nhanh thôi.

- Ông Cần đã ngồi xuống chiếc giường bà mới dậy đón ông, mà ông không thích ngồi vào cái ghế trước mắt. Ông Cần như thủ thỉ dầu cô Tổng đã bước đi:

- Thời gian thật mau lẹ. Anh không ngờ đã xa em trên 21 năm. Em vẫn như xưa, đôi mắt em, vẫn như ngày em đưa tiễn anh đi.

Cô Tổng vẫn nghe, tay chế xong ấm trà đem lên:

- Ngày đó em quá trẻ bây giờ còn gì cho nhau nữa. Nói thêm buồn anh ơi?

- Anh biết, nhưng anh đã quá về muộn với em. Vì chiến tranh chia cắt...

Tự nhiên cô Tổng lại đổi trạng thái nghiêm trang bảo:

- Thôi hãy xem nhau như bạn điều tốt nhất. Anh về đây là lo cho cậu bốn nó. Vì em sống được ngày hôm nay là nhờ cậu bảo bọc. Vì em là vợ anh, vợ của một cán bộ Việt Cộng ra Bắc.

Nói tới đó cô Tổng lại trở về xúc cảm nghèn nghẹn khóc thút thít. Rồi bỗng cô hóa khóc bù la bù loa nhanh, như có gì khấy động mạnh đến tâm tư cô không hiểu vì sao, cô không dằn được... Ông Cần cũng thêm xúc động không chịu nổi, ông ôm đôi vai run bẩy lên của người vợ hiền, ông muốn cắt nghĩa:

- Em à anh định về sau khi miền Nam hoàn toàn giải phóng. Nhưng nạn dành địa vị, tranh đoạt uy quyền sau giải phóng đâm chém nhau, họ tống chiếm quyền lợi ngập trời, đảo điên ngay trên các tỉnh miền Bắc. Và ngay cả tỉnh anh, nên anh không thể, anh có tội với em, với cậu bốn... Anh không ngờ được? Khi chiến thắng miền Nam niềm vui mừng, lại đi song hành với sự tranh giành lợi lộc, ngôi vị...

- Vậy sao? Trong Nam cũng xảy ra nhiều. Ai cũng muốn làm quan thời đại, một cách quyết liệt.

- Thật là nước non còn những nạn khổ kéo dài. Không

như ý mình...

- Đúng như người ta bảo. "Muôn sự tại nhân thành bại tại thiên" là không sai hả anh? Suy ngẫm chân giá trị thật, thời đại nào cũng không đánh bạt được ý nghĩa đó, và nó y như chân lý vậy. Mình muốn mà trời không muốn cũng bằng thừa. Mình mơ ấp ủ mà trời đất đâu đem cho ta về mộng ước... Anh có thể hiểu câu nói đó theo nhiều nghĩa gần nhất, một nghĩa như thế cũng được. Em muốn mà trời không đem ta lại gần sớm.

- Đúng vậy em. Ông Tổng (Tức là ông Cần) đáp.

- Thôi chuyện đó mình không cần bàn. Em chỉ nói một chất triết lý hơi lung tung thôi. Giờ em muốn dẫn anh đi qua nhà mợ nó chút, cho mợ cháu nó mừng rồi mình về anh! Được không? Anh đồng ý không? Cô Tổng nói và chớp nhanh đôi mắt như chính lòng mình trào lên cơn xúc động không kiềm được.

- Đi với em là nỗi mừng sau hơn 21 năm. Sao lại hỏi chi anh câu ấy em? Ông nói và lau nước mắt cho cô Tổng còn hơi ươn ướt, đọng rèm mi, trên má, bằng đôi tay nhẹ nhàng của mình.

- Uống trà đi, rồi hãy đi anh. Cô Tổng dịu dàng nhìn ông chồng sau bao năm xa cách.

- Được em. Ông cố mỉm cười một chút trong đôi mắt đau đáu nhìn người vợ.

Ông Cần uống chén trà. Trà cúc Bắc Thái thơm một mùi dịu, vẻ ngọt ngào sâu lắng. Có lẽ như cô mua hờ để đem tặng cho ông về chén nước đầu tiên. Đã làm cho ông thêm một cảm xúc kỳ lạ. "Trà ngon người nghĩa!" Làm ông cảm hứng nắm bàn tay cô Tổng đặt vào tay mình. Cô Tổng lấy ra nhưng ông đã nắm chặt, hai người của trạng thái cảm xúc rào rạt...

Cô Tổng như giật mình hơn. Bỗng cô cố bảo:

- Đi đi anh, lát nữa về ta nói chuyện thêm.

- Vâng em! Ông Cần nói, vẻ miễn cưỡng đứng lên cũng nhanh.

Hai người rời tay nhau và bước đi khỏi nhà họ, để qua

nhà cậu Kim. Cửa nẻo nhà cô Tổng không cần khóa chỉ để khép hờ thôi. Bầu trời đêm đen đui đủi, vài ngôi sao nhấp nháy từ phương xa, gió như xao hơi lạnh, hương hoa cỏ về đêm, quanh quẩn đưa một mùi dìu dịu thơm ngai ngái đến kỳ lạ...

Ông Cần muốn đưa tay vuốt tóc cô đang đi song hành. Song cô Tổng có một tâm trạng khác gì đó. Cô hỏi:

- Vợ anh ngoài đó đẹp không? Anh có thể nói cho em biết được không? Chắc là đẹp lắm.

- Chỉ trẻ hơn em chút đỉnh, chứ không được đẹp lắm.

Hổng hiểu sao cô Tổng lại im, rồi không hỏi gì thêm. Ông lấy tay ôm eo cô. Cô lại rứt lấy ra mà rằng:

- Buồn thật đấy. Đàn ông các anh thì tham lam phần đông. Riêng phụ nữ phải chịu thiệt thòi, lúc nào cũng đáng thương...

- Ai bày em nói câu nói đó.

- Em nghĩ nói chứ ai bày?

- Anh thấy em trở nên vĩ đại, khác thường. Và không tầm thường một câu nói, như một thiếu nữ ngày xưa.

- Dĩ nhiên là khác chứ. Ngày xưa em là thiếu nữ mới 18-20. Bây giờ em đã là thiếu phụ ngoài 40 rồi anh...

- Anh hiểu.

- Là em nghĩ về em, nói về em đó thôi. Biết bao kẻ tướng tá đeo đuổi. Nhưng em đã chạy trốn, chọn chữ thủy chung cho anh, mà tất cả đã trở nên muộn màng, hay sai quấy hết... Cô Tổng nói như trong mơ màng, hơn là cô đang nói trực diện với chồng.

- Anh xin lỗi... Ông Cần đáp, bối rối nhìn bờ vai người vợ.

Hai người nói tới đây thì nhà của cậu Kim đã hiện ra cách chừng hai trăm mét đang vào lối ngõ. Cô Tổng bảo chồng:

- Giả tỉ là không có em đi chung, anh sẽ đi trúng đường không anh nhỉ?

- Làm sao anh quên nhà cậu bốn nó em. Lúc nào anh cũng nghĩ quê hương, nhà cửa người thân, gia đình... Trong đó có em làm sao anh quên được vợ yêu.

- Nói nịnh em thôi hà. Nhưng em cám ơn lời anh cũng thật dễ thương...

Và họ đã đi đến nơi rồi, cả hai đứng trước cửa nhà.

Cô ba Tổng kêu lên:

- Dậy đi có người phương xa về thăm bà con ơi. Dậy đi, dậy đi mợ Nhung ơi, các cháu ơi...

Nghe tiếng cô ba hô vang lọt vào nhà... Cả nhà như cùng thức giấc hết, có vẻ so le một chút, kẻ thức trước người sau dăm ba phút. Má Nhung dậy trước nhất. Má lo khêu lại ngọn đèn sáng hơn ở phòng khách, và mở cửa chính.

Sáu người con và má Nhung đã tỉnh giấc hẳn hoi. Để đón người dượng từ phương xa, tập kết về.

Ông dượng Cần bước vô nhà gặp Má Nhung mừng rỡ tay bắt mặt mừng nói:

- Anh về đây thăm cậu mợ cùng các cháu. Mợ nó còn đẹp quá chứ.

- Dạ anh khen quá lời... Dạ xin chào anh về thăm chị và quê hương cùng em, các cháu... Mời anh chị ngồi vào ghế nơi bàn...

Cô Tổng làm thinh. Ông dượng bảo:

- Cám ơn mợ nhưng anh chưa mỏi chân, thích đứng trông, nhìn cảnh nhà trước đã mợ Nhung ơi...

- Dạ anh.

- Ừa mợ...

Và nhanh như cắt ông liếc sang đám con. Mau miệng ông dượng Cần bảo luôn:

- Ôi chao ơi, đàn con dễ thương quá mợ Nhung nè. Mèn ơi con đứa nào đứa nấy sao như diễn viên hết vậy mợ bốn Nhung?

- Làm gì có? Anh thương con cháu, nên vui miệng thấy nói vậy thôi.

Má Nhung cười nhẹ, mau mắn hỏi nhanh thêm:

- Chà anh về thì vui quá rồi? Trời ơi để chị ba trông lâu ghê.

- Vâng anh mới về lúc 12 giờ hơn, qua thăm mợ cùng

các cháu liền đây. Lúc này ông dượng Cần mới chịu ngồi xuống ghế.

Chị Liễu vội vàng chế nước vì cô là cô gái lớn nhất. Cô hiểu vai trò. Cô mở lời mời sau khi pha trà để lên chiếc bàn nhỏ với những cái ghế được đặt sẵn nơi đó:

- Mời dượng, cô, má dùng nước.

- Được dượng mới uống bên cô.

Nói thế, nhưng Dượng Cần, má Nhung và cô ba đã bưng nước trà xanh uống tự nhiên ngon lành...

Bây giờ cô ba Tổng cũng ngồi xuống ghế kề cận theo dượng luôn. Chỉ có má Nhung vẫn còn đứng bên cạnh những đứa con gái mình.

Dượng Cần quay qua ông hỏi:

- Con bé đó lớn nhất hã mợ? Còn con nào là Thảo đâu viết thơ cho dượng hay quá. Tả cái cảnh bình minh quê em, cô ba nó gởi kèm tôi coi, viết mà cho dượng đọc như muốn về ngay đó chứ. Mà là bận đó... đấy! Đến hôm nay mới về đây. Ông kéo dài chữ "đấy" như một sải gang tay không bằng!

- Con bé rót nước pha trà là con gái đầu của cậu mợ nó đó, nay 18 tuổi rồi anh. Còn này nè tên nó là Thảo đó. Cô ba Tổng đưa tay, nắm tay Thảo giới thiệu.

- Vậy à, mai mốt làm giảng sư văn học có khả năng đấy. Chữ "đấy" dượng Cần cũng kéo dài nữa. Hình như là đã trở thành chữ thói quen, chữ đấy kéo dài nhấn mạnh của ông.

Thảo nghe cười nụ, rồi như bí mật làm thinh.

Ông dượng Cần lại đứng lên hỏi nhanh nữa:

- À nè từng đứa giới thiệu tên đi. Lần lượt lớn, nhỏ cho dượng nghe tên nào:

- Con tên Liễu. Liễu bắt đầu.

- Con tên Hoa. Cô gái thứ hai nói.

- Con tên Thanh. Cô gái thứ ba nói.

- Con tên Thảo. Đến gái thứ tư nói.

Hai đứa út đứng im trố mắt nhìn. Cô Tổng phải nói giùm:

- Đây kề áp út tên là Ánh, Út đứng đó là tên Ngọc. Là

Ngọc dư rồi đó.

Ngọc không biết gì lắm. Nhưng thấy cô ba nhìn mình nói. Ngọc cười cười nắm tay má Nhung.

- "Đông cây đông trái, đông gái đông chàng rể." Là cậu bốn mợ bốn mình đấy... Chiến tranh mà cậu mợ nuôi còn đủ vầy quý lắm. Chỉ có tôi và Tổng xui thôi đã mất hết con, số phần thôi đấy. Ông cũng kéo dài chữ đấy thêm không biết ông đã sử dụng bao nhiêu lần, khi đến nhà thăm má Nhung và các cháu, nhưng coi ra vẫn còn hấp dẫn với ông, và ông thích thế mỗi khi trút thành lời.

Nói đến đây, ông Cần xúc động không nói thêm. Cô Tổng, cả má, mấy chị em đều như lắng nghe, và theo dõi sự biến chuyển của dượng Cần.

Ông dượng Cần lại nhìn bàn thờ ông bà, rồi rằng:

- Tôi muốn đốt cây nhang đó mợ Nhung để báo ông bà, tổ tiên, cha mẹ. Tôi đã về đây nha.

- Vâng anh cứ tự nhiên. Em xin cám ơn anh có lòng.

Ông Cần đốt nhang xong trên bàn thờ. Ông dượng Cần nhìn cảnh nhà ban đêm. Trên vách tường bên trái đi vào, nơi có phản ngựa gỗ kê, bên trên đó có khung hình, là những là hình bóng chụp của gia đình họ năm nào. Mợ Nhung lúc còn trẻ, cậu Kim, các cháu khi còn nhỏ. Vợ ông cô Tổng cũng có. Còn rất nhiều hình ông không biết rõ ai là ai lắm, ông định hỏi mà thôi. Vì thoáng trông đồng hồ cũng khuya lắm, hơn nửa đêm, hơn một giờ đêm rồi. Ai nỡ làm phiền hỏi mợ Nhung phải giải thích... Ông lại đưa mắt nhìn một lượt các cháu đứng đó nhìn ông. Ông dượng Cần vui vẻ tỏ rõ:

- Thôi được thăm tý thấy mặt, để mợ nó ngủ lại, các cháu cũng thế nhé. Còn phần cậu bốn nó anh sẽ lo nha mợ Nhung. Vậy nhé các cháu ngủ lại đi. Mai dượng sang nữa, bây giờ khuya lắm dượng cần nghỉ tý. Hai ngày dượng ngồi tàu ê ẩm các cháu nhé?

- Vâng anh chị về. Hôm mai đến chơi, mợ Nhung như căn dặn.

- Dạ cô dượng về. Các cháu muốn đồng thanh đáp, tuy

nhiên cũng lọt xọt âm thanh không đều lắm. Đứa nói trước, đứa nói sau lí nhí...

Rồi cả nhà trố mắt nhìn theo cô ba Tổng và dượng Cần rời ghế rời bàn, họ bước ra sân. Lòng ai cũng vui lên tý. Vì cứ nghe ba má và cô Tổng nhắc, nhưng hôm nay bọn trẻ mới nhận thấy người dượng bằng xương bằng thịt ghé đến nhà mình. Và không hiểu sao con chó Lu lại im re nằm nơi góc hè, thường thường nó sủa lắm đấy chứ? Nhưng mà bữa nay nó chẳng buồn mở miệng sủa. Đã vậy khi cô Tổng dượng Cần ra về, nó leo chân lên tay cô Tổng cứ cứ vẫy vẫy tai, như muốn hỏi điều chi. Cô ba Tổng hiểu được ngôn ngữ không lời của nó. Cô vỗ vỗ nhẹ lên mõm đầu nó mà bảo:

- Ngoan lên nhé, thân nhân gia đình đó. Không ai xa lạ đâu Lu nha.

Rồi cô cười bước đi cùng ông dượng Cần.

Con chó hai mắt lại sáng rực như chia sẻ niềm vui lớn với cô.

Họ bước ra đường để về lại nhà mình...Vầng trăng khuya đã mọc muộn lâu rồi, gió hắt đưa vào tim ông một làn hơi lành lạnh lạ, ông Cần cảm giác bâng khuâng mơ màng một điều gì xa xôi, đang ẩn náu đâu đó. Trái tim ông như muốn mách bảo thứ chi mông lung, huyền ảo, nhựa tơ trời lên tiếng chăng, một thứ tình yêu lên tiếng mời gọi chăng? Đi đến gần tới nhà ông Cần thấy người nóng rang hơn, bất thình lình như được một phép thuật vui thần kỳ thúc bách, lạ lẫm... Ông lại muốn bồng cô lên, chạy vào nhà một mạch như tuổi còn thanh xuân... Ông Cần rất ham thích điều đó, có lẽ vốn dành dụm từ bấy lâu nay đến ngày giờ phải bùng nổ chắc? Cô Tổng thì tung lẩy bẩy như cô gái bị bắt cóc kia, trong tay "người con trai" đang thầm yêu mình nọ! Nhưng sao ông ôm chặt, và mạnh quá làm cô không sẩy ra được. Mãi tới trong nhà ông mới để cô xuống, cô đấm vào vai ông như trách yêu. Họ như có một chút niềm vui lớn nhất từ khi hồi gặp lại đến giờ... Và họ như thấy lòng họ trẻ lại thật dạt dào...

Mắt trong mắt, môi trong môi, hơi thở trong hơi thở, lại cháy bỏng yêu thương… Dù gì họ cũng là vợ chồng biết bao lâu ngóng đợi… *"Đêm nay vẫn thật là đêm/ Ai đem tình ấy vãi lên thế này…"*

Ông Cần tự thêm thắt chế ra câu thơ, từ nơi thơ của Nguyễn Bính qua bài "Trăng Sáng Vườn Chè." Mà ông đem lòng yêu thích...

TÁM

Ông Cần, cô Tổng xuống tận huyện tranh cãi với tên công an lên lịch trình cho những ai đi cải tạo.

Tại văn phòng của ông công an. Ông dượng Cần tức tối lên tiếng khi đối đầu với tên trưởng phòng:

- Tại sao không xét được một trường hợp như thế chứ. Cậu bốn tên là Trần Tiên Kim. Nó là tôi đưa vô để làm cách mạng trước khi tôi đi Bắc đấy!

- Anh đâu chiến đấu chiến trường miền Nam, anh tập kết ra Bắc, anh phè phỡn, anh có địa vị… Bọn này chết sống chiến trường miền Nam nên mới thực quyền...

- Nhưng mà Nam Bắc một nhà. Chúng tôi đã động viên nhân dân miền Bắc ủng hộ các anh như thế nào? Vả lại những ngày đầu cậu bốn đã chuyển vũ khí ra sao? Quá trình làm việc đã luôn ủng hộ cho bà con miền giải phóng. Những nơi căn cứ cách mạng, chiến lũy chiến khu v.v… Các ông phải biết xét, không tôi kiện đấy chứ dễ à?

- Thì ông kiện đi, đơn ông sẽ không có ai chứng. Chúng tôi là cán bộ địa phương nằm vùng có quyền nhất. Trung ương với chúng tôi chỉ là bù nhìn thôi. Không làm gì được chúng tôi đâu. Có làm cũng chỉ là thua, hay phải trục ổ dốc thôi, té thôi… Làm con mẹ được gì chúng tôi.

- Ô hay, chú này học đâu chủ nghĩa mất dạy đến thế. Mà ai bầu lên làm trưởng công an huyện nhỉ?

- Chúng tôi. Nhóm chúng tôi mạnh ủng hộ. Học chi, cuộc sống sẽ dạy, dạy chúng tôi. Chúng tôi trực tiếp thắng Mỹ Ngụy nhiều trận, kết thúc mới đây. Chúng tôi có quyền hơn ai hết.

- Thật là khinh khủng một cuộc cách mạng vô ích, cho những cái đầu ích kỷ, đầu lợn, đầu ốc, đầu tôm như chú này đấy.

- Ô hay! Anh không được chửi, đồng chí nhé.

Tên Minh trưởng công an chỉ mới 35 tuổi. Nhưng có một chiến công đặc biệt, chiến công đặt mìn giết được tên phó tỉnh trưởng tại một chiếc cầu MC, và nhà có ba anh em hy sinh trốn núi. Nên Minh huênh hoang cùng phe đảng đã bốc để lên chức TCAH.

Minh ngạo mạn nói tiếp:

- Mấy ông chỉ là tán phét ngồi trên hưởng thôi. Bọn này có quyền định đoạt tất cả, cho thành phần ngụy quân, ngụy quyền có danh sách đi cải tạo...

- Anh quả là chủ nghĩa cơ hội "ăn cháo đá bát." Làm cách mạng thì ta phải mang ơn, phải biết quá khứ, quá trình của họ chứ. Hồ Chủ Tịch dạy toàn bộ cán bộ. Anh không ý thức, lý luận cùn, vị kỷ đấy nhé.

- Ha ha. Đấy đấy... Chúng tôi cũng được học nhiều lớp tuyên huấn. Nhưng học là một chuyện, làm là một chuyện đấy.

- Nói thế, là thế nào đấy?

- Nói là chỉ tuyên truyền đấy. Làm là thực tế khác hơn, khác nhau hoàn toàn. Thưa ông cán bộ tập kết ơi.

- Ô hay. Không được như thế. Mấy anh xé toan cuộc cách mạng thật sự, và đứng về chủ nghĩa cơ hội, chủ nghĩa ngõ cụt đấy!

Mỗi câu nói của ông Cần luôn có chữ đấy nhấn ý, nhưng tên công an nghe và hiểu, nên anh ta cũng cố dùng lại chọc quê ông nhiều lần, với một thái độ vừa ngạo mạn vừa hài hước.

- Anh về Bắc đi, ông Trần Tiên Kim cải tạo nơi đó một năm thôi. Đừng ỷ mình tập kết là binh em được. Tôi thành thật ghét thêm chuyện này, dù ông cho tôi ganh tỵ, hay ích kỷ đi chăng nữa đấy?

- Anh không hiểu về cậu Kim. Tôi về đây nói cho mấy anh hiểu nguồn gốc đấy.

- Những kẻ mang ơn đó mất hết, họ chết rồi. Chúng tôi là nòng cốt mới, thế hệ mới không dính dáng. Cứ có tên làm việc cho chế độ Miền Nam Quốc Gia là đi cải tạo thôi. Đừng nói nhiều vô ích đấy.

- Đúng vô ích quá, từ thôn đến xã, từ xã đến huyện. Thế là thế nào nhỉ?

- Đó một đơn vị nhỏ nhất anh phải nói, hỏi từ thôn, xã các anh? Xin thưa anh đấy?

- Ô hay đấy! Tôi đã nói. Nhưng họ bảo đây là chỉ thị của huyện.

- Ừa thôi chuyện đã như qua rồi. Ông đừng hơn thua với chúng tôi. E-kip chúng tôi đã làm. Mong ông biết điều thông cảm đấy.

- Đấy không thể thông cảm được, thả ngay nó về. Các anh không thể làm việc quan liêu, thích sao thì làm nấy. Không có căn cứ, không có tổ chức. Đúng không đấy?

- Đấy. Ối giời ơi. Thế lào là quan liêu? Thế lào là không có tổ chức anh cán bộ miền Bắc ơi. Quê hương anh đã nà miền Bắc rồi. Anh ný nuận xa thực tiễn cách mạng đấy. Thật ra đúng chính tả "là thế nào và lý luận." Nhưng tên công an Minh đi theo Việt Cộng một chủ thuyết của miền Bắc đưa vào Nam, nhưng anh lại không ưa cách nói chuyện của họ một vài vùng luôn sai chính tả chữ "L và N" mà đôi lúc, anh chọc ghẹo dượng Cần vì ông đã đi ra Bắc trên 21 năm thôi.

- Nói thế mà anh nói được đấy sao? Anh cán công an này. Anh không được sai chánh sách. Mấy anh làm mục nát chân lý, chủ nghĩa, chánh sách.

- Chánh sách ư, chân lý ư? chủ nghĩa ư? Ha ha. Chánh sách của riêng chúng tôi. Anh có chiến đấu dũng cảm như tụi tôi đâu mà có quyền? Tôi xin lỗi gọi "Ông lớn nha. " Chúng tôi đóng cửa không tiếp ông lớn. Dù ông là tập kết 21 năm hoặc 40 năm về lại quê hương. Với chúng tôi các anh chả ý nghĩa gì cả, chỉ là con số không thôi.

- Khốn nạn quá! Miền Nam vẫn những con người hẹp lòng… Các anh bất lương với người đã có công. Mà em tôi là Trần Tiên Kim đã là một thành tích. Vượt kỷ lục!

- Vượt kỷ lục ha ha. Ông đừng ca ngợi sáo nữa. Ông Kim đã làm cho chế độ Ngụy Quyền Sài Gòn trên 10 năm.

- Ông Cần tiếp tục bác bỏ:

- Không sáo chút nào đâu. Vợ tôi đã sống trong yên ổn cũng nhờ nó. Các đồng bào khu miền giải phóng, có cơm ăn thức uống, áo che thân, thuốc uống khi bịnh hoạn là nhờ nó. Mấy anh phải xét lại.

- Chuyện đó thuộc cổ xưa rồi. Chuyện đó không phải là có công với cách mạng. Không có tính chất chiến đấu đỏ. Không giết được một người nào bên kia giới tuyến ta mà? Vậy xin mời ông ra về... Chuyện ấy chỉ là nhân bản tốt con người. Chứ không phải là nhà hoạt động giỏi giang của Việt Cộng, không gây ra đổ máu để có lợi cho ta. Ông biết không đấy nè?

- Lại thế sao, ô hay lộng quyền nhỉ? Thế là thế nào? Tôi phải chào thua các anh đấy à?

- Đúng vậy đấy thưa ngài trưởng ty xi măng của HNN. Chúng tôi xin mời ông ra và đóng cửa.

- Thật khốn nạn đấy nhẽ.

- Khốn đốn mới sợ, khốn nạn còn có cây chống đấy thưa ngài. Ha ha.

- Hứ... Chó ranh! Xấc xược này. Bố láo này mẹ kiếp ơi.

- La làm đếch gì chứ? Quyền thế chúng tôi có trong tay là hơn đấy. "Trăm la của ông không bằng một lệnh tôi." Xin mời ông bước ra cho nhé.

Ông Cần nói và giận. Tuy phải bước ra khỏi văn phòng họ.

Không đấu tranh được. Ông Cần tức lắm như run lên được, nhưng cũng đành ra về. Ông tức tửi tung ra bằng lời:

- Trời ơi... Ôi chính sách một đường. Bọn nó thực hành một nẻo. Miền Nam cũng đã lủng đoạn. Lại thêm tội lỗi sau khi giải phóng sao nhẽ? Ông Cần nói với vợ ông, khi hai vợ chồng đứng bên mép đường cống cửa đồn công an, để tiếp cận bước đến đường lớn ra lộ.

- Anh mà còn thua thì huống hồ chi tôi, và mấy cậu nó...

Cô Tổng nhìn vào ông mà trả lời.

- Tôi cũng còn có cách cho chuyện này. Không thì tôi cảm giác tồi tệ lắm em Tổng?

Ông Cần còn bực tức lẩm bẩm khi "ra khỏi huyện đường." Đúng hơn là "đồn công án" Họ thi hành nhiệm vụ tiếp đón ông sáng nay đó. Và tên Công An- Trưởng phòng hồ đồ đuổi khéo ông ra đi.

CHÍN

Không xin được em Kim, kiện không xong. Nhưng ông Cần cố vui vì đã về thăm quê hương trên 21 năm, cũng cả một tấm lòng ông. Sau đó thì ông Cần muốn đến trại cải tạo thăm Trần Tiên Kim, cùng với vợ mình. Ông không đi theo đường đèo Nhong như Liễu thường đi xe đạp, chở theo hướng chính trực đó, rồi băng đường ngã rẽ đến dốc đèo Ô Phi xã Mỹ Thọ. Mà ông Cần muốn đi bằng con đường xe ngựa khác. Lúc này xe ngựa còn thịnh hành nơi làng quê này. Nó chuyên chở đủ thứ, cả người khi họ cần. Tiền thì không đắt lắm không rẻ lắm, ông thuê lối kiểu quê, qua đường thị trấn, hướng rẽ về Mỹ Chánh để đi về ngã Mỹ Thọ. Cô Tổng được đi cùng chồng. Ngồi trên xe ngựa, ông thỉnh thoảng vuốt tóc cô bới cao mà không nói gì. Cô Tổng lúc thì để tóc dài buông lỏng qua vai, nhưng đôi khi vẫn mê màu tóc bới cao, như các ngôi sao diễn viên nhà nghề mà cô cũng từng được coi ở thập kỷ 60 -70 đóng. Cô còn nhớ đó, khi nuôi cậu Kim đau nặng một đợt bệnh phổi, vào bịnh viện Nhân Ái ở Quy Nhơn năm 1965! Và lúc đó cô rất nhiều người đem lòng yêu dấu, tán tỉnh cô, họ ca ngợi cô đẹp như một tài tử Mỹ. Nhưng cô đã mỉm cười và một mực từ chối... Kể cả đại diện Xuân Thích chết vợ cầu hôn. Cô chỉ đi chơi, là với tính cách xã giao tâm tình, như một tài tử vui chuyện, chứ không hề đem lòng yêu thương hoặc son sắc với ai. Cô Tổng đang đeo đuổi vài ý nghĩ riêng tư một thời, kỷ niệm một chút của mình. Mặc dù ông Cần không hề biết những gì cô đang suy tưởng. Xong cô "cầm lại" giấc mơ xưa, hình ảnh xưa...

Cô Tổng lại nhìn về hiện thực bên chồng thương yêu, Nguyễn Cần mỉm cười trong hạnh ngộ. Dẫu biết đi thăm cậu Kim ngồi trại "tù cải tạo." Nhưng ông Cần, cô Tổng cũng có chút lãng mạn khi được đi xe ngựa. Cô Tổng cảm giác niềm đau còn lại kia, có chút thi vị nhỏ nhoi này...

Nhất là ông Cần, ông chuộng đi như thế này lắm... Gần trên 21 năm ông mới ngồi lại với người vợ đầu tiên ông làm lễ tơ hồng, và có những ngày tháng sống hạnh phúc bên nhau. Gần hai tiếng đồng hồ bên nhau, xe ngựa mới tới ngôi doanh trại cổng có ghi "Cải Tạo Cho Tốt" đã hiện ra. Chủ xe ngựa này chỉ huy ngựa cũng rất ngon giòn, thạo nghề lắm! Qua những cầu cống, lỗ hang, chỗ hỏng nát hư, hay vật cản trên đường. Ông đều giật cương nhẹ nhàng, và con ngựa đi rất thoải mái, an nhiên... êm ái...

Tới nơi xuống xe ông Cần cho tiền xe chủ ngựa ngồi chờ ở đó. Rồi nắm tay vợ vào thăm trại. Vợ ông cô Tổng đã hướng dẫn khi nghe mợ Nhung cùng Liễu đã kể: Khu 2 đội 6. Trại b3. Ông Cần cảm giác ông và vợ Tổng vẫn còn sang như cặp đôi bá tước nào đó vừa bị thất sủng trong câu truyện của nước Pháp, nhưng dư âm uy thế thời đại vẫn như còn... Ông từng thích, và ông đã đọc. Ông Cần biết tính mình cũng ưa lãng mạn, thi hóa cuộc sống thêm. Vì tính văn học từ xưa vẫn sống động trong ông, khi chạm chút gì là ông liên tưởng.

Rồi họ đi đến gặp nhau nơi trại. Rất ngạc nhiên khi anh rể tới thăm trên 21 năm, anh em gặp nhau.

Trần Tiên Kim mừng anh. Giọt mừng giọt vui, nước mắt chảy ra nghẹn ngào, khi nhận ra anh vợ Nguyễn Cần đến thăm. Trần Tiên Kim lẹ làng của hơi thở nói nhanh, nhìn anh Cần đến:

- Chào anh về thăm em. Trời ơi thật đây sao?

- Cậu bốn nó đấy à, anh về thăm em. Anh nhớ cậu lắm.

- Em biết. Anh về từ khi nào? Anh khỏe chứ? Trời ơi 21 năm anh hã?

- Vâng em. Anh về mới ba hôm nay. Anh khỏe. Em sao bình yên chứ. Có gì khó khăn cho em lắm không?

- Cám ơn anh quan tâm, em bình thường. Em đang cải tạo tốt.

Anh em gặp mừng, buồn vui lẫn lộn. Ông Cần bảo:

- Anh về cũng có ý muốn xin em ra trại. Nhưng Ủy Ban Huyện lại cho thằng công an, công án tiếp anh. Nó trực tiếp đưa danh sách em đi cải tạo. Nó du côn quá anh đành thua.

- Anh có lòng là em quý rồi. Thôi thì em đành...

- Hơn thua với nó gần nửa tiếng đồng hồ anh mệt quá. Đâu phải một chế độ là tâm tánh ai cũng như ai, những con người đang tâm, và hẹp lòng quá nhiều, họ muốn trả thù? Sự thật anh khó nói chuyện với họ, để em khổ như thế này. Anh thật có lỗi.

- Không sao cho em, anh đừng lo. Em cải tạo xong sẽ về trong nay mai. Cũng không cực lắm anh. Khổ chung của đất nước sau giải phóng mà. Bị tàn phá thì phải xây dựng thôi anh... Được anh về thăm em vui lắm, đủ rồi anh. Anh em mình hiểu nhau tình nghĩa. Anh không oán hận em là đủ rồi.

- Làm sao có chuyện anh em mình như thế oán hận em?

- Em đã là bên kia giới tuyến khá lâu rồi anh.

- Thời thế, thế thời phải thế em à.

- Anh hiểu được là tốt, nhưng họ không hiểu như vậy. Họ chỉ hiểu tất ngang, và nhiều điều khác khó nói đấy anh à?

Cô Tổng chen vào:

- Thành phần còn nhiều vị kỷ đó, xấu xa lắm... Làm khổ em tôi.

- Anh hiểu. Ông Cần nhìn vào mắt vợ đang đứng kế bên mà đáp thế.

Cô Tổng giải thích tiếp:

- Không có Kim nó, thì em bị tra tấn hỏi anh ở đâu? Họ buộc em đi làm công tác canh gác vào đêm, những nơi nguy hiểm cho lính họ. Họ đưa ra buộc vợ cán bộ VC phải đi đầu để cảnh báo, để chịu chết, để răn đe, để gặp nỗi tủi nhục v.v... Khi họ cần nới mạnh sợi dây, mong mầu nhiệm của chế độ quốc gia. Nhưng cậu nó chịu bảo lãnh em... Để cuộc sống tâm hồn em được thanh bình. Em sống đến ngày hôm nay. Anh có hiểu điều đó chứ?

- Vâng anh hiểu nhưng họ thù ghét, vì ganh tỵ em, và ganh tỵ tôi. Đời luôn có ganh tỵ, để tạo ra nỗi đau nhồi da xáo thịt chưa đủ. Tang thương lắm em! Anh chưa làm xong việc này. Anh thật sự không yên dạ đâu!

Trần Tiên Kim nhìn quanh quất rồi bảo:

- Anh em mình ra ngoài kia, ngồi nơi mấy lóng cây cưa để bán cho lò gạch đốt lửa, rồi nói chuyện sẽ hay vui hơn, thú hơn, đỡ buồn anh hĩ? Ngồi tại trại buồn quá.

- Được em. Đi cho phảng phát, thoải mái hơn em Kim. Ông Cần nói.

Cả ba đã ra vòng ngoài tý, nhưng vẫn là phạm trù của kỷ luật nơi doanh trại thôi. Dượng Cần, ba Kim ngồi xuống lóng thân cây nằm dài như lấy làm ghế bàn ngồi, để họ tâm tư. Còn Cô Tổng chỉ đi đi, lại lại, cô muốn nhường cho hai anh em lâu ngày gặp nhau hàn huyên hơn...

Ba Kim tiếp tục:

- Không sao anh ơi. Chuyện gì tới cứ để nó tới. Em sẽ về với vợ con vì bản báo cáo những gì em đã làm. Trong thời gian làm tay sai, và còn xét duyệt quá trình em làm việc ở đây nữa. Không xa đâu em sẽ về mà. Cảm kích lòng anh thương mến em. Anh không bỏ ghét em, là mừng vui lắm rồi. Nếu họ có đổi đưa đi xa em cũng phải chịu thôi anh à. Mọi giá mong anh Cần đừng căm ghét đứa em vợ này thôi...

- Đừng nói vậy cậu Kim. Làm gì ghét cậu chứ. Khi anh em ta có nhiều kỷ niệm. Tôi hiểu được trái tim nhân đạo của cậu hơn.

- Cám ơn anh. Em muốn hỏi cuộc sống miền Bắc của anh?

- Anh đã có vợ, ba con cuộc sống tương đối. Vợ anh làm trong ngành bưu điện. Anh là trưởng ty vận hành công ty xuất nhập xi măng phân phối... Em biết rồi. Các con thì còn đi học.

- Vậy thì cũng mừng. Chỉ thương chị ba trong này mất hết con. Vì chiến tranh.

- Anh nghĩ lại chiến tranh thật ghê gướm.

- Đúng vậy.

- À em có bầy con tuyệt quá. Anh mừng lắm, tất cả xinh xắn, thông minh như diễn viên. Nhất là con bé tên Thảo.

- Nó hơi đặc biệt, thơm thảo, mủi lòng, thương người nên em tên cho nó là như thế.

- Con bé đó lớn lên. Một sướng hai khổ đó cậu.

- Lý do nào anh bảo thế?

- Xưa nay vẫn đấy ạ cậu bốn. "Chữ tài liền với chữ tai một vần" Có tài hay gặp sóng gió. Cuộc đời nổi trôi. Một sướng hai khổ là thế đấy em à.

- Em mong con lớn lên cuộc đời suông sẻ.

- Mình muốn nhưng trời không muốn. Tôi còn nhớ câu chuyện ngụ ngôn văn học tôi đọc truyện Hungari. Có một nhà văn đó lúc sinh thời trong giấc mơ cậu ta gặp thiền sư. Ông Cần ngần ngừ rồi nói tiếp:

- Thiền sư hỏi cậu ta thích gì?

Cậu ta bảo:

- Thích nhà văn.

Vị thiền sư nói:

- Nhà văn vĩ đại thì không đơn giản. Hãy cẩn thận với ước mơ.

Cậu vội hỏi:

- Tại sao thế?

- Đấy à. Phải khổ, phải như nằm gai nếm mật, phải nhận biết cuộc sống đa chiều, giống người mà phải khác người, hơn người đó, con làm được không? Nhất là không được sung sướng chút nào, vì trong khổ nghịch, mới tôi luyện ý chí.

- Vâng con làm được. Cậu bé trả lời.

- Nếu không làm, không vượt qua, con sẽ mất tất cả. Hãy nhớ lấy... Đừng coi thường lời ta và phỉ báng ta nhé.

Thế là cậu ấy lớn lên, quả tang trời như bắt qua nhiều biến động, bản thân gặp nhiều gian truân, trắc trở, phải như đổi thành nước mắt. Rồi mà về sau cậu trở thành nhà văn vĩ đại thật.

- Ôi anh kể chuyện hay quá. Anh vẫn yêu văn học như ngày xưa.

- Ừ là truyện xưa thôi. Nhưng cuộc sống ta đôi khi là tương tự như thế, để an ủi số phận.

- Anh vẫn diễn thuyết hay như ngày nào.

- Vậy mà đời anh lại không trở thành một diễn thuyết gia nhá cậu bốn?

Trần Tiên Kim chỉ mỉm cười kín đáo, khi đưa mắt nhìn vào thân các cây to nhỏ dưới chân mình, chưa nói gì. Anh Cần đã trổ cười:

- Ha ha thấy con bé cậu bốn. Anh suy nghĩ tý thôi, anh nói lung tung mong em cảm thông nha.

- Đúng chứ, không lung tung đâu. Hôm nay anh em gặp lại chắc trong khoảnh khắc, nhưng nghe câu chuyện anh kể hay quá. Cũng có lý và thi vị quá.

- Anh thuở xưa mê văn học, và mê suốt đó chứ. Nhưng lại không có duyên, không trở thành văn sĩ ấy cậu bốn nhỉ?

- Muôn sự tại nhân thành bại tại thiên mà anh?

- Đúng thế.

Rồi hai anh em kể cho nhau nghe về những kỷ niệm khó quên của hai anh em. Qua nhiều mẫu chuyện xúc động...

Một cuộc nói chuyện dài xảy ra cho hai anh em qua 21 năm xa cách, xoay quanh nhiều vấn đề tâm sự cuộc sống, hạnh phúc, khó khăn, ứng nghiệm, chấp nhận v.v... Nhưng khá thi vị một chút làm cho Kim thấy vui hơn. Cuộc đi thăm này, cô ba chỉ lắng nghe, để dành phần cho chồng Cần nói nhiều với em trai mình. Và sau đó một đoạn chừng 25 phút, họ lại trở vào doanh trại đội 6. Trại b3.

Ngày thăm viếng cuối tuần, nên các "chủ nhân" cũng tung cánh đi đâu đó hết, dù trong vòng quy mô chu vi của lán trại. Chỉ còn lại một số, vài dăm ba người được gia đình đến thăm, họ cũng ưa ngồi trò chuyện cho ấm lòng một nơi. Khi ở trại ghi " NÊN CẢI TẠO HỌC TẬP TỐT." Họ phải gắng làm cho tốt việc...

Cô ba cuối cùng chỉ chúc em Kim giữ gìn sức khỏe. Cô gởi lại ít quà khi mang theo cho em - Ba Kim. Và lấy tiền đưa em Kim để uống nước. Vì thỉnh thoảng có người nấu nước đậu xanh, đậu đen, đậu nành, hoặc đậu bắp đem bán vào đây. Cô mới nghe nói trại cải tạo mở rộng sinh hoạt, gần đây có được thoáng hơn như thế! (Tất cả chánh sách họ khống chế theo từng vùng, và từng địa phương. Cũng theo từng địa phương họ có thể thay đổi một vài sự kiện, một vài kiểu sinh hoạt, khó hơn hoặc dễ hơn, khi ở trên đòi hỏi hoặc ở dưới kêu gọi. Luật của họ bao giờ cũng phân xé, và áp dụng lung tung rồi, khi xui khi hên cho người tù cải tạo.)

Thì giờ lại qua nhanh, giờ chia tay cũng đã sắp đến. Xe ngựa không chỉ chở có dượng Cần cô Tổng. Mà còn có tới vài ba chiếc khác nữa, rồi họ lần lượt đợi ra về như nhau, khi xong buổi viếng thăm... Cô Tổng, dượng Cần cũng phải lên xe mình thuê, để phải đi về nhà. Trước khi ra về dượng Cần có nói thêm với ba Kim:

- Anh sẽ cố gắng để giúp em về sớm, anh sẽ làm việc ở cấp tỉnh hay trung ương, chứ không phải làm việc với "bọn hạ tiện" dưới này đâu em nhé.

- Không sao đâu anh, cứ để em học tập như chính sách. Ba Kim vui vẻ đáp lễ với anh rể. Cả hai bịn rịn giữa buổi chia tay. Tay trong tay họ còn nghẹn ngào.

- Anh hứa với em mà, vì công bằng cho em ở quá khứ.

- Đã nói không sao anh à. Chị ba cứ làm khó khăn cho anh xử lý, em xin lỗi anh. Thật tình em cũng đã cống hiến, và phục vụ cho chế độ miền Nam Cộng Hòa rồi anh à.

- Thời thế phải thế thôi mà em. Cậu không có lỗi. Họ những kẻ ác tâm có lỗi thôi.

- Cám ơn anh nhưng thôi...

- Anh sẽ làm theo ý anh, em đừng lo.

- Vậy anh đi về mạnh giỏi nha anh. Ba Kim bịn rịn câu nói cuối cùng.

- Em ở lại bình an. Dượng Cần nắm tay ba Kim dặn dò thêm như thế, như muốn thắt chặt tình anh em hơn nữa.

Cô ba nhìn hai anh em họ, lòng cô thấy lòng chợt vui, chợt buồn khi đi thăm em ruột ở trong vùng cải tạo " Nên

Học Tập Cải Tạo Tốt" Và cô nghĩ thật lâu cô mới được đi xe ngựa. Mà lại đi với một người chồng trên 21 năm xa cách... Tình không sâu, vì đã mất mát phần nào, nhưng nghĩa vẫn còn mặn hoàn... Theo cô nghĩ vậy.

Trời đã về chiều. Cô Tổng lại đưa mắt, nheo nhìn về hoàng hôn phía chân trời xa, trông nó đẹp và lãng mạn quá, như một dãi lụa mênh mông quá... Rồi chiếc xe ngựa thấm thoát đã lui về, đưa cô Ba, dượng Cần đi về tận nhà, qua những đoạn đường êm ả, có cả những đoạn khi gồng ghềnh, lúc lắc, kể cả bất trắc. Nhưng con ngựa vẫn giữ vẻ bước đi ung dung, hào phóng, và hiền thục...

MƯỜI

Ngày đi kiện xuống huyện cũng không xong. Nhưng rồi thăm em Trần Tiên Kim ông Cần đã thực hiện được. Tuy nhiên nơi lòng ông Cần còn bực tức, bảo cho vợ nghe:

- Tôi sẽ làm đơn kiện nó ở tỉnh hoặc trung ương đó. Tôi có cách đối phó bọn nó. Bọn chó chết này chứ.

- Làm cách nào anh nói em nghe.

- Tôi là trưởng ty xuất nhập xi măng. Tôi sẽ không ưu tiên cho tỉnh này, tỉnh nọ nếu không giải quyết cho tôi đúng việc hoặc ưu tiên. Chuyện đời trả đũa, gây áp lực là thường tình mà, chính phủ và chính quyền nào, chế độ nào cũng thế thôi. Và tôi sẽ mướn nhà báo tung tin về chủ tịch tỉnh, không coi ngó thuộc cấp bên dưới họ, để làm mưa gió, làm giảm uy tín, đã bắt ép những người có công cống hiến rất lớn vào những năm đầu, những đóng góp công sức của họ, dưới bất cứ hình phạt nào.

- Nhưng cậu bốn nó không muốn đâu! Cô Tổng lại thành thực bảo.

- Làm, để có chỉ thị cảnh cáo toàn bộ miền Nam được chừng nào tốt chừng nấy em. Đấy! Cho họ rút tỉa kinh nghiệm, lòng tham, đố kỵ đấy... gây thù chuốc oán thêm đấy, cưng à.

- Cám ơn anh có lòng tốt. Em cảm động nhưng xã hội bây giờ khác lắm, những kẻ đang cầm quyền.

- Tuy thế anh cũng hiểu. Và anh viết đã xong em, báo em thôi. À em...? Ông Cần ngưng ngang.

- Chuyện gì anh?

- Em Tổng nè *"Hoa nở để mà tàn. Bèo hợp để mà tan. Người gần để ly biệt.*

Hoa thu không nắng cũng phai màu;

Trên mặt người kia in nét đau.." Một lời thơ Xuân Diệu rất hay, sâu xa lắm em nhỉ? Hôm nay cũng không bao lâu anh phải về lại miền Bắc em à. Em có gì đòi hỏi nơi anh? Ông Cần nói trong hơi thở còn xúc động.

Cô Tổng nhìn vào đôi mắt ông cô thêm thổn thức nhưng trấn an:

- Không anh, em không có gì đòi hỏi. Em chỉ muốn anh cùng em đi thăm lại mồ mả ba mẹ, cùng các con với bao người thân, mồ chôn rải rác. Anh và em tự thắp lên cây nhang tưởng nhớ, nội ngoại tổ tiên như thế thì đủ rồi.

- Tưởng chuyện gì chuyện đó quá hay, quá dễ em à. Cám ơn em. Chúng ta sẽ đi ngay sáng nay khi ăn cơm xong nha?

Vừa lúc đó Má Nhung và các chị đã làm xong bánh. Chỉ có chị Hoa, chị Thanh phụ giúp má thôi, và họ đã làm thêm phần nước chấm cho ngon. Chị Liễu là ngồi mãi trên ghế may rồi. Hai em nhỏ thì mê chơi bán hàng bằng sỏi đá, lá mít, lá ổi, đeo kiếng bằng cộng gân lá dừa thắt cũng rất dễ thương, vẻ đẹp kênh kiệu lắm... (Chị Thanh khéo tay hay thắt làm cho hai em có kiếng đeo khi chúng nhờ.) Má Nhung nhìn quanh rồi sai bé Thảo đem bánh sang (và cả nước chấm ngon má cẩn thận múc đem theo hũ nhỏ để đem đưa cho cô dượng luôn.) Cô bé đồng ý đi "nhiệm vụ mới má giao." Thảo bưng rổ vừa đi, vừa chạy nhè nhẹ qua nhà cô ba, đặt rổ bánh trên bàn Thảo chắp tay mời:

- Má con có đúc bánh bèo, bánh đúc định mời cô dượng qua ăn cùng. Nhưng má đã nghĩ để cô dượng ăn riêng. Nên má bảo con mang qua đây.

- Ôi chèn ơi. Gạo đâu mà má đúc bánh, làm bánh thế. Cô ba nhìn Thảo hỏi.

- Má nói lúa sẽ trổ gần giáp hạt rồi không đói đâu. Mưa

về lâu rồi cô. Hơn nữa để mừng dượng từ Bắc về thăm. Bé Thảo lễ phép đáp.

- Được rồi để đó con về đi. Hôm nay chủ nhật hã, cô cho cái này. Cho cùng hai em nhỏ ăn vặt với nghe.

- Thưa cô thứ gì nhỉ?

- Bánh thuẫn mới làm đêm qua đó, cúng bàn thờ một ít rồi.

- Ngon quá con cám ơn cô. Má có nói mời giấc trưa sang, ăn cơm má sẽ nấu đãi dượng.

- Thôi, cô đi thăm mồ mả chiều mới về lận. Để cô lo cho dượng, má không cần lo cho cô dượng đâu. Má cũng bận việc mà. Nói với má Nhung, cô ba bảo vậy nha. Cô dượng cám ơn.

- Dạ!

- Thảo nghe xong ôm bịch bánh chạy chân một chặp, rồi mới chịu đi bình thường về nhà. Thảo chạy là vì mừng quá. Cô bé về nhà chia phần liền cho mấy em.

Má Nhung hỏi:

- Qua bên đó. Cô nói sao con?

- Cô nói để đó đi, cô dượng sẽ ăn. Cô dượng đi thăm mồ mả ông bà. Nói với má, cô cám ơn.

Thảo kể với má Nhung như thế. Mắt lại sáng trưng có vẻ mừng rỡ khi nhìn má Nhung.

Bên nhà thì cô ba đang cùng ăn với dượng Cần. Dượng Cần tấm tắt khen:

- Mợ bốn nó giỏi, đảm đang... Bánh mợ làm ngon hả em? Nước chấm ớt chanh tỏi cũng tuyệt quá.

- Ừa mợ nó giỏi nhiều chứ. Anh thích ăn nữa không? Chiều em làm thêm.

- Thôi cực em. Bao nhiêu đủ rồi.

- Không sao! Miễn anh vui những ngày ở bên em, là cho em vui.

- Anh thật sự khó quên những câu em nói. Nhưng anh thấy đủ rồi.

- Ừa ăn đi anh, xong uống nước rồi mình đi thăm mộ nha anh.

Ăn xong miếng cuối cùng trên miệng. Dượng Cần bảo:

- Cho anh miếng nước, anh ăn xong rồi. Ý... mà thôi, em dọn đi, anh tự rót uống.

- Em rót rồi đây.

- Cám ơn em. Dượng Cần nói và đưa tay cầm lấy ly nước từ tay cô Tổng trao. Dượng Cần nhìn đôi mắt cô Tổng không nói được gì nhiều, nhưng rất ray rứt và thương yêu! Mùi trà thơm khiết dịu dàng tản mạn, hay tấm lòng thầm kín hương yêu của người vợ sau bao năm xa cách? Như mãi quyện vào mắt ông, ông cảm giác thấy xót xa cả trân quý tấm lòng bà ưu đãi cho ông. Dượng Cần như không còn phân biệt được nữa giữa hai sự kiện. Dượng đang suy nghĩ...

Ăn xong cô Tổng dọn dẹp.

Tiếp đến hai vợ chồng mang dép giày rời khỏi nhà, đi ra vườn Vụn. Một khu vườn trồng nhiều mì, đậu, mè, bắp lai rai, cũng khá gần nhà cô ba, phía sau nhà cô chừng 300 mét. Vườn có từng khoảnh cỏ may lia xia, khiến hai người đắm nhìn nó ngây dại. Họ xao xuyến tay trong tay, nhớ ôn lại một thời đã qua, bước chân ngập ngừng khi đến... Cỏ may như biết nói chuyện với họ những ngày ấy... và hôm nay. Tựa hồ mấy kiếp rồi, nó vẫn còn ở đó nhìn ngắm hai người như muốn hỏi chuyện quá khứ xa xôi? Hai người nhìn cỏ may thêm cảm động hơn. Hoa lá chung quanh kia cũng đang thẫn thờ, gượng cười, gượng nói lên một ý gì chúng thèm nói...

Và rồi họ đến thăm mộ ông bà, cha mẹ vợ ở đây. Đó chỉ là những ngôi mộ đắp đất có hình thức mô cao được vun vén gọn thôi. Hai vợ chồng sánh vai đã thắp nhang. Tại một góc vườn đó. Bên cạnh mộ bà chị mất sớm, cô ba bảo:

- Ngôi mộ này của chị hai em mất từ nhỏ.

- Lúc anh làm rể, có nghe ba má nói. À em?

- Gì anh nhỉ?

- Cả hết đây là khu vườn mình hã em?

- Ừa đất riêng ông bà. Bộ anh quên hã?

- Nhớ chứ. Nhưng sao đặt vườn Vụn hã em? Lâu rồi anh

quên hỏi.

- Anh lại giống con bé Thảo nữa, cứ hỏi em hoài tên đó. Mà nào em có biết đâu?

- Lẽ ra em nên biết. Một cái tên bao giờ cũng mang một tính chất, một yếu tố lịch sử em à...

- Em nghe nói đó là những mảnh đất khoảng vụn, sau liên kết lại để sử dụng.

- Ừa có thể vậy đó chứ.

Đứng ngắm một hồi để nói lên sự thiêng liêng nào đó trong tâm hồn, dù một chút ngậm ngùi, hay xúc động. Nếu nói ra cũng không bao giờ cạn lòng, hay hết ý.

Một đoạn cô Tổng đưa chồng đi dọc theo những hàng tre, đứng lại nơi một lùm gần cuối bãi. Cô Tổng bảo:

- Đến đây thăm vầy đủ rồi anh. Còn thời gian mình đi về Lạc Sơn để thăm mộ con, được không anh? Bên ngoại coi như mình thăm mộ xong rồi.

- Sao lại không em? Đi bất cứ nơi đâu khi chúng ta bên nhau với những ngày tháng anh mong.

Cô Tổng nhìn chồng như muốn hiểu hơn là nói.

Hai vợ chồng lại từ giã nơi này. Quay về nhà uống vài cốc nước cho đỡ khát. Cô Tổng chải tóc lại định bới. Dượng Cần lại tới phá hôn lên tóc cô bảo:

- Đẹp ghê em. Từ ngày anh về anh thấy em đẹp ra mỗi ngày đó. Như tuổi 18 sống lại.

- Thôi anh đừng ru ngủ em nữa. Hơn bốn mươi tuổi, em còn mê ngọt như mười tám sao? Xạo nghen anh?

- Em mãi mãi mười tám mà.

- Thôi cho em xin đi, đừng gallant em quá mà.

- Nằm lên giường nghỉ một chút hãy đi em há.

- Thôi mà anh.

Cô Tổng nói thế nhưng ông dượng Cần đã ôm cô bỏ lên giường, ông hôn lấy hôn để nào mắt, nào môi, nào ngực, nào tay chân, nào nách, rún... Làm cô Tổng lụy theo, và hai người như hưởng tuần trăng mật ban ngày lần nữa thật rộn ràng... Cô Tổng thật sự không cố ý muốn nhiều, nhưng đã say men vì người chồng bao năm xa vắng, giờ mới gặp lại vồ lấy, để ham hố, để là ông thích yêu vô bờ…

Hai người tưởng như sẽ ngủ quên sau đó, vì họ êm đềm ôm nhau âu yếm, ghì nhau cấu xé chan chứa, lòng như đầy thi hứng...

Nhưng chỉ 15 phút sau cô Tổng thức dậy trước đi tắm rửa. Ông Cần cũng đã tỉnh. Đi tắm rửa sau. Họ thay quần áo đẹp đẽ hơn. Cô Tổng giờ mặc chiếc áo vạt hò và quần sa tanh mới tinh. (Lúc ra Vườn Vụn thắp nhang cho ông bà, thì cô Tổng mặc áo dài truyền thống.) Chồng Cần vẫn mặc áo sơ mi xanh nhạt, và quần tây nai nịt trông thật đẹp tướng. Cả hai lại ngồi vào bàn nắm tay nhau, như chân thành cám ơn nhau, ngập ngừng xúc động mặn nồng...

Rồi họ lại rời căn nhà một lần nữa, họ lướt kéo nhau đi về tuốt nẻo Lạc sơn, để thăm mộ phần con và phía nội. Tức phía dượng Cần.

Cả hai bên nhau thật thanh thản, bình an và vui vẻ. Về Lạc Sơn là một thôn nằm dưới chân, núi đồi nhiều của Mỹ Trinh. Dượng Cần rất thích nơi dượng có nhiều kỷ niệm thời thanh niên. Người xưa nói "Năm tháng đi qua nhưng kỷ niệm nào quên lãng!" Thật đúng quá!

Ông nhớ rất nhiều, nhưng cũng bởi thời gian đã đốt cháy ước mơ tan huyễn. Ông thầm nghĩ những điều khó nói…

Họ lại đi qua một cái cầu khỉ ngắn mà dượng Cần rất là yêu thích. Bên cạnh có một cây mù u sum suê xanh tốt. Nước bên dưới êm ả trong xanh dù chỉ là suối đã cạn. Dượng Cần bất giác nhìn:

- Nơi nào cũng đẹp, nhưng không có nơi nào hữu tình hơn quê hương ruột thịt, nơi sinh ra mình hã em yêu?

- Đúng thế. Cô Tổng xúc động ở con tim hơn là nói. Rồi sau đó cô trộm nghĩ ra cô bảo một chuyện:

- Mỗi lần đi tới đây là em nhớ con Thảo, nó qua cầu này là nó thích lắm; đi qua, đi lại hàng chục lần không ngán. Đương khi bao đứa bé bằng tuổi nó, đi một lần được qua khỏi cầu là mừng húm anh à, không dám đi lại lần hai nữa. Chỉ có bé Thảo, nó vô địch nghị lực, dám đi nhiều mà thôi.

Ông Cần cười với vợ:

- Con nhỏ của cậu bốn đó đặc biệt lắm em.

- Ừa em cũng cho là thế, nó dũng cảm can đảm! Tâm hồn lại trong sạch. Nhưng không biết về sao sau này?

- Trời sẽ sắp xếp cuộc đời mỗi người hết em à.

Hai người rơi vào im lặng. Đoạn cô Tổng lên tiếng:

- Anh có tin vào số mệnh không?

- Cũng phải tin chứ, song không hoàn toàn lắm! Nhưng mà chắc phải tin hoàn toàn chứ em yêu? Đúng không nào?

- Đúng anh yêu. Số mệnh và hệ lụy luôn luôn có anh à.

Hai vợ chồng vừa đi, vừa nói chuyện băng qua cánh đồng không lớn lắm, chừng mười đám ruộng thôi, rồi rẽ vô, miếu thờ chú Hổ lập nhỏ. Hai bên tre trúc phủ mát rượi ông Cần mơ màng nói:

- Đã trên 21 năm nhớ ơi là nhớ vùng này.

Cô Tổng chỉ tay mộ phần hai con nơi đó mà rằng:

- Lúc con mất. Em muốn con nằm bên mộ nội để anh khỏi buồn theo phong tục, thức quán quê mình anh à... Em đã làm...

- Anh hiểu.

Và hai người đã bước tới thắp nhang. Dù đã thắp trong miếu nhỏ rồi.

- Em chu đáo cho con lắm.

Ông Cần xúc động hơn nói tiếp:

- Nhưng vì cuộc sống cô độc, em về bên ngoại, bên cậu bốn từ lâu. Trước khi anh ra đi, anh có nói, em đã dời về Trung Hội theo bàn tính của anh, căn nhà em đang ở. Buổi tiễn đưa anh đi ở đó... Song ý anh muốn một điều. Anh muốn là... Ông Cần lại ngưng bỏ lửng câu.

- Điều chi anh? Cô Tổng ngỡ ngàng hỏi nhìn đôi mắt chồng.

Cả hai lại im lặng. Hai vợ chồng vừa cắm nhang xong, tới một chỗ ngồi ông Cần nói tiếp:

- Anh muốn em đưa hai mộ phần con về bên ngoại, cho gần chỗ em ở hơn... Anh sẽ cung cấp tiền bạc cho em làm xây cất lại nhé?

- Không sao, không xa đâu, em vẫn đến thăm hoài.

- Xa lắm! Bên nội đã có chú Hổ nó lo. Không cần em vất vả. Em chỉ lo cho hai con, là anh vui rồi.

- Em sẽ liệu mà tính sau, nếu anh cho phép.

Vừa lúc đó thấy bé Thảo chạy tới:

- Cô dượng đẹp quá! Cho con xin chụp hình nè.

- Ừa con chụp đi. Ôi dượng có máy ảnh thật. Chứ không phải máy ở đôi tay con đâu?

- Thiệt sao? Dượng nói như mơ nghen. Thảo ngạc nhiên cười, như không tin nhìn dượng Cần.

- Sao chưa bao giờ em nghe anh nói. Cô Tổng còn ngạc nhiên hỏi hơn Thảo nữa.

- Thì hôm nay nói nè, trong xách này. Bấy lâu nay anh quên. Máy bấm nhỏ thôi.

- Vậy sao? Anh cứ làm cho em bất ngờ.

- Bất ngờ luôn là một thú vị mà em?

- Anh nói làm em yêu quá...

Cô Tổng như thấy trẻ ra theo mỗi lời nói của dượng Cần. Và nơi lời nói của chính mình cũng vậy.

Nhìn sang Thảo, Dượng Cần hỏi:

- Sao con lên đây? Cô vừa mới nhắc tên con.

- Con thích chiếc cầu khỉ này lên thăm. Thảo nói còn cười hồn nhiên.

- Đó hồi nãy em mới nói và kể anh nghe đó đó. Nó mê đi trên con cầu khỉ ngắn này lắm.

- Vậy thì giỏi quá. Mai mốt dượng về lại Hà Nam Ninh sẽ cho máy này cho con.

- Con chưa cần đâu. Nếu có dượng phải đem về cho mấy anh chị?

- Tụi nó sẽ có cái khác.

- Nhưng con không có tiền mua phim.

- Dượng sẽ gởi.

- Cô cho mà, lo chi. Cô Tổng bảo.

- Con chưa nhận đâu, để dượng dùng. Con nhớ đi thăm cây cầu tý con về, kẻo sợ má la...

- Ừa đi đi, về chơi với em nhỏ ở nhà, phụ má và các chị.

Cô Tổng bảo nhanh.

- Dạ. Thảo đáp lời cô, lại rảo mắt đi kiếm một vài bông trang nở mé bên suối, Cô bé hái và đi về, miệng hát lon ton. Bỗng bất chợt nhớ ba, Thảo im bặt cúi đầu hồi tưởng ba mình ở trại cải tạo, thương ba làm sao. Bé nhìn xuống đất, rồi đi một mạch về nhà...

Đi thăm mồ mả khá lâu đã mỏi chân. Như tuổi còn trẻ hai người đã tìm nằm xuống, bên đụn rơm của ai lâu ngày vun để; bên này cây mù u xanh mướt. Bên kia là một cây sầu đông trông vẫn rất xanh hôm nay bởi vì nó gần suối nước. Hai người đã ôm nhau, tự nhiên, và đầy cảm xúc thêm nữa…

Thời gian đã đi qua. Trong những giờ phút thiêng liêng không nói nên lời. Nước dưới suối vẫn róc rách chảy, sao trên trời đã mọc lốm đốm bay. Vài vì sao xa xôi đang nhìn bầu trời âu yếm...

Ông Cần ngước nhìn bầu trời đó, cố đọc thơ:

- *"Thuyền ai đậu bến con sông đó. Có chở trăng về kịp tối nay."*

- Kìa anh lãng mạn quá nhỉ?

Thì anh đọc thơ Hàn Mạc Tử nổi tiếng thơ tình đấy mà em. Ở đây chỉ có suối chứ không có sông. Nhưng anh thấy thiêng liêng bởi có em, và thấy sự đẹp đẽ cảnh vật, nên đọc câu thơ làm cảm hứng cho thỏa thích...

- Anh mãi là một tâm hồn lãng mạn. Em yêu anh nhiều lắm. Vợ anh có thích tâm hồn anh không?

- Vợ ngoài Bắc anh thấy vậy mà khô khan. Không có lãng mạn ướt át như em? Anh thật sự thích và yêu em, cái riêng của em nhiều lắm…

- Hứm! Gần em nên dụ em đó thôi.

- Thiệt tình mà.

- Hổng dám thiệt đâu.

Hai vợ chồng lại nhìn nhau cười tình tứ. Sau đó họ thành như chuyển về một khối… Chiếc máy ảnh kia chưa chụp họ, nhưng chính lòng họ đã chụp cất cho nhau…

MƯỜI MỘT

Tình yêu như hâm nóng lại. Nhưng thời gian vụt đi qua mau. Cô ba không muốn cho chồng ra đi về Bắc. Nhưng làm sao cô có quyền. Đành gạt nước mắt phân ly. Cô chỉ nói:

- Em không muốn anh rời xa nữa. Em mong anh ở lại. Mong anh về với em nha!

- Anh sẽ về với em. Có thể mình sẽ sống lại với nhau. Em cho anh đem ba đứa con về, thì anh sẽ về. Và anh sẽ chuyển công tác.

- Em chịu. Nhưng chắc khó cho anh lắm há...?

- Vì tình yêu em. Anh có thể mất sự nghiệp ngoài đó anh vẫn cam. Anh không về đây. Anh chuyển công tác về Quy Nhơn anh làm việc. Nơi đây mình, tụi mình về thăm quê cũng hạnh phúc rồi.

- Em yêu anh quá!

- Anh cũng rất yêu em... Và còn yêu mãi mãi...

- Cám ơn anh!

Nhưng thật sự không thể dễ như ước mơ, không bao lâu rồi, ông Cần đã khăn gói về lại miền Bắc. Cô Tổng biết là khi thương nhau, quấn quít thì nói thế thôi, đủ thứ trăm điều. Chứ làm sao chồng cô có thể về đây được? Khi sự nghiệp đồ sộ, công danh ông đã hoàn toàn ở ngoài đó. Hơn nữa gia đình Việt luôn là gánh nặng của đàn ông. Đàn ông là trụ cột. Cô cũng không thể chiếm đoạt ông. Cắt đứt mối quan hệ ông, với người vợ sau được đâu. Họ cũng đàn bà như mình thôi? còn có ba đứa con. Tuy buồn thật với nỗi nhớ cô đơn... Cô chỉ thầm nhủ rằng: "Tại sao ông đã trở về với cô làm chi, để rồi ra đi biền biệt như thế nữa..."

Cô nhớ hơi ấm người chồng, nhớ tiếng nói dịu êm, nhớ những gì đã mang lại cho cô sau bao năm xa cách mới về. Nó đã làm mới lại, có dịp bừng sôi của tình yêu hâm nóng... Nhưng rồi cô chắc phải lãng quên như bao mùa, bao năm đã từng lãng quên... Cô Tổng sống nhờ vào gia đình tình yêu người em, cùng với đàn cháu gái xinh xắn, để ngắm chúng, để làm cô vui. Cô từng khổ hạnh bao năm tháng trải qua, những mật đắng cuộc đời cô nếm trải nhiều. Hà tất cô cam chịu không kêu ca ai. Mà có kêu ca gì phần số ông trời đã chỉ định, biết làm sao hơn? Cô Tổng bịn rịn với những suy tư như thế. Và đúng như một bữa cuối cùng ông dượng Cần đến nhà chia tay mợ Nhung cùng các cháu để về lại miền Bắc. Ông về lại nhà cô Tổng, một tối nọ đó, trước khi ông dượng Cần lên đường, cô Tổng khóc như mưa trút. Mặc dầu buổi chia tay chồng có hẹn ngày gặp lại. Nhưng sự thật vẫn cứ như mong manh, cô phải nặng lòng đau xót, rồi lại chong đèn ngồi nhớ nhung nhiều kỷ niệm khó quên bên chồng...

**

Không bao lâu ông Trần Tiên Kim được ký giấy cho phép "Mãn kỳ thời gian học tập" Với công tác tám tháng hay một năm, giờ cắt giảm sáu tháng vì bốn cái tốt:

1/Học tập cải tạo miệt mài.

2/Thi hành chính sách tốt.

3/Cần mẫn việc làm trách nhiệm."

4/Biết mình tay sai, sai lầm.

Ông được đánh giá loại ưu, ý thức nhanh, hay là do đơn chồng cô ba kiện tụng ở đâu, họ sắp xếp lại? Không biết lý do nào? Ông Kim không cần quan tâm. Trần Tiên Kim chỉ quan tâm là về với gia đình mà thôi! Ông nghĩ cám ơn mọi người khi nhận quyết định, rồi chia tay bạn bè ở trại.

Vào một sáng Trần Tiên Kim mang xách cùng balo ra về, ông đi bằng xe ngựa ké với một người thăm nuôi về nhà, tại xứ Mỹ Hòa. Khi tới thị trấn Phù Mỹ ông bắt đầu xuống xe ngựa ở ngã ba. Ông đi cuốc bộ nhanh về phía Bắc. Sau đó chuyển về hướng Tây Bắc. Đường như rộng thênh thang ông bước. (Và có những đoạn, khúc đường quanh quẹo bó hẹp. Song có lẽ cũng con đường này giờ ông không còn thấy chật hẹp nữa. Vì cảm giác ông lớn hơn thực tế, tư tưởng ông trở nên thật dễ chịu và phóng khoáng...)

Đâu đó có vài cây hoa dại bên đường, ông tự nhiên muốn nâng lên ngửi, hít lấy thích, mà không dám ngắt hoặc hái để làm hại nó. Có lẽ ông ba Kim muốn chia sẻ niềm vui, nỗi mừng lớn cho từng bông hoa nhỏ, từng cộng cỏ dại nhỏ kia chăng? Cũng khá người gặp ông trên đường về. Song ông và họ chỉ gật đầu chào qua loa, ông không có thời gian để chia sẻ với họ bên đường nhiều. Vì ông Kim nhớ gia đình quá! Ba Kim chỉ muốn thiết yếu một điều, là bước nhanh về nhà hơn...

Về đến nhà rồi, trong lúc nhà đi làm đồng hết. Ông lẳng lặng chăm chút nhìn lại căn nhà thân yêu: cửa trước, cửa sau, bao ngày tháng xa cách, bao cảnh vật đợi chờ. Nhà vắng tanh không có ai, thềm nẻo im ỉm, hoặc như mọi vật đang ngủ say... Ông chợt thoáng buồn... Ông ba Kim chợt nghĩ nên qua cô ba coi. Vì ba Kim biết cô ba, chị ruột ông luôn ở nhà trăm phần trăm, không có hai con bé út ở đây thì hẳn ở bên đó luôn rồi nhỉ? Đã hơn 10 giờ. Hoa mười giờ ông trồng trong mùa cuối thu vẫn nở lai rai, lát đát nơi gần góc sân thềm gạch...

Ông ba Kim nhìn nó xong, ông quay đồng hồ đeo tay ngó giờ giấc, ngơ ngác thêm... Thảo hôm nay thứ hai chắc là nó đi học? Ông đoán thế. Gia đình chắc đang đi làm hết? Suy nghĩ chốc lát, ông thở một hơi thở nhẹ nhàng, buông lỏng. Rồi ba Kim quyết định sang bà chị ruột, là cô ba Tổng đó.

Ba Kim vào thấy cô ba đang ngồi trên chiếc đòn, bên cạnh là xấp chuối xanh để gói bánh. Cô đang sửa sang lá chuối trong tầm tay cho ngay thẳng, ông đi nhè nhẹ từ phía sau lưng bịt đôi mắt bà chị. Cô Tổng lấy tay mình sờ đụng những ngón tay, lóng tay, cườm tay để biết là ai bịt mắt mình? Thì lại biết đích thực và cả nghi ngờ bà liền bảo:

- Không lẽ em về sao Kim. Hay là chị mơ?

Kim vẫn chưa thả tay ra. Kim vẫn giữ im lặng.

- Chắc chắn là em tôi đó. Tôi biết tay cậu từ khi còn bé.

Ba Kim cười:

- Em đó chứ mơ gì, chị giỏi quá. Ba Kim thả tay, nhìn vào gương mặt người chị ruột thịt thân yêu mà rằng:.

- Qua thăm thấy chị, em mới về. Cả nhà đi vắng, hai bé út nữa, em tưởng nó ở bên chị chứ, không có bên nhà.

- Hai chị em nó đi học mẫu giáo sáng hôm nay. Giờ chắc về rồi, nó đi chơi ở xóm trong, chỗ mấy đứa trẻ cùng trang lứa. Lâu lâu hai chị em nó đi vô nơi đó, đôi khi vẫn ở nhà. Hai chị em cứ hay chơi với nhau trên đất cát, thỉnh thoảng cũng qua đây. Lúc vào xóm trỏng... Nó thay đổi luôn hà mà.

- Vậy sao? Con nít ở quê thì thích đi chơi lung tung. Chị vẫn khỏe chứ. À anh có hay gởi thơ về không chị ba?

- Cám ơn em hỏi, chị vẫn khỏe. Có, anh có thơ về, nhưng chị không muốn anh một lần nữa gây khổ cho ai. Nên chị đành hy sinh, sống của thương nhớ, chứ ảnh không thể về bên chị được em à.

Im một chút như xúc động cô Tổng nói luôn:

- Ảnh có nói sẽ dàn xếp và tính về. Nhưng chị nghĩ khó cho ảnh lắm. Thôi kệ... hơn nữa chị bây giờ không còn đứa con nào với ảnh. Cô Tổng nói, lắc đầu sau câu nói.

- Tất cả chỉ là sự đổi thay, theo hoàn cảnh chị ơi! Thôi chị ráng mà vui bên em và con cháu.

- Chắc vậy thôi em Kim. Đành chấp nhận. Biết làm sao hơn cậu bốn. Cô buông tay làm, hỏi em trai chuyện khác luôn:

- Em về sớm xong luôn phải không Kim?

- Họ cho về sớm em mừng. Nhớ vợ, nhớ con hằng đêm quá đủ rồi.

- Cũng quá đủ thời gian, vì mình đâu phải là tự động theo bên kia.

- Ừa mọi chuyện đã đi qua không cản được. "Thời thế, thế thời phải thế" mà chị. Quốc gia cộng sản vẫn là con người, mình giữ lòng nhân mới là quan trọng. Thời đại mình không thể đi ngược lịch sử. Thời đại nào như một cái hoa nở thôi...

- Ừ vậy đó chứ sao cậu? Thời đại như một cái hoa nở. Ôi em tôi thành văn sĩ. Câu nói súc tích hay quá cậu bốn.

- Em nói đại từ lòng thôi.

- Văn sĩ thì nói ra từ lòng, từ tim óc mình thật mới hay. Chứ vay mượn ai, hoặc quá cầu kỳ xa vời thì đâu còn hay nữa...

- Trời ơi chị tôi làm nghị luận được nha.

- Ha ha. Em trai tôi lại khen chị làm chi?

Ba Kim cười mỉm nhìn bà chị, rồi hỏi qua chuyện khác hơn:

- Vợ con em đâu, nhà vắng tanh. Cả Liễu không có ở nhà chị ba?

- Cả nhà đi cắt lúa dưới Đồng Sa.

- Ô em có thấy lố nhố nhưng đâu có nghĩ ra nhà mình? Không thì em đã lội qua đó rồi.

- Vậy à, có thấy hã?

- Dạ. Vậy em đi xuống đó thăm nha chị.

- Ăn gì miếng đã cậu bốn.

- À... Thôi không cần ăn đâu. Ồ chị thấy em ra sao chứ?

- Trông coi cũng được. Nhưng sao tay nhiều vết cắt, mặt mày ra vẻ phong trần tý thôi.

- Phong trần cho nó đẹp trai, bị lau lách cắt không sao chị. Chuyện nhỏ mà!

- Cậu thì lúc nào không đẹp trai!

- Nói chứ già rồi đẹp gì chị? Còn chị, chị nhớ giữ gìn sức khỏe nhé. Vì mọi việc đã an bài.

- Chị hiểu.

- Em gặp chị tý, hẹn lại sau nha. Nôn gặp hai con Thanh, Hoa. Lâu quá không gặp nhớ con lắm. Em đi nha chị ba.

- Ừa thôi, thì cậu đi đi.

Cô ba đứng lên tiễn chân Kim ra khỏi sân gạch, cô quay vào. Cô chưa chịu ngồi xuống. Cô cứ đứng nhìn bóng dáng cậu Kim xa dần, mà thương em trai. Còn Kim về nhà, rồi tiếp tục đi xuống Đồng Sa.

Lúc đó đã hơn 11 giờ cả nhà chuẩn bị bó lúa vác lên bờ. Thấy chồng về, má Nhung ngỡ ngàng nhưng reo lên:

- Hình như ba về kìa các con ơi.

Liễu thường ở nhà nhưng mùa gặt cũng ra đồng, cả bầy con nhốn nháo chạy lên bờ bổ nhào vào ba Kim đã bước đến. Ông Kim nhìn vợ cùng các con, rồi ngồi xuống cầm vé lúa nửa xanh, nửa chín trên tay. Ba Kim đưa mắt nhìn các con lòng rộn ràng niềm vui, khi những đứa con nói tíu tít:

- Ba ơi con nhớ ba.
- Ba ơi con nhớ ba.
- Ba ơi con nhớ ba.

Cả ba đứa con đều nói một câu lần lượt như thế. Má Nhung nhìn chồng khá lâu trong cơn xúc động, nhưng cứ để con nói hết. Giờ bà mới có dịp bảo:

- Anh về luôn hã anh Kim.

- Về luôn rồi em. Họ cho về luôn hết đợt học. Anh nhớ em và con thật nhiều.

Lúc đó Thảo đi học về thấy đồ túi xách ba để nơi cửa sân. Cô gái nhỏ biết ngay và chạy một mạch bay hơn gió qua cô ba, hỏi một câu nhanh:

- Ba con về hã cô?

- Ừa xuống đồng rồi.

Không đợi nói gì thêm với cô ba. Thảo chạy cũng vội vàng nhanh như chong chóng gió. Cô ba nhìn Thảo. Cô bé thong qua các trổ, các mương, rãnh, hố lớn nhỏ, cứ men con đường chính lớn nhất tìm đến ruộng mình. Có ba má, các chị xúm xít kia rồi. Thảo đến đón ba với những giọt nước mắt long lanh vừa mừng, vừa tủi nói:

- Ba ơi con nhớ ba. Về luôn hã ba?

Và ngồi phịch xuống, Thảo ôm vai ba, nhìn ba. Ông Kim nhìn con bé, trả lời giọng điềm tĩnh:

- Ừa ba về luôn chứ. Học ngoan con nhé, chỉ mỗi con ưu tiên, các chị đã phải vất vả như thế này. Con nên biết lấy.

- Dạ con hiểu.

Thảo nói và đưa mắt nhìn các chị bằng đôi mắt vừa buồn, vừa tươi nhưng long lanh. Và cô đưa mắt nhanh nhìn những cây tràm hôm nay cuối thu mưa đã đổ dồn, khi nào nó vẫn cứ xanh ngắt một màu, trông đẹp thật. Nó cách xa vài đám ruộng đang gặt, khoảng xa chừng 200 mét, tên gọi của nó là "Gò Cát Tràm." Tên vẫn thật đẹp. Có phải tâm trạng mình đang có tin vui nên nhìn chi cũng đẹp xanh mắt, xanh đời, xanh đáng yêu tươi tắn phải không? Mà đúng là cây tràm có sức sống bao giờ cũng bất diệt luôn màu xanh kia mà? Dù bốn mùa, và bất cứ mùa nào cũng thế, xanh đậm xanh um... Cô bé đang tự hỏi lòng mình đôi chút.

Vừa lúc má Nhung nhìn các chị bảo:

- Thôi trưa rồi về đi các con. Về cơm trưa, ba về thì mừng về sớm chút không sao.

- Hoan hô má. Thảo nói có vẻ vui nhiều, nhìn ba mà nước mắt ráo dần. Bé Thảo đứng lên, với ba cùng đứng lên.

Còn các chị thì tản ra vác lúa lên bờ hết, họ làm rất nhanh, và sợ cơn mưa bất chợt làm ướt lúa mới gặt, dù lúa đã được bó lại xong. Rồi cả gia đình mỗi người một ít gánh lúa về nhà, đòn gánh kẽo kẹt lên vai. Chỉ có má, ba và bé Thảo là đi không. Ồ không, Thảo phụ má xách bình nước, đem theo uống giờ phải mang về. Má Nhung thì bưng thúng, rổ, bát đựng đồ mang theo ăn dặm. Má bước đi bên ba...

Cả nhà về nhà cũng đúng giờ về cơm trưa, mỗi chị mỗi tay giúp má làm cơm. Má bắt cơm, chị nấu canh, chị xắt rau sống, bằng bắp chuối chát trộn ngò quế và đu đủ xanh, chị lau chén bát dọn ra chờ sẵn... (Má Nhung thì còn nướng thêm độ năm cái bánh tráng mì để ăn giòn.)

Thảo biết trách nhiệm mình, chạy vào xóm trong dắt hai em về. Ba Kim ra tận ngõ đón hai con út, bồng Ngọc trên vai, (kiểu bồng Ngọc rất thích.) Một tay phải cầm nắm tay Ánh, một tay phía trái kia nắm tay Thảo, ba cha con sẽ đi vào nhà. Thảo lại thấy con chuồn chuồn hai cánh nó xanh xanh, đỏ đỏ bay ngang vật vờ. Cô bé định bỏ tay ba, để kiếm bắt nó cho hai em, nhưng lại nghĩ nắm tay ba còn thích hơn. Vì nhớ ba lâu rồi, nên cô chỉ liếc mắt nhìn con chuồn chuồn bay bay, trông nó đẹp lắm. Không biết là hai em Ánh Ngọc có thấy không, mà không tung hô nhờ chị Thảo bắt giùm, thường thì chúng thích đùa giỡn với những con vật đẹp bé nhỏ này lắm. Lòng Thảo chợt nghĩ hơi tiếc một chút xíu... Nhưng giờ đây gần ba, đi bên ba Kim là trên hết.

Cả ba cha con vô nhà. Sau đó gia đình họ ăn một bữa ăn cơm đoàn tụ thật ngon, ai cũng tươi tắn như một mùa xuân về trên mái đầu, về trong tim họ...

MƯỜI HAI

Nguyễn Văn A từ Đức Linh cũng đã về thăm chị Liễu, tự mình đặt lễ hỏi cưới. Thảo thi kỳ một, bán nửa lục cá nguyệt với số điểm cao nhất trường, ba đã được về sau khi cải tạo. Một mùa thu cuối tháng chín đẹp với gia đình họ.

Ba điều lành, ba nguồn vui. Nhất là ba đi học tập cải tạo trả về nên cô ba vui mở cuộc hát bội do cô mướn về tại nền Hóc Cú - (Một sân khấu nhà.) Vốn sân khấu có từ lâu, lúc xưa bà nội hay mở hát ăn mừng cho mỗi vụ mùa thời bình, yên ổn, trúng vụ...

Đêm hát khai trương đang hát nơi xóm thôn, ngoài thôn ai mê hát bội, họ kéo đến lũ lượt coi khá đông. Cả thảy đang chăm chú để hồn vía qua lớp diễn Tiết Đinh San, Phàn Lê Huê. Họ ngưỡng mộ, lắng tai nghe cô đào diễn và hát...

Bỗng có một công an xã tới phá rối sự vui chơi đó. Hắn sừng sổ ra lệnh, hắn rít dài giọng lấn ngang các diễn viên:

- Cấm hát, cấm hát, cấm chợ, cấm sông. Cấm hát, cấm hát, vô tổ chức, vô tổ chức như thế này nhé. Vô nghiệp đoàn, vô xã hội quá... Rồi vội hắn hỏi thêm:

- Hừm. Ai chủ trương ra việc này. Tôi xin hỏi kỹ nè.

Hắn đã trèo lên sân khấu hung hăng bảo thế. Chắc hắn biết ai nhưng làm bộ đặt câu hỏi.

- Tôi. Cô ba dõng dạc giơ tay bảo vậy.

Cô ba vội vàng nói thêm:

- Tôi mừng em trai tôi về. Và mừng vụ mùa xóm thôn có cơm ăn, cho bà con vui không được sao ta?

Cô ba lên tiếng oang oang, đối địch với hắn tên công an nơi chỗ trước khán đài sân khấu.

Tên công an vô lễ, vẻ rất hàm hồ:

- Ô bà giàu há. Làm cách mạng mà máu địa chủ, lại tư sản nữa ai chịu cho nổi. Luôn muốn làm gì tùy ý hã? Không được như thế đâu? Người cách mạng không nên làm vô lối, vô tổ chức như thế. Tại sao mọi người không ý thức, về chuyện này hư quá nhỉ? Bà nên biết là đã quá sai lầm và nát chuyện...

- Hứm thằng nhãi ranh. Nói chuyện nghe áp đảo, vô

đạo, không biết chi cả.

Tiếng cô Tổng bực mình thả ra, rồi tiếng hứ hó của nhiều người tiếp theo:

- "Kẻ vô đạo đức, vô đạo đức, mất dạy, kẻ mất dạy."

Họ phản ứng bất bình, như không đồng ý với tên công an phát biểu lẩn quẩn, vẻ hắn quá ngạo ngược kiêu căng kia.

Còn ba diễn viên nhốn nháo, vì lo sợ. Cô Tổng chỉ mướn ba người bà thích, và họ đã đủ diễn trong lớp tuồng đoạn trích.

- Cứ diễn đi không sao cả. Cứ diễn đi không sao cả... Diễn đi không sao cả. Số đông la lên, kích lệ mạnh, như không sợ tên công an vừa phán xét.

Đàn trống vẫn còn đánh ì đùng chưa ngớt.

- Đồng ý, đồng ý, tiếp tục hát, tiếp tục hát. Bà con cố la lên mạnh hơn nữa, như sóng tiếp sóng...

- Im đi. Bà con nghe đây. Tên công an trấn tiếp. Không hiểu sao hắn đuối cả sức nói, giọng hắn khàn hụt luôn âm thanh:

- Ba diễn viên này không có giấy phép, không được diễn như thế đâu nhé, vô kỷ luật xin mời về huyện. Muốn nghe vài tháng nữa thì đoàn về huyện mà nghe. Có đoàn chuyên nghiệp. Trống đàn kia nên dẹp nhanh đi.

- Xa lắm, chúng tôi không cần, chúng tôi không đi được. Chúng tôi cần hôm nay, ba diễn viên này cực hay, cực hay. Trống đàn nghe cũng cực thích, cực thích diễn tiếp đi, diễn tiếp đi. Bốc, bốc...

Nhóm đông la lên. Có người trong đám tiếp ý thêm:

- Thôn chúng tôi đã cho, đất ở đây đã cho, không có đất ông ở đây. Ông công an đời mới ơi... Mời ông cút đi. Cút nhanh đi giùm...

Nhóm dân la lên như pháo nổ, họ lao nhao mặc sức, họ vui, phần miệng mở to phản đối như vậy.

- Dễ sợ cho những phần tử, coi như là nổi loạn đó. Người công an trợn ngược mắt nhìn, hắn cố bảo.

Những nghệ sĩ chỉ đứng lặng thinh. Họ không biết phải

xử lý như thế nào. Về phía công an, chúng còn hai tên nữa. Hai tên kia có vẻ hiền lành hơn, họ đi theo với tư cách điều hành, có phần thấu hiểu về ý dân chúng hơn...

Tên công an trẻ trưởng nhóm định cột trói cô Tổng nhưng chưa dám. Hắn quay ra đay nghiến cô Tổng tiếp:

- Bà đừng ỷ vợ tập kết mà làm càn. Tôi cảnh cáo giải tán đám ca diễn này.

Dân tình nơi xóm còn nhốn nháo la ó:

- Chúng tôi thích nghe. Chúng tôi thích nghe. Làm ơn, làm ơn, tiếp tục tiếp tục... Ông công an này ngu quá, ngu quá, ngu dễ sợ, ngu hết sức...

- Đó, ông thấy chưa họ thích nghe hát bộ mà. Và họ chê ai đó kìa? Họ muốn đả đảo ai đó kìa.

- Bà câm mồm đi. Hát có lúc có hồi. Được qua nhiều tổ chức ký giấy cho phép. Không được cá nhân nào mướn, và cho phép làm càn như thế.

- Hưm hứ.

- Không được nói, có thể đưa tay tôi còng. Vì sai lệnh, thủ phạm là bà trước tiên đây.

Cô Tổng la vào mặt nó:

- Tao không có tội thằng nhãi ranh. Ai cũng ái mộ nghệ sĩ, diễn viên kia mà. Họ đang chửi mày đó.

- Tôi cóc cần, như giả điếc không cần nghe chi.

- Thảo nào ghê thiệt. Máu tanh không người đấy à?

Tên công an trạc tuổi 20 cô Tổng đã tuổi 41. Nó lườm liếc cô Tổng, nó ra lịnh và thách thức hơn:

- Bà quá hỗn ẩu, quá dạn miệng. Không đưa tôi vẫn còng. Tôi có quyền. Nó vừa nói và cầm tay cô còng. Thảo thấy thế giật chân hắn phía sau.

- Mở tay cô tôi ra giùm đi. Cô tôi không có tội. Ông không phải là một công an đúng nghĩa.

- Thế nào là đúng nghĩa mày nhỏ nhóc con. Mày muốn gì con nhóc?

- Chúng tôi, xóm thôn tôi, muốn vui chơi giải trí riêng. Có gì để ông bắt bớ chứ?

- Con nhỏ này rối việc nghen?

- Không rối, ông trói tôi đi. Cô tôi già rồi tha cho cô. Ý kiến này của tôi đó. Không diễn nữa là được rồi thứ gì mà la tố lên.

- Ê nhưng. Cô mày chưa phải là già?

- Nhưng già hơn tôi và ông.

- Sao mày kêu tao bằng ông, mà không kêu anh chứ?

- Tôi thích kêu vậy. Vì ông đúng đã là cụ già khó tính lẩm cẩm, nên tôi kêu để thích hợp hơn.

- Ô... Con nhãi ranh rối. Hừm.

- Ông mới rối đó. Vậy đó nhãi ranh cũng được. Xin ông chấp nhận ý kiến tôi.

- Ý kiến mày hã? Cao kiến, thông minh há? Hừm. Thôi được. Một mầm non tao tha cho đó. Chịu tội thế cho cô mày thì có nha. Nhãi ranh...?

- Sao cũng được tùy ông nghĩ.

Hắn nhìn Thảo nói thêm:

- Nhưng bảo cô mày đừng xấc xược. Khi ông chồng còn mãi ở miền Bắc tụi tao làm, ông ở xa không trông thấy đâu nhé? Ông ta còn xa hơn ông trời mà! Mầy nên biết điều đó nha nhãi ranh.

- Ông không tư cách là công an Bác Hồ.

- Mày cứ bày đặt lý luận, tha cho cô cháu mày, là may đó. Cha mày ngụy quyền mà cải tạo về sớm là phúc phần rồi. Mày có biết không nhỏ?

- Biết rồi thì sao?

- Biết thì im cái miệng sáo lanh mày đi. Và giảm bớt thái độ bất đồng của mày đi chứ?

- Sáo lanh cần phải nói, sáo lanh cần năng động chạy nhảy nhiều, để tinh khôn dễ thương hơn nha.

- Hứm lý sự quá. Thôi tao chào thua hai cô cháu mày.

- Được thôi tốt đấy.

Lúc bấy giờ diễn viên đã tan đám, ngồi lề đường. Trống kèn, đàn địch cũng thế. Khán giả bà con mến yêu, đã cho diễn viên đường phèn, cơm thảo, xí muội, nước chanh và họ vây quanh nói lời giã biệt. Mọi người xem cũng có kẻ về, người ở. Vì đã giải tán đám hát bộ "tự túc" hôm đó mà.

Ba má bé Thảo, mấy chị em cùng với ông anh rể tương lai cũng có mặt tại đêm nay, nhưng chỉ im re ngó cảnh, chẳng ai nói chi nhiều. Chỉ có hành động liều lĩnh của bé Thảo, và cá tính khác thường của cô ba. Thảo phục tánh cô ba dũng cảm, chẳng sợ ai cả, oai thiệt. Chắc mình phải học theo vài chiêu đi bên cô ba!

MƯỜI BA

Thời gian cứ thế trôi đi. Thảo đã học lên tận cấp trung học, mấy chị lần lượt đi lấy chồng. Hai em Ánh Ngọc cũng lớn lên. Ba má cô thêm già hơn. Thảo suy nghĩ từ tuổi ấu thơ nàng thèm một nền hòa bình độc lập, một cuộc sống thanh bình không có tiếng súng, không có sự chết chóc dã man, không có sự cạnh tranh giết chết nhau ở đau đớn. Sự sợ hãi, nhớ lại những ngày của chiến tranh, khi cô tuổi lên 7, lên 8. Những đêm cắt ngang giấc ngủ mập mờ, vì bom đạn, phải xuống hầm, xuống hầm... Những đêm liên tục xuống hầm, vì súng nổ, đại bát, bom dội, đạn bay từng tràng... Thảo nhớ những kỷ niệm rõ như in, dẫu thật buồn. Đương khi ngủ ngon trên giường má cứ gọi:

- Đánh thức Thảo dậy, Liễu ơi!

Lúc ba đã vào đồn. Ở nhà chỉ mấy mẹ con. Thường thì ba ít ở nhà. Một thì xuống thị trấn quận, hai là ba lên đồn trú với nghĩa quân phòng thủ.

Má đã bồng Ngọc nhỏ nhất lên tay chưa được hai tuổi, chị Hoa đã dẫn Ánh, Thanh tự lo cho mình. Chị Liễu có nhiệm vụ luôn nhắc nhở Thảo, vì bé Thảo hay ngủ mê nhất và không chịu thức giấc!

- Dậy đi em Thảo xuống hầm, xuống hầm đi em.

Thảo thức dậy dụi mắt, tay cứ nhìn như sợ điều chi để quên trên giường. Má thì hỏi:

- Còn tìm gì nữa con, cái gì đeo tay thế?

Má Nhung đứng đợi Liễu lo cho Thảo, khi con gái nhỏ ngái ngủ chưa nói được. Liễu phải nói hộ:

- Chùm dây thun nó đó má. Đi đâu sống chết cũng kèm theo, nó sợ quên mất đó mà!

- Trời ơi giây thun mà quý như ngọc vậy con?

- Thì vậy giây thun là ngọc của nó thôi. Liễu trả lời thế cho em với má.

Thường thì má với Liễu cùng đưa Thảo xuống hầm sau nhất, thường là xảy ra như thế.

Đạn bên ngoài bắn bay xối xả từng tràng, từng tràng, hai bên đánh để hăm doạ nhau. Ngày thì yên tĩnh tý. Đêm mà nghe ê ẩm ớn lạnh hơn. Cứ nhiều trận ban đêm đánh phá gây hấn ác liệt lắm. Cả nhà phải lo âu cái vụ xuống hầm, xuống hầm núp, mệt nhiều khi muốn nín thở, hoặc phải thở dốc nặng nề. Thỉnh thoảng cô ba vẫn có mặt ở đây, khi thì cô ở nhà riêng một mình. Nhà cô ba cũng gần, cũng có hầm xây bằng bao cát như thế để trốn đạn, trốn quân giải phóng vào, trốn cả lính quốc gia hạch họe. Khi mà hai bên xung đột cảnh báo nhau, dành dân, kêu bằng loa phong tỏa, cố gọi rân bần khắp nơi v.v...

Thảo đã sống như thế trong tuổi thơ vài năm ở ấp chiến lược, cô bé bàng hoàng lo sợ. Lo sợ cả ban đêm tiếng chó sủa như có ai đi rình mò, còn hơn sợ canh kẻ trộm phải thức giấc, phá lỡ giấc ngủ liên miên... Và rồi giải phóng đến cách mạng đến. Đối với cô, tuổi thơ không may chứng kiến bao lâm cảnh của chiến tranh. Giờ hòa bình về nghe như vậy. Giờ thì như nỗi mừng không thể tả xiết, đất nước như huy hoàng, chuyển bước sang trang, lòng người rộn ràng như mùa xuân trẩy hội, chiến tranh đã đẩy lùi xa lâu... Ấy vậy mà nhiều điều thực tế, khiến tim óc cô nhói đau, giá buốt khi hòa bình lập lại, khi Nam Bắc thống nhất rồi, khi gọi là sơn hà nối liền một mối rồi! Và khi gia đình cô trở về với mảnh đất của tổ tiên, nơi chôn nhau cắt rốn của họ hàng gia tộc... Đã một thời gia đình cô tạm xa lánh nó, đi để nó phải vắng vẻ tàn úa nhạt nhòa. Và giờ đây họ trở về cố gắng khôi phục lại...

Trong tự trái tim Thảo đã đặt ra nhiều câu hỏi khi tuổi thơ cô nhìn thấy. Tại sao không thể tốt hơn khi một đất nước thanh bình? Về tình yêu hạnh phúc con người. Của những điều mắt thấy tai nghe kia chứ?

Được sống, được độc lập! Lẽ ra phải được chia sẻ nhân đôi, và công bình nhiều hơn chứ... Thảo cảm giác có một điều rất tiếc ở đây, nó ngược lại ý lòng cô, nó hoàn toàn không như ý mình thích!

Năm ấy Thảo lên 15 tuổi. Ba không cho đi học nữa. Ông biết chắc về lý lịch và sự tàn nhẫn của nó. Con người còn đầy rẫy tính bảo thủ, tính kiêu ngạo, tính để sát phạt nhau, niềm hận thù nhau vẫn còn bành trướng, ý tưởng xấu xa của con người luôn rình rập và mang theo, vẫn luôn đè nặng, dành giật, như ngọn lửa vồ vập... Ông Kim dư biết nên dự định là cho Thảo học xong cấp hai, để có một chút kiến thức vì con bé quá mong đợi được đi học. Ai ngờ sự ước muốn đó ngày càng leo thang, Thảo đã đậu leo lên lớp khối trung học. Một hôm ông nói với vợ:

- Thôi em ơi, bà ơi cho Thảo học tới đó đủ rồi há. Mình lý lịch học chi?

Bà Nhung là người ít học. Nhưng lại thương con không muốn ép Thảo nghỉ học sớm, nên nói với ông chồng Kim:

- Cho con nó học đi anh. Ba chị nó đã có chồng, hai em nó nghỉ rồi. Còn một mình nó, kệ tôi chịu khổ làm lụng cho Thảo đến trường, nó thèm học, anh phải thương con một chút chứ?

- Nhưng học, sợ họ phân biệt lý lịch...

- Chị ba có nói. Học đi rồi dượng Cần về xin chứng giấy cho.

- Ảnh ở miền Bắc làm sao lo được. Em không thấy thực tế sao? Tôi học cải tạo tốt, ba năm sau, họ còn đưa ra đấu tố? Họ nói tôi đang chờ thằng giặc Mỹ trở lại. Ảnh ở xa không bảo vệ được đâu!

- Thôi kệ nhờ trời chứ biết làm sao. Nếu ép nó nghỉ, mà nó còn thích học, thì tội cho con. Em nghĩ là vậy.

Qua những cuộc tranh chấp cãi vã nhẹ như thế đó. Má vẫn giành phần thắng. Ba Kim vẫn còn cho Thảo đi học. Công việc đồng án có hai em Ánh, Ngọc phụ với má. Hai em Ánh Ngọc thay phiên đã học may sớm nơi chị Liễu. (Khi chị Liễu chuyển từ Đức Linh sang Xuyên Mộc sinh sống.) Nhưng về nhà với xóm thôn còn nghèo nàn này, chỉ rộn vào mùa tết, còn những ngày thường thì phải may lai rai, vẫn làm nông là chính. Hai em chịu nghỉ học, đi học may về nhà rồi, vẫn chịu khó đi làm phụ ở một cơ sở, một tiệm gần đây mỗi khi họ gọi. Tiệm của ông Năm Trang đó, chúng kết nút, tra khuy, xăm lai, ủi đồ, tháo chỉ, hoặc phụ may vài bộ cho khách hàng mới, tính tình dễ dãi hơn v.v... (Vì tiệm ông Năm Trang lớn hơn khách đông. Có tiếng tăm hơn lâu rồi.) Ánh Ngọc làm nghề may như tay trái thôi, làm dặm thôi, tay phải họ làm nông, vẫn là điều cần thiết nhất ở gia đình. Tuy nhiên hai em không ganh tỵ với chị, để chị Thảo tối ngày "Đèn sách soi kinh." Ba Kim cũng thấy vui.

Thảo tiếp tục được học, thấy con đi học siêng năng. Không ham chơi lơ là, và hay thường phụ giúp mẹ việc đồng án khi rảnh rồi, lại là thêm một điều an ủi ông...

Rồi một hôm, vào một ngày giữa tháng 10. Trời sáng nắng ráo hoảnh, ông Kim ra đi, lên rừng để kiếm một số cây chết khô nhưng lõi cứng, và ít cây tươi gỗ chắc về che thêm lò tráng bánh rộng cho vợ. Thì nào ngờ trời mưa ập tới, hồi đầu nhỏ sau lại to như thác đổ. Ông vượt gió vượt mưa để về. Khi về thấy...

Thì chính Thảo đã vượt mưa trên 8 cây số từ trường cấp ba PM về trước, với một chiếc áo mưa tròng cổ, kiểu áo mưa dùng tay cột gút nghèo nàn khi đó. Thảo đi như một vết mờ nhỏ trong mưa gió, nhưng đã về đến nhà trước ba một khoảng. Thảo về vô nhà và cởi áo mưa treo, đi thay quần áo bộ khác, rồi ngồi hơ lửa nóng có than hồng, chờ đợi ba cùng má. Cô được má Nhung đón chờ và mắng yêu một vài câu. Song nàng bé thương và biết ơn má rất nhiều, lòng chợt ấm lạ. Nhưng một điều rất khác hơn nữa, Thảo có chút nặng trĩu nghĩ đến ba đang mắc mưa trên các nẻo đường kia...

Một đoạn chờ khá lâu. Khi ba về đứng dưới hiên nhà. Thảo chạy ra đón ba. Cô gái mới lớn mừng rỡ nhìn ba:

- Ba ơi lẹ lên, chắc ba lạnh lắm đó? Con và má đã chuẩn bị than củi quạt nóng xong, ba vào ngồi đi.

- Trời mưa sao con lại về, trông môi con chuyển tím kìa Thảo.

- Con chỉ thương ba thôi. Con không sao cả.

- Ba thì khác có tuổi rồi, dầm mưa dãi nắng là chuyện thường. Con thì không nên, vì dễ sinh cảm lạnh nha con.

- Không sao đâu ba, coi như con chọc mưa, gặp mưa cho vui mà. Thảo đáp, giọng cô nói với ba rất hồn nhiên.

Ba Kim đứng cởi tròng chiếc áo tơi chằm bằng lá rừng trước hàng hiên... (Lá tơi này ba kiếm được nơi cây cọ ở rừng mọc, rồi tự ông ba chằm kết lấy, còn có công của má phụ giúp nhiều hơn. Ba chỉ là khơi thủy ý tưởng, má là người siêng sắng làm nên để hình thành, một thành tích chiếc áo... Kiểu làm một dạng như đan đát thủ công tỉ mỉ thôi...) Ấy Vậy! Ba đang bước vô nhà, những giọt mưa còn bám theo chân ông, đang cứ nhỏ rót, nhỏ giọt... Má Nhung đã lấy đồ quần áo sẵn, để trao qua tay cho chồng, để ông đi thay nhanh khi đồ đang bị ướt sũng, kẻo lạnh thấm. Đúng ba Kim thay đồ nhanh chóng. Xong ông ra cùng ngồi với vợ con, ông hơ tay chân cho đỡ tê cóng. Chậu than lửa đựng bằng đất, rực hồng ấm áp ban tỏa... Má và ba quan tâm nhau có hỏi nói một vài câu. Và cả Thảo nữa. Má bảo:

- Sao anh không về sớm hơn, sẽ tốt hơn. Chị ba biết sẽ la rầy anh nữa đó.

- Anh định nhưng không kịp đành thôi, không sao đâu? Để cho suôn sẻ dự định mình mà em? Cho lò tráng bánh rộng hơn, dễ làm hơn khi trời mưa gió em à...

- Bữa này không xong thì bữa khác. Sức khỏe là vàng, là trên hết anh à.

- Không sao, chuyện nhỏ mà em. Chỉ thương con Thảo nhỏ bị mắc mưa. Trông con anh xót lắm.

- Con ổn mà ba ơi. Con thật sự lo cho ba thôi. Ba bị cảm trong nhiều lần mắc mưa. Ba đã có tuổi nên giữ sức khỏe, má nói đúng đó ba.

- Không sao đâu, ba vẫn còn khỏe mà. Con và má đừng lo ngại. Ngồi như vầy hơ lửa ấm áp, không còn cảm lạnh được đâu.

Thấy cảnh sinh tình, thương ba thương mẹ vô hạn, với chút nỗi niềm riêng tư, cảm xúc cho riêng một việc. Bên ngoài những giọt mưa còn như đọng, tuy là bầu trời vẫn một màu xám xịt bao quanh, nhưng mưa đã như ngơi ngớt, và có vẻ tạm dừng khá lâu rồi. Bỗng dưng Thảo đứng dậy, cô bước lên nhà trên, ba má ngó theo, không biết chuyện gì xảy ra nơi con bé?

Hai vợ chồng ba Kim, má Nhung tiếp tục hơ lửa họ nói chuyện cho ấm lòng. Họ liếc ra nơi sân để viếng cảnh cơn mưa đã tàn, rồi nghĩ tới có thể Thảo lo học bài chi đó?

Nhưng cảm xúc của người con gái mới lớn, chưa đi qua cái tuổi trưởng thành, chỉ Thảo biết mình mà thôi. Cô bé đã đi làm một việc với cảm ứng, qua dòng chảy nơi trái tim...

Sau 15 phút đặt bút viết xong một tâm tình khi nhìn ra bên ngoài cảnh vật u buồn, và đang hướng nội về ký ức mình đây. Thảo đem xuống đưa cho ba, với một thái độ lễ phép:

- Con thưa, con muốn tặng ba mẹ cái này khi nhìn cơn mưa ba má và con.

- Gì vậy? Ba Kim hỏi.

- Bài thơ con mới làm, với cảm xúc mới vào lòng con hôm nay.

Ông cầm lấy dòng chữ lướt qua mắt ông nhìn, ông lại muốn đọc ngay. Khi đứa con gái niên thiếu đã trở gót lên nhà trên như lúc nãy, và nó chỉ nói bấy nhiêu. Bài thơ được nó viết:

Cơn mưa...
Cơn mưa lạnh
Cơn mưa nào cũng buồn
Cơn mưa nào làm ướt áo ba tôi.
Cơn mưa nào ướt mặt ba tôi!
Cơn mưa nào trơn trên đá!
Ba đi không vấp ngã.../ Ba đã về nhà.
Bằng chiếc áo mưa sa...

***

Áo mưa, lá tơi điểm tựa/ Áo giàu không ưa...

Ba ưa/ Áo mưa núi rừng/ Nước mắt chảy rưng.../ Má tôi chằm vá.../ Ôi nghĩa mặn đậm đà...

***

Phần tôi thương ba/ Tôi vượt mưa xa.../ Tôi đội phong ba/ Trở về bên má./ Đốt kịp lửa hồng...

Ba về hơ ấm / Cho mẹ tình thâm / Cho con hiếu thảo...

Thương mẹ tần tảo / Mẹ vẫn vui lòng

Thương ba long đong/ Con nguyện tấm lòng/

Kính ơn phụ mẫu!

Mong trời thẩm thấu/ Đứa con hiền ngay./ Ban phước vạn dày...

Muôn đội trời cao/ Ở chốn nơi nao / Con tìm hạnh phúc... Đời thương khâm phục.../ Bởi nghĩa mẹ cha/ Đứa con đó là / Vẹn toàn ngọc bích/ Lòng con ray rức.../ Xin mãi nguyện cầu.../ Tình ý thêm sâu...? Khát khao mộng mị...

Con TT (tức ký hiệu Thu Thảo)

Ông Kim đọc thêm lần nữa, là hai lần. Rồi bảo với má Nhung:

- Tôi xúc động bài thơ nó làm đó má Nhung. Hay lắm. Tôi không cho nó nghỉ học đâu. Tôi sẽ tiếp tục cho nó đi học, để mở mang trí óc. Nó khác thường, tâm hồn nó đẹp lắm, má Nhung ạ.

- Thì đó, em thương con nên đã bao lần nói anh mà!

- Kêu nó xuống tôi bảo.

- Nó đang học bài.

Ông Kim gọi vói:

- Thảo ơi, Thảo xuống ba nói chuyện đây.

- Dạ con nghe. Cô trả lời vẫn đi chân trần chạy xuống nhanh nhìn ba má.

Ông Kim tiếp tục nói:

- Con cứ học ba má thương con, tới đâu thì tới. Ba vừa đọc má nghe xong bài thơ con viết tình cảm nồng hậu lắm. Ba thương con lắm.

Người con gái mới lớn làm thinh thêm xúc động, không nói chi. Sau đó thì gắng sức vòng tay lễ phép thưa:

- Con cám ơn ba má thật nhiều.

- Thôi lên học bài hay làm gì đi. Má Nhung bảo nhìn vào mắt đứa con gái mà cả hai vợ chồng như vốn dĩ thương nhất nhà.

- Dạ con đội ơn ba má. Thảo nhìn ba mẹ trả lời, hơi hướm nghe như cảm động cùng sung sướng đan chen nhau. Cô dời gót lên nhà trên học bài lại như cũ...

Hai em đã lớn hơn, học may sơ nơi chị Liễu, về phụ ở tiệm người ta. Những lúc ít đồ, đã sang cô phụ làm bánh cho các đám cưới, đám hỏi, kiếm tiền thêm, mua thịt cá, rau quả, đường bột, cho nhà... Mưa như tạnh "hai nàng út" về, có cả cô ba đội gió sang... Thảo nghe tiếng cô ba, liền xuống chào:

- Chào cô, hai em nữa.

- Học về hã con? Cô ba hỏi nhanh.

- Dạ! Thảo trả lời và lại ngồi xuống chỗ cũ của mình lúc bận nãy.

Thấy hai cha con môi tím, vì mắc mưa lớn, cô ba hỏi:

- Chèn ơi hai cha con nó bị trúng mưa như vậy rồi hã mợ?

- Thảo đi học về, còn anh Kim đi rừng kiếm củi khô với lại thăm rẫy đó chị.

- Con nhỏ này thì cũng không nên đội mưa về như vậy. Còn cậu bốn nó tôi đã nói bao lần? Sao cậu cứ đi mưa vào núi, chết vì bịnh cảm có ngày đó. Đừng chống lại sức trời...

- Không sao chị, sức em cũng còn không đến nỗi bại lụi.

- Cậu cứ ỷ y không à nha?

- Còn con nhỏ Thảo này giống ba lắm, bướng và cũng ỷ lại nữa, cứ đội mưa đi coi chừng con ơi.

Má Nhung làm thinh. Nói gì với chồng Kim, và con gái bà đã nói hết rồi. Giờ chỉ nhìn họ khi nghe cô ba la họ thôi.

Ánh nói chen vào như rộn ràng:

- Chị siêng ghê, mưa vẫn băng mình về đó cô vì chị nhớ gia đình.

Ngọc thêm:

- Chị nhớ em, nên phải về đúng không chị Bảy... (Thảo là đứa con gái thứ tư trong gia đình, nhưng có một người anh, và người chị mất khi mẹ mới mang thai vài tháng, và trên cô là ba bà chị: Liễu, Thanh, Hoa. Nên ba má đặt theo thứ tự, cho cô nhận chức danh là thứ bảy thôi. Ngọc, Ánh cũng hay kêu xàng xê chị Bảy hoặc chị Thảo vẫn là một.)

- Chị nhớ em nhất, nhưng nhớ hết cả nhà, gia đình mình. Thảo nói và cười cười.

Thiệt ra Thảo rất thương út Ngọc. Năm đó là năm "Chị Bảy" học lớp 10.

Đoạn sau cả nhà dọn ăn một bữa cơm chiều có cô ba đến. Trời bên ngoài vừa qua đi một trận mưa lớn, nhưng cảnh vật thật là ấm áp hữu tình, trong ngôi nhà với họ...

MƯỜI BỐN

Ấy vậy khi học xong 12 lại đúng như ông Kim dự đoán ban đầu. Cái lý lịch lại làm khổ sở, đi chứng cái lý lịch vô cùng khó khăn, gian nan, mệt mỏi. Ông năn nỉ, ỉ oi, như hết nước miếng rồi mới được họ chứng ký. Nhưng coi ra, có vẻ một hình phạt để họ chứng ký, hơn là tình yêu con người họ chứng ký. Họ đối xử, những lời ký gởi như một lực cản trở lớn, như một ám định gì đó... Họ không chút gì độ lượng cả. Lòng kẻ có chức có quyền hiện bây giờ, đầy mưu mô, bẩn xấu...

Thôi miễn là có ký được rồi, có đi thi ĐH chỉ là đi cho vui thôi. Rồi sau đó sẽ chuyển sang học may, chứ mơ tưởng làm chi công chức nữa? Hoặc là một cô gái nhỏ trường làng cũng không còn cơ hội? Với những lời họ phê phán cay nghiệt trong bản ký!

"Ba là tay sai đắc lực cho địch, có nợ với Đảng và nhân dân, là một kẻ trọng tội... " "Chị Bảy" buồn rười rượi cầm tay bản lý lịch ký chứng mà nước mắt khóc ròng. Vì đã ghi cố nhiên cô không bước xa hơn để vào ngưỡng cửa đại học. Họ xét thường là con nhà ưu tiên, tệ nhất thì có phó dân thường... Mình thì đứng tụt hút rất xa như thế... Ai mà bày làm chi "cái trò" xét lý lịch kỹ làm gì? Thảo rất lấy làm bực mình cho họ, khó chịu cho chính lương tâm, khi theo kiểu chánh sách này, kiểu nọ, kiểu kia...

Cô gái nhỏ thật đau buồn hụt hẫng trước một thế cuộc. Trái tim ngây thơ của cô lại nhận ra bao phong ba bão táp, có cả nghịch lý. Cô trở nên nghi ngờ chế độ học thuyết Mác-xic Lê Nin-nít kỳ khôi.

Cuộc sống cứ trôi qua, ngày thì xuống ruộng, ngày thì lên bờ, "Chị Bảy" phải theo ba vào núi. Hai em đã lớn luyện nghề, giờ có nghề. Lúc này cũng có đồ may tại nhà, chủ lớn sớt sang cho may phụ, lúc thì tra khuy kết nút, lúc thì lên lai quần, xăm lai cho họ. Hai em đi làm mướn, may thuê. Mình giờ phải làm thay em ra đồng cùng ba mẹ. Để hai em may vá kiếm tiền! Công hai em quá khổ sở để lo cho mình đi học, leo lên tới 12, tốt nghiệp xong, từ bấy lâu nay… Chị Bảy mang ơn hai em. Cô ý thức được việc này. Đối với chị Bảy cuộc sống nào vẫn là cuộc sống, cô vẫn phải yêu. Yêu gió, yêu hoa, yêu cỏ, yêu cây, yêu những khó khăn, yêu cả sỏi đá phận mình, phải đi, phải đến. Yêu những nhọc nhằn, yêu cả những mì, những khoai, nơi nương rẫy… Cô thường theo ba má vào rẫy, phải gánh trên vai bao củ khoai, củ sắn, củ mì, và trải qua bao thác đá, bậc ghềnh, từ đỉnh cheo leo, đi xuống hố thấp, rồi phải vượt lên cao, để mang về tận nhà. Thảo biết là số phận không mỉm cười với mình, với việc đi học. Cô không may mắn vào đại học. Ở nhà một kết thúc buồn. Thảo vẫn làm lụng giỏi giang, siêng việc, không nề quản ngại thối chí…

Tối cùng phụ với má bào xắc mì, ngày thì cùng phụ má gánh phơi, cất giữ. Chiều gôm hoặc cất tủ để đó, che lộng áo mưa tại chỗ, sáng phơi ra chờ thêm vài con nắng mới, vài ngày hơn nữa, cho mì phơi được bảo đảm khô ráo hẳn ra…

Đôi khi thì luộc nấu khoai cùng má, rồi sáng chà phụ cùng má, để sau này hấp cơm hay gánh ra chợ bán đổi mua cá, thịt, đường, muối v.v… Chị Bảy vẫn cho đó là niềm vui, vẫn một mực vui với đắng cay, cuộc đời cô lại tảo tần cùng mẹ hiền một nắng hai sương… Thấy con mảnh dẻ mà có nghị lực với công việc. Ba Kim nửa vui nửa buồn, vui là vì Thảo chịu khó làm việc, buồn là vì sự học hành thất thế của nó chẳng đi vào đâu. Riêng Thảo không buồn lắm. Buồn chăng là buồn cho xã hội chứ không phải buồn với công việc. Vâng! Chị Bảy không buồn với công việc. Nàng vẫn lam lũ hồn nhiên, với đôi tay và sức lực, dù bao niềm đau như thỉnh thoảng, có ghé qua giằng xé trái tim bé bỏng của nàng. Nhưng cuối cùng chị Bảy vẫn giữ được sự thanh thản nơi lòng, nhẹ tênh hơn chiếc lá giữa dòng đời trôi nổi. Ở tận tâm hồn cô...!

Năm đó ba quyết định:

- Con lập gia đình đi. Học hành ba cho con toại nguyện, nhưng mình không có phần phước con à.

Thảo làm thinh đứng nghĩ buồn thoáng qua.

- Con có quá nhiều người yêu, đem lòng đeo đuổi nhưng con bỏ qua cơ hội về họ. Con gái không thể con à. Con đừng lơ là với hôn nhân nữa có được không? Ba Kim tiếp tục thuyết như thế.

- Lập gia đình là một chuyện hết sức nhỏ với con. Nhưng con chưa tính. Xin ba hãy cho con thời gian. Con muốn qua năm này con vào chị Liễu học thêm nghề may.

- Con học mấy em cũng được. Tụi nó may khá hết rồi đó.

- Thật sự con muốn học nơi chị Liễu hơn. Con muốn vào Nam.

Ông Kim chỉ nhắc nhở, chứ Thảo là đứa con ông thương nhất. Ông không muốn trách trả gì, vốn dĩ nó là đứa con hay mủi lòng và nhiều tự ái. Ba Kim hiểu...

Thảo là người con gái rất đam mê đọc sách. Vốn đam mê đọc sách từ nhỏ, giờ còn ham hơn gấp triệu lần. Những lúc buồn vui chị Bảy hay đọc sách. Chị Bảy chong đèn đọc sách thật khuya, những tối đến, những khi rảnh, hoặc lúc cả nhà đều đi ngủ...

Cô mượn từ thư viện không thiếu quyển nào. Từ kim cổ đông tây. Từ triết học đến sách làm người. Từ chính trị tư tưởng đến sách văn học nghệ thuật, giải trí, thi ca, kịch nghệ, bi hài v.v... Hầu như thư viện đã có trào lưu phục hồi đủ sách. Loại gì, cứ mượn rồi trả, cứ trả rồi mượn, nếu thích. Khi hoàn thành, công việc đồng án, Thảo tìm đến sách như nỗi đam mê cháy bỏng nhất. Và như con mọt sách ghiền hơi. Chị Bảy nơi sinh hoạt không thể thiếu nó, nhất là về đêm. Tầm đọc, nghiên cứu của cô cứ lớn dần, mở rộng biên độ...

Cô đi nhanh chẳng mấy chốc chị Bảy có thể nghĩ tự viết cho mình một cái gì đó cho ra trò...

Đêm gối đầu mơ màng, cứ thấy lại những giấc mơ xưa hiện về, xuống hầm trong giấc ngủ, má giục, chị kêu... Thảo cầm mớ giây thun vịn theo má và chị Liễu lặng lẽ xuống hầm. Đạn súng tứ phương nhả, dành dân, ì đùng rơi rớt... Ký ức trở về với quá khứ, để so sánh với hiện tại, như chạy qua nhanh, nhanh như dòng sông khuất bóng trên các nẻo đường...!

Rồi đến chiến thắng của mùa xuân 1975 phe bại trận và phe chiến thắng. Kẻ cúi mặt ra đi, người xông lên cắm cờ được việc, kiêu hãnh. Cờ đỏ sao vàng phất phới tung bay...

Đến tiếp thấy thực hiện, một chế độ chính sách theo chủ trương "Trường phái XHCN toàn nước" - Những hợp tác xã được hình thành. Rồi tự nhiên bản thể nó đẻ ra những con người gian ngoa, xảo trá, lọc lõi. Và chủ nghĩa cơ hội thực dụng, chủ nghĩa loại người của tư bản đỏ cấu kết ra đời. Họ như để đục khoét, kiếm tiền ru ngủ từ nhân dân... những phe đảng phè phỡn ăn chơi, lợi dụng con người ở lời kêu gọi...

Bà con thì lam lũ cháy da, phồng trán quanh năm đói khát. Cảnh thiếu cơm, thiếu nước của đồng bào hơi bị nhiều, vì tội lỗi của họ gây ra. Những nỗi nhọc nhằn khó khổ đáng thương tâm, đang như phủ lấy người dân lao động trăm bề... Tiêu biểu và đối kháng bức tranh nơi quá khứ, luôn hiện trước giấc mơ nàng. Chắp nối liên tục hình ảnh, như những mảnh vụn... Thảo quá sợ chiến tranh và yêu hòa bình. Nhưng một giấc mơ hòa bình thật sự phũ phàng, bóp nghẽn trái tim nhỏ bé của nàng. Học hành thi cử dở dang. Lý lịch, ký thác tàn ác... Mâu thuẫn đâm nát tuổi trẻ, ước mơ và hành động bị chi phối, dối lừa, cắt đứt, nghi ngờ… Mà chính nàng là một nhân chứng.

Tất cả cứ hiện lên óc chị Bảy như gieo sâu bao nỗi suy tư. Để rồi tuổi trẻ như nàng muốn tìm kiếm, so sánh, ngẫm nghiệm, phân tích, trong cuộc đời mình, và phải nhìn ra thế giới đương đại…

Cứ thế ngày làm, đêm đọc sách. Cả gia đình thì ngủ yên, kể cả mẹ bà Nhung vẫn không biết. Có biết cũng không thể cấm cố Thảo, người con gái mới lớn, khi giải trí cần có cho nó, sự làm việc mệt mỏi của con người để dung hòa, để cân bằng, tất phải có để vui! Ông Kim thì quá rành Thảo thích đọc sách, mê sách vì giống như ông thế thôi. Ông không suy nghĩ to tát khác hơn. Ông vẫn là người tiến bộ, không quá xa xưa, hay hũ lậu, khi con gái thích đọc sách…

Ấy vậy mà cô đã tự nghĩ viết xong một quyển sách mang tựa đề.

"Hoa Trên Đá "cô tự chế ra một cây hoa mọc trên đá ở trang bìa với nét vẽ thô sơ. Cây hoa trên đá mà sức vươn lên. Cô cảm nhận bằng hình tượng. Trong đó bên trong Thảo trình bày những mục:

1/Cách mạng Việt Nam đòi hỏi xây và phá.

2/Liên minh công nông hiện giờ của CMVN nên biết và làm.

3/Tính dân chủ mới đem lại công bằng. Vì dân giàu nước mạnh thật sự ở đâu?

4/ Đời sống người dân VN đang cần thiết đòi hỏi và sự thiết thực của nó. (Cơm ăn, áo mặc, giày dép, cách sống, công nghệ, vệ sinh v. v…) Mỗi chương gồm 6 trang đôi giấy carô.

Nàng vui vẻ vì thấy mình biết viết một chuyên đề một kiến thức rộng lớn. Một lập luận giàu tính thời đại. Một trái tim mạo muội nhưng nóng bỏng! Một tính cách thể hiện ngây thơ nhưng cương trực!

Lúc bấy giờ tình hình cộng sản Đông Âu, và nhiều nơi trên thế giới đã có chiều thay đổi. Biến chuyển mạnh mẽ kể cả ở những tờ báo Nhân Dân Việt Nam nói về tin tức thế giới. Nàng có thể thấy được sự thật của nó, dù bình diện của họ, cho sự cố gắng tuyên truyền, dù che đậy bưng bít, hoặc bảo thủ, hoặc là đưa tin có giấu cắt xén sự thật phần nào đi chăng nữa v.v...? Nhưng chị Bảy hiểu sự cốt lõi của vấn đề, của học thuyết, của ý thức hệ họ, và tình trạng thật của thực tế...

Hôm ấy, vào một ngày tình cờ Thảo được gặp người thầy Nguyễn Quang T tại thư viện huyện. Trong lúc cô đi tìm kiếm các loại sách để đọc... Đó là một người thầy đang làm ở phòng giáo dục. Thầy dạy nàng thuở xa xưa lớp 5. Lúc Thảo là học sinh xuất sắc nhất của thầy. (Lúc mà trường trại, trường tre vách đất với những ngày mới giải phóng. Lúc khi ngọn lửa của chiến tranh vừa mới đẩy lùi...)

Hiện là cô gái đang xoay người, Thảo loay hoay đi tìm xong một quyển sách sự nghiệp thơ văn của Nguyễn Trãi, cô cầm trên tay. Có tiếng người hỏi từ phía sau:

- Em có phải tên Thu Thảo không?

- Dạ. Thảo quay lại đáp.

- Thầy là... Cô học trò ấp úng sau nói tiếp:

- Thầy là Nguyễn Quang T?

- Vâng, thầy đây!

Cô học trò tỏ ra vui mừng, ngưỡng mộ sau khi gặp lại thầy cũ trên 10 năm. Thầy Nguyễn Quang T cũng vui không kém:

- Em viết, học những gì mà mò mày vào thư viện mãi. Thầy thấy nhưng nhìn đâu ra? Vì trên 10 năm. Em thuở xưa, là một học trò, học sinh xuất sắc nhưng hay mủi lòng có đúng không? Trời ơi lớn đại rồi, đẹp gái nữa chao ôi!

- Thảo đành cười, với nụ cười buồn thoáng dịu đáp:

- Thời gian đi qua quá nhanh thầy. Em cũng như xưa thôi, ăn cơm hết bồ lúa này sang bồ thóc nọ, không lớn sao thầy? Em chẳng như mơ ước. Nên vào kiếm sách đọc để tìm hiểu thế giới chung quanh ta là gì?

Hai thầy trò đối diện nói chuyện có vẻ vui thú lắm, rồi họ tự rảo chân bước đi ra ngoài hơn, cách phòng sách chưng cho thuê, một khoảng, một chút nhỏ thôi... Thầy Nguyễn Quang T tiếp tục bảo:

- Em là học sinh giỏi văn duy nhất của thầy hồi đó mà. Cùng huyện, nhưng thầy đổi về làm phòng giáo dục huyện hơn 10 năm qua, ít biết về các em lắm. Lớn lên mỗi đứa mỗi phương trời tung cánh bay. Đứa thì thành danh, công việc ổn định, đứa thì cũng nhiều thất thế.

- Vâng đúng vậy thầy ạ.

- Còn em thế nào?

- Em thì nhiều thứ rối lắm.

- Thế sao? Chuyện gì vậy em?

- Đủ thứ.

- Chuyện gì?

- Học tài thi lý lịch thầy ơi.

- Vậy sao?

- Thôi chuyện đã qua mà thầy. Chúng ta hãy nói chuyện khác vui hơn?

- Đúng vậy chứ em.

- Mà thôi để khi khác. Được rồi em đi nghen. Chừng nào gặp lại thầy nhé, em thường đến đây lắm. Bây giờ em đã lựa đủ sách, phải đi rồi. Em bận thầy ạ. Thầy ạ nhá...

- Có thể hôm nào thầy mời em ngồi lại uống nước hay café' ta luận bàn về cuộc sống. Những suy tư của em và của thầy hôm nay chẳng hạn. Được không? Gặp được không em? Cô học sinh thân quý của tôi một thời.

Im một chút thầy nói cho hết ý:

- Thảo ơi cũng gần gần nơi đây thôi em. Có thể quán nước có café' Mưa Đêm kìa em?

Thảo cười nụ không nhìn thầy lâu, cô nhìn ra bầu trời, và nhìn tạt qua quán nước có cafe› bản hiệu "Mưa Đêm." Rồi cô nhìn có mây bay bay về một phía lơ lửng, vẻ như không định hướng chút nào, suy nghĩ xa xôi tý. Thảo đáp lời chân thành:

- Ồ đương nhiên là được, chuyện nhỏ mà thầy!

- Vậy thầy mời em, cuối tuần này đó. Hôm nay thứ tư rồi thứ bảy nhé. Vào giờ này hay sớm hơn có thể?

- Em tranh thủ, sắp xếp công việc. Dạ chắc được. Hân hạnh thầy nhé.

- Thầy mới hân hạnh chứ!

Thảo cười trở lại, vẫn một nét hồn nhiên như ngày nào. Cô học trò bảo nhanh:

- Thưa thầy thôi em đi về. Em hơi bận việc nhà hôm nay thật tình đó thầy! Cô học trò cũ nói khi đã lựa xong số sách để mượn, cô ký giấy nơi họ - Người cai quản, thư ký thư viện đóng dấu xác nhận, (Họ mối chốt để giữ tên sách sẽ đủ khi trả.) Rồi cô học trò đó lẹ làng đặt sách mới mượn vào giỏ xách, được bọc kỹ trong một túi ny lon gọn. Với lời chào cuối cùng Thảo dành cho thầy:

- Chúc sức khỏe thầy nha. Em phải về.

- Em cũng thế nhé sức khỏe hàng đầu. Bye em! hẹn gặp đó em Thảo nhé!

- Bye! Vâng em sẽ đến.

Chị Bảy ra về, dắt cây xe đạp sườn đầm cũ, với màu xanh nước biển ba nàng mới sơn lại, nguyên gốc xưa là màu xanh lá cây, nó đang dựng ở một góc lối vô thư viện. Nàng cũng nhanh nhẩu treo lên ghi đông một giỏ xách đựng nghẹt những sách đã mượn từ thư viện này. Cây xe đạp giàn đầm thấp, lại có hai tay nắm lái không phải là nhựa, mà là hai vỏ đạn đồng, được nẹp vô rất sáng giới. Không biết ba Kim lượm ở đâu rắp vào trông cũng hợp, mà khác thường lắm, nhìn vẫn đẹp, sắc sảo ghê đi chứ. Hay là trước khi ba mua nó đã có từ đời nào? Thảo cũng không biết. Thảo chỉ biết mỗi lần dắt xe, hoặc leo lên sắp cỡi đi, là Thảo cứ đam mê ưa ngắm nghía nó, như một vật quý giá, ngộ nghĩnh bên mình hay hay thế thôi, để rồi thầm khen ba Kim có óc thẩm mỹ cũng rất lạ. Cô gái học trò cũ lên xe đi, nhẹ nhàng đạp trục, chiếc xe từ từ chuyển bánh, và cứ thế xe quay nhanh hơn, bởi đôi chân cô hổ trợ cho trục quay được cân bằng và mạnh mẽ. Còn thầy Nguyễn Quang T nhìn theo Thảo đến khuất nẻo... Đó là lần thứ nhất gặp lại thầy xưa! Hai thầy trò sơ giao vài câu rồi chia tay... Cũng chính là lần đầu tiên hai thầy trò nhận ra nhau tại thư viện phòng đọc sách này. Thảo cảm thấy hay hay, ngồ ngộ, nàng suy nghĩ đôi chút về sự tương phùng... Nàng lẩm bẩm bảo vui một mình: "Đúng là không ngờ và bất ngờ thật...!"

MƯỜI LĂM

Làm xong công việc như mọi ngày và tranh thủ. Nên không ngần ngại cuộc hẹn với thầy năm xưa. Không hiểu sao hôm đó chị Bảy lại chọn mặc chiếc áo màu xanh bông cúc vàng, áo vẫn cổ cánh sen nàng thích muôn thuở... Nhưng nàng biết giờ mình thành thiếu nữ bất đắc dĩ rồi chứ không còn nhỏ nhít gì nữa? Rồi chị Bảy mang luôn bài viết của mình để đưa cho thầy coi. Cô học sinh gặp lại thầy, không có gì vui hơn, đó là một sự chia sẻ bình thường, và mình đã làm, mình viết được... Một món quà, nên để thầy xem sao? Vâng cứ như thế đi... Thảo đã nghĩ vậy...

Đúng ngày. Thầy trò gặp lại tại quán nước bình dân có café' tên gọi "Mưa Đêm" nơi đó thị trấn này, cũng vào một buổi sáng như hồi gặp ở thư viện huyện ly. Đối diện quán nước bên kia là ngân hàng. Hai thầy trò ngồi nói chuyện, sau lần Thảo uống vài ngụm nước chanh, thầy Nguyễn Quang T thì dùng coffee đen. (Thảo vẫn thường uống nước chanh vì cô thích nó, ít khi dùng coffee. Bởi không hạp và có lẽ những thứ khác phải trả tiền đắc đỏ hơn, nên cô gái ngại!) Thầy gặp lại trò, xấn xít hỏi thăm về cuộc sống gia đình. Những biến cố riêng tư chút đỉnh - Tình yêu, tương lai, hiện tại, công việc v.v... Cô học trò cũ cũng ít nói, chỉ đưa cho thầy quyển sổ, như báo mật một lời yêu thương, giới thiệu về bài viết của mình:

- Em viết cái này nè? thầy coi thử được không?
- Viết thứ gì hởi em?
- Em viết, là buồn viết chơi thôi, không có ý gì hết.
- Vâng cho thầy đọc thử? Biết viết là hay mà... Văn em thì hay rồi.
- Thầy nói chi cho cố. Nhưng thầy cứ đọc không sao. Em đem cho thầy đọc mà. Trái tim thôi thúc viết là viết, thế thôi cho vui mà thầy.
- Thầy coi xong sẽ trả lại cho em nha.
- Dạ. Được chia sẻ một người thầy năm xưa là em vui

rồi.

Thầy lại hỏi:

- Em nghĩ gì cuộc sống hôm nay.

- Có hết trong đó thầy coi sẽ rõ.

- Ừa thôi được. Nghĩ qua nghĩ lại mới mà hơn 10 năm em há? Thầy Nguyễn Quang T nói và nhìn người học trò cũ để mỉm cười.

- Thời gian là như thế đó. Thảo trả lời.

- Cho thầy hỏi lại, có chọn được ý trung nhân chưa Thảo?

- Chưa mà thầy.

- Kén quá hã em?

- Công danh chưa có gì? Em không thích làm "Lá rêu bông?" Lấy chồng sớm đâu. Thảo nói cười cười, có vẻ vô tư vui một chút trên môi.

- Em ít nói, nhưng nói văn vẻ, tiếu lâm, hài hước như ngày nào Thảo ơi. Nhớ hồi đó thầy dạy bài "Núi Rừng Trường Sơn Sau Cơn Mưa."

Im một chút thầy nói thêm:

- Và bài "Chú Bé Liên Lạc" qua hai học kỳ thi. Em đều được điểm cao nhất về giọng đọc, trả lời câu hỏi hay nhất, kể cả phần chính tả 10 điểm nữa. Mà đứa nào cũng bảo thầy thương em, cho em biết bài trước... Em nhớ không?

- Sao mà em không nhớ? Còn thầy cũng nhớ kỹ ghê.

- Làm gì không nhớ kỷ niệm được em? Những năm tháng đầu mới giải phóng đặc biệt hết sức. Trường trại Mỹ Trinh lúc đó nghèo. Mà học sinh Mỹ Trinh đứa nào đứa nấy đẹp, sáng dạ, học giỏi, dễ thương lắm. Nhất là em...

- Thời đừng khen em mắc cỡ. Thời gian biến đổi nhiều rồi thầy ơi.

- Thầy biết chứ.

- Nhưng em là cuối cùng kết quả dêzrô.

- Đừng nghĩ thế, cuộc đời rồi sẽ mở cho em chiếc cửa mới, hay đôi cánh khác.

- Thầy an ủi em thôi mà.

- Không. Thầy nói thật đó chứ em.

Hai thầy trò vui vẻ nói chuyện, quán chỉ lưa thưa ít người. Thời bấy giờ người ta chuộng café' quán kín như nhà, hơn là quán độc lập riêng lẻ, kiểu lộ thiên chơi cảnh bên ngoài. Quán này thì có vẻ lộ thiên hơn, nhìn ra đường lộ, và các khu đi về nơi khác, lối khác thật dễ dàng…

Thầy T tiếp tục bảo:

- Biết đâu em lấy chồng giàu biết làm ăn. Cũng là một cái tốt cho em. Nghĩ đi em.

- Tình yêu em có sơ sơ. Nhưng em chưa nghĩ tới lập gia đình. Thảo nói đến chỗ này thì cúi mặt nhìn xuống sàn nền gạch đất nung, và nhìn đôi chân mang guốc mộc của mình. Lòng cô hơi buồn.

- Thầy hy vọng kết quả em tốt. Thảo nhé…

Hai thầy trò ngồi nghe một vài bản nhạc Trịnh sáng tác thuộc sau giải phóng 1975 rồi chia tay. Hình như đó là bài "Nối Vòng Tay Lớn" "Huyền Thoại Mẹ" "Em ở Nông Trường Anh Ra Biên Giới - Tình Khúc Ơ Bai, và một vài bài khác nữa. Tuy nghe được không dở, nhưng không hay lắm, và không nổi tiếng lắm. Không hiểu sao tên quán là "Mưa Đêm" Tên thơ mộng mà họ mở nhạc Trịnh toàn là những bài ca rẽ khúc, lối thô ráp quá, mất thi vị, mất hết lãng mạn như thế nhỉ… Nhạc Trịnh thì còn hàng trăm bài, để hay nhức nhối kia mà. Có lẽ chủ là một nhà đi kháng chiến chăng? Hoặc vợ ông ta thích sao ấy? Nên lấy tựa quán nghe rất kêu, rất thương, mà nhạc là ý tưởng ông ta chuộng cho ông hoặc vợ, chứ không chuộng cho khách… hi hi. Thảo thoáng nghĩ vậy.

Thôi kệ mình ráng thưởng thức nhạc với cafe' nói chuyện một chút cùng thầy cho vui mà. Dù rằng nàng cũng ghiền nhạc Trịnh lắm, nhưng mãng nhạc Trịnh không phải kiểu này đâu. Và nhạc Trịnh vẫn có nơi cho hát rồi mà. Đúng là riêng nàng thích nhạc Trịnh qua các bài như Ước Mi, Còn Tuổi Nào Cho Em, Diễm Xưa, Hạ Trắng, Như Cánh Vạc Bay, Mưa Hồng, Đêm Thấy Ta Là Thác Đổ.v.v..

Thầy Nguyễn Quang T dùng coffee đen, uống nốt bình trà. Thảo thì cứ dùng hết ly nước chanh. Trước khi chia tay, thầy Nguyễn Quang T đứng dậy trả tiền quán và ôn tồn nói:

- Chúc em may mắn nha Thảo. Hẹn gặp lại. Thầy phải đi công chuyện chút.

- Mong thầy vui. Nếu có thể thầy ạ. Em cũng thấy đủ thời lượng bên thầy em trao đổi rồi. Em vẫn bận lắm.

- Vâng em, thầy biết...

Họ chia tay. Hai thầy trò với ánh mắt của họ như quyến luyến, và mến thương nghĩa hiệp, nơi thầy trò bao năm xa cách giờ gặp lại... Những cánh hoa chưng bày, các chậu hoa chưng để, tất cả những hoa lá được sắp xếp trong quán kia, như có vẻ vui vẻ mừng sự hội ngộ của thầy trò họ. Chúng lay động bởi cơn gió thoảng qua, trông rất ngoạn mục, và xinh xắn tuyệt vời... Hoặc khi lời nói của Thảo xuất phát từ trái tim, khiến chúng rung động nhẹ nhàng, cảm thông biểu lộ, ưng ý chia sẻ... Có lẽ cảnh vật như thầm hiểu được lòng của con người tri ân, tri nghĩa, quyến luyến mến thương nhau...

MƯỜI SÁU

Chuyện ở đời, không thể mà biết được hết. Thế mà tai vạ bất ngờ sau đó. Thảo bị công an lên còng đột xuất giữa một sáng, cuối mùa thu vào năm 1986... Họ giải áp bắt đem về huyện, do người thầy mà nàng trao đổi kiến thức mình qua tay sách. Một kiến thức thầy không đủ tin là Thảo viết ra. Khi xem xong, Thầy Nguyễn Quang T như toát mồ hôi, lại trao đổi với một công an thầy quen. Và như thế, cô bị bắt oan là một sự đương nhiên của móc xích. Họ nghi ngờ chị Bảy là CIA. Hoặc là một kẻ phản động lớn đáng chú ý lắm.

Rõ là "đất bằng nổi cơn sóng gió." Chữ nghĩa đôi khi cũng làm cho người ta hạnh phúc, nhưng đôi khi cũng làm cho con người phải nhiều lao tâm, lao lực, và không may làm cho con người ta, vào tù ra tội, khổ sở biết ngần nào... Còn có khi gian truân hơn cả nằm gai nếm mật, khác chi chiến đấu gian khổ, giữa rừng nao núi thẳm xa xôi, hoặc như phải bỏ mạng nơi chiến trường thách thức kia. Nàng duy tư và nghĩ lại thật đau buồn, mà chẳng dám giận ai!

Nhưng giận ai bây giờ nhỉ?

Mẹ cha, cô ba, hai em, những người thân có vẻ đau lòng khi Thảo đột nhiên bị giấy gọi, bị giải áp đi về đồn công an huyện để hỏi cung.

Và rồi trong phòng giam tên công an làm việc. Câu đầu tiên hắn nhìn vào mắt Thảo như tra khảo, song giọng hắn không lớn lắm, mà không nhỏ lắm. Hắn bảo rằng:

- Có phải chính cô viết những tài liệu này. Vì có tên cô ở đây hẳn hoi.

- Thưa vâng ạ. Chị Bảy (tức là Thảo) nói thừa nhận trong hơi thở buồn.

- Tại sao cô viết ra những bài như thế này.

- Tôi yêu hòa bình yêu nước, thương dân rung động trước nỗi khổ của đồng bào, và tôi ghét bất công. Ghét vô liêm...

- Tại sao cô cho là bất công?

- Chính nhiều người bị, gia đình tôi bị, cá nhân tôi là một trong những người gánh chịu bất công ấy.

- Cô có biết đấu tranh viết lên thế này là sai chánh sách không?

- Không sai, theo tôi nghĩ vì Hồ Chí Minh bảo " Ở đâu có áp bức thì ở đó có đấu tranh, ông nói ông muốn ai cũng có cơm ăn áo mặc, ai cũng được học hành, cuộc sống công bằng, ấm no. " Đại loại là ông ấy nói như vậy. Tôi viết theo định lý đó. Nguyên tắc đó.

- Còn gì nữa nói hết đi. Giờ hắn tự nhiên lại để tay lên trán, nghiến răng cười trịch thượng ngạo nghễ khác hơn.

Chị Bảy vẫn như không quan tâm thái độ hắn, cứ phần mình đĩnh đạt trả lời:

- Hồ Chí Minh nói "Non sông này có vẻ vang hay không, có sánh vai với cường quốc hay không là nhờ sự học tập các cháu." Nhưng chính sách lại hà khắc, ác ôn không cho cá nhân tôi và những cá nhân khác như tôi, để có những năng lực, để đóng góp...

- Hừ, khá lắm nhưng không ai mượn cô viết mà, cô đã sai? Tại sao thế? Hắn giờ như nhảy dựng rồi la lên đột xuất.

Cô gái tên Thảo vẫn không lung lay ý chí, giọng cô cương trực, với ngụ ý tình cảm chân thành:

- Sáng tạo là một đam mê của yêu thích. Viết là thuộc về ý thức quyền cá nhân của loài người, tôi không sai. Tôi nghĩ vậy thôi.

- Cô định viết nó để làm gì?

Chị Bảy như tiếp tục giải thích và chia sẻ thêm:

- Để thỏa mãn, để đánh giá tri thức mình, để trình lên Đảng và Nhà Nước nếu có cơ hội, với tiếng nói dân chủ, tiếng nói con người. Lương tâm cho con người trước!

- Cô đã đi quá xa, những gì cô viết có tính chất phản động hết: khen, chê, bày bác, chế độ Cộng Sản Việt Nam đang hiện hành. Gứm, gớm cho cô đó...

Hắn tên công an lên xuống giọng, hắn cố gắng như giằng xé từng nốt chữ một của hắn...

Thảo thì lắng tai và tiếp tục bình tĩnh:

- Tôi nghĩ đã đến lúc không cần lý thuyết suông đâu. Cần thay đổi những sai lầm, nó đã làm mục ruỗng hư hại từ nhiều phía, nên cần phải dỡ bỏ, để đi đến chiến thắng được, thì sẽ vẻ vang hơn. Nhiều sự hạn chế là cản trở, là hàng rào, là một sự đồng lõa, là tổn thương nơi đối đầu vững mạnh của một chính thể xã hội này. Tôi nghĩ thế, phải làm tốt cho một nền độc lập thật sự trên quê hương. Và phải có thật...

- Thế nào là không có thật chứ? Ở đây không phải nơi trình bày một lối diễn thuyết chu toàn cho chế độ. Cô không cần dong dài giải thích. Chúng tôi chỉ cần cô kê khai vắn tắt. Giờ trả lời đi. Gọn gàng, khô khan càng tốt. Tiếp nghe tôi hỏi đây:

- Cô có thể cho tôi biết, cô đọc một vài sách để cô bước vào các bài viết nghị luận, hay ghi nhận trên đây một cách cụ thể. Nói đi tôi ra lịnh cho cô.

- Tôi đọc rất nhiều loại sách, không phân biệt loại sách nào. Từ Đông sang Tây, từ Kim tới Cổ. Nhất là sách về Lenin toàn tập, tôi không thể bỏ qua. Nếu tôi đã có dự định viết ra chuyên đề này. Tiểu luận này.

- Chuyên đề này, tiểu luận này. Lênin toàn tập? Tên công an trợn mắt nhìn Thảo như khả nghi điều chi. Hắn ở một tâm trạng thăm dò truy kích đến độ điểm...

Cô gái Thảo vẫn điềm nhiên trả lời:

- Vâng, đó là bộ sách cuối cùng tôi coi, để viết ra. Vì trong nhiều lần bộ sách đó có đề cập đến. Coi chủ nghĩa Macxic-Lênin-nit, là được biết như một phương nam châm cho hoạt động, hoặc có thể cất cánh thực hành tùy theo điều kiện mỗi nước, chứ không có nghĩa là một phương pháp áp dụng: tỏa rập, áp chế, hay đặt khuôn quá mức. Nó không phải của chủ nghĩa giáo điều, tàn bạo đến cứng nhắc, và xa hoa mộng tưởng, những ý là như vậy...

Hắn lại hất hàm hỏi thêm:

- Hứ. Tôi muốn biết một đêm cô đọc được bao nhiêu quyển như thế?

Thái độ cứ ung dung, Chị Bảy trả lời:

- Tùy thôi, khi tôi thấy còn tiếp thu được, tôi đọc có thể 5 quyển một đêm, nhưng tất yếu là tôi không đọc những đoạn quá phụ, quá rỗng để tốn nhiều thời gian của tôi vô ích.

- Rồi sao nữa cô cho biết thêm.

Hắn là tên công an, sao tóc hắn vẫn lườm bườm, chẳng gọn gàng chi cả. Và hắn thè cả lưỡi ra oai thế, để cướp lời:

- Cô vẫn dài dòng. Lắm ý thức hùng biện. Chúng tôi không cần như thế, nhưng thôi cho cô tự do, trèo qua luật lệ. Cô nên hiểu? Hừm...

Hắn nghỉ lấy hơi, nhìn chòng chọc vào mắt chị Bảy nạn nhân. Rồi hắn gõ cùi lóng tay lên bàn bảo tiếp:

Thôi trả lời tiếp đi. Nào cô tiếp tục và nói thật!

Thảo nhìn thẳng lại vào gương mặt tên công an. Cô cứng rắn bảo hắn:

- Tôi đọc những ý phần quan trọng, trong những câu nói quan trọng, có tính chất triết lý, hay chân lý. Tôi dùng bút chì đánh nhẹ những nơi đó để đọc lại kỹ, nghiền ngẫm, nghiên cứu thêm. Thế thôi...

- Cô xạo cô không có đọc nổi tác phẩm Lênin toàn tập.

- Tôi có đọc không xạo. Ông cứ đến thư viện mà hỏi tôi có mượn hay không? Họ sẽ trả lời tôi đã đọc bao nhiêu thứ sách, tôi không có mục đích phản động. Tôi chỉ có mục đích hiểu biết ở cái nhìn của riêng tôi chia sẻ. Lênin có nói một câu nói rất nổi tiếng hàm ý tôi còn nhớ: Đọc sách là "mở rộng tầm kiến thức là để hiểu biết. Chứ đọc sách, không có nghĩa là nô lệ cho sách." Ông có đọc và hiểu được câu đó chưa?

- Tôi không cần cô hỏi tôi. Tôi biết cô nói chuyện suông sẻ lắm. Cô thuộc nhiều câu nói hay của người nổi tiếng. Có thể cô gian manh lắm. Cô chạy trốn tội phản động nhà nước? Ai bày cô trá hình viết để chống lại nhà nước thôi. Tôi dụ giỡn chơi với cô, nhưng tôi cam đoan thế, cô là như thế đó.

- Không, ông sai lầm và áp đặt quá mức cho tôi. Chắc chắn không ai bày cả, tôi tự nguyện, tình nguyện. Tôi cảm thấy muốn đọc, muốn viết...

- Cô là thường dân đọc làm chi? Viết làm gì? Chúng tôi, tôi có đọc gì đâu tôi vẫn làm việc. Nhà tôi có sách để chưng thôi cần chi đọc! Đọc làm đếch gì cho mệt xác chứ. Đúng không?

- Ồ bởi thế, các ông làm việc như một cái máy và tệ hơn cái máy, là chỗ đó. Cái tạo giả, cái khoe khoang để khoa trương, cái hào nhoáng để ngụy tạo, cái xạo láo để mua danh, cái hư hoại để múa môi. Để sách mà đã vô tâm, vô cảm không đọc được, là sự hư đốn đáng chê hèn hạ của lĩnh vực tri thức rồi. Tôi nghĩ rằng: bởi anh không đọc nên không hiểu, anh không thể nhìn ra cuộc sống, để cái tối đen phủ trùm, kín mít bao vây... Cái khác anh và tôi là chỗ đó. Tôi đọc nên tôi khám phá thế giới chung quanh ngoài kia, và cần làm như thế, phải thay đổi, tôi nhận ra cuộc sống, tiếp nhận thứ ánh sáng trong lành hiện hữu phải có...

- Im đi. Nhốt cô rục xương vì cô phản động. Chứ cô đừng trả treo, giảng giải, lên lớp. Tên công an đập bàn, đưa tay ra và lớn tiếng như thế.

- Ơ hay... Tôi không muốn nói. Nhưng ông hỏi tôi phải trả lời câu hỏi ông cho đầy đủ chính xác chứ.

- Hỏi là hỏi vậy thôi. Cô không có quyền nhận định chi cả. Chúng tôi có Đảng có chính quyền, chúng tôi tự lo. Cô viết ra là sai phạm, đụng tới chính phủ và Đảng. Hắn tên công an lại gườm, mắt như trừng nhìn vào một phạm nhân thêm.

- Chế độ như thế thì độc tài hơn phát xít. Thảo vẫn ung dung phản kháng tối đa.

- Câm ngay, cô là tội phạm, là phạm nhân cô phải ở tù rục xương đó. Cô đừng có đụng tới ông Nhà Nước và Đảng này.

- Tôi chỉ nói thật vì con tim, vì tấm lòng chứ không có ý phản động.

- Nói như vậy là phản động. Tôi nói lại cho cô biết, thành phần nào như thế, đã là chống cách mạng, chống chế độ CSVN hết. Hoặc ai đã nhờ cô viết để tuyên truyền phá rối? Là một câu hỏi cuối cùng về một khía cạnh, chúng tôi nghi ngờ cũng cần nên xác minh giờ phút chót với cô. Trả lời ngay đi, lẹ nhanh đi. Hết giờ không nên dài dòng nữa. Và có thể tôi hỏi ở những lần khác mong cô tỉnh trí khai.

- Đã nói rồi không có ai nhờ cả, tôi tự viết, trả lời rồi mà, chiếu theo luật hình sự. Tôi có quyền viết để đóng góp, là tiếng nói nhân dân, là tiên phong dấn thân, là ý thức đại diện của tập thể số đông cho nhân quần, mấy ông không có quyền bắt nhốt. Tôi muốn một chế độ thật sự ý nghĩa và công bằng. Để nó tốt đẹp, và sức sống xanh hơn, qua bao lửa khói đã quá nhiều đau khổ vậy thôi...

- Đủ rồi, phản quốc, quá phản quốc. Những việc cô nói cần xóa bỏ cô đưa ra, những việc cô nói cần thực hiện đến. Chúng tôi không thể làm được đâu, nhà nước lo như thể không có chi là lãng phí. Đảng là trên hết, đã có đường lối. Cô muốn gieo rắc những gì, cô đi theo kiểu tư sản ngoại bản đế quốc cô biết không? Cô đang chống lại chính sách. Chống chế độ ta và nhà nước ta. Tôi xin nhắc lại.

- Tôi đấy ư...? Tôi thề tôi chưa hề chống chính sách. Và

chưa hề chống nhà nước. Tôi chỉ phát hiện tìm ra cách mới lạ thay phá vào cái cũ. Cái lối thời xa xăm quá bất công, trì trệ... Trong quá trình xây dựng phát triển, đòi hỏi con người ta năng động phát minh. Bởi vì ông không khổ, ông không dầm sương dãi nắng cùng nhân dân, của đồng bào cần lao. Ông ngồi trên bia cao, bọt chảy rượu đầy, lo nhậu nhẹt vui chơi phè phỡn, thì làm sao ông thấy được những lãng phí mà cần cắt bỏ chứ? Để cho đồng bào dễ thở, đỡ phải vất vả quần quật như họ nói "cời làm cối ăn." Ông biết không, thỉnh thoảng ông có nghe dân nói không?...

- Im ngay đi, cô quá lắm, không bắn cô là may.

Thảo rơi vào im lặng nhưng tỉnh trí hiên ngang và hồn nhiên như bản tính cô. Tên công an bực bội tận nơi cổ họng. Hắn phán:

- Vào ngục đi. Hôm sau tôi hỏi tiếp.

Lúc đó họ buộc chị Bảy như một phạm nhân đi vào một cái khám nho nhỏ ngồi một mình, chứ cũng không có gì tra tấn lắm. Họ đang cố ý theo dõi thái độ chị Bảy thêm.

Trong khi đó ba má ở nhà hồi hộp âu lo và có cả cô ba. Nhất là má Nhung ruột rối tơ vò, bà nóng nảy tâm can hỏi chồng:

- Tại sao có điều đó xảy ra anh Kim?

- Anh đâu có biết, chỉ thấy nó đọc sách thường thôi. Cũng tự em muốn cho nó ăn học nhiều chữ nên rắc rối.

- Anh cũng đã chấp nhận.

- Buồn nói vậy thôi anh vẫn thương con lắm! Không biết chuyện gì xảy ra?

Cô Tổng có dự thính, nói chen vào:

- Tai vạ bất ngờ, tôi sẽ xuống tìm, xin về thôi. Cậu mợ an tâm, có nguồn tin cho hay. Là họ sợ nó theo nhóm phản động nào trá hình thôi, tuyên truyền thôi. Không có chi cấu kết ai, họ sẽ tha về mà!

- Vậy chị lo cho nó nha, hai vợ chồng em cầu mong. Không biết vì sao mà họ gán cho nó tội phản động và là phạm nhân như thế. Ba Kim như mang sầu than thở.

Hai vợ chồng ông Kim bàn với cô Tổng, bà đã chịu trách

nhiệm đích thân xuống thăm và đem Thảo về. Vì bà còn đủ tư cách là gia đình có công với cách mạng để bảo lãnh một người cháu Thảo về, đó là đứa cháu bà thương yêu nhiều nhất, chiếu theo luật pháp cũng chẳng có chương nào để bắt tội người ta như thế mà? Cô Tổng nghĩ ngợi đôi điều phải trái như vậy.

Hai ngày sau đó. Cô Tổng xuống huyện, phòng công an, cô muốn thỏa hiệp nói chuyện với công an, Thảo không phải là một kẻ phản động.

Vào cơ quan công an. Cố nhiên là cô được họ tiếp xúc được đàng hoàng, cô Tổng nghiêm nghị khẳng định:

- Cháu tôi không có tội phản động, nên tha cho nó tôi xin chịu trước luật pháp.

- Tin bà nên chúng tôi nương tay, nhưng không hiểu sao cô ấy viết đáng sợ. Hay ai bày biểu, hoặc cô ta nhận mớ tài liệu từ đâu trá hình, tuyên truyền.

- Mấy ông cứ nói trá hình, hình trá hoài. Nó không phải như vậy.

- Chứ bà nói chúng tôi phải nói cái gì bây giờ.

- Nó không được chứng lý lịch tốt, không được vào đại học nó buồn viết, không có thế lực nào bày biểu cả. Mấy ông tha tội cho cháu tôi về, tôi bảo đảm, nó không có ý niệm chống lại nhà nước. Tâm hồn nó từ nhỏ lớn lên rất thanh lịch, trau dồi cái tốt thôi.

- Như thế không chống nhà nước còn gì? Bà coi tài liệu cổ nói viết nè, đâu có nói sai!

- Yêu nước vẫn làm được việc đó đương nhiên mà, có gì chống chứ?

- Yêu nước hã? Ha ha chúng tôi không cần, một con nhãi ranh còn hôi sữa. Kẻ nào bày nó làm thì có. Chúng tôi đang nghi ngờ.

- Nó đã là một cô gái trưởng thành rồi, không còn nhỏ nhít như các ông nghĩ đâu. Thôi được nói gì thì nói, mấy ông nên tha cho nó. Là điều trước tiên tôi mong gọi.

- Cũng hơi khó tha cho nó đó.

- Nếu mấy ông không tha tôi sẽ điện cho ông Cần về việc

này bắt người trái phép. Đừng tưởng tôi hạ mình lịch sự, mà mấy người lại làm tới chứ?

- Chúng tôi không làm tới như ý bà nói. Chúng tôi chỉ đang theo dõi.

- Không làm tới mà giam người ta trái phép thế sao? Tại sao cứ nói một đàng làm một nẻo. Chừng nào nó viết có câu"" Đả đảo nhà nước Cộng Sản Việt Nam. Đả đảo Hồ Chí Minh mấy ông mới có quyền bắt nó nha?

- Được, bà lúc nào cũng làm phiền, nhưng bà cấm cô đó viết chống lại cách mạng. Không lưu trữ những gì chống lại nhà nước, phản lại cách mạng XHCN ta cách nào đó. Bất luận đã gọi là trá hình yêu nước, để làm nền tảng ngụy trang đó thôi. Xin nhớ cho...

- Nó nói nó chưa bao giờ viết để phản cách mạng, chống nhà nước, mà cô gái đó chỉ nói giúp cách mạng thôi.

- Chúng tôi không cần, chúng tôi có Đảng chỉ huy. Và không thể cải biên.

- Nhưng chính sách luôn bảo tự do và tôn trọng quyền nhân dân làm chủ mà! Cách mạng thì bằng nghĩa với tiến tới, biến đổi, thay thế. Cách mạng mà nằm ì, giậm chân, như bảo vệ cái cũ đã hư, là cuộc cách mạng chết. Các ông, cả già trẻ lão ấu trên đất Việt này, có biết không?

- Trời ơi bà đừng ỷ thế nói càn nữa. Nói chỉ là tuyên truyền, ai có muốn sự thay đổi nào, ngoài Đảng trị, là phản động hết. Chúng tôi phải tuyệt đối cấm đoán, nhất là một cá nhân muốn chống lại, yêu sách tư cách ngụy trang, bày trò yêu nước v.v...

- Hừm. Chống đâu mà chống, tôi nhân danh là cán bộ Việt Cộng, nó là cháu ruột tôi, tôi xin tha cho nó, lần cuối xin mấy ông xét đi. Đừng thấy cái chức quá khứ ba nó gọi là ngụy quyền, mà bắt tội chụp mũ nó...

- Thôi được. Nhưng bà phải giáo dục cô ta, nếu chúng tôi phát hiện ra cô ấy làm dưới một hình thức gì, có tổ chức phản động nào đó trá hình. Là không tha cho bà và cả cô ta, cả gia đình nữa nhé, nhất là ông Trần Tiên Kim. Sẽ tru di tam tộc mấy đời cho hoảng sợ nha.

- Vâng tôi xin chịu trách nhiệm nếu như.

Thế là Thảo được thả ra cùng cô ba, họ mở cổng sắt cho về nhà. Rời xa chốn đồn công an, công án đó...

MƯỜI BẢY

Về nhà cô ba hỏi:

- Con viết gì mà chúng bắt, cô chỉ đoán sơ thôi. Nhưng cô hiểu được cũng khá về tư tưởng con... Nên cô tố tụi nó một trận coi ra cũng sướng đó.

- Con nói lên xã hội bất công, cần thay đổi. Dân chủ phải tìm tàng trong lãnh đạo, thành thật trong các thành tích cách mạng, không báo cáo láo thổi bùng thành tích, bánh bùa, bánh vẽ. Một tệ nạn đứng đầu nơi xã hội hiện nay. Rất tạo giả của họ...

- Còn gì nữa. Cô ba nhìn đứa cháu gái hỏi để cho biết đủ sự tình.

Thảo vẫn thong thả trả lời:

- Dân trí là hùng mạnh. Tình yêu đất nước thật sự, là niềm chia sẻ tình người được quan tâm, nâng đỡ lên. Sự đồi bại của lãnh đạo và lòng ngu dốt, sự kiêu hãnh, của nhiều kẻ nơi trí óc nhỏ hẹp, sanh nạnh, chỉ vơ vét cho đầy túi tham. Một sự thối nát đem đưa xã hội đất nước đi xuống...

- Cô hiểu con, song mình giờ như cổ ngắn không kêu tới trời. Một con én không làm nên mùa xuân con ạ.

- Nhưng con muốn biểu dương một tư tưởng.

- Thôi đừng ngu dại con. Tự mang gông cùm vào người khổ lắm con. Tự mình sẽ trói mình đó con. Cô cũng đã hy sinh cả cuộc đời cho chồng con tập kết. Vậy mà họ vẫn chưa ban cho cô cái gì, ngoài hai chữ bình an kiếm không ra?

Cả gia đình mừng con gái họ về. Ba mẹ, hai em nhìn Thảo vui vẻ vì họ sợ giết mất con họ, chị họ. Bà Nhung tiếp lời:

- Đừng con khổ lắm, thân gái yếu mềm, con thì mảnh dẻ, đòn roi con chịu không nổi đâu. Má đau lòng lắm.

- Xin lỗi má, con đã làm má buồn phiền. Họ tra cứu sơ

thôi, mà con có chống đối nhà nước gì đâu, con không có tội lỗi gì cả?

- Chị có chồng là xong, họ không kiếm chuyện chị Bảy ơi. Ngọc nói vẻ vô tư.

Ánh sờ vai chị như thông cảm bảo:

- Hay chữ cũng mệt quá chị Bảy ơi. Em với Ngọc dốt dốt thì khỏe hơn.

Ông Kim một chút ưu tư rồi phân tỏ:

- Đáng thương con lắm, nhưng nanh vuốt xã hội như thú dữ khổng lồ, khổ lắm con. Một xã hội mình phải chịu. Con lấy chồng đi, tình yêu thì nhiều, chọn lấy một người cho cuộc sống con. Xã hội mình nhận thức thôi, không thể làm gì hơn.

- Nếu họ biết cải tổ đúng, thấy cái sai lệch, thì loại, bỏ tránh, biết cái đúng hay, thì nhận lấy thi hành, đang mời gọi... Có phương pháp thay đổi, là nhất định tốt đẹp hơn chứ ba? Đã là con người là biết rung động, là biết văn minh và biết đúng sai.

- Biết vậy nhưng mình... Ông Kim ngần ngừ lắc đầu như buồn, và thấm mệt mỏi.

Thảo quay lại nói:

- Vâng con sẽ nghe lời ba má, cho ba má vui lòng con xin hứa. Con xin hứa ba à.

Nàng ôm ba má vào lòng rưng rưng nước mắt, rồi lại ôm hai em. Thảo tiếp tục chia sẻ:

- Chị làm phiền hai em tha thứ cho chị. Công hai em đã hy sinh làm lụng cho chị ăn học. Chị thật là...

- Không, chị không có lỗi. Ánh cả Ngọc đều nói như vậy.

- Cám ơn hai em đã hiểu, thương chị, chị sẽ nhớ ơn.

Bước sang nơi cô ba đứng đó Thảo tâm tình luôn:

- Cô ơi cô đừng buồn con, tại số con không may mắn, làm khổ cho ba má, và cô cũng nhiều...

- Cô hiểu trời sinh ra ai cũng có số mạng mà, không tránh được.

Thảo nói và rời mọi người, để lên nhà trên, tự đốt cây nhang khấn vái tại bàn thờ gia tiên. Cô thầm thì thành tâm:

- Mong mọi chuyện đến với con bình yên, mong gia đình con được bình yên hơn.

Ngưng một chút nàng lại thêm lời:

- Xin ông bà và thần linh phù hộ, giúp con tai qua nạn khỏi. Viên mãn tâm ý, đức tin nơi con có luôn luôn trong sạch...

Quay xuống lại, Thảo ôm mẹ và nấp vào lòng mẹ, như cánh chim non bay đi sợ nhiều giông tố. Và hai giọt nước mắt cô rưng rưng. Má Nhung đang vuốt tóc cho cô trong lòng bà, với nỗi niềm khôn xiết của người mẹ thương con... "Con gái tuổi mới còn thanh xuân, liễu yếu đào tơ thế này, đã gặp phải nhiều khó khăn gian khổ quá..."

Mọi người ba Kim, cô ba Tổng, hai em Ánh Ngọc đứng đó nhìn hai mẹ con ôm nhau trong yêu thương, xúc cảm. Họ như thấy tâm tư mình cũng dâng tràn cảm xúc rưng rưng theo mà khó nói...

Ngoài sân nắng thu nhẹ vẫn trải dài đổ bóng. Gió vẫn lướt vi vu gởi vào cây lá như nhắn gởi điều chi, lời yêu thương đến bốn mùa...

(Tạm ngưng)

Sau đó chị Bảy tức là Thảo vào Nam, lấy chồng trong Nam. Và cuộc đời chị Bảy ra sao xin tạm ngưng. Sẽ đi vào tiếp theo hồi ký tiểu thuyết Hoa Trên Đá phần hai.

Đã viết 1986. Viết kỹ lại Aug/10/ 2015. HDT

Lẽ ra tôi đã có một kế hoạch không viết tiểu thuyết hay hồi ký nữa. Vì thấy cái mã lực mình đi nhanh, là quá đủ rồi. Phải lo học English thêm điều rất cần thiết cho tôi. Nhưng không hiểu vì sao năm 2020 tôi lại cầm bút viết thêm ba câu chuyện nóng hơn... Theo tôi nghĩ hồn văn đó vẫn có từ lâu, chỉ là sự kiện mới mẻ thôi... Vài Lời Giao Cảm / HDT

CHẾT LẠI SỐNG NGƯỜI SỐNG LẠI CHẾT

MỘT

Lily từ thành phố New York về trên hai tuần nay. Thành phố biểu tượng có nữ thần tự do. Thành phố mang nhiều quyền lực có hạng ở Mỹ, và thành phố mến yêu của bao người dân sinh sống. Cơn bão dịch corona vẫn đang xoáy mạnh vùng này, tiểu bang này. Hằng ngày số tử vong cứ tăng dần. May là Lily về lại sớm với tiểu bang Georgia. Dù Lily về đây vẫn như đứa trẻ mồ côi lạc loài, nàng ở nhà với cô bạn Alva từ hồi trung học. Mẹ Lily đã tự vận chết đi vì bà giận ông chồng ăn chơi sa đọa, hư hỏng, lệch hướng. Kỳ lạ thay ba không có mảy may tiếc cho cái chết của mẹ. Ông lại ngang nhiên đi lấy vợ, một đối thủ mẹ từng giận hờn căm ghét, và gây ra cái chết cho mẹ. Ông thay vào đó là những nỗi mừng hân hoan của ông bên vợ mới. Lily từ ngày mẹ chết nàng bé được coi như trở thành người dưng trong gia đình họ. Bởi sự lạt lẽo của ba, và sự vô tình ghẻ lạnh của mẹ thứ.

Nhưng với mẹ ruột thì Lily không bao giờ quên những kỷ niệm, những ngày mẹ còn sống bên mình. Sở thích mẹ Oanh hay coi đua ngựa, và tập cỡi ngựa dù nghèo, mẹ vẫn ưa thích những thể thao thể dục như vậy. Mẹ hay làm thơ, viết văn những khi vui, buồn. Với những ngày Lily lên 12, 13, 14. Mẹ hay dẫn nàng coi ngựa vùng Tara. Và ít nhất không bao giờ quên được lá thư mẹ Oanh viết để lại khi mẹ lìa đời:

"Mẹ chết đi là mẹ có lỗi với con nhiều. Nhưng cuộc đời mẹ buồn quá nên mẹ chọn cách đó. Hơn là mẹ sống như cái xác mà tâm hồn rã rời đau xót con ơi. Vậy thì sống làm gì? Xin con đừng hờn mẹ Oanh. Mong con sống khỏe, ông trời luôn phù hộ cho đứa con gái xinh đẹp của mẹ. Con làm điều gì, mẹ Oanh vẫn mong con thành công lớn nhất. Và mẹ mong con đừng coi tình yêu là quá quan trọng. Tất nhiên mẹ không cấm cản con, mẹ chỉ kỳ vọng con chọn cho thấu đáo hơn mẹ nhé.

Mẹ luôn yêu con, và một kiếp người. Nhưng mẹ đã không thể gần con.

Mẹ yêu của con: Lệ Oanh.

Lily về trên hai tuần mà chưa hề nghe ông ba gọi điện hỏi thăm hoặc nhắn gởi gì cả? Có thể ba sợ mình về mang mần bịnh corona hay là ba vô tình lạt lẽo tình cha con, hay là ba không muốn cho mình bước vào căn nhà họ nữa, do sự xúi giục của mẹ ghẻ Thái Thanh. Song trái tim ba mình thì ai mà ngăn cản được lời gọi điện hỏi thăm con kia chứ?

Buồn cho số kiếp mẹ Oanh. Buồn cho số kiếp mình. Lily không buồn gọi lại cho ông, kể từ cô báo trước khi về lại tiểu bang Georgia này. Cô đang lên facebook coi lại bạn bè và một vài trang đưa tin về bịnh tình corona tại New York. Thì không ngờ người bạn giống mình như hai chị em sinh đôi, có học tại Columbia University lại ra đi qua hai ngày, mà nàng không hề hay biết. Tin nhận chậm, nhưng bất ngờ quá đỗi, Lily òa lên khóc to từ trên lầu cô bước xuống dưới lầu và tay bưng mặt, mẹ của cô bạn Alva giật mình tưởng là Lily đã xét nghiệm bị dương tính. Mà lạ thật, Lily vừa báo kết quả là cô không bị corona kia mà. Chuyện gì xảy ra thế, bà đang ê người để nghĩ, nhìn đến thần thái Lily.

Cố bình tĩnh hơn Lily mếu máo bảo:

- Cô bạn con giống con như đúc, thân với con đã chết vì dịch corona ra đi rồi nè. Lily nói và mang máy tính cho bác Hoài Lệ coi thêm, hình hai đứa những ngày chụp chung, đi chơi chung. Giờ thì hai đứa hai nơi rồi.

Bác Hoài Lệ giật mình có vẻ không thể tin. Bà nhìn hỏi Lily:

- Bị chết rồi sao? Trời ơi sao lạ vậy? Lại có người lại giống người như thế được nhỉ. Có bà con gì không?

- Dạ không cô ấy là người xứ Đài. Con là Việt mà, bà con gì đâu?

- Nhưng sao lại giống nhau như đúc, như hai giọt nước thế.

- Giống luôn ngày sanh tháng đẻ. Chỉ có điều nhà cô đó giàu lắm và được cha mẹ cưng chiều hết mức. Cô bạn đó tên là Thư Kỳ bác ạ.

Hai người vừa nói chuyện trên nước Mỹ tại tiểu bang Georgia, thì mẹ của Thư Kỳ tại Đài Loan lại vào facebook Thư Kỳ - Tên trên face đó là (Nàng Ula) và tìm trang face message Lily. Bà nhắn tin vào.

- Lily con là bạn thân của Thư Kỳ - Ula đúng không? Nó đã nói cho chúng tôi biết nhiều lần, cô là người giống nó như đúc. Ở đây chúng tôi cũng thấy. Điều rất lạ trên thế gian. Nhưng con gái tôi Thư Kỳ nó đã chết vì bịnh dịch corora, sự liên lạc nó và gia đình không còn nữa. iPhone, iPac, tin nhắn về nó, đã trở nên vô hiệu lực. Tất cả điều "died' theo nó. Chúng tôi biết chắc vậy. Song chúng tôi mong cô nhớ rằng, cô không khai báo gì cho đám truyền thông nha. Ai hỏi gì cứ nói không biết, không nghe, không thấy. Xin cô không cung cấp thông tin gì nha, cứ coi như nó đang sống, nghĩa là con là nó đó nha.

- Vậy là làm sao nhỉ? Ý là sao con chưa hiểu. Con muốn nghe tiếng nói từ phone cho dễ và mau hơn. (Lily text message như vậy)

- Được thôi, bắt đầu nhé. Chúng tôi nói đây nghe giùm nha. (Tất cả họ đều nói English. Trần Thức, Nhã Hân đều giỏi giang tiếng Anh khi đàm thoại. Tôi như là vai trò trần thuật chỉ ghi hoàn toàn tiếng Việt hết.)

- Dạ.

Lily đã lắng tai. Bên kia họ đã nói, tức là cha của Thư Kỳ cầm phone thay cho vợ Nhã Hân bảo liền:

- Ước mong chúng tôi dài dòng lắm. Chỉ nói tạm là cô giống nó quá, thì cô coi như mình đã chết và nó là người còn sống, ý là cô làm giả nó còn sống. Cô chịu thiệt với tin thực tế một chút đi. Chúng tôi hứa sẽ đền bù cho cô như ý cô thích. Vì mẹ già chúng tôi không muốn cháu nội bà chết, và họ hàng thân thuộc không muốn nó bị qua đời chết trong corona thế thôi.

- Làm sao mà giấu được chứ?

- Được thôi chúng tôi sẽ có chương trình tốt. Chỉ cần cô chịu. Chúng tôi còn trả tiền cho cô nhiều, còn hứa thương cô như con Thư Kỳ - Ula chúng tôi.

- Dạ thôi được. Có thể con sẽ giúp cho, y theo ý chú bảo... Lily nói còn lưỡng lự.

- Vậy thì chúng tôi mừng lắm. Xin chân thành cám ơn Lily nhiều.

- Không có chi đâu. Vì con thương cô bạn, nên nặng lòng nơi chú muốn đó mà.

- Tôi hiểu chứ. Thôi chúng ta cắt phone nha. Vì chúng ta ai cũng phải bận rộn giữa lúc này. Chúc phúc cho Lily khỏe mạnh, xinh đẹp, thông minh.

- Dạ Lily cám ơn lời chúc phúc của chú.

Họ đã chia tay cuộc đàm thoại qua cell phone đó.

Lily lại chợt nghĩ. Sao thế gian này có người thương con đến thế. Chết rồi mà mong như còn sống, và có người như tàn độc, con sống mà chẳng ngó ngàng, như con chết rồi, chẳng lo liệu quan tâm. Nên Lily nghĩ đành chịu với ước mong nơi họ. Vừa có tiền vừa giúp họ vui, và vừa an ủi cho cuộc đời mình khổ nghèo. Vừa là sống đẹp cho linh hồn mẹ ao ước, và một phần vẫn thương cô bạn giống mình nhiều.

Lily thật sự chưa biết bí mật gì lớn, nơi gia đình họ đòi hỏi nàng giả để làm chi? Và rồi ăn làm sao, nói làm sao khi gặp gỡ? Chẳng lẽ làm con cháu lại không về nhà? Nhưng thôi nghĩ làm chi cho nhọc trí, Lily cứ thanh thản chịu, rồi họ có phương pháp mà.

HAI

Số là bà Lam Tuyết Y mẹ của chàng Trần Thức là một đàn bà giàu có, nổi tiếng ở Đài Loan, nhưng bước vào tuổi mới trên 50 bà bị mang bịnh đau ngặt nghèo, hai quả thận suy yếu tầm trọng. Thận bà như bị hư hoàn toàn thiếu khả năng lọc máu tự nhiên. Hư thận, thận yếu có thể tìm quả thận một người khác ghép vào cho cơ thể để sống, và làm việc, là chuyện hữu ích. Là coi như chuyện bình thường nơi khoa học tiến bộ lâu rồi. Nhưng vốn bà Lam Tuyết Y thương người không muốn mua thận từ một người để bồi bổ cho mình, mà người ta lại mất đi sự sống tốt nơi họ, rồi họ lại khổ đau, họ ngậm ngùi... Bà không thích vậy, đã bao lần cãi vả thiệt hơn với cậu con trai Trần Thức:

- Má sống như thế cũng đủ rồi con ạ. Mình đi lấy cái người ta cần mà mình đem về sử dụng cho cuộc sống mình. Người ta vẫn thèm sống khỏe và vẫn đau đớn đem ra bán chứ con?

- Dĩ nhiên là họ có đau đớn chút, nhưng là cuộc trao đổi công bằng chân chính. Vả lại họ còn một cái thận sống vẫn khỏe mà. Má thì nghĩ như vậy nhưng cách nhìn khác, đó chính là lòng biết hy sinh chứ má?

- Một sự hy sinh bất đắc dĩ theo má nghĩ.

- Người giàu có quyền mà má, con gởi tiền lại cho họ. Họ cũng cần. Chỉ cần chia sớt một quả thận thôi. Nếu lấy từ nơi người não đã chết thì nói chi nữa, không tốt đâu má à? Cơ thể họ đang sống hạp máu, hạp đủ thứ, khỏe mạnh các hệ miễn dịch phù hợp. Là cơ hội mới tốt hơn má à. Cũng nhiều đòi hỏi và thủ tục lắm, mình sẽ nhờ bác sĩ cộng tác sàng lọc kỹ má nha.

- Thôi thà để má chết một ngày nào vẫn còn thơm danh

hơn con trai.

- Mình có làm gì đâu mà không thơm danh? Mình có tiền mua giúp họ giá rất cao. Một cách giúp họ kiếm tiền má cứ chịu đi. Mọi thủ tục dù khó, con sẽ vui tiến hành nha má yêu thương. Làm ơn đi má nhé.

- Má thật sự bối rối và chưa biết tính sao?

- Chẳng lẽ má lại muốn từ giã trần gian này sớm hã? Trời ơi... Má ơi cứ sống không cần căng thẳng với chính mình. Má nên sống vui tự nhiên, thoải mái hơn đi. Và má không thương tụi con sao má? Má cứ để con lo liệu tất cả nha.

Bà Lam Tuyết Y không nói gì nữa với Trần Thức. Bà chỉ lắc đầu nhìn đứa con trai của bà. Như bao điều bà khó nói, và chưa nói đủ.

Nhã Hân nàng dâu chỉ đứng gần đó lắng nghe hai mẹ con: Trần Thức và Lam Tuyết Y phân giải, mổ xẻ với những ý niệm riêng tư. Chưa phải là thời gian cho phép để Nhã Hân nói. Nếu nói thì nàng cũng nói như chồng Trần Thức khuyên bảo mà thôi.

**

Số là lúc xưa thời ấy, mẹ ruột của Thư Kỳ tên là Hứa Diệu Anh từ núi rừng Trùng Sơn, bà chỉ những mong đứa con gái bà được bảo bọc nuôi dưỡng khôn lớn mà thôi. Bà có chết đi cũng không có gì tiếc nuối, vì sự lầm lỡ nơi bà với một đàn ông đã từng yêu bà rồi phụ bạc. Vì Hứa Diệu Anh vốn mất cha mẹ từ núi rừng Trùng Sơn. (Khi cha mẹ bà là những bậc tài hoa chuyên nghiệp khắc vẽ của thợ mộc, làm việc để sinh sống bằng cách khắc tranh có người, vật, hoa lá, chạm vào đồ gỗ rất đẹp nổi tiếng từ lâu. Nhưng đã bị kẻ gian tới bóp cổ lấy tiền, vàng bạc, châu báu và đã đốt nhà họ trở thành tro bụi... May lúc đó mẹ Thư Kỳ tức là Hứa Diệu Anh mới 14 tuổi vẫn lanh trí chạy thoát được, không ai ngờ cô đi đến một nơi khác để sống. Hứa Diệu Anh lại rơi vào nghề cầm ca, kiếm hát vì tiền, và cô cũng thấy vui thú, hạp nhãn, lại sinh động với cô, rồi thích nghề này luôn. Hứa Diệu Anh đi biểu diễn khắp nơi cùng họ. Năm cô 15 đến 17 tuổi, rất nhiều người phải lòng với tiếng hát và dáng dấp xinh đẹp trẻ của cô. Nhưng cô chỉ thương một người con trai nghèo nhưng hết sức đẹp mã và hát hay kia. Rồi năm Hứa Diệu Anh lên đến 18 tuổi, chàng trai đã 19 lên tuổi muốn cùng Hứa Diệu Anh trốn đi nơi khác, bỏ đi gánh hát tìm về rừng núi Lĩnh Chân để sinh sống xây dựng một nếp sống gia đình. (Núi Lĩnh Chân là quê hương của chàng có nhiều vẻ đẹp thơ mộng hơn cả vùng núi Trùng Sơn)

Cho đến khi một ngày nàng có bầu trong dạ thì coi như bị vỡ mộng. Anh chàng nói tiếng yêu cô suốt đời, đã rời đi chốn khác, trước khi biết Hứa Diệu Anh mang thai. Như vậy cô lọt vào lâm cảnh bơ vơ thêm bơ vơ, đơn côi càng đơn côi, cô chờ chàng hơn cả tháng không thấy chàng trở lại. Chàng quả là yêu nàng cuồng nhiệt, nhưng chóng vánh tàn phai, chàng lại muốn về chốn ăn chơi kia cho thỏa thích, lòng của trai tơ ham thích...

Chàng tìm về rong chơi ca hát la cà, tìm các sòng bài bạc chè chén như cũ, vui với tửu điếm sớm khuya hơn, lại là một niềm mê lạc thú vui say thần tiên trổi dậy, nên chàng quên nàng nhanh...

Hứa Diệu Anh đâu biết hết tính khí người con trai đã nói tiếng yêu mình...

Buồn đời vì cha mẹ mất sớm, có người tình, và là người chồng trẻ từng thề non hẹn biển cùng nàng. *"Lấy trăng kia làm chiếu/ Lấy sương khuya làm mành/ Lấy đêm kia là yến tiệc/ Lấy nụ hôn làm của tiền/ Lấy nụ cười làm gối mộng..."* đã bỏ nàng đi. Ngán ngẩm đớn đau, nàng lại bị chớm bầu bì. Hứa Diệu Anh suy tư tan nát lòng dạ, lưỡng lự định muốn quyên sinh cho xong cuộc đời. Nàng có ý muốn hai mẹ con (tức là đứa con trong dạ nàng) chết chung nơi dòng nước cho quên đời bội bạc. Hứa Diệu Anh đi lang thang nơi gần một hồ nước to lớn, đếm từng hơi thở mình, như tìm thấy nỗi đau đớn quá mức, đang đi đến cận kề trêu chọc mình...

Lúc bây giờ sư cô Phúc Duyên đi kiếm lá cây làm thuốc,

nhìn thấy Hứa Diệu Anh với tâm trạng không tốt. Biết chuyện chẳng lành nơi cô gái ấy. Sư mở rộng lòng hiền nhân, sư liền đến làm quen, muốn hỏi rõ căn nguyên sự tình kẻo tội nghiệp cô gái trẻ... Hứa Diệu Anh ban đầu dè dặt ngại ngần. Nhưng nhìn ánh mắt của sư Phúc Duyên chân thành. Khiến lòng cô gái trẻ chao động và bọc bạch nguồn cơn.

(Và Hứa Diệu Anh kể lại đầu đuôi khi đối diện với sư cô Phúc Duyên:) Cô có người tình, là người chồng từng sống chung với cô, đã bội ước bỏ đi trước khi biết cô mang thai, cô không còn cha, không còn mẹ trên cõi đời này. Cô đang buồn sợ, những chuỗi ngày tăm tối bủa vây, và cô muốn được quyên sinh chết đi giữa dòng nước này....

Sư Phúc Duyên biết rõ sự thể như vậy, thấu hiểu sự tình cô gái với những bước lỡ lầm. Sư Phúc Duyên ngậm ngùi cho thân phận nàng gái. Thoáng chốc, rồi sư cô toan có ý tưởng thương cảm lắm, và muốn bảo bọc cô gái này – Tức là sư cô muốn đem Hứa Diệu Anh về nơi chùa Hương Sơn tá túc để chờ ngày khai sinh đứa bé vô tội.

Hứa Diệu Anh ban đầu vùng vằng nói:

- Cám đội ơn sư cô có lòng tốt, nhưng cứ để mặc cho mẹ con tôi như nước chảy xuôi dòng, và chúng tôi sẽ quên đi một cuộc đời bội bạc không đáng để xảy ra.

- Không không thể như vậy... Cô không còn yêu cuộc đời cô, nhưng cô phải yêu mạng sống của đứa bé, và phải yêu cuộc đời của đứa bé. Và tôi không thể làm ngơ, khi tôi đã gặp gỡ cô ở hoàn cảnh bi đát thế này.

Hứa Diệu Anh nghe một hồi như được chợt thức tỉnh ra dần, rồi nàng đã chịu nghe lời theo sư về chùa sống, nàng còn mong mỏi gì hơn trong lòng lúc này?

Rồi một hôm đọc báo ở chùa, một tờ báo quảng cáo trang Phật Giáo Tiết Độ "Sự hiến thận đến một người đang cần, sẽ trả công tiền rất cao. Mong ai làm phước." Hứa Diệu Anh tự nhiên lại có ý muốn tặng một quả thận mình cho một người lớn tuổi hơn bị suy thận, để được tiền hậu hĩ rộng, để nàng nuôi con đầy đủ giàu có hơn, mà nàng không cần nhờ vả vào chùa chiền, mang gánh nặng cho họ. Diệu Anh nghĩ đem bàn với sư cô một buổi sáng mai khi sương chưa tan...

Sư cô Phúc Duyên nghe xong lại bảo:

- Tùy con nhưng chùa vẫn lo cho mẹ con Diệu Anh được mà. Và sống một đời thoải mái bên cửa Phật. Nhưng tùy duyên Diệu Anh có thể đi, hoặc ở lại là chính nơi con phải cân nhắc cho chu đáo:

Diệu Anh liền thưa:

- Nam Mô Di Đà Phật. Mô Phật Từ Bi, Diệu Anh sẽ ra đi làm một điều ở đức hy sinh của mình cho ai đó, Diệu Anh cũng đang muốn một điều ưa chuộng nhất để dành cho cả con thơ. Sư cô ơi cũng là nhẹ gánh cho chùa nuôi chúng tôi. Diệu Anh đã quyết định rồi...

Sư cô Phúc Duyên hồi đáp ngay trước mặt cô gái đáng thương.

- Việc chùa thì coi như không có chi là nặng gánh. Nhà chùa Hương Sơn này còn khả năng lo được mà. Chỉ vì Hứa Diệu Anh đã nói thế, mong thế thì hãy đi theo sở thích mình chuộng mới nhất thôi. Sư cô vẫn mong sự chuẩn y của khoa học phối hợp, sát cánh với y khoa không sai lệch hướng. Và thật sự, sư cô không muốn Diệu Anh thêm gian nan nơi trần thế...

- Diệu Anh mong sao thể loại máu huyết sẽ hạp, và thể trạng được cho phép. Coi như đây là sự giúp đỡ lớn làm người nơi con, của con... Diệu Anh trả lời với sư cô Phúc Duyên..

- Con đang có bầu thì cũng khó lắm? Sư Phúc Duyên hỏi như thắc mắc.

- Bầu con thai nhi còn nhỏ lắm. Chỉ mới hơn một tháng. Sức khỏe con khá tốt mạnh. Hy vọng không làm khó với ước mơ hy sinh của con.

- Mọi chuyện có thể là hạn hữu, hoặc vô hạn, hoặc hi hữu... Sư Phúc Duyên nói trong cảm nhận và đưa mắt hiền từ nhìn về phía Hứa Diệu Anh.

- Con mong bác sĩ chuẩn đoán cho thật kỹ, cho phép

hoặc không cho.

- Thôi thì mỗi người đều có bước chân riêng của mình. Ta chỉ thương quý con và nói thôi.

- Con mong mọi sự đến với con bình yên và tốt đẹp hơn. Hứa Diệu Anh nỗi niềm, tin tưởng và đáp lời như thế.

Dù sư cô Phúc Duyên hảo tâm rộng lượng, tốt lòng như tình mẹ bao la. Hoặc thế nào đi chăng nữa? Hứa Diệu Anh vẫn có cái nhìn khác hơn cho nàng.

BA

Thế là sau đó Hứa Diệu Anh theo tờ báo chỉ dẫn, cô đã gọi phone và tìm đến chủ nhân đăng tin. Cô xin nhường thận...

(Và rồi cô được nói chuyện với Trần Thức người con trai của người mẹ cần quả thận bên trái.) Trước cuộc gặp gỡ cô phải tiến hành xét nghiệm máu. Loại máu cô phù hợp, và các hệ miễn dịch tốt. Phù hợp rất nhiều thứ khác nữa, không có gì trở ngại nghiêm trọng. Hứa Diệu Anh đi tới các bác sĩ chuyên môn thẩm định và có giấy kết quả sau ba ngày.

Diệu Anh lại không ngờ bịnh nhân mình sắp cho thận lại là một người đàn bà một thuở giàu có kết sù, danh tiếng nhất nhì ở xứ Đài Loan - Người đàn bà đẹp lại phải gặp trường hợp bịnh tình khắc khe, và có vẻ đã xảy ra quá sớm...

**

Buổi gặp nhau hai đối tượng - Gặp Hứa Diệu Anh, bà Lam Tuyết Y tâm hồn vui vẻ, cởi mở để nói chuyện:

- Thiệt ra tôi không có muốn, cô vì tôi mà hy sinh đến như vậy. Song vì con trai tôi quá thương tôi và muốn trả hiếu cho tôi, lo cho tôi tình mẫu tử sâu nặng... Với cái giá trả công như vậy cô thấy thế nào?

- Dạ con thấy tốt lắm. Con xin bằng lòng.

- Vậy tôi sẽ thêm cho cô số tiền gấp đôi và nhận cô là con gái nhé. Tôi nghe con trai tôi nói cô có hoàn cảnh cần, cô đã trình bày cho con trai tôi biết rồi. Đúng vậy không?

- Dạ.

- Tôi có một nhã ý đề nghị thêm thế này. (Lam Tuyết Y nói nhìn vào đôi mắt đẹp của Hứa Diệu Anh.)

- Con trai tôi sẽ ký tiền check ngay cho cô bây giờ và cô cứ về ở với gia đình chúng tôi. Con cô sinh ra sẽ là cháu nội tôi, dù trai hay gái tôi vẫn quý như nhau. Con dâu tôi bao năm chưa sinh đẻ con cái... Bà Lam Tuyết Y đã ngưng một chút. Rồi bà nói tiếp:

- Đời tôi sống được còn lại, là nơi cô cho một quả thận. Nên nhất định tôi quý sự hy sinh của cô. Tôi nhận con cô là cháu nội, gia tài này sẽ cho mẹ con cô một nửa. Có thể là như vậy được chứ? Tôi nhận ra cô là người đàn bà tình cảm, lại là người rất thương tôi, và thương chính đứa con cô. Dù là cháu bé, đứa con cô chưa sanh...

Im hai giây bà Lam Tuyết Y nói cho hết ý:

- Trái tim cô thật khó có... Tôi thật quý cô lắm, cô biết không...

- Dạ xin đội ơn bà Lam Tuyết Y có ý thương xót.

- Cô sẽ về cùng gia đình chúng tôi ngay trong tuần lễ tới. Tuy còn chờ rất lâu cô mới sinh nở tôi hiểu. Nhưng chờ khi con cô ra đời thì vẫn ở nơi đó, đến khi trưởng thành cô Diệu Anh có thể muốn ra riêng tư đổi chỗ. Chuyện đó chúng tôi không đặt thành vấn đề. Và cô cứ coi tôi như mẹ ngay bây giờ.

- Đội ơn bà Lam Tuyết Y cho tôi tá túc và sinh con, như có người thân nuôi dưỡng. Dạ một lần nữa con xin ngàn đời đội ơn mẹ.

- Không sao tất cả là hữu duyên thôi mà. Lam Tuyết Y nói và nhìn Diệu Anh đầy thương cảm hơn.

Trần Thức đã ký check và mở trương mục cho Hứa Diệu Anh hôm đó ngay. Hứa Diệu Anh vui mừng khôn xiết lẫn ngậm ngùi cho thân phận mình...

Nàng nghĩ con nàng lớn lên có số tiền lớn. Thư Kỳ sẽ lớn lên đỡ vất vả với cuộc sống. Và bé có thể ít buồn tủi hơn với giá tiền trước mắt là 500 ngàn đô Mỹ kim làm gia tài cho nó. Một số tiền không nhỏ chút nào.

Sau khi cho thận cho Lam Tuyết Y. Thời gian cũng qua mau... Rồi Hứa Diệu Anh sinh con an toàn, nhưng nàng đã qua đời ở tuần lễ thứ hai khi sinh nở xong...

BỐN

Bé Thư Kỳ lớn lên không ai cho biết Thư Kỳ là đứa con ruột của mẹ Hứa Diệu Anh đã chết. Trần Thức cả vợ Nhã Hân vẫn thương Thư Kỳ như con ruột họ. Và đặc biệt bà nội Lam Tuyết Y quý thương Thư Kỳ như vàng như ngọc, không thể nào tả xiết.

Và bé Thư Kỳ sống với vợ chồng Trần Thức như con ruột, cô bé không biết mẹ mình đã hiến thận chết đi với một tâm hồn trong sạch mẫn cảm, và đầy lòng hy sinh. Từ đó Thư Kỳ cứ ở trong gia đình họ, thương yêu cưng chiều lễ phép, hiếu hạnh như bà nội Lam Tuyết Y cùng ba mẹ Trần Thức, Nhã Hân đã dạy dỗ cô nên người.

Cô gái Thư Kỳ được ba mẹ gởi đi du học tại New York, cô theo đuổi sự nghiệp như ba mẹ mong đó là ngành quản trị kinh doanh. Song qua xứ Cờ Hoa Bên Mỹ - Cô lại thích học thêm một lớp về kiến trúc và hội họa ở cao đẳng. Và cô quen biết Lily từ một lớp học hội họa.

Với một trận dịch đang lên sốt nơi đó. Nó vẫn chưa về không biết lý do nào. Viết thư hồi âm nó cũng im luôn. Điện thoại nó cũng không còn dùng nữa. Tội nghiệp cho cháu gái Thư Kỳ.

Bà nội Lam Tuyết Y gởi thư bảo quay về Đài Loan, để bà muốn thấy cháu qua đợt corona covid hiểm nghèo. Nó vẫn lặng thinh không đáp trả bà Lam Tuyết Y rất lo ngại.

Vợ chồng Trần Thức biết tin Thư Kỳ đã qua đời với covid-19 nơi ổ dịch tại New York. Nhưng thương mẹ buồn nên họ cố giấu, đã có một kế hoạch lên thay thế. Hai vợ chồng chọn người bạn nó, là Lily giống nó như đúc để giả, giấu đi cho mẹ Lam Tuyết qua cơn xúc động đau thương này. Được Lily lúc đầu không đồng ý, sau đó tỏ ra đồng ý, giờ nó lại quay về không đồng ý nữa rồi.

- Chắc là không được đâu. Con không rành tiếng Trung

Quốc và Đài Loan, khi gặp gỡ sẽ lúng túng. Con xin rút lại lời hứa nha.

- Không sao đâu. Bà thương yêu Thư Kỳ – Ula nhưng không để ý nhiều lắm đâu. Con cứ nói tiếng Mỹ thông dụng đi. Vì coi như con đang đi du học mà. Đang cố gắng trau dồi tiếng English hơn khi về xứ Đài Loan cũng được thôi.

Nhưng thư bà nội bảo đọc bà nghe thì con tính làm sao đây?

- Con có thể mượn người dịch và hiểu theo English một vài số từ cần thiết. Về thăm bà nội chỉ hỏi qua quít vậy. Và con có biết vài tiếng Đài Loan chứ?

- Dạ con có biết một ít. Khi con thân với Thư Kỳ, thỉnh thoảng tụi con vẫn học tiếng mẹ đẻ của quốc gia bạn, để giao tiếp lúc vui theo cảm hứng.

- Vậy thì cũng tốt lắm rồi. Con chịu đi nha. Làm ơn đi. Chẳng lẽ đợi chúng tôi phải khóc để nói hơn sao...

- Có thể và không có thể. Con sẽ nói sau thêm ba ngày nữa nhé.

- OK chúng tôi chờ. Hy vọng Lily giúp cho giùm nhé.

Lily suy nghĩ rất nhiều về vụ này. Cô ngồi trong phòng nhà cô bạn Alva này nghĩ nên giúp họ hay không đây? Giúp thì chắc chắn được số tiền khổng lồ như họ hứa cho. Mà còn yêu thương mình suốt đời nữa. Vậy hà cớ chi sợ sệt chối từ chứ? Cứ vào facebook Thư Kỳ Ula coi lại, nhìn lại để biết cô ta thích ăn mặc gì, uống những kiểu gì, làm bạn kiểu cỡ nào. Nhưng trước hết là nhờ cô bạn Alva này nói với ba ruột mình đã chết, để xem thái độ ông ra sao đã? May là mình gọi điện ông không bắt trước khi về tiểu bang Georgia này. Và may mắn nữa là, mình về tá túc ổng không thèm gọi hỏi mình ở đâu, làm gì v.v... Vậy mình sẽ nói với Alva báo là mình chưa về Georgia, đã bị chết bởi dịch lan nhanh nơi New York. Thôi OK, thì coi như duyên phận vậy đi. Cũng được lắm có vẻ "chắc ăn" phần này nha. Và nếu vậy phải nhờ nơi Alva đồng tình ủng hộ và phối hợp nữa.

Hôm đó Lily nói chuyện như "trưng cầu dân ý" của Alva. Thì cô bạn này chịu tham gia giúp nàng ngay, sau một hồi thảo luận. Nên làm gì và không làm gì với ông cha ruột của Lily đây. Mình là bạn gọi báo con gái ổng chết coi ổng phản ứng thế nào trắng đen, hay xanh đỏ chứ? Alva nghĩ sẽ là con đường sáng kiến độc đạo đó, cứ thử đi hay lắm chứ? Nên gọi phone cho ông thử một trận xem sao? Coi ổng tiếc thương than oán, hay lạnh lùng dửng dưng, không hơn không kém đây chứ. Ổng xấn xít hỏi tới hay cho qua loa không màng vướng bận. Ôi bạn mình nhờ để biết thì mình hết lòng thôi. Cứ thử đi thôi nào.

Và rồi một hôm Alva tiến hành sứ mệnh ấy. Trước khi bé Alva gọi. Bé nhắn message ông trên phone để nhử ông. Đúng được ba của Lily gọi lại hỏi:

- Ai vừa nhắn massage tôi đó. Là cô số này phải không.

Cô bé Alva nói ngay:

- Chú là ba Lily phải không? Con là bạn của Lily xin cho chú biết một hung tin.

- Chuyện gì?

- Lily- She ấy đã chết trong đại dịch covid-19 mất rồi. Vì cô không về kịp Georgia, cô lẩn quẩn bên New York và dịch rút linh hồn, cùng hốt xác cô luôn rồi.

- Tại sao nó không nói cho tôi biết.

- Trời ơi người sống báo cho hay. Chứ She chết rồi làm sao mà báo chú nhỉ?

Ông nghe rồi làm thinh thấy mình vô lý.

Alva nói tiếp:

- Lily bị chết khi sống với một người bạn, người xứ Đài. She ấy đã về Đài Loan hơn tuần và chỉ Lily thì ở lại. She ấy rất giống Lily như chị em sinh đôi. Chắc chú từng biết tin này chứ.

- Chuyện lạ đời, nhưng mà tôi có biết.

- Vậy à?

- Đúng là tôi có biết cô gái đó. Lily có gởi cho tôi một vài tấm hình chụp chung khi đi Club và bảo tôi nhìn ra nó là người nào, đứng bên phải hay bên trái. Song cách nay hai năm rồi. Và sau này tôi ít khi nói chuyện với con gái tôi.

- Chú có thấy, chú có lỗi với Lily không?

- Tất nhiên là lỗi nhiều. Khi nó có gọi về hỏi tôi về nhà. Ở Stone Mountain này với tôi, nhưng tôi không trả lời.

- Thôi tất cả đã muộn rồi con chỉ báo cho chú biết thôi. Rất tội nghiệp cho Lily mồ côi mẹ, còn cha. Nhưng chú lại không quan tâm chút nào.

- Sorry. Sorry. Cám ơn cô cho hay tin. Tôi không biết phải làm sao đây? Mọi chuyện coi như muộn rồi. Tiếc thương cũng bằng không.

- Dạ. Thì chú cứ tiếc thương trong hối hận đi nha. Chuyện gì còn nữa con sẽ nói thêm sau nhé. Bye chú.

Ông Phúc An ngồi làm thinh suy nghĩ... Hồn ông vẫn như bỏ đâu đâu một nửa...

NĂM

Lily tiếp tục tra khảo thêm dần những ngày bên nhau sống chung, đi học, đi siêu thị, đi club. Lily biết mình và Thư Kỳ có những điểm giống nhau, chẳng ai nhìn ra được đứa nào là đứa nào? Bên phải hay bên trái, bên tả hay bên hữu là Lily hay Ula. Nhưng họ vẫn có khác nhau ở tâm hồn một chút chứ...

Lily yêu thích màu trắng, màu hồng, màu xanh. Thích ngắm tre trúc, yêu thiên nhiên núi đồi cây xanh, yêu cao nguyên lộng gió. Yêu chim chóc cây cỏ, ngựa, bò... Yêu mây bay thổi giữa lưng trời...

Thư Kỳ yêu màu đỏ, màu vàng, màu nâu, yêu hoa, yêu sông biển. Yêu thành phố, yêu nơi đông người hơn, yêu thú vật chó, mèo, gà...

Có cái chung là hai đứa đều biết hát. Dù Thư Kỳ hát có vẻ trội hơn Lily.

Lily truy tìm lượng thông tin khá đủ. Nàng cũng biết một phần khi thân nhau hai đứa đi chơi hay nói chuyện. Song có lẽ làm sao biết hết cho chuẩn được? Vậy nên phải vào trang cô ả tra cứu thêm. Và chắc còn thiếu nhiều về ăn uống ẩm thực nơi Thư Kỳ, nhưng thôi để rồi khám phá thêm, hoặc hỏi thêm nơi cha mẹ Thư Kỳ. Hay nếu không cần thiết thì lượt bỏ qua bớt đi, nhiều quá sợ mình không nhớ nổi lại gây lẫn lộn, rồi phiền, rắc rối cho mình nữa chứ.

**

Mai Hoài là một nữ nhạc sĩ và mẹ của Lily vẫn liên lạc nhau qua cell phone hoặc trang facebook của Lệ Oanh: Hôm đó Mai Hoài lo ngại cho đứa con gái Lệ Oanh chết đi trong nạn dịch corona. Cô vội gọi báo:

- Hình như con bé đã qua đời chị Oanh ơi em lo ngại quá. Bé đang học New York và tờ báo có điểm hình chị à.

- Tôi không nghĩ vậy đâu? Lệ Oanh trả lời.

- Tại sao chị nghĩ như vậy nà? Rất có thể là nó mất đi do dịch corona ở New York mà chị?

- Thì cứ cho là như vậy đi. Tất cả còn ở phỏng đoán, nhầm sai thôi. Như ai nghĩ Lệ Oanh còn sống mà Lệ Oanh còn sống tỉnh bơ đây.

- Mong sự việc không xảy ra thì hay biết mấy. Em cũng mong được như vậy đi. Con bé không thể chết.

- Mình cứ mong như thế, nhạc sĩ Mai Hoài ơi. Có thể nó không chết đâu.

- OK được rồi. Ô còn cuộc sống chị ra sao, bên đó vẫn ổn chứ.

- Chị ở chùa lúc này mà cứ đọc sách viết sách thôi. Làm thơ thỉnh thoảng. Buồn thì nghe ca nhạc CD, buồn nữa sẽ tự hát một mình nghe tiếng hát mình.

- Biết đâu chị luyện có ngày chị trở thành ca sĩ, ha ha.

- Nếu chị ca sĩ có tên tuổi, em chắc chắn cũng trở thành nhạc sĩ nổi tiếng thôi.

- Ha ha. Chị em mình nói chuyện vui há chị Lệ Oanh. Cứ ước mơ một ngày đi chị.

Hiện giờ chị làm gì bên đó, báo rõ hơn em nghe với.

- Nói rồi ... Làm văn, viết sách, nấu ăn chay. Ôi nấu thức ăn chay quảng bá ở chùa thì lúc trước thôi, lúc này tạm ngưng lý do kỹ thuật giây lát rồi. Hi hi.

- Em thấy chị vẫn vui đấy chứ?

- Có gì đâu phải buồn lâu em. Mỗi người đều có nghiệp số duyên phận hết mà. Được cái này trời bắt mình phải chia ly cái khác.

- Ôi nhà văn nói chuyện hay quá.

- Chị nói từ tâm hồn mình thấy và cũng thực tế thôi mà.

- Ồ chị Oanh những bài thơ chị em đã phổ. Mấy bài rồi ta? Chị có lấy làm thích không?

- Chị thích bài Uống Rượu Một Mình. Bài Ta Về Thăm Lại Dòng Sông. Bài Tóc Em thì giai điệu không mới lắm.

- Chắc vậy chị há? Em cũng nghĩ như thế.

- Yeah! Lệ Oanh trả lời.

(Xin dẫn chứng trích ba bài thơ:

Ta về thăm lại một dòng sông

Ta về thăm lại một dòng sông
Để cho tình ai thêm ấm thêm nồng
Để cho tình buồn tha thiết với mênh mông?
Để cho tình còn ấm lại một mùa đông...

**

Ta về thăm lại một dòng sông
Ngồi bên nhau nghe khúc nhạc lòng
Ngồi bên nhau nhìn thấy cầu vòng...
Và ngồi bên nhau ôn lại những bão giông...

**

Ta về thăm lại một dòng sông
Để nghe thông reo xa tít trên cánh đồng...
Để mà vui trong giờ nước nổi
Để mà tình không còn hoài vọng đứng trông...?
Ta về thăm lại một dòng sông
Hỏi đá cheo leo thấp thỏm nằm chồng
Để hỏi người, người ơi người có biết
Để hỏi từng củi mục, củi mục nào,
Củi mục nào đã vội vã quên không...?

**

Ta về ngắm lại một dòng sông
Để nhìn xem giây phút đôi má em hồng
Để nhìn em còn tóc bím thả lưng ong...
Để nhìn em còn tóc bím lưng ong
Để nhìn em, để nhìn em...
Giây phút anh ngơ ngác trông... Ngơ ngác trông....

Bài Tóc Em

Tóc em là một bài thơ,
Đẹp hơn tất cả trăng mơ sông dài...
Anh về ôm lấy hình hài
Ướp vào đêm mộng hương lài thoảng hương.
Như trong hun hút lối mòn,
Ngẩn ngơ anh gọi chim non mềm lòng.
Thương em sợi tóc em hong
Nhớ em sợi tóc chao lòng vấn vương...
Ngày đêm khắc khoải canh trường
Em ơi có biết anh tương tư tình
Một thương mơ tưởng bóng hình
Mười thương mơ tưởng tóc xinh của nàng...

Và Bài Uống Rượu Một Mình...

Em đây uống rượu một mình./ Mừng ngày sinh nhật chúc mừng nơi anh./ Trăng vì như đã tàn canh/ Mà hồn thắp nến cứ thành đam mê/ Biết rằng em lỡ nhịp thề/ Mà sao bến mộng vẫn mê đêm rằm?/ Rượu tìm đôi mắt xa xăm/ Biết đâu tình tứ lệ hằng môi trong...?/ Thương nhau em mượn tấm lòng/ Đường về gió ngã, mây vòng đường mây... Tình yêu sông chảy cứ đầy/ Cánh chim bạt gió tìm mây em về...

Tình yêu sông chảy cứ đầy/ Cánh chim bạt gió tìm mây em về...)

- Này nhé. Chị sẽ gởi một bài làm cách đây hai tuần em phổ cho chị nha.

- Nội dung nói gì chị nhỉ?

- Biết trước sẽ mất linh. Mà thôi nói em nghe luôn nè. Viết cho dịch corona với những ngậm ngùi xứ đất Cờ Hoa này... Đề là "Còn Đâu Nữa..." Nếu em chuyển giai điệu slow hay boston nghe sẽ khá xót xa, thảm sầu, nhớ nhung da diết, chị mường tượng thế đó.

- Chị Oanh chuyển làm nhạc sĩ. Em hướng dạy cho. Tay chị là đôi đũa thần, trí não là bách khoa, hồn chị là sóng thánh... Làm cái gì chả hay, chao đảo người nghe lắm. Chị có thể đi nhanh và hay vượt bậc biết đâu chừng chứ?

- Thôi chị thích nhà văn thôi. Cái đó để cho em Mai Hoài. Ha ha.

- Nói đùa mà như thiệt hả chị. Vậy chị có thể gởi đi, em rảnh sẽ làm nghen. Nếu có thể chị hát luôn. Em thấy chị hát hay lắm. Những ca sĩ vẫn hát thua chị đó.

- Thôi cho chị xin đi. Mai Hoài ơi.

- Hi hi. Biết đâu được chị thử đi. Ba bài em phổ cho chị, chị hát chơi với em, mà em nghe hay hơn những kẻ em đã mướn họ hát đấy chứ.

- OK. Em cứ là cho chị đi trên mây xanh mãi thôi. Hi hi... Mà nghe cũng vui dạ em nờ. Mai Hoài ơi chúng ta nói nhiều rồi, chị bận chút nha. Khi nào chị sẽ gởi nội dung bài hát đó nha.

- OK. Bye chị.

- Thanks em. Chúc vui nha Mai Hoài.

(Hai người lại cắt phone nhau ở facebook.)

Lệ Oanh từ hồi nói tự vẫn chết đi trong rừng hoang, để lá thư nhưng thiệt ra Lệ Oanh đã sang Đài Loan sống một thời rồi sang Singapore, ở tu xứ chùa nơi đó. Và đến giờ ai mà biết được Lệ Oanh có facebook, nhưng đã giấu tên thật và chỉ liên lạc một nhạc sĩ Mai Hoài thôi. Facebook của Lệ Oanh là Diệp Mỹ Lan có kết bạn một lượng friends, nhưng không ai biết thật là Lệ Oanh một người sống, từ cõi chết trở về giấu lai lịch... Thời buổi của hư thật, gia giả những mập mờ. Thời "hoàng kim" của Internet khó ai lường hết những mưu kế và sách lược, của chủ nhân facebook đâu nha.

Lệ Oanh đi nhiều và học hỏi nhiều. Nàng giờ khám phá chỉ chu đáo trí tuệ, vào phục vụ cho đời sống tâm linh. Và còn nữa Lệ Oanh đã chuyển một "trang sách mới" cho bàn tay cô. Cô học hỏi và biết nấu ăn chay giỏi có tiếng. Lệ Oanh thường vô các chùa nấu ăn thực tập với một cái tên rất mới Diệp Mỹ Lan. Lệ Oanh nghiên cứu học ở sách vở và thực tiễn, cộng với cách pha chế nơi riêng mình. Nhưng khi đã dạy cho một "đệ tử" nào xong thì Diệp Mỹ Lan thường đi sang ngôi chùa khác. Học hỏi từ con người mới, và với nhiều nhiệm vụ mới khác hơn. Lệ Oanh vẫn làm thơ viết sách, về đời sống tâm linh. Và vẫn duy trì thân thiết với nhạc sĩ Mai Hoài. Họ quen thân nhau từ hồi Lệ Oanh còn tham gia chơi thơ văn trên một diễn đàn trang web XX. Lệ Oanh đồng cảm được trái tim âm nhạc của Mai Hoài sâu sắc, nhân ái. Mặc dầu Lệ Oanh sở trường chính nơi cô là môn thơ ca, và văn chương mà thôi. Mai Hoài đã chuyển thơ qua nhạc của Lệ Oanh bằng một cái tên với những nhân vật khác, một cái tên giả khác: Như Thùy Linh, Yến Phượng, Ngọc Mai, Tố Nữ Hoa v.v... Mai Hoài tạo dựng một tên giả khác đi, không lấy tên thực ngoài đời là Lệ Oanh. Luôn giữ bí mật tuyệt đối cho Lệ Oanh.

SÁU

Chồng của Lệ Oanh, là Phúc An không ngờ Lệ Oanh còn sống. Vì Oanh có gởi "lá thư tuyệt mệnh của mình" cho Phúc An khi vào rừng mà tự vẫn. Và ông cứ nghĩ đứa con gái ông Lily cũng đã chết trong đại dịch covid 19 ở New York. Tuy nhiên lòng ông như vô tình không để ý, không quan tâm họ lắm. Ông không hiểu vì sao ông có cảm giác lạnh lùng đó. Tuy nhiên vợ mới Thái Thanh qua một năm chung sống, giờ thì ba năm rồi ông cũng không lấy gì mặn nồng cho mấy. Nếu so sánh thì Thái Thanh và Lệ Oanh khác đi một trời một vực. Thái Thanh chỉ chăm chú về tiền bạc, chưng diện lụa là, chơi game, ăn uống phủ phê nói năng to tiếng, tự hào giàu có. (Vì chủ của hai tiệm bán supply nail và supply hair mà.) Còn Lệ Oanh đời sống chỉ chú trọng vào tâm linh, ngắm cây yêu cỏ, nhìn hoa, thương mây, khóc gió v.v... Mình chê cô ta viễn vông, thơ với nhạc, văn với vẻ nhưng nghĩ cho cùng cô có một cuộc sống ý nghĩa, giá trị, phong lưu ở nơi tâm hồn hơn.

Đang bỏ chút thì giờ suy nghĩ bâng quơ. Thái Thanh tắm xong đi ngang qua đưa mắt bảo:

- Nghĩ gì anh Phúc An. Chắc là nghĩ đến Lệ Oanh. Hay con bé Lily chứ gì?

- Còn gì đâu mà nghĩ. Nghĩ mình nên đi Đài Loan hay

Singapore hay Thái Lan, Mã Lai chơi ít khi. Em giàu có mà cứ như vầy cũng chán quá.

- Ôi đi sao mà đi được. Corona đang hoành hành mà anh. Ai cho mình đi.

- Ô anh quen mất, anh lẩm cẩm thật.

- Hồn anh bị ai hốt rồi ta?

- Ai mà hốt hồn anh. Mà có bao giờ em đề nghị đi chơi đâu?

- Làm ăn cơ hội là trước tiên. Mình bỏ đi sẽ mất khách hàng anh ơi.

- Nói như em các tiệm, các nhà giàu không có đi chơi sao?

- Hồi đó anh nói anh yêu em là em, ham làm ăn, không thích đi chơi mà. Anh còn nhớ không? Anh chán vợ anh nghèo mà thơ với thẩn, coi ngựa với ngựa đua, yêu mây với gió...

- Hồi đó thấy vậy thôi. Vì mê em nên trách oan cô đó thôi.

- Vậy sao anh? Thanh nhìn chồng ngơ ngác hỏi.

- Chứ sao nữa em! An nhún vai nhìn vợ trả lời.

- Đàn ông mấy anh sự thay đổi không thể không có trong máu mấy anh nha? Hừm mà thôi đi du lịch, thì để khi nào hết dịch mình đi. Chịu chưa nè? À anh Phúc An em có ý này.

- Chuyện gì hã?

- Em nghĩ Lệ Oanh chưa chắc đã chết. Ai mà ngu gì chết anh?

- Cô ta buồn thì tìm tới cái chết thôi.

- Khó lắm. Em có nghe cô ta còn sống đi ở các nước, xa xứ Cờ Hoa này thôi. Và cô có thân với một nhạc sĩ họ liên lạc với nhau.

- Em nghe từ đâu chứ nè?

- Em nghe từ một vài khách hàng người Việt mà em quên tên họ. Mà họ chỉ nghi ngờ vậy thôi. Không phải là tin chính xác.

- Điên quá nhảm quá đi. Cô ta chết thực rồi. Ai lại còn

sống mà không liên lạc con bé con ruột của họ.

- Vì hoàn cảnh cô cố giấu chớ anh?

- Ôi thôi bỏ hết. Để anh tự pha coffee uống cho ngon miệng một chút.

- OK nghe em nói là đắng miệng phải không? Em chỉ nói chút thôi. Quyền anh còn lại mà. Ô em đi chơi game điện tử đây.

Thái Thanh nói và lao vào phòng chơi game của mình. Phúc An tự pha coffee mà uống. Anh đang nghĩ bao điều mà hình như không nghĩ ra điều gì mới hơn, nơi óc tim anh...

BẢY

Lá thư bà nội Lam Tuyết Y viết:

- Nội rất nhớ con. Tình hình lây nhiễm corona ở New York rất lớn và nghiêm trọng. Con cố giữ gìn sức khỏe cẩn thận đi lại. Hết bịnh tình nơi ấy qua khó khăn, Thư Kỳ về thăm nội. Nội thương con nhất con có biết không? Và cả nội ba má đều nhớ Thư Kỳ lắm. Chăm học trưởng thành, yêu nội cả ba má nhiều con nha. Có thể con gọi phone cho nội thấy mặt đi nha. Nội rất nhớ Thư Kỳ, nhớ nhớ nhiều lắm lắm, con biết không?

Nội của con, Lam Tuyết Y.

Nhận được thư gởi của nội Lam Tuyết Y, Lily thấy cảm động thương nhiều về người phụ nữ ấy, cùng với nỗi lo sợ nhiều, Lily như vẫn còn đâu đó đắn đo vô cùng... Lily sợ như muốn toát đổ cả mồ hôi sau đó. Và nàng gọi cho Trần Thức báo nhận được thơ của nội mà không dám thực hiện như nội bảo, không dám gặp mặt qua phone, để mà nói chuyện cùng nội. Thật là một cảnh đau lòng!

Nơi vợ chồng Trần Thức, Nhã Hân cứ bảo cứ giục:

- Con cứ xin chào nội. Hỏi nội khỏe không. Cám ơn nội nhớ con. Vài câu ngắn như thế. Nói tiếng Đài Loan phổ thông là tốt, nói tiếng English cũng xong. Như thế bà đủ vui rồi, không đòi hỏi gì đâu. Để bà thấy mặt con là chính.

- Dạ con phải luyện thêm thời gian nha, cho nhuyễn hơn

giọng nha.

Trần Thức lại dành vợ xía vô nói nhanh:

- Có gì đâu mà luyện, dễ thôi mà. Chỉ ba câu ngắn đó. Rồi nói con có chuyện busy một chút. Lại bye bye thôi, vậy đó thôi.

- OK con cố gắng...

- Chúc con may mắn. Vẫn Trần Thức nói.

- Thanks ba má trước nghen.

- Ba má nơi Trần Thức và Nhã Hân đội ơn con nhiều hơn chứ. Trần Thức vẫn còn ham nói luôn.

- Dạ không có gì đâu ba má ơi. Con chỉ sợ...

- Con cố gắng và trời thương chúng ta sẽ được như ý thôi mà con.

Trần Thức thay mặt vợ, liếc nhìn vợ. Và trao lời nhỏ to, đến Lily từ chiếc iPhone của vợ mình.

**

Rồi vào một sáng hôm đó đẹp trời. Thì Lily gọi. Nàng hoàn toàn nói tiếng English- Good morning. What are you doing Grandma? I love you so much!

- Ô cháu bà sao không nói tiếng Phúc Kiến lại nói tiếng English thế.

- Hạy. (Dạ) Lily nói "nhập" một âm tiếng của Phúc Kiến theo cười tươi.

- Khi nào về thăm bà nhé. Bà nhớ con quá đấy.

- Yes I know. I am little busy. I miss Grandma very much. I hope I think... for Grandma. I allway wish to Grandma. Grandma have happiness in the life.

Hú hồn Lily đã cup phone và vuốt đầu bấu trán khổ sở. Vì nàng chỉ đóng vai chứ không phải cháu ruột họ. Trời ơi... Nàng làm sao rành tiếng Phúc Kiến hết. Nàng chỉ chơi toàn tiếng Anh - Tiếng English...

Cô gái Lily mang nghĩa tình, để giả danh làm Thư Kỳ kia... Nàng vẫn cứ mong dịch bịnh corona nghiêm cấm máy bay hoạt động, sự tắt nghẽn của hàng không vì dịch bịnh kéo dài hơn nữa. Vì Lily sợ đối diện với sự thật. Nhưng như thế mình mang tầm ý ác quá? Ai cũng đang cầu nguyện cho mau hết cơn dịch hiểm nghèo covid này mà... Sao mình lại cứ đi vào tính ích kỷ cá nhân nhỉ? Mình sợ gặp bà nội Lam Tuyết Y mà làm hỏng một giấc mơ đẹp của thế giới- của nhân loại sao nà? Thế rồi thời gian trôi qua. Các hãng máy bay hàng không America và Đài Loan hoạt động lại bình thường, chỉ giảm số lượng lần đi một chút. Lily phải chuẩn bị về Đài Bắc thăm nội Lam Tuyết Y. Nàng được cha mẹ Trần Thức và Nhã Hân hổ trợ video căn nhà - phòng ốc cho coi trước để khi bước vào đỡ ngỡ ngàng hơn. Đúng là nhà họ giàu và sang quá. Lily coi video từng phòng, từng góc, từng cách trưng bày cô vừa vui thích thú, vừa ngạc nhiên phân vân, vừa sợ sệt lo lắng một chút gì đó nơi lòng... Nhưng dẫu sao được Trần Thức, Nhã Hân yểm trợ mạnh. Và chính họ muốn Lily làm cháu nội chứ đâu phải nàng xin đi làm cháu của họ. Thôi nếu như bại lộ ra thì Trần Thức và Nhã Hân chịu trách nhiệm chứ đâu thể nào đổ tội cho mình được? Nghĩ thế mà nàng nhắn message cho Trần Thức và Nhã Hân nàng sẽ đến với chuyến bay sáng thứ hai tuần tới, cùng ngày tháng giờ giấc cụ thể để bà nội khỏi buồn, khỏi mong đợi đứa cháu bà yêu và nhớ đã vắng xa khá lâu... Lily cũng cho biết rõ ràng thời gian nàng sẽ xuất hiện nơi sân bay Đào Viên- Đài Bắc như một giấc mơ tuyệt đẹp của nàng thôi...

TÁM

Lily nàng đã được nghe Thư Kỳ kể về Đài Bắc và gia đình. Thư Kỳ hứa sẽ dẫn Lily qua thăm nhà một lần du lịch cho biết, nhưng việc học của Lily khá bận rộn và Lily chưa muốn làm phiền bạn sớm. Hôm nay thì Lily thực hiện được ước mơ của bạn Thư Kỳ. Nhưng trớ trêu chỉ đi có một mình ên, lại làm giả Thư Kỳ. Đời vốn không thể dự định được hết, những chuyện gì cứ xảy ra... Thoáng buồn nhớ bạn, để lãnh sự trách nhiệm mới. Song Lily ráng mà tâm hồn vui hơn xem sao?

Nàng đi từ sân bay Atlanta chuyển đến sân bay Orlando Florida và sẽ theo chuyến máy bay đi Đào Viên- Đài Bắc.

Lòng rộn ràng bao mới lạ vui mừng nhìn cảnh vật vào hồn mơ mộng, Lily lại "cứ nhảy vào tim mình" hình ảnh phân vân khi đối diện với nội Lam Tuyết Y vẫn là hằng số. Trần Thức, Nhã Hân thì nàng không còn gì để lo. Nhưng một bà nội cái bóng đó lớn quá. Lily vừa thương vừa sợ bại lộ... Nàng lại loáng thoáng trong đầu lời bài hát... "Hãy Yêu Thương Đi Mọi Người" cho đỡ stress chút, vì âm nhạc vốn dĩ làm nên tâm trạng con người, gần vào thế giới an bình hơn... Lily chỉ ngồi một tiếng đồng hồ hơn hai mươi phút ở chuyến máy bay đầu tiên đó, Lily đã đến của sân bay Orlando Florida để máy bay hạ cánh. Và nàng tiếp tục ở sân bay này ba mươi phút, Lily sẽ chuyển chuyến bay vòng hai, từ Orlando Florida sang Đài Loan- Đài Bắc. Dù ngồi bên ngoài đợi máy bay, và đến lúc vô ngồi theo số ghế để chờ máy bay cất cánh thêm lần nữa, tâm hồn Lily vẫn trở về bâng khuâng dao động trước một sứ mệnh nặng nề quá, vì đóng vai trò con cháu ruột họ, thì ăn làm sao nói làm sao đây, tình huống sẽ bất trắc hay thuận lợi, khó khăn nhạo báng, hay may mắn xuôi thuyền... Thôi tất cả đều là duyên số đưa đẩy, đã là duyên số thì mình phải bình tĩnh hơn để biết đâu có thể thành công trong ước muốn hơn. Chứ lo lắng quá, biết đâu rồi khiến ra hỏng tình, hư việc mất... Lily lại phải tìm cách ung dung đi mở nhạc, để ống nghe vào tai với những bài ca hay nhất của xứ Đài Loan mà nàng thích như: *Dáng Em, Đóa Hồng, Nghẹn Lời, Vì Một Người Ra Đi, Một Thuở Yêu Người.* Và đó là những bài ca mà Thư kỳ từng yêu khi hai đứa đi chơi chung, hoặc ngồi bên nhau hai đứa từng nghe, thưởng thức chung...

**

Nơi nhà bà nội Lam Tuyết Y còn mười mấy tiếng đồng hồ máy bay của Lily mới hạ cánh, song bà nội Lam Tuyết Y cứ nôn nóng chộn rộn tâm tư, bà cứ ra ngồi bộ bàn ghế nơi phòng khách mừng vui tâm trạng, vì bà muốn đi cùng Trần Thức và Nhã Hân đón Thư Kỳ về nước, đón đứa cháu bà yêu thương xa vắng bao ngày qua, đón một cháu ngoan từ Hoa Kỳ trở lại quê hương Đài Bắc, và đón một cháu gái từng thoát nạn dịch corona virus lộng hành nơi đó... Song Trần Thức đứa con trai duy nhất của bà đã đi đến cản trách, vì yêu bà:

- Còn lâu lắm má đừng nôn nóng hối hả má ơi. Nhưng con muốn thưa má thế này nè. Bịnh dịch covid vẫn còn lây lan chưa hết đâu, má cứ ở nhà nhé. Thư Kỳ đã về mà, không ai bắt cóc nó được đâu. Con hứa mà má nè. Má ra chi sân bay nguy hiểm đủ chuyện, và nhất là dịch corona, sẽ có thể tấn công má.

- Nhưng má muốn thấy cháu Thư Kỳ đầu tiên tại nơi đó.

- Thấy cháu thì trước sau gì vẫn thấy. Sức khỏe má mới là trên, nên ngăn ngừa dịch bịnh mới là trên hết má à.

- Ôi thôi mệt quá, con không muốn cho má đi phải không?

- Thưa má... Con không phải là không muốn cho má đi. Ý con là luôn cẩn trọng cho má. Dù gì má cũng bảy mươi rồi. Má nghĩ lại đi, con đâu phải làm khó vô lý má ơi...

- Thôi được. Má cứ mãi nghe lời con rõ chán, nhưng không sao vì sức khỏe má con ngăn cản? Má như đã hiểu.

- Thế đó má ạ, tụi con chỉ là lo lắng cho má thôi. Nhã Hân tiếp viện câu nói thay cho chồng.

- OK má nhé. Con yêu thương má nhất trên đời. Má phải tin thằng con trai này chứ.

Bà Lam Tuyết Y đành chấp nhận, bà đưa mắt mỉm cười nhìn cậu con trai và cô con dâu đang ngồi cạnh nhau nơi bộ ghế.

Trần Thức và Nhã Hân cũng mỉm cười nhìn nhau rồi nhìn mẹ trìu mến, như cả hai hài lòng với những thông điệp mới gởi ra cho mẹ.

Cần nói thêm Trần Thức là một doanh nhân mua bán thành công trên sàn chứng khoáng, đầu tư mạnh bất động sản nối nghiệp cha ở Đài Bắc. Tuy nhiên cha ông là Trần Tín tức là chồng bà Lam Tuyết Y làm ăn giàu lớn mạnh, nhưng có những thói hư tật xấu, nghiện ngập nhiều thứ, nào cờ bạc mua mã số game, nào đánh bài trực tiếp, nào rượu gái, nào đi chơi hoang, và lần đó có một trận thua cá ngựa không ngờ, ông đã lên máu chết nhanh khi tuổi mới vừa tròn 45. Còn Trần Thức vì thương mẹ, thương vợ anh lớn lên đã tránh xa những thứ cám dỗ đó. Bà Lam Tuyết Y quý con trai bà vì nhiều lẽ như ngọc như hoa. Vì đứa con trai độc nhất ấy biết đem lại hạnh phúc cho mẹ cho vợ. Bà Lam Tuyết Y đành rằng mình được thừa hưởng nhan sắc trời cho, thừa hưởng được gia tài giàu có, nhưng không thừa hưởng được ân tình chung thủy của chồng, hoặc là mãn nguyện về tình ái nơi chồng bà... Còn về con dâu Nhã Hân thì xuất thân từ một nhà giáo trẻ, nhưng vì thương mẹ chồng Lam Tuyết Y mang mầm bệnh thận suy sớm, dù có được thận tốt thay thế, an lành ổn thỏa. Nhưng nàng đã nghỉ dạy để theo hầu hạ mẹ chồng từng giây, từng phút trên bốn năm trôi qua gần đây...

Ngồi đó nhân tiện tay, Trần Thức đưa tay bấm nút Tivi, để vợ chồng họ và mẹ Lam Tuyết Y xem biết thêm tin tức, về bịnh tình Corona đang quấy nhiễu nhiều nơi trên thế giới như châu Âu, châu Á. Và đặc biệt họ chú trọng những kênh, những tình hình corona ở Hoa Kỳ đang có phần lắng xuống hơn, vì các quy trình đề phòng đang có hiệu quả... Một đoạn vợ Nhã Hân phải đứng lên đem các món ăn chay nhẹ gọn đến mời mẹ Lam Tuyết Y cùng chồng Trần Thức, bởi nàng đã chuẩn bị sẵn. Và rồi họ vui vẻ ăn để lấy hên cho nhau, cho gia đình, cho mẹ, để cho gia đình sẽ thêm phần may mắn hơn khi Lily Thư Kỳ trở về quê hương Đài Bắc...

Thức ăn chay nhẹ mà, chỉ trong vòng hai mươi phút họ thưởng thức như cạn đĩa... Thế là ăn như xong, Nhã Hân ngăn nắp dọn dẹp, cả phần mình cùng chồng và mẹ Lam Tuyết Y. Sau cuối họ ngồi uống nước trà ngắm tivi cho thơm miệng...

Chẳng mấy chốc Trần Thức và cùng Nhã Hân thay đồ diện kiểng hơn nữa để ra sân bay đón Thư Kỳ về nước. Anh ăn mặc còn đẹp hơn những buổi họp lớn ở công ty. Nhã Hân thì ăn mặc đẹp nhưng bình thường hơn, nàng vốn là người đàn bà trẻ nhưng không chuộng ăn diện kiểu cách lụa là nhiều, chỉ thích lịch sự, sạch sẽ thoải mái mà thôi.

Rồi cả hai thưa với mẹ Lam Tuyết Y để rời nhà.

Trần Thức dành lái xe đưa Nhã Hân đi. Anh cho chạy về phía sân bay Đài Bắc... Một miền bông hoa đang nổ rộ trong trái tim anh, và anh cũng mong vợ Nhã Hân vẫn có được như vậy...

Bà Lam Tuyết Y quay vào phòng riêng nằm nghỉ lưng và mở ca nhạc để nghe, vì vốn dĩ bà mê ca nhạc nhất trong các chương trình giải trí của bà, thứ hai là bà ưa đọc sách, thứ ba là bà ưa đọc kinh Phật hay...

CHÍN

Thời gian trôi qua như thoi đưa tích tắc. Bởi cái nghịch lý của nó, là thời gian ta mong mau tới, thì coi như ta cảm tưởng sao mà lâu quá, chậm rì thế. Nhưng còn ngược lại nếu ta mong chậm đến một chút, thì nó lại vùn vụt tới nhanh. Thật sự mà nói thời gian chỉ là một, như hằng số vẫn vậy thôi. Chỉ vì tâm lý ta định hình và đảo lộn một cách vô lý của nó. Chiếc máy bay vòng hai đã mang Lily từ vùng đất xứ sở Ameria từ tiểu bang Florida của sân bay Orlando đã bay đi và đã hạ cánh vùng trời, vùng đất, vùng xứ sở nơi Đài Viên Đài Bắc này... Nàng Thư Kỳ Ula đang ra abroad - xuất hiện ở lối exit đúng giờ. Trái tim Lily lúc này vẫn còn đập mạnh...

Thấy khẩu hiệu đón Thư Kỳ, Lily giật mình nhớ đó là tên mình. Trần Thức Nhã Hân vừa nhận ra ngay nơi Lily. Trời ơi không thể ngờ Lily lại giống Thư Kỳ như tạc thế, họ chỉ nhìn của giây phút cảm động, thiêng liêng mà chưa dám nói.

Lily đã nở nụ cười thân thiện nhẹ thưa:

- Con là Lily Thư Kỳ đây. Con xin chào ba má Trần Thức, Nhã Hân. Ô con có giống lắm không nhỉ?

- Khỏi phải nói 100%. Không sai một ly, từ tóc tai răng mắt, đến tay chân, mũi miệng vóc dáng, âm thanh luôn. Trần Thức bảo.

- Nhưng tánh tình sở thích có khi khác đó ba má nghen? Lily không biết mình đang nói câu đó thật, hay câu nói đùa nữa... Lily cố gắng bình tĩnh nhưng không thể không dao động.

- OK chuyện đó nhỏ mà. Ba má sẽ có cách để tham gia điều chỉnh sửa sai, chữa lửa cho con nếu xảy ra. Mà chắc là không nhiều đâu vì thời gian vẫn còn đại dịch. Mỗi cá nhân cũng không gần nhiều, khi ăn uống nói chuyện và không đi nhà hàng nhiều mà con ạ. Trần Thức vui vẻ phân minh.

- Dạ con hiểu. Lily đáp.

- Vậy nha ta đi về nhà nhanh kẻo bà nội mong. Bà nằng nặc đòi rước con nơi sân bay này, nhưng ba Thức sợ Lily Thư Kỳ bỡ ngỡ hơn nên tìm cách khống chế bà, cho là đại dịch không cần thiết người lớn tuổi phải đi đón.

- Ô ba thông minh quá luôn.

- Cơ hội con gái à. Thông minh không thể vượt trên cơ hội.

- Ba nói chuyện vui, sao không thấy má nói gì?

- Má Nhã Hân nghe đủ rồi con gái ạ. Nhã Hân giải thích.

- Dạ má chỉ khiêm tốn thôi con biết là vậy.

Nhã Hân mỉm cười cùng con gái Lily Thư Kỳ này, rồi Nhã Hân đưa tay làm dấu hiệu cho Trần Thức biết, bước nhanh vào lối hướng xe hơi họ đang đậu, để họ lái về nhà kẻo nội Lam Tuyết Y mong nóng ruột bà.

Cả ba Trần Thức, Nhã Hân, Lily đều vui mừng ngỡ ngàng mến cảm, với ba tâm trạng khác nhau. Nhưng họ có chung một nhịp đập "là ước mơ gặp bà nội Lam Tuyết Y sao cho thật ổn là giống nhau." Đó là tâm niệm giống nhau giữa những trái tim họ...

Về đến nhà. Vô nhà Lily liếc nhìn các góc cạnh nơi nhà họ. Mới đi qua khỏi một phòng khách. Lam Tuyết Y đứng đó nhìn đã reo lên:

- Thư Kỳ ơi... Con vào phòng nội đi nè. Nội muốn nói chuyện cùng con. Gần một năm rồi còn gì chưa gặp? Trời ơi nội nhớ, nhớ ơi là nhớ...

- Để Thư Kỳ tắm rửa đã má, cho Thư Kỳ nghỉ ngơi vài giờ. Mới đáp máy bay xuống có lẽ là nhừ người lắm. Và covid vẫn còn lẩn trốn quần áo, không khí trên máy bay các nơi bám víu. Chờ Thư Kỳ tắm gội sạch đi chứ má.

Nhã Hân gật đầu như tán đồng ý của chồng đề nghị. Còn Lily Thư Kỳ cũng gật gật cái đầu tỏ ý nghe theo lời ba.

Bà nội Lam Tuyết Y biết mình sai với quan điểm, bà chủ quan vì nạn dịch nghiêm trọng ở New York đã xảy ra, và quá trình bên đó vẫn còn tái diễn. Nên bà cười vui giải thích:

- Bà nội già rồi thương cháu quá, mà hóa ra lẩm cẩm nha. Xin mọi người hiểu.

- Không sao bảo vệ sức khỏe và tránh kỹ lây nhiễm thôi má à.

- Được được rồi... Tắm rồi nhớ sang bà sớm nha Thư Kỳ.

- Dạ (Shị) cám ơn nội. Lily Thư Kỳ ráng thể hiện câu nói của dân Phúc Kiến. Quê hương chính của bà nội Lam Tuyết Y.

Bà nội nghe và lắng tai cảm giác một chút gì là lạ, nhưng bà cho là chuyện không có lớn lắm. Bà phải vào phòng mình chờ đợi Thư Kỳ thôi. Bà lại ngồi suy nghĩ vẩn vơ nó là cháu nuôi chứ không phải cháu ruột, nhưng bà thương nó còn hơn cháu ruột mà, bà có đứa cháu nào ngoài nó đâu? Bà Lam Tuyết Y nhớ lại mẹ của Thư Kỳ đến gặp bà lần đầu tiên. Và lần đó ấn tượng cho bà suốt 18 năm. Khi bà đã nói những gì với Hứa Diệu Anh năm xưa... Bà cũng cảm thấy thương đau, cả lẫn nhớ nhung, hoài niệm xa vời chạy về...

Lily Thư Kỳ tắm rửa xong, nàng muốn đi ngắm cảnh hành lang và vườn sau một chút. Nhưng Trần Thức cố gắng tiếp cận con bé:

- Con nên nằm nghỉ một lát rồi đến phòng bà nội. Con đi thế nội sẽ nóng lòng ra gặp con, chuyện lại không hay hơn khi bà hỏi đủ thứ đó con. Con chắc chắn sẽ lúng túng. Vậy nên vào phòng nghỉ, cảm giác là phòng con đi. Thật ra phòng Thư Kỳ ba má đã đổi ra phòng khác lớn hơn, và phòng của nó giờ làm phòng thư viện mà thôi. Đó là ý của ba Thức và Nhã Hân. Cho con tự nhiên hơn, để ít ám ảnh về Thư Kỳ...

Im một giây lát nhanh. Trần Thức cắt nghĩa tiếp:

- Ba má làm gì, chuyển phòng đi nữa bà nội cũng không có hỏi. Bà nội rất thoáng và dễ tính khi ba má muốn thay đổi vị trí bông hoa, hay phòng ốc nhà cửa, bà nội luôn vui và cứ để ba má mặc tình quáng xuyến lo liệu. Nói vài điểm cho con biết... Và con nên nhớ từ nay con được gắn cái tên Thư Kỳ hẳn hoi mọi lúc nha.

- Dạ con nhớ, xin cám ơn. Vâng con sẽ nghe lời ba.

- Lily Thư Kỳ đã chịu vô phòng mình và nằm xuống giường nghỉ lưng sau 15 phút, trong đầu cô rỗng không, chưa dám nghĩ ra gì cả. Nàng nhìn đồng hồ treo tường quay và phải sang nội, kẻo nội Lam Tuyết Y qua phòng mình lại trách. Con cháu ở xa về chả thèm đến phòng nội trước. Theo tục lệ người Đài xứ sở này, con cháu phải biết lễ nghĩa, đặc biệt quan tâm đến ông bà lớn tuổi, không thể sơ hở làm thất lễ, hoặc làm đau lòng họ. Nghĩ thế người con gái đó liền đứng lên và bước về hướng phòng nội.

Thư Kỳ Lily do dự nhưng rồi cố vào, nội Lam Tuyết Y cười vui hỏi nhanh:

- Thế nào? Ngồi xuống nội hỏi chuyện nè.

- Dạ.

- Con vẫn khỏe chứ? Sao đi lâu không về, nhớ nội chứ Thư Kỳ nhỉ?

- Dạ con nhớ lắm. (Thư Kỳ nói bằng tiếng Phúc Kiến phổ thông. Tức là Lily giả danh có biết dăm câu khi đàm thoại xã giao, và cô cũng đã học. nhưng ở đây như được dịch qua tiếng Việt để dễ chuyển tải theo ý người Việt.)

- Đọc thư nội nghe. Coi nội gởi nói gì nào chứ?

- Dạ chờ con chút. Thư Kỳ nhận lời và kiếm cầm lá thư ra đọc. (Nàng được Trần Thức chỉ dạy, để chuẩn bị rồi.)

Thư Kỳ vẫn đọc tiếng Phúc Kiến hết lá thư nội gởi qua Huê Kỳ đến nàng, đã làm bà nội Lam Tuyết Y rất làm thích, cười ha hả. Sau nội lại hỏi:

- Tình hình bên Mỹ thế nào con? Có gì lạ hơn kể nội nghe...

- Trời ơi khó nói lắm nội ơi. Nạn dịch vẫn hoành hoành,

các phong trào đấu tranh chống chính quyền, họ đòi hỏi đủ thứ quyền lợi, bạo động khắp nơi. Nhiều cánh tả hữu xâu xé lẫn nhau, gây áp lực nhau... Kẻ ủng hộ người này, người đi theo lối khác. Vấn nạn không đồng quan điểm đang leo thang. Và chiến dịch tranh cử Tổng Thống của họ đang giai đoạn kịch liệt... Thư Kỳ nói một hơi bằng English. (Nhưng ở đây tôi là người Việt, như đóng vai người trần thuật diễn giải ra tiếng Việt hết thôi như đã nói ở trên.)

- Cháu nội bà giỏi quá, hiểu biết nhiều cuộc diện, góc cạnh chính trị. Bà hoan nghênh lắm. Nhưng ôi bà chỉ muốn con hồn nhiên xinh đẹp chứ bà không muốn Thư Kỳ quan tâm nhiều đến nó, xã hội vốn phức tạp... Làm con sẽ mất trẻ đẹp.

- Không nội à. Những người làm chính trị vẫn trẻ trung xinh đẹp mà bà nội.

- Không có đâu Thư Kỳ. Hi hi.

- Cũng có một ít đó chứ bà nội?

- Được rồi. Nội tin con có phần đúng.

Lam Tuyết Y nói và ôm trán cháu hôn rồi khích lệ:

- Con nói tiếng Đài Loan Trung Quốc ta đi. Tiếng Phúc Kiến nội đi. Nói tiếng ngoại quốc nhiều quá vậy Thư kỳ?

- Dạ con cần học English, phải giỏi để ba má nghĩ con có thể làm giảng sư English được. Và nội ơi, nội cũng cần học English chứ nội.

Nội Lam Tuyết Y cười lắc đầu bảo:

- Ha ha OK về con chứ. Phần nội thì có lẽ... Thôi nội biết chút đỉnh, cũng khá ngày xưa đó, nhưng bây giờ già rồi, nội không cần. Và nội biết con cần lắm, nhưng về bên nội nói tiếng quê hương mẹ đẻ nội đi. Nội thích vậy mà.

- Hi hi. Con đang muốn giỏi English nên cần nói nhiều với ngôn ngữ đó. Sorry nội nha. Và nội ơi, nội thấy English con giỏi lắm không nội?

- Khá lắm, giỏi lắm. Được lưu thông như nước Trường Giang xuôi dòng đẹp... Ha ha.

- Thanks nội khen.

- Về rồi có qua học lại không con? Thư Kỳ đi xa nội nhớ

lắm con biết không? Nội Lam Tuyết Y nhìn vào mắt Thư Kỳ mà hỏi han.

- Ồ con phải theo đuổi cho hết chương trình chứ nội? Mà con phải chờ chính phủ Mỹ mở cửa bình thường lại.

Thấy Lily Thư Kỳ bà cháu nói chuyện lâu. Trần Thức lo ngại nên vội sang châm lời:

- Thôi để cho Thư Kỳ qua bên Nhã Hân mẹ nó chút, hoặc nghỉ ngơi để chiều ăn cơm ngon.

- Ồ nhắc đến ăn cơm mẹ Y mới nhớ. Phải làm món gì cho Thư Kỳ ăn ngon với nội chứ. Thư Kỳ có nhớ, con thích ăn là những món gì không nào?

- Cháu của nội, thì nội thích ăn chay. Thư Kỳ chắc cũng thích thôi. Đúng không nào? Trần Thức cố gắng bảo vệ ý thích cho con gái khi nội Lam Tuyết hỏi. Nên cậu không tiếc lời, cậu con trai bà cứ muốn vui vẻ xông vô can thiệp ngọt ngào.

- Này nhé... Đừng nói hớt để bà cháu chúng tôi nói chuyện. Nè con còn nhớ thích đậu hũ chiên giòn nhưng trắng tươi lòng bên trong không? Canh hẹ xào nhẹ có đậu hũ nữa nè. Bí đỏ hầm thập cẩm. Măng tây xào với ngô nấm. Chè hột sen có táo đỏ...

- Dạ thưa nội.

- Bây giờ covid nội không mướn người nấu thường, chỉ là Nhã Hân lo liệu thôi. Với dạo này khi ăn chay nội chọn đơn giản. Nhưng con về nội phải lên một thực đơn và chọn người khỏe mạnh, không mang mầm đau bịnh đến nấu vài tiếng cho con ăn nha. Con có đúng là thích ăn chay không? Hay thích mặn?

- Dạ Thư Kỳ thích ăn đồ chay như nội chứ.

- Ồ là... Vậy được lắm nội vui. Bà cháu ta gặp nhau ăn chay lấy hên, lấy đức đi nha.

Sau đó Nhã Hân vợ Trần Thức giúp mẹ Lam Tuyết Y gọi tìm về công ty, cho một người nấu chay thật chuyên nghiệp, sức khỏe an toàn, chuẩn bị tới nhà nấu bữa cơm chiều cho bà Lam Tuyết Y.

Nhã Hân đã gọi mua thực phẩm và gia vị qua cửa hàng

họ bán, có khách đem tới nơi đầy đủ, an toàn chu đáo nữa. Người đến nấu là một phụ nữ trạc 50 tuổi, vẻ cao tầm thước, gốc tổ tiên người Hán, bà làm một cách ân cần, vệ sinh và đầy đủ. Rồi bà nhận tiền ra về vui vẻ.

Thư Kỳ thì lo đi ngủ, cô tránh nói chuyện nhiều với bà nội Lam Tuyết Y, theo ý vợ chồng Trần Thức bảo vì họ lo ngại bại lộ.

Chiều đó cả gia đình họ ăn một bữa cơm chay ngon, và Lam Tuyết Y vẫn không phát hiện được gì, vì là Lily giống Thư Kỳ của họ như hai giọt nước.

Thời gian ở lại xứ Đài hai tháng thăm bà nội Lam Tuyêt Y. Lily có cơ hội uốn nắn mình cho giống Thư Kỳ hơn, vì bà nội hay nhắc những kỷ niệm ngày trước với Thư Kỳ như một sự ngẫu nhiên của người già. Lily nắm bắt nhanh làm theo ý nội. Mục đích nội vẫn sợ Thư Kỳ quên lãng quá khứ. Bởi du học qua Mỹ mà. Có lần nội bảo:

- Con đến xứ Mỹ học là để mở mang kiến thức công nghệ. Một đất nước văn minh tiên tiến mọi mặt hàng đầu thế giới. Tuy nhiên con nên biết đạo nghĩa truyền thống chúng ta, và không quên những gì mà quá khứ con từng yêu chuộng, con phải giữ gìn nó nha. Dĩ nhiên là Lam Tuyết Y nói bằng ngôn ngữ Đài Loan một cách mềm mỏng và sắc sảo.

Lily lắng tai nghe hiểu. Lily gật đầu:

- Con sẽ không làm nội thất vọng đâu. Lily nói bằng tiếng Đài. Cố nhiên những câu thông dụng đó, Lily có học và không quá ngỡ ngàng khi trả lời với nội Lam Tuyết...

Cũng thời gian này cô gái khoe với nội, cô thích nấu những món ăn nàng học được ở mảnh đất xa xứ, mảnh đất xứ Mỹ đó không cầu toàn, nhưng luôn hài hòa và khác lạ, để thế giới phải nể phục và ca tụng. Ôi nàng muốn chứng minh chút tài mọn đầu bếp của mình qua bên xứ người, cho nội thưởng thức coi hay, hoặc dở chứ?

Nội Lam Tuyết Y tỏ ra thích thú cho Thư Kỳ trổ tài. Lily Thư Kỳ nấu các món nướng thịt với rau quả, có củ kết hợp. Kiểu làm pizza. Các thức ăn có cheese (phomát) trứng gà. Và có thịt bacon, hot dog khoai tây v.v... Các loại bánh, và cố nhiên nàng không quên món truyền thống chè hột sen với táo đỏ.

Nội Lam Tuyết Y hay ghé vào bếp, coi Thư Kỳ làm lẹ, lanh trí sắp xếp công việc và ngăn nắp, trước khi tiến hành từng công đoạn nấu. Thư Kỳ được bà nội Lam Tuyết Y khen:

- Giỏi lắm giỏi lắm. Thế giới mở mang nơi con rất nhiều. Nội tự hào cho con quá Thư Kỳ. Cháu của nội biết nấu ăn ngon, gọn gàng, bày biện sạch sẽ. Ôi nội mừng và thích quá.

- Dạ Thư Kỳ mỗi ngày mỗi lớn, phải biết đủ thứ chứ nội.

Còn những chuyện khác. Thư Kỳ Lily luôn được Trần Thức và Bảo Hân che chở. Nàng thì ưa mặc màu trắng, màu hồng, màu xanh. Bà nội hỏi:

- Ngày xưa con thích màu đỏ lắm. Bây giờ lại thay đổi nhỉ Thư Kỳ?

Trần Thức bảo lanh với mẹ rằng:

- Ăn mặc màu sắc chỉ là phong cách bên ngoài có thay đổi thêm, cũng là một thú vị, sinh động mẹ à. Con vẫn thấy Thư Kỳ mặc màu hồng, màu trắng, màu xanh nhẹ, trông khỏe khoắn tự nhiên, hợp hơn màu đỏ.

- Ôi Thư Kỳ có người cha tuyệt vời ý, như đi trong bụng con để bảo vệ mọi thứ. Nội xin bái phục cha con luôn nha.

- Dạ cám ơn nội khen ba.

Lily biết vẽ đẹp, nên thời gian ở đây coi như thời gian vacation dài hạn nàng vui chơi giải trí nhiều đi. Lily vẽ các bức tranh tối ngày, đem khoe cho bà nội nhìn. Bà nội Lam Tuyết Y vẫn thường vào coi cách vẽ, cách đưa cây cọ rồi chịu khó ngồi vẽ của Lily. Bà không ngờ cháu bà có nhiều sở trường phát triển quá. Bà xem tranh Lily một cách không ngờ được, nên ca ngợi:

- Ôi tuyệt, tuyệt quá. Cháu Thư Kỳ của bà sẽ sánh ngang với các nhà họa sĩ nổi tiếng thế giới. Bà hy vọng, hy vọng nhiều nhé.

- Dạ. Con phải cố gắng hơn nội ơi.

Hai bà cháu lại ôm tròn trong yêu thương xúc động nơi

tâm hồn họ...

Thời gian này Lily vẫn thường hay hát cho nội nghe. Nội Lam Tuyết Y vốn là người thích hát, và ưa nghe hát hay. Bà bắt Thư Kỳ hát như ngày nào bà đã nghe. Và bà cùng hát chung với Thư Kỳ một vài đoạn trong bài "Trọn Đời Yêu Em- Nhạc Hoa Ngữ." Có lần bà ngạc nhiên lại thắc mắc:

- Tiếng hát con hay lắm. Nhưng sao mạnh hơn và chất tha thiết lại kém hơn xưa. Hay tai bà nghe có ngỡ ngàng sai không Thư Kỳ nhỉ?

- Dạ con không biết nữa. Có lẽ...

- Ồ có lẽ tùy cảm xúc mỗi lúc, không có gì đâu cháu gái ơi? Nội vẫn yêu tiếng hát Thư Kỳ mà.

(Những bài hát nội ưa thích được ba Trần Thức nắm rõ chỉ cho Lily Thư Kỳ vài lần. Nàng cũng phải tập dợt trong phòng những khi rảnh học, hoặc thư giãn một vài hôm.) Nội Lam Tuyết Y là mẹ của Trần Thức, nên ông biết rõ từng ý tưởng, từng môn, từng lối thích, yêu kiều nơi bà, từng đường tơ kẻ tóc nơi bà. Bà rộng lượng và tha thứ, nhưng bà ít muốn quên một chi tiết nhỏ nào vui của nơi quá khứ...

MƯỜI

Thời gian ở với nội Lam Tuyết Y khoảng hai tháng nhưng đầy kỷ niệm. Lily đã từ giã nơi xứ Đài và gia đình này. Nàng phải về lại America theo thương thuyết của Trần Thức, kế hoạch của Trần Thức.(Nghĩa là trên phương diện nàng phải trở về Mỹ để học tiếp các trường đã mở cửa lại rồi.)

Về lại America Lily vẫn sống và sinh hoạt nơi nhà cô bạn Alva, những vui buồn ở xứ Đài nàng vẫn kể cho người bạn nghe. Mà có lẽ là những kỷ niệm vui bên bà nội và ba mẹ Trần Thức Nhã Hân mà thôi, chẳng có chi buồn. Rồi hôm nay Lily bàn một kế hoạch mới, Lily để đi thăm ông ba ruột. Cô muốn coi phản ứng ông ta ra sao? Lily nói chuyện với Alva trước khi thực hiện ý tưởng này. Họ ngồi nơi sau vườn nhà Alva, như một công viên nhỏ có hai xích đu khá đẹp.

Lily bảo rằng:

Alva nè. Tao muốn hỏi mày một chuyện nhé.

- Chuyện gì nào nói đi?

- Ồ là Lily sẽ gọi giả, và sẽ giả đó là một Thư Kỳ đến thăm ba Phúc An, thử ông bảo sao nha Alva?

- Được đó, dù sao để coi ba mầy có nói gì không há? Hai đứa giống nhau như đúc. Ít ra ổng cũng thiết tha nhớ nhung khi con gái ông như thế mà qua đời chứ?

- Khó nói lắm thì ổng biết tao là Lily chết. Thư Kỳ còn giống tao như tạc mà ổng cứ ngó lơ kỳ thiệt... Thôi tao đến nhà coi ông có nhìn ra, hoặc nói được gì không nha? Tao muốn xác minh ổng thêm.

- Nhưng mà nghĩ, mày cũng gan quá sức, lỡ ổng nhìn ra thì sao?

- Không đâu. Ổng không nhìn ra đâu. Tao chỉ muốn biết ổng có tiếc nuối gì không, với cái chết bị corona mời gọi con ổng, mà vì ổng không cho về nhà thôi.

- OK. Thì được đấy, gọi tiến hành đi, rồi đến thử. Tao ủng hộ mày.

- Thôi đánh vũ cầu tiếp nha. Hai đứa rời hai xích đu ngồi gần nhau nói chuyện suốt 10 phút, và bắt đầu hiệp hai. Lily ra tay dấu hiệu Alva biết đứng lên, quật nâng banh trước. Alva chuẩn bị đón đường bay của trái cầu, đang thủ thế chú ý... Và lượt đến hồi hai đứa chơi như thoi đưa, đường cầu lông nhỏ đi đi, về về, rất nhanh nhẩu thánh thoát, thật là ngoạn mục... Cả hai đều đánh hay, đỡ giỏi đẹp như nhau. Tỉ số hơn thua của hai đứa cứ như vui rượt đuổi, và cả hai đến hồi mồ hôi muốn ra ướt hết chiếc áo thun của họ, thì cả hai đủ thích thú, để cười mệt lả thở, rồi họ dừng...

Bàn ý định với Alva xong trong một hôm chơi vũ cầu phía sau vườn đó. Rồi một hôm Lily gọi ba Phúc An mà tim nàng như muốn run lên. Còn ông thì buồn buồn vẫn bắt phone bảo. Tôi đây An Phúc đây. Ai đó có gì cứ nói:

- Chào chú, con xin lỗi con là Thư Kỳ bạn thân của Lily hơn một năm gần đây. Chúng con học chung trường và giống nhau như tạc đó. Nhưng số mệnh chẳng may Lily đã vì dịch bịnh corona mất đi ở New York.

- Tôi biết điều đó.

- Dạ cũng khá lâu, tình hình corona như tạm coi lắng xuống. Con muốn thăm gia đình chú, thăm nơi Lily từng nhắc nhở khi ở chung với con. Dẫu rằng chú có vợ mới nhưng con muốn thăm Lily. Vì trái tim bạn ấy và linh hồn vẫn còn đâu đó...

- Ô xin cám ơn, những nạn dịch chúng tôi không dám tiếp ai? Vì tình trạng covid tôi rất là ái ngại. Mặc dù cô có lòng và lại giống con gái tôi như đúc. Muốn ghé thăm là một hân hạnh. Nhưng...

- Nhưng vì sao chú? Cô chú vẫn mở Shop buôn bán lại rồi mà.

- Ừ thế đó. Buôn bán là điều tiệm tung chúng tôi cần, song vợ Thái Thanh tôi không đồng ý tiếp cận bởi sợ cơn dịch nguy hiểm này. Và chính tôi thật cũng ngán nó.

- Ngán mà buôn bán tiếp giao hàng trăm người trong ngày chú không ngán sao ta?

- Cái câu hỏi đó ngoài sức trả lời của tôi. Vì vợ tôi ham tiền và chúng tôi ham tiền.

- Vậy sao? Như vậy đời chú nhìn lại đi, cuộc sống vô giá trị quá. Một đứa con gái chết đi mà chẳng quan tâm. Như muốn quẳng vào một thế giới khác vô hình... Cho con xin lỗi vì câu nói đó. Im một chút Lily nói tiếp:

- Chú à corona rất nguy hiểm nhưng nói chung vẫn có nhiều cách đề phòng được. Và còn nơi phần số mình nữa chú. Chú đừng vì một người vợ mà chai lạnh tình cha con. Hy vọng con đến chú sẽ khóc oà lên vì Thư Kỳ và Lily vẫn là một.

- Con nói vậy nghĩa là sao?

- Là giống nhau lắm như đúc chứ sao?

- Điều đó hẳn tôi biết rồi. Là điều Lily thỉnh thoảng có gởi hình cho tôi nhìn. Tôi còn biết giống luôn cả tiếng nói và ngày sanh tháng đẻ.

- Vậy mà chú tiếc chi không cho con tới thăm nhỉ? Con sẽ chụp một vài hình ảnh nơi đó. Con quý cô bạn giống con.

- Thôi được cô nói quá thì tôi đành chấp nhận.

- OK chú. Vậy thì Thư Kỳ đến một chuyến gần nhất nha. Con đã trở lại New York hai tuần nay khi về xứ Đài trên hai tháng thăm gia đình nội và ba má.

Phúc An nghe Thư Kỳ, tức là Lily con ông nói nhưng ông không phát hiện được gì? Và không biết ông nghĩ gì lại nín thinh im lặng như tờ.

Lily Thư Kỳ đành phải nhìn đồng hồ đeo tay vì lấy thời gian nơi ông khá nhiều. Và Lily đành vui vẻ bảo:

- Thôi bye bye chú. Như đã hẹn mình sẽ gặp mà.

- OK.

- Con sẽ đến vì con thương cô bạn lắm. Lily hay khoe với con nơi ấy lúc nhỏ. Kính chúc chú sức khỏe và được an toàn, dù thời kỳ dịch bịnh chú nha.

- Thanks.

Và rồi cuộc gặp gỡ giữa Lily và Phúc An. Ông cứ nghĩ đó là Thư Kỳ người bạn Đài Loan của con ông, chứ không phải Lily con ông. Không phải ông dở nhìn, mà đúng là ông cứ tin con gái Lily ông chết rồi, và cô Thư Kỳ này chỉ là cô bạn thân giống con gái ông thôi.

Câu đầu tiên Thư Kỳ tức Lily hỏi ông:

- Chú ơi có kỷ niệm nào lớn nhất mà chú nhớ nhất với tình cha con không chú Phúc An nhỉ?

- Cô hỏi đột xuất quá tôi khó nhớ. Nhưng mà nó có nhiều kỷ niệm với má nó hơn tôi?

- Ồ chú nhắc má cô Lily tôi mới nhớ. Lily hay nói Lily cùng má thích đi coi ngựa ăn cỏ, thích nhìn ngựa ung dung đi, và thích được cỡi ngựa...

- Chắc là như thế.

- Câu hỏi tiếp theo là, chú có hối hận gì không? Khi corona đã cướp đi sự sống nơi Lily.

- Thật tôi hối hận, nhưng chuyện đã qua. Tôi không biết phải làm gì. Và tôi muốn quên đi chuyện đó.

- Tôi muốn hỏi thêm câu hỏi thứ ba. Tại sao con chú muốn về nhà trong trận dịch mới bắt đầu mà? Sao chú lại không đồng ý.

- Vì vợ sau tôi không đồng ý.

- Tại sao chú quá sợ vợ nhỉ?

- Bởi tôi đã không chọn con đường nào khác hơn.

- Nghĩa là sao chú nói rõ hơn.

- Thôi đủ rồi, tôi khó nói lắm.

- Chính vợ sau chú mới là thủ phạm giết chết She ấy. Chứ không phải dịch corona nguy hiểm.

- Cô đến đây như cô nói, là cô tìm một chút gì ở quê hương gia đình Lily, chứ không phải cô hạch sách luận tội mà.

- Thư Kỳ biết. Nhưng tiếc cho cái chết của Lily nên con đi hơi xa một tý.

Nóng giận vô lý quá, rồi tự nhiên Phúc An bảo thêm:

- Thật sự tôi và mẹ nó Lệ Oanh, cả Lily đã chấm dứt tình cảm lâu rồi, nó chết đi tôi cũng khó mà quan tâm lắm. Vì tôi còn bị ràng buộc với vợ sau tôi lắm. Cô đến đây với tư cách không nên đào sâu với những câu hỏi quá đáng. Tôi thật sự không vui, không đồng ý.

- Thôi được rồi, đủ rồi. Có những người không phải là con ruột họ máu mủ họ, họ vẫn muốn thương yêu đùm bọc, cả tiếc nuối khi lâm vào gặp vấn nạn. Còn ông, thảo nào… Vậy xin ông cho tôi chụp vài tấm hình rồi tôi ra đi.

- OK cô cứ làm đi, rồi biến đừng phiền chúng tôi quá. Tôi thấy cô có một cái gì đó rất kỳ khôi…

- Do chú tưởng tượng đó thôi. Tôi vẫn là đứa con gái giống con ông thôi. That's it.

- Thôi đủ rồi. Cô đến đây làm chi? Tôi thật không cần đâu. Cô đã đặt ra nhiều câu hỏi rắc rối cho tôi quá.

- Được thôi. Tôi đến đây để là… Tôi coi nhẹ tinh thần ông, đối với tôi một người giống con ông như tạc, nhìn thế mà ông chả chạnh lòng. Và tôi coi sự giàu có của ông không bằng cái rác của tôi. Xin bye bye.

- Cô… cô này sao ăn nói kỳ cục với tôi như thế hả? Tôi muốn cô nên về đi thôi, đừng hỏi tôi nhiều lôi thôi, khiến tôi mệt chán.

- Tôi thích nói vậy đó, vì tôi giống cô ấy.

Phúc An chỉ còn biết đứng làm thinh suy nghĩ lắc đầu... Ông như cố chìm trong ảo giác...

Lily Thư Kỳ nói thế, và đã nhìn đồng hồ đúng giờ taxi lại chở. Cô ra xe để về nơi nhà Alva, về nhà bác Hoài Lệ.

Thấy bạn về Alva chạy ra hỏi:

- Sao thế nào? Chắc đụng độ nhiều trận há? Kể nghe đi...

Lily vào phòng đã ôm đầu bịt tai nằm xuống trùm mền, như không muốn nghe gì thêm. Cô muốn tìm vui quên trong sự im lặng.

- Kể đi nào. Alva lay vai bạn.

- Sẽ kể nhưng bây giờ thì không. Bởi kể không nổi.

- Thôi ngủ đi ngon giấc lấy power rồi kể nha.

Lily gật đầu, trùm mền lại tiếp...

Hỡi ơi thế thái nhân tình. Những gì thực tế ập vào trái tim nhỏ bé của Lily. Đã làm cho mắt cô cay xé, và miệng cô đắng đót hơn...

MƯỜI MỘT

Vợ Thái Thanh từ nơi tiệm shop của mình về. Bà đang tức tối nóng giận cả tay chân, bà rảy tay như con gà bị ai chặt mất cánh trông buồn cười, và vô lý. Hoặc là như có ai lấy đi hũ vàng trong nhà bà vậy? Rồi bà tự động ngồi nơi phòng một cái phịch, mà nhớ lại. Ba trường hợp xảy ra sáng nay, thật quá tác quái cho bà.

Trường hợp thứ nhất. Có người mua sản phẩm, rồi quay lại trả cho bà. Bà không nhận, bị người đó chửi vào mặt như tát nước:

- Tại sao bà không nhận là sao chứ. Nó là của bà mà. Bà phải có trách nhiệm chứ. Khi người ta không ưng ý trả lại receipt có mà. Trời ơi... Ngày trước trả lại được. Tại sao bây giờ như thế. Đáng sợ, ối trời ơi...

- Ngày trước là xa xôi lắm rồi. Hiện tại là tính theo hiện tại đi. Nhiều khi ông ảo tưởng cũng có, tiệm tôi ít khi nhận đồ trả lại. *"Nếu bước chân đi là không nên trở về."* Bài ca tiệm tôi.

- Bà có xạo với tôi không đó? Đừng đặt điều. Vậy giờ bà tính sao?

- Sao cái gì? Sao trên nền trời thôi. Nơi đây bước ra khỏi tiệm là xong. Dở ngon phải lấy vì hàng mình chọn kỹ mà.

- Cho bà đó nấu ăn đi. Tiệm gì bán không cho trả lại. Ở cái đất nước America này, các tiệm buôn bán lớn có receipt nếu không vừa ý, có quyền trả lại mà. Vậy thì tôi không bao giờ đến nữa đâu. Đồ hàm hồ, đồ hắc ám, đồ ngụy quân tử, đồ quân ăn cướp.

- Ê ê đừng nói năng lỗ mãng nha.

- Lỗ mãng do nơi bà tạo ra cho tôi thôi. Nói rồi ông bỏ đi. Đó một người Việt gốc Tàu lai chợ lớn trước kia, chắc trạc trên 50 tuổi.

Người thứ hai một cô gái chính Việt cũng đã khoảng 38 hay 40 tuổi, cô đem trả hàng la làng:

- Xin lỗi cái đầu tôi không vừa với bộ tóc này xin trả lại nha.

- Trời ơi không vừa thì vứt đi, chứ làm gì mà trả lại. Chúng tôi không thể nhận. Tốt hơn nhất là mua một cái mới khác.

- Chúng tôi không có tiền. Cần bà coi đổi lại cái vừa vặn để tiết kiệm, chứ không thể chuyển mua một cái khác dễ dàng đâu?

- Lúc lựa thì phải nhìn cho kỹ. Và ai biểu mình nghèo làm chi. Cứ ủng hộ người giàu chúng tôi. Các bạn sẽ giàu lên mau.

- Thiệt là ức hiếp quá sao? Nhầm lẫn là chuyện bình thường của khách mua thôi. Ô hay bà coi thế giới này là mù hết à, những câu nói của bà thật kỳ cục. Chúng tôi nghèo tiền bạc, nhưng không nghèo nhận thức, không nghèo về nhận ra tính cách. Bà đừng có hòng làm ác mà nói thiện.

- Hứm. Cút đi ơi lũ nghèo khốn mà lý sự...

- Shut up. Bà im ngay kiểu nói đó, và đổi cho chúng tôi. Không chúng tôi sẽ có cách đập phá tiệm bà, vì bà là một gian thương đầy mánh khóe đã coi thường chúng tôi. Nói không nghe được...

- Đành thôi sorry. Chúng tôi không có mặt hàng khác hơn.

- Thế thì không còn ý kiến gì nữa. Bà lấy lại hàng mà dùng đi. Thật sự tôi không cần cái không phù hợp, và nhất là mong bà giữ cho thái độ đúng đắn lịch sự, cũng như thay đổi cách bán hàng nơi bà hiện giờ đi.

Cô gái nói và rời khỏi tiệm, ném hàng vào người cho Thái Thanh như một cách bố thí, để dằn mặt bà.

Bà Thái Thanh mất hồn vía vì thời kỳ corona không mướn được người, và chính bà cũng ngại nên chỉ tự đứng bán một mình. Rồi chịu hứng những đòn đau từ khách mắng chửi. Hiện có một kẻ phụ dọn dẹp mà thôi. Thường thì tiệm, một shop của bà, tới ba người thị sát, chưa tính bà là chủ. (Hai người tính tiền, một người giúp nơi khách họ cần tìm ra mặt hàng họ chọn mua, dù là tên hiệu mặt nhãn đã có ghi. Nhưng làm sao họ tìm mau bằng người phục vụ ở đây biết. Bà Thái Thanh thì nhìn ngó chung quanh, vai trò bà quản lý ba người kia, hoặc góp ý việc gì, cho sít sao những người bà mướn, những thiếu sót để cần giữ khách hàng theo ý bà. Hôm nay thì khác, họ đã vắng đi hai người.)

- Một chốc sau. Lại thêm có cô gái trẻ người thứ ba cầm sản phẩm trên tay. Miệng thì choang choảng bực mình la:

- Tại sao bán hàng khác với hàng trang quảng cáo thế?

- Ô hay tôi đây đã nhầm chuyện trước mắt sao? Ồ có gì mà lạ chứ nhỉ? Chuyện này đâu có gì lớn.

- Một sự tráo hàng ghê gớm có tính toán. Vậy mà nói không có gì lạ, không có gì lớn là sao chứ? Tôi sợ shop này luôn, hàng nơi này luôn.

- Mọi công ty buôn bán ắt đều gian lận, và có mánh khóe của gian lận riêng, đủ trò chiêu dụ khách. Nên biết rằng như thế đi. Và dễ hiểu điều đó đi là vừa.

- Shut up. Please! Chị đừng nói một giọng điệu gian xảo, vô tâm. Chị phải lấy sản phẩm bán cho tôi như đang quảng cáo kìa.

- Còn đâu mà lấy. Không mua thì trả sản phẩm lại, nhưng tiền không được lấy về thế thôi. Thật giả, giả thật ai mà biết.

- Chị đừng chủ tâm lưu manh lừa lọc. Vì người ta nói "Người mua lầm chứ người bán không lầm bao giờ."

- Lý luận, luận lý tôi không thích đâu.

- Hứm không thích? Thôi cho lại chị đó, chị trụng luộc, xào nấu ăn, ăn đi. Đồ ma quỷ thời đại quá. Thứ gì quân xảo trá đấy nha? Lẽ ra tôi phải hiền khi nói chuyện, nhưng tức quá. Tôi đã không thể đóng vai hiền thục được.

- Mua bán làm chuyện gì cũng là cầu mong thôi. Cầu mong khách hàng mình dễ dãi vui vẻ. Và cầu thời mình thôi.

- Vậy thì shop bà đã hết thời rồi, cái gì giả dối bày ra, không chân thành, không đủ những yêu cầu nơi khách hàng, thì sẽ tan mau thôi. Và bà cứ ở đó cầu mong cho đến lượt có ngày phá sản đi.

Cô gái nói và ném sản phẩm vô mặt Thái Thanh như buộc tội bà, cố ý chê bà tham lam, đồ ăn giựt ban ngày ghê sợ. Rồi cô gái người Ấn lai Việt liền bỏ đi. Tương tựa như hai người trước. Và bà cũng không còn cơ hội để nói gì với cô thêm.

Đang ngồi suy nghĩ về việc sáng nay xảy ra. Đứng dậy ra phòng khách thấy Phúc An thì mặc chầm dầm, và buồn như đưa đám ma. Bực dọc Thái Thanh hỏi:

- Cái gì mà mặt anh như mất tiền không bằng vậy? Nhìn thấy ớn. Một đống luôn...

- Sáng nay con bé Thư Kỳ giống Lily có ghé thăm mắng vốn tôi nhiều. Nó như Lily từ cõi chết đội mồ về kiếm chuyện.

- Cũng tại anh cho nó đến thăm thôi.

- Tôi định không cho, nhưng thấy nó thiết tha quá đành chấp nhận lời yêu cần của nó. Ai ngờ...

- Ngờ gì? Ngờ ai? Nhưng nó nói hỏi gì nơi anh, kể cho tôi nghe thử?

- Nó hỏi: Đó là câu hỏi thứ hai là, chú có hối hận gì không? Khi corona đã cướp đi sự sống nơi Lily.

Rồi sao nữa nói thêm tôi nghe.

- Nó hỏi câu thứ ba: Tôi muốn hỏi thêm tại sao con chú muốn về nhà, khi trận dịch mới bắt đầu mà? Sao chú lại không đồng ý?

Im tý ông nói luôn:

- Nó hạch sánh tôi như thế đó, không phải là người giống như từ nơi cõi mồ chết về luận tội tôi sao?

- Biết đâu nó là con gái của anh đó.

- Nhảm quá làm gì có vụ đó. Con nhỏ này về Đài Loan mới qua thôi. Bộ dễ sao? Cha mẹ, bà nội, bà ngoại, người thân nó bên đó không có mắt nhìn hã.

- Thì họ cũng giống như anh thôi. Chỉ là góc độ khác nhau có thể... Con mình, mà nhìn không bao giờ ra mới lạ chứ? Đi nhìn con cháu người khác lấy làm con cháu ruột mình. Ôi xã hội nhiều thứ để nói và nhiều thứ để đánh cược cho vui.

- Hứm. Em nhảm quá Thái Thanh.

- Cả vợ anh cũng không có chết đâu. Khả nghi rất lớn họ đều sống cả.

- Tôi với em đánh cược đi. Nếu mà họ sống trên thế gian này. Tôi là người phải chết đi vì sự ngạc nhiên.

- Ô. Ô... Anh đừng thề ẩu cho ngon miệng. Coi chừng anh mắc vòng lời thề nha.

- Thì tôi chắc chắn họ không còn sống mới đem thề thôi.

- Nếu anh dám chết thì tôi cũng nhảy lầu đó nha. Ha ha. Dễ gì điều tin tôi là thất thiệt sai lầm.

- Ôi được rồi. Còn em nói tôi mặt chầm dầm như ai lấy tiền không bằng, mặt em có khác gì đâu, tệ hơn bánh bao chiều ế ẩm...

- Ồ anh chê sao cũng được. Tôi vẫn là đương kim vợ anh và sống chung với nhau lâu mà. Ha ha. Ồ sao anh không ra nơi tiệm bên kia? Mình thuê họ đứng bán làm cashier cho mình. Tuy nhiên không đủ sức cho mình tin họ lắm nha anh? Chúng ta phải theo sát họ đó, vai trò đó, chớ nên lơ là rất nguy hiểm, mình còn thời thì phải ráng làm ăn kiếm tiền anh phải biết.

- Anh định ra chứ. Mà đi sao cho nổi khi gặp con bé đó hỏi chán hết sức.

- Chuyện gì đâu, lại kêu ca chán hết sức, đồ bỏ cả anh ơi.

- Mà em trả lời câu hỏi anh đi. Tại sao khuôn mặt em thấy ớn khi về đây vậy?

- Trời ơi sáng nay một ngày gặp của em, kinh khủng...

- Gì nào nói anh nghe.

- Em không, không dám nhớ lại nữa đâu, nãy giờ về ngồi nhớ thấy đen đúa phát sợ luôn. Mọi sự hên như không còn nữa. Thôi đừng hỏi nữa. Anh cứ để em đi chơi game giải stress, xả xui chút. Bye anh nha.

Thái Thanh nói và bước đi phả tay ra phía sau có vẻ ve vẩy không thèm nhìn Phúc An chi cả. Tánh cô lúc nào cũng có vẻ ngang ngược và tự cao. Không biết vậy sao mà Phúc An lại "dính với cô" là chồng mới lạ chứ?

MƯỜI HAI

Lily theo đuổi sự nghiệp luật sư như nghề cô ước mơ nơi cuộc đời. Nàng đam mê học nhiều lớp, nhiều chương trình. Và cô chọn cái cuối cùng vẻ trội hơn là như vậy. (Cô đã viết thư thưa khéo việc này cho ba má và nội biết-)

Cô còn nói có thể cô chọn đất Mỹ để sống, để thách đố nghề nghiệp. Cô cũng bảo đất Mỹ đã hợp với cô nhiều. Cô phải xuất ngoại thôi... Vì Lily có thành công, có bằng cấp cử nhân luật một trường, ở một trường rất nổi tiếng... Cô dự định ra làm luật sư tại địa hạt một tiểu bang.

Nội Lam Tuyết Y, Nhã Hân, Và Trần Thức đến dự lễ tốt nghiệp khi biết rằng con cháu họ đã chuyển ước mơ ban đầu của họ, để rẽ vào một lối đi khác, khác hơn...

Nhưng làm sao cấm được tuổi trẻ cảm thức, lại con nhà giàu, một đứa cháu gái được cưng nhất nữa...

Song thời gian như đã đến, ngày tháng cứ dệt thoi... Khi về lại xứ Đài Loan, Trần Thức đã bao lần suy nghĩ đắn đo, nhưng làm sao ông có thể giấu mẹ suốt cuộc đời này sao? Và có khi mẹ phát hiện ra Lily thì càng bi đát lắm, hoặc có thể mẹ biết không phải là Thư Kỳ thật, thì mẹ sẽ sock lớn, tức giận cũng có thể rối rắm lắm. Còn nếu như mình từ từ cho hay, và nhẹ nhàng thuyết phục biết đâu mẹ dễ cảm thông hơn, mẹ sẽ mềm lòng hơn. Vì mẹ Lam Tuyết Y vốn là người phụ nữ có trái tim quảng đại nhiều mà. Và rồi cuối cùng Trần Thức cố gắng hở môi, để dám nói lên một sự thật với nội Lam Tuyết Y. Ông thưa:

- Thưa mẹ... Mẹ ơi có một điều con cần xin nói với mẹ ở thời điểm này rồi?

- Chuyện gì quan trọng thế con trai?

- Con đã làm và dối mẹ một chuyện khá lâu. Con rất áy náy trong lòng nhưng vì?

- Chuyện gì. Chuyện gì cơ? Nhưng vì nào?

- Mẹ hãy bình tâm mà nghe con tâm tình:

- Đừng làm mẹ hồi hộp nữa. Được rồi mẹ Lam Tuyết Y nghe đây mà.

- Mẹ ơi mẹ đừng la rầy chúng con nghen, đừng giận ghét chúng con. Tất cả vì là chúng con thương mẹ đó thôi.

- Cái gì mà nói vẻ tầm trọng thế nhỉ con trai Trần Thức.

- Mẹ ơi con muốn nói... Chàng lại ngập ngừng im lặng.

- Nói gì? Sao lại ngập ngừng. Mẹ muốn nghe nhanh hãy nói đi.

- Thưa mẹ hiền về Lily. Lily là một cô gái giống Thư Kỳ nhưng không phải là Thư Kỳ thật. Thư Kỳ thật đã không phải, đã là...

- Đã là sao con nói nhanh hơn mẹ nghe đi.

- Thưa mẹ Thư Kỳ thật đã mất trong nạn dịch corona tại New York đợt đầu tiên mẹ ạ.

- Trời ơi là trời. Lam Tuyết Y cảm giác như tay chân run lên và nổi da gà, gai ốc đầy khắp người.

- Thưa mẹ... Vì thấy mẹ thương yêu Thư Kỳ quá mà tụi con phải nhờ cô bé này đóng vai Thư Kỳ thật cho mẹ vui sống khỏe... Trần Thức nói thế và giương đôi mắt chờ mẹ phản ứng...

Bà Lam Tuyết Y nghe như thế. Quả là bà hết sức giật mình đau đớn khôn cùng. Tưởng chừng như đất dưới chân bà sụp đổ. Bà nghe tựa hồ như một tin không có thật đây sao? Con trai bà đã bịa đặt, gạt bà vớ vẩn chăng? Song Trần Thức cố giải thích lẹ thêm:

- Mẹ ơi... Dầu sao Thư Kỳ đã mất với covid quái ác tại New York. Nhưng biết làm sao hơn trời đã cho lại chúng ta niềm an ủi từ nơi Lily. Thôi thì mẹ hãy ráng mà vui bên cháu nội Lily mẹ nhé. Con không biết làm sao hơn giờ đây thú nhận với mẹ. Và mẹ ơi đó là điều thú tội của vợ chồng con. Vợ chồng con vẫn những khi đau buồn lắm. Nhưng biết cách nào khác hơn...

Bà Lam Tuyết Y nghe và hoang mang như trong mộng xa xôi, rồi bà hình dung lại tất cả những nét lớn của Lily thể hiện từ khi bước vào nhà bà, sau khi trận dịch tạm lắng xuống. Thật là bà có linh tính, một cái gì khác hơn Thư Kỳ ngày xưa của bà. Mà làm sao bà dám hỏi nhiều vì Thư Kỳ đã qua Mỹ du học? Bà rất thương cháu Thư Kỳ, bởi nghĩ nó có thể theo lối văn minh, tự do, cấp tiến ở đó nên thể hiện tính cách khác hơn cũng là dễ thương thôi. Vì thật sự nơi hiếu hạnh, ngoan hiền, Lily vẫn có đủ đong đầy.

Bà Lam Tuyết nhìn một sự lỗi lầm này không biết do ai? Trời già sao oan nghiệt hay trời già còn hảo tâm cho bà. Lam Tuyết Y nhớ đứa cháu Thư Kỳ thật ngày trước, mà tim gan phải ngậm ngùi tiếc thương...

Nước mắt bà chảy dài, bà đã phả tay để vào phòng nằm nghỉ - Cho sự đau buồn tê tái quá lớn này...

Cả ba ngày bà không ăn uống. Trần Thức chỉ bổ sâm tốt nhất cho mẹ Lam Tuyết Y dùng tạm mà thôi. Bà không bịnh gì cả, song không thể ăn ngon được, miệng Lam Tuyết Y như đắng đi chát ngắt... Bà cứ gọi mãi lúc mê cũng như lúc tỉnh:

- Thư Kỳ Thư Kỳ. Thư Kỳ ơi cháu nội bà mà? Trời sao nỡ đọa đày tôi. Tôi mất một đứa cháu mà tôi thương yêu nhất. Trời ơi là trời ơi....

Nhã Hân luôn gần gũi sát bên mẹ chồng Lam Tuyết Y, nghe bà than thở và nàng cố an ủi:

- Giữ gìn sức khỏe mẹ ạ. Dù gì Lily hiện tại vẫn ngoan

hiền xứng đáng. Nên mẹ đừng trách Lily tội nghiệp cho nó. Do chúng con nhờ, và dẫn dụ nó mà thôi.

Nghe Nhã Hân bảo thế nước mắt Lam Tuyết Y cứ chảy nhiều ra. Bà hình dung lại cô gái Lily thêm...

Nhã Hân với nhiều ngày, nhiều lần bên mẹ đó. Nàng vẫn không quên khuyên giải mẹ chồng một mực rằng:

- Mẹ ơi do chúng con thương mẹ mà thôi. Cô gái ấy nhiều lần không chịu, e ngại lắm. Song chúng con đã cố gắng thuyết phục, năn nỉ. Cô Lily không có lỗi, chúng con có lỗi. Nhưng quả thật chúng con quá thương mẹ. Sợ mẹ bị sock khi nghe tin Thư Kỳ của chúng ta từ trần vì nạn dịch. Nên đã mượn một cô gái Việt khác lấp thân. Chính là Lily còn sống thay cho... Vì cô gái này giống Thư Kỳ mình như hai giọt nước.

- Trời ơi là trời. Bà Lam Tuyết Y vẫn còn ôm đầu, thổn thức trong đau khổ...

Vài tuần lễ sau, hoa sầu trong mộng cũng muốn ly tan... Lam Tuyết Y đã cố gắng tạm nguôi ngoai nỗi đau dần, nước mắt sầu thương của bà cũng tạm thời phải ngưng chảy, và bà cũng phải muốn nhận ra một thực tế mới... Dù trong thâm tâm sâu thẳm nhất của bà, vẫn cứ còn hờn trách sao ông trời cao kia tạo chi ra nhiều cảnh đọan trường oái ăm quá...

Và rồi đến một ngày, một mùa xuân cũng đã đến, hoa lá lộc chồi như tỏa hương khoe nhị bên thềm, những cánh bướm từ đâu bay tới vờn vợt nụ hoa dù lả lơi hay tao nhã. Nội Lam Tuyết Y nhìn thấy buâng khuâng với cảnh với tình, niềm xốn xang lại len nhẹ trong lòng bà. Lam Tuyết Y lại có ý mới, bà tự hỏi vào dạ, và cũng cảm thấy thương lại Lily nhiều lắm, tội nghiệp cho nó quá... Một con bé thơ ngây thông minh, lại giống cháu bà Thư Kỳ quá, bà phải nhận thôi. Chứ bà biết làm sao bây giờ cho đúng chuyện? Lam Tuyết Y nghĩ rằng con người có bàn tay cao lớn nhưng ông trời luôn có bàn tay cao lớn hơn, đã sắp bày, đã tô điểm, hoặc định đoạt, để ngăn nắp xếp thu, dù là oan nghiệt hoặc nghịch cảnh nào trớ trêu. Hoặc trả về với thuận lợi ít ỏi cho con người than khóc. Bà đành phải chấp nhận... Bà Lam Tuyết Y đã vỗ ngực mà khóc đau:

- Thôi thì trời cho bà cái gì bà đành không phủ nhận. Mặt trời không thể không qua núi mà lặn. Sông không thể thiếu nước mà tạo sóng. Hoa sẽ tàn phai vì một kiếp nhân sinh đã được nở rộ. Trời là trên cao là trên hết, là quyết định và hình thành: tước và cho tất cả mọi thứ nơi vũ trụ này...

Và sau đó Lam Tuyết Y còn cố thúc giục Trần Thức kêu điện nơi Lily về để bà gặp cho sớm hơn cũng OK...

Lily ngại ngùng nghe tin. Nàng bé không dám về Đài Loan với sự thật như vậy. Nhưng ba Trần Thức nói cứ về. Bà nội vẫn thương cháu Lily đó. Cụ thể ông cho tin:

- Nội đã thương con cảm động nơi con lắm. Nội Lam Tuyết khóc và nhớ thương con ngậm ngùi cả tâm hồn bà, con nên về thăm đi...

- Dạ cám ơn ba má. Cám ơn nội. Lily xúc động trên đôi môi và ánh mắt khi trả lời.

Một tháng thoáng qua nhanh, sau về gặp nhau lần này, là Lam Tuyết Y nhận Lily làm cháu nội thật sự nơi bà, dù bà biết không phải là Thư Kỳ ngày trước. Thư Kỳ đã mất rồi còn đâu. Và bà khóc lên với tên gọi:

- Thư Kỳ. Thư Kỳ và Lily vẫn một đây mà thôi. Bà sẽ qua Mỹ thăm cháu nữa. Bà sẽ đi với Lily Thư Kỳ cùng trời cuối đất mà... Con là gia sản quý báu còn lại nơi bà... Và gia sản vật chất này bà sẽ cho cháu hết, ba nó phải cho cháu hết. Lily Thư Kỳ này phải biết phụng sự hiếu hạnh nơi ba má Trần Thức và bà nội này. Con vẫn là Thư Kỳ của bà nội ngày nào mà thôi. Nội sẽ không tách rời giữa Thư Kỳ và Lily nữa đâu.

Lily rưng rưng lệ chớp mi đáp:

- Nội ơi con biết nói thế nào để cám ơn nội, nội đã dành tình thương cho con thật lớn lao muôn trượng.

Lam Tuyết Y đưa tay ra để cầm tay Thư Kỳ Lily, mà niềm xúc động môi bà run lên với bao dòng nước mắt cứ rưng rưng muốn lụy nhỏ xuống sàn nhà.

Lily hiểu và ngã vào lòng bà Lam Tuyết Y với bao cảm xúc thiêng liêng cả ngậm ngùi, cả sung sướng, những giọt nước mắt lăn tròn trên đôi má của người con gái thơ ngây, đang phải mang hai cái tên nơi mình, mà bà nội Lam Tuyết Y nhìn thấy thật thương tâm...

Trần Thức và Nhã Hân đứng nhìn, hạnh phúc nắm tay nhau thầm bóp nhẹ những lóng tay nhau, vì bức tranh xúc cảm của hai bà cháu trước mắt họ, và nơi căn nhà họ ở xứ Đài Bắc này đây. Thương cho Thư Kỳ thật đã mất, nhưng mừng khi Lily giống tạc đã về thay... Dù sao vẫn cho họ giảm bớt đau thương trong nghẹn ngào... Của cơn dịch quái ác giày xéo, mà khi nghĩ tới, ai cũng phải lạy trời, đau đớn đến kinh hồn...

MƯỜI BA

Phần cá nhân Lily... Chỉ có Mai Hoài biết kỹ về Lily ngoài cuộc sống cô đang có. Vì do nơi Lệ Oanh cung cấp nhất định là như thế.

Mẹ của Lily là Lệ Oanh ở trong chùa tu thân nhưng đọc kinh thư, viết sách, nấu ăn, Lệ Oanh vẫn thỉnh thoảng làm đôi bài thơ khi yêu thích. Bài cuối cùng Lệ Oanh mới làm là "Còn Đâu Nữa." Lời bài thơ:

America! A...merica...! Còn đâu nữa những ngày tháng thân yêu. Ôi còn đâu những ngày tháng hiền hòa tuyệt nhiên... Còn đâu nữa America thiên đường. Ôi còn đâu nữa ôi thiên đường tự do. Ô ...Ô... America còn đâu nữa những ngày em yêu tôi. Và còn đâu nữa những ngày em hứa trên môi. Ôi còn đâu nữa một tượng đài New York hùng hồn sa khơi- Và vững tin nơi tôi. Còn đâu nữa trên hè phố vắng tôi an nhiên ngắm nhìn lả lơi - Bầu trời của vì sao đêm lên ngôi... Và còn đâu nữa những cánh hoa cười tươi dưới trăng thơ rơi - Tôi nhìn mãi không thôi... Ôi còn đâu nữa tất cả sang bằng một nỗi đau sầu chơi vơi... Còn đâu nữa tất cả đã sang bằng nỗi đau sầu chơi vơi...

Ôi America những ngày tháng còn đâu. Ôi America những ngày tháng còn đâu. Ôi America. Ôi America tôi đã từng yêu, từng yêu thấm sâu...

"Được Mai Hoài phổ qua nhạc và chính Lệ Oanh chịu hát, cô thích hát bài này. Cùng với CD- Một album nàng tự hoàn tất với 14 ca khúc khác theo ý của nhạc sĩ Mai Hoài đề nghị. Lời thơ của Lệ Oanh là 4 bài. Còn lại là những bài nơi của nhạc sĩ khác. Nàng Mai Hoài chọn thích đem lồng vào tặng cho *một album luôn " CÒN ĐÂU NỮA." Gồm có. 1/Đèn khuya. 2/ Căn nhà ngoại Ô. 3/ Bóng nhỏ đường chiều. 4/ Mưa rừng. 5/ Lẻ bóng. 6/ Phút giây. 7/ Người tình không đến. 8/Tình bơ vơ. 9/ Nỗi buồn đêm đông. 10/ Đắp mộ cuộc tình.* Và bốn bản kia, nhạc riêng của Mai Hoài lấy thơ từ Lệ Oanh. (Mai Hoài có ghi tên tác giả hoàn toàn không thể ai kiện cô được, nó chỉ là điều cô thích những bản nhạc đó lên một album chung CD thôi.) Thật ra mà nói thơ của Lệ Oanh cứng cỏi pha ỷ mị đi chung rất đặc biệt. Nhưng nó được phổ qua nhạc thì không hay mấy. Vì thơ là nỗi lòng thầm kín, ngôn từ sâu sắc của cảm xúc tầng tầng lớp lớp. Còn nhạc là giai điệu mênh mông, là sóng vỗ của mặt diện nơi tâm hồn... Giống mà khác, khác mà giống là vậy đó. Ít có bài thơ nào phổ qua nhạc giữ nguyên gốc mà hay được. Ngoại trừ một số bài, được nhạc sĩ thổi hồn riêng độc đáo vào giai điệu thiêng... Hay nói khác hơn người nhạc sĩ có tài phân chia, ở cảm xúc thẩm mỹ nơi giai điệu của họ... Hầu hết những bài hát người nhạc sĩ là chủ thể thì cảm xúc, sáng tác mới hay tới đỉnh thôi. Bài hát "Còn Đâu Nữa" là cảm xúc chung cả nhạc sĩ Mai Hoài cho con người, đồng loại, và có ý riêng của tác giả Lệ Oanh rất hòa quyện. Nhưng nghe nhạc hay là do Mai Hoài đưa vào một giai điệu cứng cáp, đi trong nhịp cầu bi ai thống thiết. Gợi tả sự mất mát tìm về lương thiện, với những ngọt ngào bị đánh rơi. – Nó đã giản dị và súc tích của bức tranh khái quát nạn dịch nhưng đi sâu về tâm hồn. Còn nữa, cũng không hiểu sao do nơi đó, có lẽ phải phụ thuộc vào người nghe họ thích nữa chăng? Con người là cơ hội thời thế... Bài hát cũng vậy phải gặp thời điểm và vượt qua thời điểm để sống... Điều đó mới là những ca khúc tuyệt vời. Mặc dù bài ca lời hát nào được phát biểu, hoặc đánh giá cao "vẫn chỉ mang tính chất tương đối" mà thôi.

Sau đó nhiều người chủ của các công ty ca nhạc giải trí nghe CD này mời Lệ Oanh, tức là ca sĩ Mỹ Lan tham gia hát Show cho họ, nhưng Mỹ Lan không muốn tham gia. Nhạc sĩ Mai Hoài lại chợt lanh trí hơn một chút nữa, cô lấy CD chế ra làm ra Video cho Lệ Oanh, lấy tiếng hát Mỹ Lan (tức là Lệ Oanh.) Song lấy hình ảnh con gái Lily và cô gái Thư Kỳ giống nhau không tưởng tượng nổi kia, để làm nền cảnh kết hợp, và chắc chắn rằng không ai nhìn ra cô nào là cô nào? Cho thiên hạ vừa nghe nhạc vừa khám phá, những điều mà trên đời này có hai cô gái, của hai bà mẹ sinh ra lại giống nhau như đúc mới lạ thật! Tiếng hát Mỹ Lan Lệ Oanh nói hay thì hay, chứ làm sao ra chuyên nghiệp bằng những người hát từng nổi tiếng, cùng ban nhạc hòa âm ở những nơi để họ bán "tiếng hát" lấy tiền kia? Nhưng rồi giọng ca mới, bài hát mới, hình ảnh lạ mới, nên lượt vào Mai Hoài post nơi youtube, không đầy một tuần đã lên cả trăm triệu view. Như thế đủ ấm lòng cho cô nhạc sĩ Mai Hoài rồi.

Lệ Oanh nhìn thấy, gọi phone Mai Hoài với một sự phản ứng mạnh.

- Nhạc sĩ làm thế, chết chị rồi. Họ sẽ đón ra đó em ơi. Trời ơi em hại chị rồi nhạc sĩ Mai Hoài quả là...

- Không sao đâu chị. Tên ca sĩ Mỹ Lan kia mà. Bây giờ youtube người ta làm một trăm thứ, một trăm mẫu, hoặc một ngàn mẫu kiểu cắt dán thêm bớt, mở rộng, rút ngắn, gọt sửa, đưa thêm, tái tạo hình ảnh mới v.v... Họ thích ai thì dựng lên pháo đài ngưỡng mộ thôi. Người nào thích ai, cứ chuyển tải hình thôi. Chị ngại chi? Ai cũng biết chị em mình một thời kỳ thân biết nhau, thích nhau là cùng.

Im một chút Mai Hoài nói tiếp:

- Chuyện lạ họ coi, và tiếng hát hay họ coi thôi, có gì chị e ngại? Nếu cứ cho là chị chết đi, nhưng em thích đem hình chị lên không thể ai cấm mà. Như Thanh Nga, hoặc Thẩm Thúy Hằng vậy? Đến hôm nay họ săn lùng hình đẹp một thời xa xưa, cắt xén nơi phim để họ đưa lên tràn giang, đại hải đó...

Nhìn hình Lệ Oanh trong iPhone. Mai Hoài bảo tiếp:

- Chị Mỹ Lan ơi nè, hai cô gái đó là biểu hiện sự giống nhau. Cùng lắm là họ biết một người sống, một người đã chết, dù rằng banh mắt nhìn cũng không thể đi đến kết luận được. Cô nào thích màu xanh cô nào thích màu đỏ kia. That's it vậy thôi. Có ai đem em đi xử tử vì hình đâu chị lo?

- Nhưng chị không muốn.

- Chắc chị sợ con bé chị biết chứ gì? Vẫn như các youtube khác thôi. Đừng ngại chị ơi. Hình là thật thật, ảo ảo, hư hư. Ai mà nghĩ chi chị ạ.

Im một chút Mai hoài lại nói nữa:

- Cả ông chồng chị không biết gì đâu, sẽ tưởng là em thích chị mà lên hình ngày xưa đó thôi. Còn hai cô con gái chỉ là chủ đề đặc biệt, người và người giống nhau trên thế gian này thôi. Cho họ ngạc nhiên chơi. Em có nói gì đứa nào là con chị Lệ Oanh, và sống chết ra sao đâu mà lo.

- Chị đầu hàng vô điều kiện em Mai Hoài luôn.

- Chị biết không Mỹ Lan hi hi? (Mai Hoài cười) rồi bảo tiếp:

- Em mua cái nhà không nổi, thành làm một vài video lạ mới, để kiếm tiền bằng cách câu view từ youtube thêm, cho nhanh tậu nhà chị ơi. Ai cũng hứa cho cố, nhưng họ có thật tâm giúp mình đâu? Toàn là hứa lèo, hứa léo. Mình phải lo kiến tiền nhiều cách chị à.

- Nếu em cần thì chị sẽ giúp em. Lệ Oanh sốt sắng nói.

- Chị làm gì nhiều tiền mà có giúp em?

- Em khinh thường chị hã. Chị có trúng số mà.

- Thiệt không?

- Đùa em đó, chị không có nhiều nhưng vẫn có một số do chị nấu ăn, khách thấy ngon họ thưởng. Chị định xây chùa. Nhưng giúp cho em trước cũng tốt mà.

- Nói chứ chị lo cho chị đi. Em đã sắp đủ, để có khả năng mua nhà rồi chị đừng lo cho em.

Mai Hoài là một bạn tốt với bao người, luôn phổ thơ cho

bao nhà thơ, họ làm thơ và họ thích được phổ nhạc. Đôi khi hoặc Mai Hoài tự thấy một hai bài thơ ăn ý cô, là cô chuyển hóa ra nhạc để tặng họ...

Tuy nhiên tình cảm Mai Hoài dành cho Lệ Oanh là một điều không thể giống ai. Bởi hoàn cảnh Lệ Oanh không giống ai. Lệ Oanh – Nàng Thơ từ cái chết sống lại và ẩn danh.

Một hôm khác Mai Hoài nói với Lệ Oanh qua iPhone khi Lệ Oanh ở P.S.T, chùa tại nước Singapore. Nàng nhạc sĩ có một đề tài mới nữa:

- Chị ơi chị Mỹ Lan ơi nè. Em muốn nói... Mai Hoài ngập ngừng...

Lệ Oanh cầm phone hỏi nhanh:

- Nói gì em nhỉ?

Chị về lại Mỹ và nhìn lại đứa con đi. Tội nghiệp bé và cũng tội nghiệp chị lắm.

- Biết bé có thương chị và nhìn chị không em?

- Em tin chắc là bé thương chị và nhìn chị.

- Riêng chị không dám đặt cao niềm hy vọng đó.

- Chị cứ cho em tiếp cận qua iPhone em, em sẽ nói với bé, từ từ bé có thể lắng nghe, và tự nhận ra sẽ thương chị. Chắc chị đã biết hết về bé chứ. Chị từng cung cấp cho em. Và em đã từng cung cấp cho chị lại... Chị nên nghĩ ra rằng - Vì nhân sẽ tạo ra quả. Bé học giỏi, bé mất mẹ nhưng rồi may mắn nhà giàu nhận bé làm con mà.

- Chị vẫn muốn điều... Phải từ từ Mai Hoài ơi.

- Từ từ là bao lâu nữa, bé đã quá trưởng thành rồi. Chị có nhớ câu nói ai. "Chớ để muộn những việc tốt, là như tự giết mình. Và nó đã phá đi một di sản một ý tưởng đẹp của tâm hồn..."

- Hi hi. Nhạc sĩ giỏi cả triết lý, thành văn sĩ rồi.

- Cái đó em dành cho chị, ôi em hổng dám đâu.

- Em sẽ gọi cho bé thử. Đó là ý mới nhất của em. Một ngày gần đây nha. Bây giờ em bận rồi nha.

- Tùy em nhưng mà còn sớm, chị sợ bé tổn thương.

- Làm gì còn sớm nữa? Em sure với chị. Em sure không

làm tổn thương chị và bé đâu. Hôn chị nhiều em bye nha. Em đi làm việc khác đây. Tin đó, chị cứ để em "xuất." Không hại hai mẹ con chị, nhất định vậy mà.

- OK em. Lệ Oanh nhìn iPhone Mai Hoài đã chốt, cắt. Cô đứng nhìn một cánh hoa trước chùa phất phơ, nhẹ đưa cánh nhành, lá mỏng, lòng bỗng dưng thương lạ vì đâu...

MƯỜI BỐN

Một buổi tối kia yên giấc ngủ, cô gái Lily Thư kỳ đang nằm mơ thấy gặp lại mẹ. Trong một ngôi chùa Lệ Oanh kêu lại:

- Lily mẹ đây nè, con có nhận ra mẹ không? Hỡi con thân yêu của mẹ.

Lily đứng ngơ ngác nhìn.

- Lệ Oanh là mẹ đây nè. Mẹ ở chùa đi tu nhưng luôn luôn theo dõi con. Mẹ xin chúc mừng con cả sự nghiệp và đức hạnh.

- Má của con không từng chết rồi sao?

Lệ Oanh lắc đầu:

- Không má chưa bao giờ chết. Má vào cửa Phật nhưng đã làm bao điều lợi ích khác, và má vẫn biết con đang đóng vai cho một cô bạn giống nhau. Bởi gia đình họ yêu cầu đúng không con?

- Làm sao má biết rõ như thế.

- Má biết chứ, con má làm sao má nhầm? Con của má đang còn sống như má đây nè. Má muốn ôm con vào lòng một chút đi Lily. Tại sao má phải xa con là những điều giông tố lắm...

Lily nghe chưa kịp nhịp chân đến với mẹ. Lệ Oanh đã đi nhanh, chạy tới cầm tay Lily mà hôn, miệng thì bảo:

- Má không muốn xa con nữa. Má không muốn xa con nữa. Con cần má không? Con còn thương má không con?

- Dạ con cần má và con thương nhớ má lắm chứ. Má về bên con đi má Lệ Oanh.

- Con có chịu không chứ? Người mẹ Lệ Oanh nói mà nước mắt ràn rụa chảy...

- Con mong từng ngày làm sao mà không chịu. Má đừng bỏ con đi xa nữa. Lily trả lời nhìn mẹ thương xót cả lòng mình, trong nỗi tái tê của cô.

- Lily ơi má thương con nhiều, nhiều lắm con có biết không? Nhưng vì nỗi buồn má sống xa con một thời gian và làm việc từ thiện...

- Dạ má ơi con biết lòng má. Con vẫn thương má nhiều lắm má ơi. Lily nói và hôn lên trán má, tóc má mình, nhưng lại là hôn lên chiếc gối mềm bên cạnh. Cô giật mình một giấc mơ đã trải qua...

**

Hai vợ chồng Phúc An Thái Thanh đang tranh cãi về sự sống và cái chết của Lệ Oanh và Lily.

Thái Thanh cứng rắn bảo:

- Anh ơi người ta nói Lệ Oanh chắc chắn còn sống, và con bé Lily vẫn là người còn sống. Nhạc Sĩ Mai Hoài làm Video cho họ đưa lên từ youtube.

- Làm gì có?

- Có mà... Hình của Lệ Oanh và hình của Lily cả Thư Kỳ, còn nói hai đứa con gái giống như một, sinh ra từ hai bà mẹ.

- Vậy em gọi phone hỏi Nhạc sĩ Mai Hoài là biết liền thôi?

- Còn khuya cô ta mới cho mình biết.

- Điều đó đâu thể nào đủ chứng minh được Lệ Oanh còn sống và con Lily còn sống em? Cô ta quen biết ái mộ, hoặc thân tình từ lúc Lệ Oanh chưa chết, chưa đi vào rừng cơ mà. Kiểu này không có thiếu ở trái đất hôm nay, mà họ lắp ráp hình để lấy vui. Nhạc sĩ Mai Hoài làm để lạ, để câu views. Nhạc sĩ ca sĩ họ hay rảnh, hoặc thích làm những chuyện vậy thôi. Hình người ta vẫn làm như lúc còn sống được mà.

- Hình cô ta còn đẹp lắm, anh biết không?

- Có đẹp cũng không bao giờ còn tìm ra tuổi trăng rằm đâu.

- Câu nói anh hay quá nghhen? Nhưng anh đừng có phủ

nhận nơi lòng mình, với những khi anh hồi tưởng nha? Thái Thanh nói và liếc xéo qua chàng.

- Để anh yên đi. Đời nào có. Em nhảm sợ luôn Thái Thanh?

- Thôi anh không để ý họ thì em để ý chi cho mệt chứ. Mặc kệ họ... Em đi tìm vui chơi game còn thú vị hơn nói chuyện lâu với anh.

- Được thôi. Game là người chồng em yêu nhất, đôi lúc nó phụ bạc em, mà em vẫn cứ theo níu áo nó đấy.

- Anh mới là rõ nhảm đó. Quái...

- OK thôi. Anh nhảm, quái coi như được. Anh cũng muốn đi ngủ tý. Em cứ đến với chồng thứ hai em đi.

- Sợ gì mà không đến chứ?

Thái Thanh nói và vào phòng chơi games riêng của mình.

Phúc An tự pha một ly coffee theo ý mình, và ngồi nghĩ bao chuyện đời chung quanh.

MƯỜI LĂM

Một hôm Mai Hoài gọi phone cho Lily cô hỏi xã giao với bé. Bé nhìn thấy số phone lạ nhưng vẫn vui vẻ said:

- Hello. Ai mà gọi con vậy? Cho con biết...

- Cô là... Xin lỗi cho cô hỏi. Có phải con là Lily thật không? Có chuyện cần cho con. Cô là người tốt không xấu đâu con lo.

Lily đã cầm phone nơi tay và do dự, nhưng trả lời:

- Ồ dạ thưa đúng cô ơi. Nhưng làm sao cô biết con là còn sống. Khi phần đông ai cũng nghĩ con chết ở trận dịch corona nơi New York rồi mà.

- Con có bao giờ nghĩ má ruột con còn sống không?

- Dạ không, má con chết từ lâu vô rừng...

- Má con là người biết con nhất định là nhân vật còn sống. Và má con cũng đang còn sống trên trái đất này. Tại đất nước Singapore cô sẽ gởi chính xác địa chỉ, má con đang ẩn danh đi qua khắp nẻo, sau một trận đi lang thang vào rừng...

- Vậy sao? Thật sao cô? Đêm qua con có nằm mơ thấy má gặp con tại một ngôi chùa xa xôi nào đó con mơ mơ, hồ hồ... Nhưng con không nghĩ là má con còn sống đâu?

- Giấc mơ đôi khi là điều kỳ diệu nhất, thật nhất. Im một tý Mai Hoài nói tiếp:

- Con ơi. Má Lệ Oanh có ba cái để kết luận Lily con của bà còn sống thật. Là như thế này...

- Là gì hã cô?

- Cái thứ nhất. Má con hy vọng điều người ta tưởng bà chết nhưng thật sự bà vẫn cứ sống. Con bà chắc cũng là y như thế.

- Wow.

- Cái thứ hai là con gái Lily bà luôn chuộng màu sắc, ưa mặc đồ có màu hồng hoặc màu trắng, hoặc màu xanh, thích tre trúc, thích những bức tranh về ngựa. Bà có vô facebook là Thư Kỳ hiện giờ để coi. Bà vẫn thấy điều đó rõ như ban ngày.

Thứ ba là Lily của bà có một bớt son nơi bắp đùi bên phải. Con có một bức hình mặc quần short mà bà tìm ra nơi đó trên facebook, dù tên là Thư Kỳ đứng face.

- Trời ơi má của con.

- Đúng vậy. Má con nói bớt son nhỏ đó chỉ có má con và ba Phúc An biết thôi, mà ba Phúc An đã không quan tâm để tìm ra đích thực. Người cha như thế thật đáng chê. Và con cũng không nên nhớ về họ chi cho thừa.

- Dạ con biết điều đó. Con không bao giờ coi ông ta là ba của con, khi mà con có làm giả Thư Kỳ đến nhà. Quả là ông không có quan tâm. Con chỉ nhận ba Trần Thức mẹ là Nhã Hân ở Đài Loan, và bà nội Lam Tuyết làm người thân. Vì họ thương yêu con còn hơn con ruột.

- Cô Mai Hoài hiểu. Khi nào cô nói chuyện nhiều thêm, bây giờ có phone gọi cho cô rồi nghen. Những thông tin cô vừa nói là đúng hết chứ nha? Phải không Lily?

- Dạ. Con cám ơn cô. Vâng bye bye cô.

- OK. Thanks. Mai Hoài nhìn Phone có người gọi đến. Nàng nhạc sĩ không buồn bắt, nhưng rồi lại bắt máy said

“Hello… What are you doing? What’s up… I hope wonderful for us…” Nàng dư biết có lẽ những nhà thơ, hoặc các ca sĩ ai đó, đang gọi kiếm mình…

**

Thời gian này cả hai Lệ Oanh và Lily hồi hộp hướng về nhau. Lần đó được Mai Hoài thúc bách. Lệ Oanh đã gọi iPhone cho Lily, tâm tư trong cả trạng thái vui buồn để bảo rằng: (Khi con đã đồng ý bắt phone.)

- Hello con gái của mẹ yêu.

- Dạ thưa má chính con là Lily…

- Má biết Lily, con ơi. Má thật sorry con nhiều. Má là má của con vẫn còn sống. Nếu Lily không giận má. Xin con hãy đến thăm má, dù một lần má cũng mãn nguyện. Má Oanh đâu thể nào ra đi bỏ con ở lại trần gian này, sau đó má đã nghĩ lại rồi… Nhưng má Lệ Oanh rời xa con, không gần con vì hoàn cảnh.

- Má ơi cuộc đời mỗi con người luôn là sự trôi nổi khó lường… Lỗi đâu do má Oanh mà con giận má. Và con đâu thể nào đến thăm má một lần. Con nguyện sẽ đến với má nhiều lần chứ. Con có nằm mơ thấy gặp má, không ngờ cô Mai Hoài gọi cho con sau ngày… Thật trời cho cơ hội con được gặp má ruột như giấc mơ… Ôi má ơi… Biết nói thế nào cho hết cảm xúc trong lòng con đang có…

- Má thật cám ơn ông trời, cám ơn con gái má.

- Mình phải cảm ơn cô Mai Hoài nữa má ơi.

- Con nói đúng lắm con yêu.

- Nhất định con bay qua nơi đó gặp má trước tiên. Cô Mai Hoài đã send địa chỉ má ở, con biết rồi.

- Mai Hoài là một nhạc sĩ tốt với mọi người, và tốt nhất với má con mình đó con ơi.

- Dạ con đã biết điều đó má à. Hẹn gặp má sớm nhất. Con yêu má biết nói làm sao cho hết.

- Má cũng yêu thương con nhiều lắm, nhớ con nhiều lắm nhưng vì cuộc đời má buộc phải. Nói đến đây Lệ Oanh như cảm động ùa tới lại muốn khóc. Lily hiểu má nên vội ngăn:

Đừng khóc má Oanh, hãy để dành giọt nước mắt đó khi con ôm má vào lòng, mà má con mình sung sướng đến vô biên má nhé. Con nói nhiều má lại tủi khóc nhiều, cũng mất tốt cho sức khỏe.

- Má biết nhưng làm sao không xúc động được con nhỉ? Má xúc động vì bỏ con để ra đi, vào rừng để tự vẫn, nhưng má nghĩ đến con và không dại gì chết. Rồi má đi xa lang thang khắp xứ, khắp các quốc gia sống thui thủi một mình tìm công việc làm vui.

- Dạ con nhận thức được điều đó, cô Mai Hoài đã kể sơ qua.

Lệ Oanh càng tỏ rõ:

- Đời này có gì vui hơn khi gặp lại con sau bao năm xa cách, mà cả hai lai lịch tưởng như chết, vẫn âm thầm sống với đời. Nhất là con được một gia đình tử tế nhận làm con, thay cho con cháu họ trong dịch bịnh mất đi. Quả là má vui sướng mừng lắm. Mừng hơn như khi mình chết sống lại Lily à.

- Thưa má mọi chuyện đều có số mà má. Má con mình tuy gặp những lâm cảnh nhưng cuối cùng là hên nhiều hơn xui mà.

- Đúng vậy con gái.

- Vâng má con mình tâm tình. Coi như hiểu nhau rõ rồi. Con bận chút rồi ai gọi con đây. (Bé nhìn có đường dây iPhone khác gọi đến.)

Nàng bé nói thêm:

- Thôi con bye nha. Hẹn gặp má để má con mình sẽ vui nhé.

- OK má hiểu ý con nói. Má bye con gái yêu...

**

Một tuần trôi qua thì từ phía America Lily mua vé máy bay, đáp máy bay đi qua Singapore để gặp được mẹ ruột Lệ Oanh như giấc chiêm bao mơ màng. Và rồi cả hai mẹ con đã được nói chuyện... Trong lòng hai người vui sướng cả ngậm ngùi cảm động tiếc nuối, thời gian đã không ngừng trôi qua, kỷ niệm xưa lại về đong đầy nơi mẹ con họ... Vì điểm lớn hai mẹ con cứ ngỡ mình như chết đi mà còn sống lại. Mẹ con cầm tay thương yêu nhau không nói hết cạn lời vào lúc này... Cơ hội như họ chết đi một lần nào. Và rồi được sống lại để gặp nhau. Cuối cùng Lily cảm xúc nói với mẹ những lời quý báu nhất:

- Má Lệ Oanh ơi con thương má lắm. Má biết hôn? Má phải về lại Georgia con mua nhà cho má ở hoặc má về Florida, hay bất cứ nơi nào nước Mỹ. Hay bất cứ nơi nào trên thế giới mà má yêu thích, cả xứ Đài con vẫn sẽ thực hiện được. Con đã có số tiền bà nội, ba mẹ Trần Thức cho con sở hữu rất là nhiều. Và con làm việc kiếm ra tiền cũng khá lắm. Giờ thì má lấy niềm vui nơi con, nơi nhạc sĩ Mai Hoài mà sống vui đi má nghen?

- Má sống khỏe mạnh dù đi nhiều. Má vẫn chưa muốn về nơi đâu cố định. Má chỉ muốn yêu cầu con một việc.

- Việc gì thưa má? Lily liền hỏi nhanh.

- Má ngại khi mới gặp lại con. Nhưng má đã bức xúc.

- Má cứ nói hết đi. Con mừng khi má con đã chết mà như sống lại, thì mọi giá trị trên đời còn gì lớn hơn nó. Má không nên ngại điều chi với con.

- Chuyện liên quan đến nhạc sĩ Mai Hoài?

- Cô Mai Hoài sao má?

- Chuyện má gặp lại con là má nuôi ước vọng, song nhạc sĩ Mai Hoài là người luôn thúc bách. Cô ta rất tốt với hai mẹ con mình như con biết. Còn nữa những năm má đi ở ẩn, cô ta là người bạn thân thiết luôn gọi phone và quan tâm nhiều đến má.

- Con hiểu và trân trọng điều này. Của cô nhạc sĩ Mai Hoài.

- Vậy nghĩa là má có một ước muốn. Má đã có một nửa phần cho rồi. Má chỉ mong nhờ con phần còn lại.

- Nghĩa là sao? Má Lệ Oanh vắn tắt ý chính đi, con hồi hộp. Má yêu dấu của con nè...

- Nè Mai Hoài từng ước mong có một căn nhà. Con có thể cosign cho cô Mai Hoài mua một căn nhà tại Georgia Atlanta. Cô thích nơi đó, vì cô là một nhạc sĩ có tâm hồn cao thượng, nhưng còn nghèo lắm. Cổ chỉ ở nhà mướn rất đắt đỏ nơi Bắc California thật tội nghiệp...

- Được rồi con mua căn nhà, cổ chỉ tới ở. Má và cô ấy coi như hai chị em sống chung vui, quan tâm lo cho nhau. Khi cần sau này, thì má sang lại cho cổ. Con khỏi cần cosign làm chi.

- Ồ để má hỏi lại sợ cổ ngại ngần.

- Con sẽ tìm cách nói chuyện với cổ sau này. Cosign không phải là chuyện lớn của con. Nhưng con muốn căn nhà đó thật sự má là chủ trước tiên. Má không thấy đúng sao, hợp lý sao? Má ơi con rất là yêu quý má...

- OK vậy thì má sẽ nghe ý con bảo, con muốn. Ôi đứa con ngoan của má.

Hai mẹ con ôm nhau hôn và hạnh phúc bên nhau. Làm sao một vài phút giây ngắn ngủi nửa giờ, họ có thể nói hết những điều nơi trái tim. Họ đã giữ gìn tình yêu ẩn náu lâu ngày cần san xẻ, chỉ đợi một, từng mỗi ngày, được bọc lộ và tâm tình nhiều hơn thôi... Sau rồi họ đi tìm nơi nhà hàng chay Singapore để ăn. Người đầu bếp chính nhà hàng này, là đệ tử của Lệ Oanh. Cô có theo học thêm nấu món súp chay trong chùa tên J.E.L ở một khóa, vào một dịp...

MƯỜI SÁU

Khi mà biết vợ Lệ Oanh còn sống, "lá thư tuyệt mệnh" của cô chỉ là thử ông và là một trò chơi theo ngày tháng... Cô đi sang các nước để sống, làm việc từ thiện giúp đời. Rảnh thì còn làm thơ viết văn với những cái tên giả khác lạ. Và con ruột ông, Lily còn sống luôn. Thật sự nó không có chết, nó không qua đời nơi ổ dịch New York. Sự chết và ra đi lìa trần thế là cô gái khác kia, là Thư Kỳ người xứ Đài Loan giống cô mà thôi. Ông Phúc An đã đánh giá thấp người bạn nó; nơi Alva gọi điện cho ông báo về cái chết của Lily. Và ông đã quá coi thường khi Lily tới đây nói là cô gái Thư Kỳ để hỏi chuyện ông - Mục đích chính của nó, là tìm cách muốn thử lòng ông, khi nó mất đi giã biệt cuộc đời này, với thái độ ông ra sao, thế nào? Vậy mà ông điếc và đui khi nghe phone từ Alva, và trực diện lạnh lùng khi những câu hỏi Thư Kỳ tới đây đặt ra cho ông quá hóc búa. Quả là ông đã sai, và cố nhiên ông một người quá chậm tiêu cực kỳ.

Rồi đến nỗi khi vợ Thái Thanh đặt ra nhiều câu hỏi, nhiều lần Phúc An vẫn cứ phớt lờ cho là nhảm nhí, có thể Thái Thanh bị điên ẩu, và xàm bậy... Và đến khi nghe tin thật từ khi Thư Kỳ chụp hình với mẹ Lệ Oanh và đưa up vào facebook của ông. Với câu nói chữ in to:

"MẸ VÀ TÔI ĐÃ CHẾT, NHƯNG VẪN CÒN SỐNG ĐÂY. BÀ CON ƠI. RA NHÌN COI CHÚT ĐI..."

Thế là Phúc An toát mồ hôi đem hình, gỡ dọn những dòng chữ đó xuống nơi trang facebook ông, nhưng rồi người ông vẫn toát mồ hôi dài dài trên mặt, trên cổ, trên trán, trên tay, ông phải lau... Và ông như không chịu nổi được, của một nỗi đau ám ảnh vô tình xâm chiếm. Và có lẽ là cùng một sự e thẹn xông vào dằn vặt nơi ông đó, nỗi nhục nhã bức xúc không còn suy nghĩ nhiều hơn đã tấn công ông, nó vồ vập ngập tràn vào lòng ông không thể tưởng... Ông suy nghĩ thêm một đoạn khoảng 20 phút tiếp theo là sự buồn chán đến tận cùng. Để rồi ông muốn hối hả làm một điều, ông đi lấy thuốc nhử chuột, tự uống với nước lạnh mà tự vẫn chắc còn sướng hơn chăng? Đúng như lời thề ngày xưa ông từng nói, là bây giờ dính nó ngay, rập cho đời ông đây... Phúc An coi như vậy cũng được thôi, có gì để hối tiếc đâu? Mình cứ nghĩ người ta chết, nhưng họ đã sống. Mình nghĩ mình sống, nhưng mình phải đi chết. Chết trong lời thề, chết khi miệng mình đã hứa, chết trong định mệnh đã tuôn ra là đấy thôi. Không hiểu sao ông nghĩ và làm điều đó nông nỗi nhanh chóng, hơn bẻ một cành hoa dại bên vệ đường... Để mà cái kết cuộc, ông đã gục đầu chết một cách hoang dại ở chiếc ghế bành to tướng nơi phòng riêng ông. (Ở đời có những cái chết vô lý, nhưng vẫn có lý ở chủ nhân họ, khi họ không còn muốn sống...)

Còn Thái Thanh sáng ra tiệm sớm giờ trở về nhà, bà vào trong phòng chung hai người thì không thấy sự có mặt ông

Phúc An, và bà vào phòng riêng ông, sự thể lại như vậy, bà hốt hoảng nhìn dòng chữ ông viết để lại "TÔI ĐÃ CHẾT, VÀ TÔI MUỐN CHẾT ĐI. THAT'S IT. " Rồi một chữ ký Phúc An ngoằn ngoèo mà ông hay sử dụng ký tá nơi giấy tờ.

Ngoài ra không có nhắn nhủ gì cho ai. Quả là ông vẫn không báo hại bà, để khỏi tra cứu lòng vòng, là nhờ dòng chữ ông ký này…

Nhưng Phúc An bỏ ra đi, khi Thái Thanh nợ tín dụng nhiều đến ngập đầu, ngập cổ, đã chán đời sẵn. Gặp phải ông chồng ra đi không nói lời từ biệt, chỉ nói lên nguyện vọng nơi mình "muốn chết." Không thèm dặn dò nàng Thái chi cả. Thái Thanh bàng hoàng như một cơn ác mộng giữa đêm trường. Nhưng sự thật thì rõ như sự thật, trước ánh sáng của thượng đế! Làm gì được khác hơn đây? Phải chăng lời thề ngày trước đã chứng minh, đã vận vào số mệnh Phúc An rồi… Người đàn bà đó ngỡ ngàng rồi lại đi tìm cái của riêng mình, ý tưởng mới riêng mình. Bà tự nhiên vội vàng theo đuổi mục đích cấp kỳ của mình... Là tiện thể Thái Thanh đi lục lạo kiếm thuốc, từ nơi có chất chì để tự tử cho xong luôn. Không hiểu sao ở đời lại có những vụ muốn tự tử mau đến như vậy. Không la lối, không gầm thét, không than oán, chỉ âm thầm chịu đựng nơi bản thân, mà là cứ im như bàn thạch mà chết. Nhưng ngặt một nỗi bà kiếm mãi không ra. Không hiểu sao Thái Thanh luống cuống và đi tìm sai chỗ, sai nơi, kiếm mãi lung tung không có nó… Vô tay bà không phải là những thứ cần cho cái chết, mà toàn là đồ để make up, để hỗ trợ làm đẹp, trang điểm, phấn son, tô môi đánh mặt, hoặc những hộp đồ, để làm long mi giả dài ra v.v… Tâm hồn Thái Thanh đang hỗn độn lo âu, cộng với sợ hãi đi chung nữa. Nên bất khả thi tìm không ra… Rồi bà phải nghĩ một cách mới nhất bà chợt nhớ, không cần đợi lâu. Cái chết của Phúc An còn đó kệ mặc, báo cáo làm chi, lợi ích gì? Bà lo cho mình "cơn đo ván này chứ." Thái Thanh nghĩ phải mình tự vận được là xong chuyện nhất. Sẽ hết lo, hết buồn, hết khổ, hết tự hỏi, hết nợ, hết nần, hết mọi chuyện. Sống bao nhiêu kết thúc cũng đủ rồi. Không có Phúc An ai mà lo cho mình? Chết đi cùng nhau là giải pháp tốt nhất. Hèn nhát ư, không có đâu? Có những kẻ nhảy lầu, nhảy cầu còn sớm, non tuổi hơn mình nữa mà? Thái Thanh nghĩ ngay chiếc cầu 2- 85 đã có một cậu con trai Việt lai nhảy, Thái Thanh nghe một vài người kể sự kiện ấy, thì cố nhiên mình vẫn làm được như nó thôi, chán đời thì chết thôi. Bà vội vàng lập kế lái xe ngay đến gần đó, và dừng xe nơi mép đường, góc phía phải ngoài lối xe chạy. (Phía lề khoảng này dùng cho các xe bị police phạt, họ dừng lại để lập report.) Thái Thanh dừng xe ở đó, định đi tới nhảy cầu, sẵn sàng thả hồn vào hư không... Nhưng không hiểu sao Thái Thanh sợ hãi quá mức, và lại yếu mền hơn, để rồi không thực hiện được. Bà đành phải quay ra lái chiếc BMW mới mua kiểng kia để đi về nhà... Hay là Thái Thanh không muốn chiếc xe mua còn thiếu nợ kia, phải một dịp chứng minh sự giã từ của bà nơi ấy... Bà đành thả lỏng cảm giác, và thua đi một kế hoạch...

Nhưng khi lái xe về nhà. Thái Thanh đậu xe vào một parking gọn gàng, rồi thị tìm uống một chút nước cho đã khát trước, và cho đỡ khó chịu tâm tư của sự bao vây kia. Ngồi lại được suy nghĩ không quá năm giây... Thái Thanh vội kiếm viết ghi vài chữ trên mảnh giấy bỏ vào túi áo cho một kế hoạch mới. "Tôi muốn tự chết bằng cách này, theo chồng tôi." Và rồi sau đó thôi, nàng cố tìm vật cắt gân máu ở tay, lên lầu ba nhà mình và nhảy xuống cũng đã chết đi thật sự nhanh chóng...

Như thế cuộc chết hai người cảnh sát đã khám xét sơ rồi cho qua. Vì có bằng chứng cả hai đều muốn tự vẫn. Và họ đã chết một cách tự nguyện khơi khơi. Ở Mỹ cái xứ sở văn minh này, cách chết này vẫn xảy ra không ít. Những người thân còn lại thì phải làm thủ tục khi thân nhân họ lìa xa trần thế, dù bằng cách này hay cách khác... (Gia đình bên Thái Thanh đã làm việc này.)

MƯỜI BẢY

Lily và mẹ Lệ Oanh hay tin cái chết của ba Phúc An và sự tự vận của Thái Thanh, họ cũng không lấy gì làm vui lắm, nhưng không có gì lấy làm buồn lắm, rất là khó nói đối với Lily và mẹ ở thời điểm này. Lily tự nghĩ nàng muốn chia buồn với ba song như đã hết cách rồi. Bởi vì trước cái chết của má Lệ Oanh và mình, ba vẫn nguội lạnh dửng dưng hơn đá cuội, thì làm sao bây giờ nàng có một tinh thần để chia sẻ nỗi ra đi của một người cha ruột, tên là Phúc An chứ? Đó tất cả nơi định số ở trời, chính ba đã cố tình gây đến, thì ba phải gánh chịu.

Lily chỉ còn biết người thân của mình là mẹ Lệ Oanh, cô nhạc sĩ Mai Hoài, cô bạn Alva và người mẹ Hoài Lệ của Alva. Ở Đài Loan ba Trần Thức má Nhã Hân và nội Lam Tuyết Y mà thôi. Lily định một ngày nào nàng đưa mẹ và cô Mai Hoài qua Xứ Đài để đi tham quan như ba Trần Thức mãi gọi cho Lily từng ngày...

Cô gái Lily Thư Kỳ mang hai cái tên ghép thành một đó. Nàng chưa qua, chưa về lại Xứ Đài lần này hơi lâu. Nàng đang ở ngôi nhà mới mua cho mẹ và cô nhạc sĩ Mai Hoài tại Stone Mountain Georgia. Nhưng Lily cứ tưởng tượng hình dung nàng đã dẫn họ qua xứ đó, với những bức hình được chụp chung một family thật tuyệt vời nơi nhà họ, có bà nội Lam Tuyết Y đứng bên mình nhất, có ba Trần Thức, má Nhã Hân, và có cả mẹ ruột là Lệ Oanh cùng cô Mai Hoài nữa. Ôi những bức hình họ thật sự thân thiện và hạnh phúc nhỉ? Cô đang hài hước mê say, và khống chế nơi ý chí của mình từng suy nghĩ...

Lily đang vui nghĩ tới cảnh tượng một ngày nọ đó. Vừa lúc Lệ Oanh đọc một hồi kinh thường kỳ mỗi sáng của Saturday. Xong bà đi tắm cũng xong. Đang thay đồ mới mát mẻ một chút, bỗng nhạc sĩ Mai Hoài gọi. Lệ Oanh bắt máy nghe phone, thì Mai Hoài cho biết là đã qua Georgia Atlanta và máy bay đang hạ cánh. Cô mừng rỡ bảo:

- Chị Oanh ơi em đã tới quê hương của "Cuốn theo chiều gió rồi." Mai Hoài đã đến quê hương thứ hai chị rồi. Và Mai Hoài sẽ đến thăm căn nhà đẹp chị nha. Em sẽ được ăn những món ăn chay chính tay chị làm, và em sẽ được uống sữa đậu nành thơm ngát do tay nơi chị nấu nữa nha. Ha ha.

- OK. Nhưng mà chị cũng xuất sắc món làm tương ớt.

Chị Oanh sẽ cho em ăn tương ớt trơn, nghĩa là không có gì cộng chung với nó nha. Cay cho biết mặt... Hi hi.

- Nếu như thế thì em đi về sướng hơn, bởi em là vốn người sợ tương ớt nhất, như từng sợ corona nguy hiểm quấy nhiễu cơ chứ? Trời ơi chị... Hi hi.

- Ôi... Chị Oanh chỉ nói đùa đó thôi mà. Sẽ ưu tiên những gì em thích nha. Ha ha. Và trời ơi sao mà không báo trước vậy? Có đáng tin không ta?

- Em đang ra đứng bên ngoài sân bay của phi trường đây. Chị nói gì là vậy?

- Nói chứ chị Oanh tin chứ. Có điều quá mừng, quá ngạc nhiên thôi.

Và câu cuối cùng trước khi cúp phone. Mai Hoài bảo là:

- Chị Lệ Oanh ơi... Mẹ con chị đi rước em nha. Không em sợ ai bắt cóc mất? Hi hi.

- OK. Không dám ai bắt cóc em đâu? Có ai bắt cóc sẽ có thám tử giỏi tìm ra thôi. Đùa nhé Mai Hoài. Chị báo Lily đi cùng nè, để đón em liền kẻo em nóng lòng vì chờ đợi lâu há?

- Okay đúng vậy. Thanks chị yêu.

Lệ Oanh được tin mới lạ mỉm cười và vui vẻ, tới báo với con gái Lily, nó đang vẽ bức tranh gì đứng nơi cạnh bàn khách:

- Con ơi cô Mai Hoài đã đến tiểu bang chúng ta. Má con mình phải đi rước cô ấy nha.

- Vậy sao? Oh my god. Tại sao cô Mai Hoài không báo mình biết trước. Lily nói và bỏ ngang tay giá vẽ để nhìn má Lệ Oanh.

- Biết trước thì con đâu có gì để ngạc nhiên. Mọi chuyện bất ngờ đến thì thú vị hơn chứ Lily. Phải không nào?

- Dạ má nói hay quá nha. Má con là nhất trên đời.

Lệ Oanh chỉ mỉm cười và nhìn đứa con gái lâu hơn, như bao tình yêu nói không dứt của người mẹ.

Sau đó hai má con họ đã mặc đồ đẹp hơn, và lấy xe tới phi trường rước cô bạn nhạc sĩ Mai Hoài... Lòng họ đang rạo rực khi sẽ gặp nhạc sĩ Mai Hoài đây... (Cũng may là vào dịp Lily vừa lấy vacation, để về thăm bên mẹ, hơn một tuần qua...) Và họ như rạo rực nghe bài hát " Thương Nhớ Tóc Em..." thơ của Lệ Oanh mà Mai Hoài đã chuyển qua sóng nhạc. Một ca khúc êm đềm thơ mộng, rồi bừng lên phong cách sôi động mà hân hoan, như mang đến cả một khí chất tuyệt vời...

Câu chuyện coi như tạm ngưng...

HDT August/ 10/2020 ----------------

NHÌN VỀ CHÂN TRỜI MỚI...

Kat đã lên trung học. Kat và mẹ Mary được anh lính biên phòng David tốt bụng cứu nạn, cùng với gia đình họ bảo trợ cưu mang. Kat và mẹ sống như những di dân "bất đắc dĩ" rồi dần dà trở thành người hợp pháp trên đất Mỹ. Chính bản thân hai mẹ con phải tỏ ra cương lĩnh, vượt khó rất nhiều... Tuy nhiên gia đình David là nền tảng cho cuộc sống mới của họ. Bởi họ là dân tị nạn, dân nhập cư "tiếng khóc có trước nụ cười" vào miền đất Hoa kỳ này mà. Và chính Kat làm con nuôi trong gia đình họ gần 12 năm nay. Từ ngày cô bé theo mẹ di dân 4 tuổi, giờ đã 16 tuổi. Thời gian nói thế nhưng đi qua rất là lẹ. Nàng viết lại một tác phẩm hồi ký nơi mình. Do nguồn cung cấp từ mẹ Mary cho thêm để hoàn thành tác phẩm hơn.

Coi như: Người thuật truyện là: HDT.

MỘT

Trời đã bắt đầu mùa đông lạnh thật. Marado đang chặt củi và xếp lại, chuẩn bị bỏ vào khu trống nơi nhà để mùa đông gia đình họ dùng sưởi. Và rồi anh sẽ chuẩn bị cùng cậu bé trai đầu lòng ra đi. Đi vào cái rẫy của gia đình, mà Marado một tay chàng làm là chủ yếu. Đến nơi đó chàng sẽ thăm lại những rừng vùng đất nhỏ, của những cây mía, những bụi chuối mùa đông vẫn tốt tươi, và có một vài nhánh rũ ngoài ý muốn, một cây nào đó v.v... Chàng kiếm buồng chuối chín mọng, hay chín bói, chàng hái đem về cho vợ. Và đào những củ khoai chàng trồng tới thời hạn cũng đem về, nghĩa là nó sẽ đến mùa thu hoạch nơi chàng.

Thật ra củ khoai, hạt đậu này, chàng dùng loại giống khoai, hạt bốn mùa, kết quả ra trái sau ba tháng mà thôi. Nên quanh năm vườn rẫy đầy những khoai, những chuối, những mía, những cà chua cùng một vài loại rau quả hạt khác. Chúng vẫn cứ phát triển nối đuôi, không hề tắt nghẽn. Có nghĩa gì đâu cứ một tay chàng làm ra kết quả thế đó. Nói như thế của những lần trước qua, chàng đến vườn hái lấy. Nhưng hôm nay thì khác, chàng bỗng dưng đổi ý không đi. Vì trời bên ngoài kia hơi xấu, u ám, mây đang giăng kéo, và hình như thời tiết quá rõ sẽ chuyển mưa…

Chàng Marado lấy Mary giờ đã có hai đứa con, nàng cũng mắn con thật. Đứa trước cách đứa sau chỉ có mười ba tháng. Đứa con đầu là đứa con trai tên Alan, đứa thứ hai là cô con gái tên Kat. Nàng Mary trở thành là người vợ biết yêu chồng trọn vẹn, hy sinh cho con nhiều hơn, nàng không phải dạng người phụ nữ ích kỷ, chỉ chăm chút cho mình. Dẫu vậy nhan sắc nàng vẫn đậm đà quyến rũ, duyên dáng hết mức. Mary có hai con bên chồng, sống một cuộc đời nghèo khổ, túng bấn. Nhưng nàng cảm thông, vẫn xinh tươi trẻ trung, và yêu đời…

Nói về chàng Marado. Chàng gặp nàng hết sức là định mệnh. Nàng là con gái của một gia đình giàu có. Cha cô là chủ - Sở hữu một nhà sản xuất từ gạch đất lò nung. Cha cô có rất nhiều tiền bạc và uy tín…

Marado con của một nhà nghèo. Cha mẹ Marado bị mất đi trong một trận dịch cúm đậu mùa. Anh được một nhà mục sư tên là J.Leo thương yêu bảo bọc nuôi, từ khi 10 tuổi, giờ thì đã lên 17. Và anh được mục sư J.Leo cho theo ăn học thêm, ở một lớp đàn guitar nơi nhà thờ M.T. Trong lúc Marado có một tiếng hát rất ư là xuất sắc.

Nhưng Marado một ngày đó nói với mục sư J.Leo:

- Thưa mục sư… Con đã muốn đi làm tự kiếm sống thích hợp hơn, con không muốn ở nơi nhà mục sư lâu hơn. Làm gánh nặng cho mục sư.

- Tôi có thể lo được đến khi Marado trưởng thành…

- Xin cám ơn mục sư nhưng con có ý muốn tự lập và ra

đi. Con cảm giác yêu chuộng điều ấy hơn.

- Tự lập là một điều tốt, nhưng Marado hãy chậm hơn tý đi, thường thì cuộc sống không dễ dàng như chúng ta tưởng. Con còn non trẻ lắm, con có thể vấp phải sai lầm và vướng chân, ngã ngựa giữa dòng…

- Con tin là con vượt qua được. Con đã không mong cuộc đời, thời gian cứ như những bước đi của tín hiệu bằng phẳng.

- Con mới lên 17 thì không thể tự tin và lập chí. Nhất là tình yêu sẽ đến, giai nhân dễ làm cho con mềm lòng…

- Nếu có một tình yêu khác phái lại là điều hay thưa mục sư. Con sẽ cảm nhận được và bảo vệ nó, khi trái tim con nhận ra bao hạnh phúc, hoặc sung sướng…

- Nói như thế thì con biết yêu rồi, và muốn được yêu chăng, hỡi người con trai tên là Marado ta quý mến?

- Dạ không, tâm hồn con vẫn còn trong sáng về tình yêu khác phái. Con chưa được yêu, hoặc biết yêu. Nhưng mục sư dặn dò con về triết lý tình yêu đến, về giai nhân dễ làm mềm lòng, nên con cần nói lên những cảm nghĩ của con.

Thế nghĩa con muốn được tự do, tự chọn cùng ra đi phải không. Không muốn ở lại nơi nhà mục sư nữa phải không nào?

- Dạ khi Marado muốn rời ngôi nhà mục sư là con muốn tự lập, và con không còn muốn làm gánh nặng cho gia đình mục sư như con đã mở xin ban đầu…

Mục sư J.Leo chỉ biết lắc đầu với ước vọng mới mẻ của Marado. Nói đường nào cậu ấy vẫn muốn ra đi. Vì ông biết ông không thể cầm chân Marado ở lại được, bởi những ý nghĩ mới mẻ nơi chàng trai trẻ. Giờ thì ông chỉ còn biết chấp nhận cho cậu mà thôi.

HAI

Và rồi Marado vác đàn đi ngao du, như ngao du một mùa xuân, như hưởng gió thấm đẩy đưa mây ngàn… Rồi đi kiếm tìm xin việc làm khắp nơi. Cuối cùng anh được nhận trụ lại nơi sản xuất gạch nung “Good One.” Với một nhiệm vụ thay phiên canh đốt lò gạch cho chủ. Nơi công việc làm di chuyền công nghệ, những mảng nền, mẫu mã có kích thước, lúc gạch định hình đã lên khuôn, họ phải đem vào đó nung coi, độ chuẩn xác hoàn thiện đến tốt đẹp và bền vững của nó, tính theo thời gian được cho phép. Để họ đem ra thị trường tiếp cận và phân phối chào hàng. Các khâu tiến hành là như thế...

Hôm giữa khuya chàng vừa canh lửa, vừa hứng thú đón gió bên ngoài mà cầm đàn hát mãi cho vui. Lại là hôm đêm Mary theo mẹ tìm đến nơi ba, để mẹ nói với ba về nhà có vị khách thầu mua vài chục thiên gạch. Chính cái đêm hôm ấy ông Vadero có hứng thú ở lại lò gạch. (Lẽ ra khách hàng có thể đến nơi cơ sở, gặp ba của Mary là ông Vadero, thì vui hơn, tiện dụng hơn. Vì gặp nơi đó, họ nhìn được những kiện gạch mới ra lò để thẩm định hơn.) Song người khách này không cần chuyện như vậy. Ông ta hợp đồng với điều kiện ký kết: Nếu không tốt sẽ bị trả lại, nếu không đúng theo tiêu chuẩn yêu cầu thì mặt hàng sẽ bị thối lui, và còn phải đền bù sát phạt. Ông có thể kỳ vọng, trước lần của đặt hàng... "Đúng là khách xịn là thượng đế mà." Ít ra khách hàng họ muốn gì vẫn là có đặc quyền lớn. Họ muốn được trân trọng và cả yêu sách nữa. Họ muốn ba của Mary phải về ngôi nhà ông để tiếp họ!

Như thế đêm định mệnh Mary theo mẹ đến cơ sở, nơi công việc sản xuất gạch nung của ba Vadero. Đêm hôm ấy gió mát trăng thanh, nàng đã vô tình để lại dưới đáy mắt chàng Marado, một người con gái thoáng có mái tóc và khuôn mặt đẹp như nữ thần kia... Chàng như bị cuốn hút hoàn toàn với vóc dáng và con người nàng. Và rồi Mary cũng vô tình bịn rịn với lời ca mạnh mẽ, nhưng dịu dàng lại ngân lên nơi không trung mát lạnh... Phải nói là lời ca rất ư đầy sức quyến rũ, luyến ái của chàng trai... Chàng bỗng dưng trở thành một nam thần trong lòng nàng mơ mộng...

- Trời ai mà hát hay đến thế. Mary phải ngạc nhiên thảng thốt lên lời, âm thầm và cắn môi nghe.

Và nàng cũng đã một lần nhìn thấy chàng, dưới ánh

trăng mập mờ. Nhưng dưới ánh trăng mập mờ đó, càng làm chàng tuyệt vời hơn, huyền hoặc hơn, thiêng liêng hơn. Chàng vô cùng đẹp trai. Nàng tán thán, thoáng nghĩ ngợi nơi lòng mình...

Và lần thứ hai Marado gặp nàng, có một bức thư gián tiếp, của người giúp việc cho gia đình nàng nhờ đem đến. Lá thư Mary viết gởi:

"Tôi muốn gặp anh nghe anh hát có được không? Dễ gì trên đời này ai có được tiếng hát đó nhỉ? Và tại sao anh lọt vào nơi làm công cho ba tôi. Để tôi nghe được...

Tôi người con gái tên Mary"

Mừng sướng như điên vì người mình đã thấy thoáng nhìn qua một lần và thầm mong, chàng đã mang tham vọng yêu và được yêu nàng thì còn gì sung sướng hơn bằng...

Sau lần gởi thư đó. Mary đã trốn vào một đêm khác gặp chàng nơi lò gạch. Nàng bẽn lẽn nhưng đã phải lòng yêu chàng say đắm của một người con gái mới lớn ngây ngô, biết nói cười: những câu nũng nịu vu vơ. Và chàng Marado đắm mình nơi cô gái tên Mary, với trái tim chàng đã biết yêu nàng cuồng nhiệt, một tiếng sét ái tình như có thể chờ đợi bao giờ, đã đến lúc về bên cậu trai trẻ. Có thể nói chàng đã giao trọn trái tim đó cho nàng của đêm, vì sắc đẹp và hương thơm của nàng...

BA

Thế rồi vị khách vừa lòng mua hàng ba chục thiên gạch kia. Lại đến nhà của ông Vadero lần thứ hai. Thời gian khoảng cách lần một không bao xa, chỉ độ có ba tuần... Ông đến cho biết là sẽ hỏi vợ cho con trai. Ông cũng là người chủ một nông trại coffee, và có nhiều cơ sở của nhà máy xay hạt coffee mới nhất, với các đối tác đáng gườm nhất. Nhưng Mary không lấy làm mừng, mà ngược lại cô buồn phiền, cô mạnh dạn từ chối cuộc hôn nhân, chưa từng một lần cô nhận tiếng yêu kia. Nhân tiện Mary có dịp thổ lộ, tỏ rõ nguồn cơn:

- Thưa ba mẹ con đã nặng lòng và yêu thương một người,

là chàng trai Marado. Và con chỉ sống chết với người này. Con yêu anh ấy. Anh ấy cũng đã yêu con.

- Con nói thế nghĩa là thế nào Mary? Ba nghe có nhầm lẫn không? Người cha nóng ruột vội vàng...

- Dạ sự thật là như vậy. Ba không nghe nhầm lẫn đâu. Con có thể ưng Marado và làm vợ anh ấy thôi. Không ai khác hơn thưa ba mẹ kính yêu.

Mary thương yêu và tôn kính ba, song cô không thể che giấu sự thật nơi mình được, cô đã đáp lời.

Vượt qua giây phút não nùng đó. Cha nàng giật mình đến ngạc nhiên hơn, về chuyện lạ lùng này. Ông Vadero đi nhanh hơn, để khai thác kỹ lưỡng đứa con gái:

-Vì sao thế nào? Vì sao thế? Con lại đi yêu một chàng trai đốt lò làm công cho ba, cho gia đình mình. Mà con đòi làm vợ nó ư? Con không thấy xấu hổ ư?

- Dạ tình yêu chúng con. Mary chưa bao giờ coi là xấu hổ...

Ông bà Vadero cảm thấy cay đắng, khi có một đám nhà giàu đòi cưới con gái họ, mà Mary ngang nhiên từ chối. Nhất là cha của Mary được biết như không còn gì để nói nữa. Ông thét lên hầu kết thúc một cách cương quyết trong thất vọng.:

- Nếu con thương người trai nghèo khốn, chỉ có tiếng hát đó. Thì thôi con hãy ra khỏi nhà ta. Và chấm dứt mọi quan hệ cha con. Chấm dứt con là cô gái Mary nơi đất nhà này. Hãy nghĩ lại, con phải nhất định chọn lựa đúng, để thận trọng hơn.

- Dạ thưa ba. Con xin quỳ gối chịu chết, dù nếu chết dưới đường gươm của ba sát phạt, chứ không thể ưng ai ngoài Marado.

- Con gái ngu ngốc thì gia đình này phải xa con thôi... Nhất định xin thượng đế làm chứng. Ba mẹ từ bỏ con là lỗi do con. Con đã có sự lựa chọn, thì ba vẫn có sự chọn lựa của nơi ba. Ba quyết định rồi.

- Dạ xin ba hãy thương con. Làm ơn cho con...

- Không có thể như cách đó được. Chỉ có cách là đuổi

con ra khỏi nhà thôi. Như ba đã nói thôi.

Người mẹ của Mary thương Mary, song đã không thể bịt miệng ông chồng nóng giận...

Vị khách một ông chủ lớn đi dọ dẫm trao đổi, để cầu hôn cho con trai ông. Ông đang chứng minh được tình yêu mãnh liệt nơi trái tim cô gái thơ ngây Mary, đang dành cho người con trai nào đó nó yêu. Và ông cũng chứng minh sự sắc bén vai trò làm cha của Vadero. Ông có vẻ buồn cho con trai ông một chút, nhưng ông vẫn vui cho mối tình trẻ của họ kia, và tận đáy lòng ông như muốn chút phúc cho những ai...

BỐN

Như thế Mary đã hứng chịu những điều ba nói. Vì tình yêu trong lòng dành sẵn cho Marado. Nàng đã xách gói theo chàng trốn đi. Cả hai bất chấp mọi thứ cản trở để sống bên nhau. Marado đã cùng nàng tiến sâu về vùng núi, tại một ngôi làng mang tên"Hill High" để sinh sống.

Hai vợ chồng nghèo phải kiếm cách sinh nhai với dân làng nghèo nơi. Họ sống bằng nghề nông trồng trọt lương thực và hoa quả, chăn nuôi gia súc gia cầm, tự cung tự cầu. Sau một thời gian nàng đã sinh cho chàng hai đứa con thật tuyệt vời: một trai một gái với dung mạo thật sáng sủa và linh lợi. Điều đó cũng làm cho Marado và Mary quá hạnh phúc rồi. Chàng lấy nàng thật là một hoàn cảnh oái ăm. Ở đó sự hy sinh của Mary quá lớn cho chàng...

Nhưng rồi chuyện lạ không phải tình yêu họ êm đềm hết mãi. Những lúc ngọt ngào bên nhau và con thơ. Có một hôm trời mưa to, gió lớn. Những giọt mưa chảy xuống dạt dề vách nhà, làm dột ướt xói lung tung, lượng nước nhỏ đổ... Song len xuống đường rãnh máng, bung đầy nhảy múa các lối đi, khắp các nơi nhà nữa. Hai con tội nghiệp lạnh lẽo nép mình bên mẹ Mary nơi cạnh giường. Chàng thì loay hoay, mãi chỉnh sửa chiếc máng lớn cho xuôi dòng. Nhưng Marado buồn khi nhìn vợ và hai con anh, ở lâm cảnh ướt nhược này. Marado đột nhiên buột miệng:

- Nếu biết thế này anh không đời nào cưới vợ. Có vợ là cả một hình phạt của thượng đế.

Mary chợt nghe nhíu mày hồn nhiên, trong đau đáu một chút nàng hỏi chồng nhanh:

- Anh Marado. Anh đang nói gì? Em muốn nghe anh nói lại coi:

- Anh bảo nếu biết thế này anh không đời nào kiếm vợ, lấy vợ.

- Trời ơi sao anh lại nhẫn tâm nói câu đó với em? Anh như bị điên rồi sao anh? Mary nói, và tự nhiên nhăn mặt phải khóc, khóc to đến hụ hụ, ức ức nức nẻ trong lòng... Rồi rên rỉ gục đầu để đau xót cho thân phận mình. Tại sao chàng lại có một câu nói làm hãi hùng nơi tâm hồn nàng...

Hai con cuống lên quay lại ôm mẹ:

- Vì sao mẹ ơi. Vì sao mẹ khóc lớn? Chúng con sợ lắm. Cả hai anh em lần lượt hỏi như thế. (Alan hỏi chững chàng bình thường hơn. Còn cô em gái Kat hỏi với một thái độ quá lo âu bên mẹ.)

Mary nàng nhẹ nhàng bảo hai con:

- Thì hỏi ba con đi chứ...

Hai con quay ra:

- Vì sao mẹ khóc thế ba? Alan hỏi.

- Vì sao mẹ khóc thế ba nhỉ? Kat nài nỉ ba.

Chàng im lặng không trả lời được. Và chàng cảm thấy hối hận cho lời nói mình đã bay ra, như một mũi tên không dừng bởi những lực cản. Marado đi đến bên vợ Mary. Thật lòng chàng hối tiếc:

- Anh xin lỗi. Anh yêu em cùng hai con nhất trên đời. Mary đừng buồn vì anh thương em và con quá, mưa dột ướt át, khổ cực nên anh không kiểm soát được lời nói anh. Anh đã làm em buồn, tổn thương em. Cho anh xin lỗi em nhiều nha.

Mary khóc nhỏ lại và im hơn. Mary chỉ biết nhìn Marado trong lệ còn hoen mi, và nàng như đặt câu hỏi nơi chồng một cách thầm lặng, mà tự nhiên nàng không nói gì hơn.

Marado lau những giọt nước mắt cho vợ. Và chính là,

cũng lau nỗi buồn trong dạ mình.

Rồi trời mưa gió cũng bắt đầu tạnh dần. Marado lại đi thổi cơm chiều cho vợ. Mary phụ chồng cắt rau, củ quả, xắt, gọt rửa v.v... Chàng Marado vào bếp thay vợ hôm nay, sau nụ hôn ấm áp chàng đền bù cho nàng, hình như có tác dụng một chút... Hai con của họ thì trở lại vui vẻ, tự học trong nhà mình. Em gái Kat học bằng sách và đọc chữ. Còn anh trai Alan thì vẽ một người cầu thủ chơi banh giỏi. Nét ngoằn ngoèo nhưng ý tưởng đã có.

Cũng đã bao lần đứa con trai bốn tuổi đó nói:

- Con lớn sẽ đi đá bóng. Con kiếm tiền nuôi ba má nha.

Hai vợ chồng ngồi vui như thưở nào, họ cười trong hạnh phúc. Marado nhìn con trai Alan:

- Nghề này không có vốn nhưng con phải có tài.

- Ba dạy con chứ?

- Ba dạy con đàn hát thì được. Ba đâu thể nào dạy con chơi bóng. Nhưng ba sẽ tìm gởi con học một nơi, sẽ giỏi thôi.

Cả gia đình họ thường có những bữa cơm chiều ngon, dù cuộc sống túng thiếu và nghèo nàn. Sự giận hờn tý đỉnh nào đó, của hai người cũng trôi qua thôi mà, niềm thương yêu dào dạt bao giờ cũng trở về với họ lớn hơn...

NĂM

Sau lần một hạnh phúc bình yên đó, cha con đi vào núi. Và đứa con trai cùng chàng đã chết lọt xuống hố sâu. Thật là một thảm trạng, không thể ngờ được...

Nguyên nhân là Marado làm việc nơi rẫy, đi cùng với cậu con trai Alan mới lên bốn tuổi, phụ giúp cho chàng những việc linh tinh nhẹ nhẹ. Alan đưa cho ba cái này, kiếm cho ba cái nọ. Ba hái những quả mướp trồng, thì cậu bé Alan cầm lấy bưng chạy, đặt vào nơi cái giỏ quỳ để gần đó. Ba hái những quả cà chua thì bé tìm rổ, đưa rổ cho ba để vào. Ba hái chuối chín, thì bé đỡ gọng thang cho ba trèo đứng lên v.v... Không có thằng bé giúp, Marado vẫn làm được như thường. Nhưng có con trai tý hon phụ giúp, anh thấy vui, và thật hạnh phúc khi nhìn con trai Alan.

Xong một hồi lâu thì cha con ngồi ăn bánh mẹ Mary đã làm đêm qua, họ có mang theo. Mary rất thường siêng làm bánh mỗi tối. Nàng học được từ khi người giúp việc cho nhà mình. Có những cách làm đơn giản nhưng bánh rất ngon. Mary lấy làm thích loại bánh này, chỉ cần có một bịch bột nếp nhuyễn ba pound, và cần có những hạt đậu xanh khoảng một pound, và cần phải có đường, dầu, nước pha cộng một ít tinh bột chất thơm, là va ni, nàng làm rồi hấp lên... (Công thức vật liệu là thế. Song bánh ngon là do cách pha chế phối hợp với lượng nước, Mary đã chịu khó với kỹ thuật đảo trộn bột nếp một cách nhỏ mịn, đều đặn, và đậu xanh cũng thế, nàng biết tỉ mỉ khéo tay làm nhân đậu xanh đúng liều lượng, rồi độ hấp cũng vừa đủ, nàng biết tránh được thời gian để không bị nhão đi. Chàng ăn và rất thích vì vị thơm, ngọt thanh vừa đủ, đậm đà dìu dịu. Bánh của Mary làm, chàng nghĩ đến đôi tay, đôi mắt đẹp của vợ Mary mà thương... Marado nghĩ rằng trên thế gian này kẻ nào yêu vợ nhất là anh, là Marado này thôi. Dầu rằng đôi lúc chàng vô tình, nói năng sơ suất là chuyện không đáng kể, coi như là chuyện nhỏ của vợ chồng mà? "Vợ chồng cãi nhau, vẫn thương nhau chứ." Quy cho cùng chàng cũng nóng vội, và thương nàng quá thôi. Marado hiểu mình và hiểu vợ Mary nhiều. Chàng vẫn ao ước và suy nghĩ như vậy...

Hai cha con ăn xong chàng thì lúc nào cũng ưa hát. Marado thường đi mang theo cây đàn guitar để hát giải trí, để vui. Vẫn là hành trang nơi chàng vào rẫy...

Thằng bé thì những lúc nghỉ ngơi, chơi đàn của ba Marado. Nó lại quay ra nghề hội họa của nó. Alan rất ưa vẽ. Lục soát balo mang theo, nó đem sách vở và bút ra. Alan đưa một tay vẽ nhanh, và thỉnh thoảng lắng nghe ba hát.

Khi ba ngưng nghỉ dứt bài. Thì nó lại vui:

- Con vẽ cầu thủ nữa nè. Mai mốt con sẽ đá banh giỏi nè.

- OK con. Ba hy vọng Alan. Chàng rờ đầu và hôn lên mái tóc của thằng bé mới tròn bốn tuổi, một mùi thơm nhẹ, sạch sẽ. Tuy Alan con anh, là con nhà nghèo...

Sau đó chàng nghe thằng bé Alan nói tiếp:

- Con muốn đi chơi lòng vòng tý nha ba?

- OK. Nhưng con nhớ kỹ lưỡng kẻo té dốc. Ở đây vẫn có dốc sâu nguy hiểm, cuốn theo là chết người nha con trai. Không nên khám phá xa nha. Nhớ lấy điều ba nói nha con Alan.

- Dạ con biết. Alan trả lời, và sắp xếp gọn gàng nơi đồ đạc vẽ lại.

Song trẻ thơ điều căn dặn thường là một sự kích thích lạ lẫm. Alan sẽ muốn tạo ra sự gan dạ cho chính mình, thích thám hiểm nào đó có thể. Nó đã nhanh nhảu dạo chơi...

Chàng Marado mãi ngồi hát quên đi thằng con đã nhảy chơi và muốn mạo hiểm kia. Chàng cứ hát mãi một lời ca chàng yêu thích:

Tình đôi ta chẳng bao giờ phai/ Anh yêu em ấm êm mặn nồng/ Tình trong gió như yêu hoa tươi/ Xuyến xao lòng người như hương hoa... Như trăng sao yêu lấy bầu trời/ Thiết tha dâng trào đầy cơn mơ/ Cơn mơ này anh dành cho em.../ Ta bên nhau trọn đời ấm êm... Ta bên nhau trọn đời ấm êm...

Đến một đoạn chàng say sưa với cao trào tiếng nhạc và lời ca, rồi thong thả nỉ non âm vọng... Chàng như một nghệ sĩ, để trái tim mình vui thay, hòa nhịp thổn thức... Chàng quên bẵng thằng con tý hon đã rời xa mình gần trên mười phút. Nó đi đâu và làm gì chưa thấy lại?

Đúng thằng bé đang đam mê đi vào thế giới ngắm nhìn của nó, làm sao nó có thể quay lại nơi ba sớm, nó tò mò tọc mạch những hướng đi, lối mòn, chim chóc, cùng cây lá, dây leo, nấm rã, và những hương vị mùi đất réo gọi bước chân bé. Alan vừa vui sướng thích thú, vừa cảm giác lạ lẫm bí mật, vừa có một cảm xúc sợ hãi, nhưng nó không dễ dừng lại bước chân hành trình của cuộc khám phá này. Alan đi và dừng, dừng và đi. Tuy nhiên Alan nghĩ vẫn không xa nơi ba Marado nó lắm. Rồi Alan ngạc nhiên phát hiện một thung lũng nhỏ, thấp sâu trước mặt, có lối mòn để tìm xuống đó, nó ngơ ngác tìm phương án để dò đường tiếp cận được khung cảnh này, như một sự thách thức mời gọi, đang treo nơi trước mắt nó. Alan cảm thấy bất chấp dù bí mật, hay nguy hiểm ...

Trong khi lúc này, Marado bỗng nhiên bất ngờ chàng lại nhớ đến thằng con Alan đi khá lâu. Marado nhìn chung quanh rồi kêu như hỏi:

Alan ơi đi đâu rồi? Alan, con đâu rồi con? Con trai ba đâu, không đi xa nguy hiểm chứ? Con ở đâu sao không nghe lên tiếng? Chàng như quờ quạng hơn, cảm xúc đôi tay mình dư thừa trước không gian dị lạ này...

Cũng là vừa lúc Marado ngơ ngác để nghe âm thanh nào đó đáp trả thử... Chàng lắng tai nghe, thì tiếng ai gọi lên... Đúng là tiếng của nó vang vọng:

- Ba ơi con ở đây...
- Con ơi coi chừng cẩn thận...
- Ba...a...a ...a...ơi...

Và chỉ hai tiếng kéo dài mất hút đó thôi.

Chàng giờ đã biết con trai đang gặp gì chẳng may rồi.

Chàng ném cây đàn guitar chạy đi một góc. Marado tức tốc nhanh vội đi tìm con trai, thì chàng liền thấy một dốc trượt đi, có dấu là ai mới trượt té nơi đây? Chàng biết ngay là Alan con mình. Nên Marado phóng mình theo dốc và không màng đến nguy hiểm bản thân. Chàng đã kịp xuống dốc sâu, tìm nơi thung lũng cách mặt đất phía trên chàng đứng chừng 150 mét. Nhưng ôi thôi chàng đã nhìn ra đứa con trai vừa kịp tắt thở chết đi. Đầu Alan đụng đá dập nhẹ sướt, nhưng mũi miệng nó tắt thở hoàn toàn. Tuy hình hài như hơi ấm ở thân thể nó vẫn còn mềm mại? Song ôi đó chỉ là cảm giác của người cha thương tiếc con. Thực tế nó đã chết rồi, sự hít thở của nó đã trả lại cho hư không, máu sẽ không còn về tim nữa rồi. Thực tế, Marado u buồn phải khóc, rồi ôm con mà than thở lệ nhòa nơi đáy mắt mình... Thằng bé vẫn đi vào thiên cổ không trả lời một tiếng động tĩnh gì với người ba. Chàng buồn nhìn môi bé, mỗi phút giây mỗi tím hơn của nó. Dù tai nó đã không còn nghe được, Marado vẫn cứ bảo:

- Vì sao nên nỗi con trai ơi. Ba đã quá hư rồi, ba đã giết con rồi Alan ơi… Trời ơi ba đã giết con rồi con ơi… Ba phải chết đi cùng con mới xứng lỗi lầm này.

Marado cay đắng nuốt hơi thở ngực, nghĩ thêm:

- "Lỗi của ta quá lớn, làm cách nào đây. Hết cách chữa rồi. Vợ Mary biết được việc này chắc hận ta lắm. Nàng sẽ hận ta tới chết vì ta mà con trai đã hóa thành người thiên cổ, nghìn trùng xa cách rồi..."

Marado thương con, sợ vợ giận chàng không thể có lời giải thích nào hơn? Nên phút chốc Marado liều lĩnh dập đầu vào đá, và can đảm cắn lưỡi chết tiếp theo con trai Alan. Trước khi tắt thở chàng đã ôm thằng bé vô vòng tay mình, và hai cha con đã ra đi rời xa sự sống, rời thế giới tươi đẹp này một ngày. Có lẽ tưởng như không hề ai hay biết…

SÁU

Nơi ngôi nhà Mary cùng con bé Kat chờ ba Marado và anh hai Alan cả buổi chiều đi vào tối. Họ vẫn không thấy hai người đó về. Thường thì chàng và thằng con trai đi rẫy về, sớm trước khi mặt trời lặn. Hôm nay rất là lạ điềm gì? Cả hai mẹ con chờ cơm, canh nguội lạnh ngắt hết. Họ chả ăn được chi? Dù bụng thì đã đói nhiều.

Đến khi trời tối mỗi lúc một về khuya. Con bé chỉ hỏi một hai câu với mẹ Mary:

- Ba và anh Alan đâu rồi? Họ sao không về ăn cơm hã mẹ?

- Ba đi có việc chi. Con ngủ đi. Mai thức dậy lại gặp ba và anh. Nàng nói và hôn nhẹ tóc con bé, cầm tay bé.

Kat không trả lời và cũng không hỏi thêm. Bé chỉ ngoan ngoản theo ý Mary vào giường ngủ bên mẹ.

Đến khi bé đã ngủ, Mary vẫn thao thức hơn hai tiếng sau nàng mới chợp mắt…

Trong giấc ngủ mơ màng. Mary đã trải qua một cơn ác mộng. Nàng thấy Marado đã chết thật rồi hiện về báo điềm.

Chàng nói rằng:

- Mary thân yêu của anh. Anh đã chết đi theo con, khi thằng bé trợt dốc, nơi cũng gần rẫy nương mình. Anh không bảo vệ được con. Và anh vô tình không coi Alan đi rong chơi. Đến một khi nghe tiếng đáp gọi từ Alan, anh đã chạy tới, anh lao dốc muốn nhảy xuống cứu con. Nhưng cứu không kịp, vì tất cả sai lầm, vì tất cả đã quá muộn rồi Mary. Làm sao đây em?

Mary ngạc nhiên:

- Anh nói gì em chưa hiểu Marado?

- Thằng bé không sống lại được và anh cần chết đi theo nó. Anh để đền tội với em và với con Alan. Vĩnh biệt em yêu Mary... Mong hai mẹ con em vẫn vui sống trong an toàn. Anh Marado ngàn đời vẫn thương yêu em và con... Hỡi em dấu yêu! Em dấu yêu ngàn đời của anh...

Mary nghe đến đó và viễn cảnh đã dạo qua nơi giấc ngủ nàng mơ màng. Mary chợt tỉnh mộng...

Nàng như toát cả mồ hôi và khóc bổ nhào. Làm con bé Kat thức giấc chẳng hiểu vì sao mẹ đã như vậy?

Mary càng nước mắt giọt ngắn giọt dài, ôm con mà than thở:

- Mẹ đã thấy ba mất đi và anh hai Alan con cũng không còn sống. Không biết đã xảy ra thế nào con ơi.

- Nghĩa là sao mẹ?

- Mẹ thấy anh Alan bị lao dốc chết. Ba con hay biết lao xuống tìm kiếm cứu anh Alan nhưng không còn kịp cứu, và ba con đành buồn chết theo vì thương quý anh... Ba con vừa về báo mộng cho mẹ hay. Thật là mẹ lo sợ quá nếu như đó là sự thật. Mary vừa nói vừa lau nước mắt của mình chảy...

- Mary mẹ ơi con mong ba con đừng chết. Anh hai Alan đừng chết.

- Mẹ cũng mong họ không thể chết, nhưng giấc mộng làm cho mẹ bàng hoàng. Hy vọng trời sáng hơn mẹ và con hãy vào rẫy vào rừng nơi...

Mary vẫn ôm con bé vào lòng nơi giường. Bầu trời vẫn

còn đen ngòm bên ngoài. Khó mà tìm một vì sao ra lúc này, của đêm khuya lơ, khuya lắc này. Ngôi nhà họ cứ như chìm vào thao thức dưới những bóng đèn mờ... Con bé đã ngủ lại nhưng nàng đâu có thể ngủ được suốt đêm hôm ấy, nhắm mắt rồi mở mắt, hết đứng lại ngồi, hết ngồi lại đứng, ra vô nơi giường con bé, và tiếp tục ra cửa lớn để nhìn bầu trời đêm, lòng Mary như muốn cầu nguyện nhưng nàng bỗng dưng hết power, hết sức mạnh thiêng liêng vốn dĩ trời thường cho nàng. Nỗi buồn và lo sợ đã thấm vào đôi mắt đẹp của Mary như sâu hơn...

Đến sáng sớm hôm đó. Nàng đã chuẩn bị cùng con bé Kat vào rẫy đi theo lối mòn. Và Mary dẫn con đi tìm dấu vết như giấc mơ chàng báo. Tâm trạng hai người, một lớn một bé như hai vị trinh sát đặc nhiệm tình nguyện đang làm việc. Nhưng hai mẹ con chính là trinh sát cho gia đình họ. Mary bé Kat len lỏi qua các dấu vết nơi rẫy rừng. Mẹ đi và ngoắt con bé lẫm đẫm theo những lối mòn nàng bước trước... Nhưng rồi nàng thương con, và cẩn thận chợt nhớ về con bé Kat mới hơn ba tuổi, nếu chuyện phụp hầm, phụp hố với con bé nữa, sẽ không thể tránh khỏi nữa. Nên chỉ một lúc thôi, Mary phải dừng lại bồng cõng con trên vai mà đi cho an toàn, nàng từng bước nhẹ cẩn thận rà soát. Cuối cùng Mary tìm ra một lối nơi không xa trại rẫy họ lắm, một vết té dốc lạ còn mới nguyên. Thì ra hai cha con đã ngã trượt qua dốc này. Mary nhanh chóng biết, đã bồng Kat đi tìm về một hướng khác hơn để đi đến gốc chân hố đó. Thế rồi nàng cố gắng vẫn dò tìm kiếm ra được điểm, hai cha con họ đã nằm yên nơi gần hốc đá, họ đã ngủ yên từ bao giờ... Trời ơi hơi hai người không còn thở, mắt nhắm nghiền, trên mình có mang vài thương tích nhẹ. Ôi họ đã chết thật rồi. Lạy chúa... Không gian nàng nhìn, như gởi vào nơi nàng tất cả một màu xám xịt, tím ngắt... Mary toan bật khóc lên. Mary chưa nói được gì với Kat. Con bé như hiểu rõ sự tình, bé Kat cũng toan khóc lên theo mẹ. Tiếng khóc trẻ thơ cùng với người mẹ vang cả một góc của rẫy rừng... Làm cho một nhà săn thỏ rừng nghe được. Ông đã dần mò tìm đến thấy hiện tượng lạ lùng. Rồi ông được đứng nghe Mary kể sơ qua:

- Đó là chồng và con tôi trượt dốc chết đêm qua. Chồng và con đi rẫy nơi đây, phía trên dốc này. Tôi sống nơi đây ngoài làng kia. Tôi giờ thì không có thân nhân ngoài đứa con thơ lên ba tuổi này. Thật tôi không biết làm sao đây. Quả là một sự đau đớn lớn quá với tôi...

Người thợ săn chăm chú nhìn con bé và nghe Mary nói. Sau đó ông ta bảo:

- Chuyện rủi xui của hai cha con là điều đáng tiếc quá, thật là đau đớn lắm, tôi hiểu nỗi đau của cô và con bé nhưng không có thể nào làm khác hơn...

Ông trở nên im lặng như mặc niệm họ, rồi ông nói tiếp:

-Tôi chỉ còn một cách giúp cô, tôi và người bạn có thể lo chu toàn nơi họ được, về sự chôn cất tử tế. Tôi sẽ đem xác họ về góc rẫy một chỗ nào đó coi được, thuận tiện nhất, cho họ yên nghỉ...

Mary lặng lẽ nhìn ông ta, lòng buồn như chết mà không nói nữa. Nàng ôm con bé đứng bên cạnh mình. Bé nhìn cảnh vật, hồn trẻ thơ đang ngơ ngác...

Vị đi săn thỏ rừng đưa mắt nhìn hai mẹ con họ, ông ta nói thêm:

- Còn phần cô hãy bảo vệ sức khỏe và nuôi nấng con bé cõng trên vai kia đi đi. Chúng tôi là những người tốt giúp cô gặp hoạn nạn. Cô chịu không chỉ có thể như thế thôi nhé?

Nàng gật đầu như một điều cám ơn thầm kín. Một chốc thì Mary lại vuốt mặt Marado. Và thằng con trai Alan lần cuối cùng. Nàng khóc mà rằng:

- Em vẫn ở bên anh mãi mãi. Em chỉ nhờ những người tốt bụng này giúp anh. Marado thân yêu của em. Alan con trai cưng của mẹ. Hãy tha thứ cho mẹ.

Và một đoạn người đàn ông đó lấy áo mưa ông mang theo đi đường, ông đem phòng hờ những lúc có mưa trận to. Ông tạm dùng nó để phủ đắp vào hai cha con họ. Và ông đưa tay xá lạy đất trời, như sẽ cho phép ông, sắp tới làm những việc thiêng liêng...

Chỉ vài phút sau ông còn dùng tiếng thổi hú còi ngân lên một đoạn dài, như dấu hiệu báo chuyện cần thiết cho ai. Đúng vậy, thì có một người bạn đi săn thỏ rừng cùng ông chắc, họ nghe và chạy đến, người ấy trạc tuổi nhỏ hơn ông một ít. Ông ta giật mình nhìn thấy cảnh trạng, nhưng ông tôn nghiêm và đau lòng, cũng không biết nói gì hơn. Song ông ấy có thể biết nhiệm vụ ông phải phụ giúp chuyện này khi người bạn gọi.

Đang lúc trời như bắt đầu mưa, vị khách gặp Mary ban đầu kia, ông nhìn Mary. Ông bảo rằng:

- Cô có thể cùng con bé về nhà đi, trời chắc sẽ mưa lớn đó. Nhớ đi đứng cẩn thận. Ở đây chúng tôi sẽ làm tất cả. Một ngày cô sẽ vào rẫy thăm mộ họ, cha con họ.

Mary xúc động cả đau đớn, không nói gì được chỉ gật đầu như cám ơn lần nữa và lui gót. Trong hoàn cảnh này đây nàng biết làm sao bây giờ. Dù lòng không muốn đi, chân cũng phải bước... Và nàng biết là hai thợ săn kia, họ sẽ làm điều nhân đạo như lời đã hứa. Là một điều may mắn còn lại với nàng thế thôi...

Về đến nhà Mary vẫn chưa hết khóc. Nhìn hình chàng và thằng con trai khung treo nơi nhà, cùng những tấm hình một gia đình, một tổ ấm. (Tuy hình họ ít thôi.) Mary càng nức nở. Con bé Kat cũng khóc. Không biết vì sao con bé Kat lại đột nhiên an ủi mẹ:

- Mẹ ơi đừng khóc ba và anh Alan sẽ về mà. Ba và anh Alan không chết đâu mẹ ơi. Đúng không mẹ?

Mary lắc đầu không nói, nước mắt còn ứa chảy nhiều. Mary quẹt ngang nước mắt để nhìn thấy con bé cho rõ hơn. Nàng tự lòng dâng ngập niềm thương con bé con nàng mới lên ba tuổi.(Chính xác hai chục ngày nữa nó mới được lên ba...)

Đúng là con bé khôn lanh ước vọng trước tuổi. Và câu đó chính nàng phải nói với Kat mới phải, để an ủi cho con mới đúng hơn. Thế mà ngược lại bé đã thốt ra lanh lợi, vượt trội hơn ý tưởng nàng nghĩ... Mary ôm Kat vào lòng nhìn thêm đôi mắt của nó, liên tưởng đến Marado và Alan, nàng càng nức nở bội phần, của tình yêu đau xót...

BẢY

Rồi Mary một ngày đã phải trở về nơi cha mẹ. Nghĩa là nàng cùng con bé Kat phải bỏ căn nhà nơi đồi "Hill High." Bỏ căn nhà nàng đã cùng Marado từng tạo dựng để chung sống. Bởi vì một đêm khuya Marado có hiện lên ở giấc ngủ nàng nơi ấy, để chàng kêu nữa: "Mary hãy về bên mẹ lo cho con bé chu toàn hơn em. Anh không trách em đâu. Hãy lo cho con đầy đủ là trước hết em ạ. Anh bao giờ, vẫn luôn hằng mong cho em và con an toàn hơn khi thiếu anh. Em nhé... Mary thân yêu ngàn đời của anh..."

Một giấc mơ của một đêm khuya, đã thúc đẩy ước vọng nàng. Hay đó chính là điều Mary ước vọng, nên hình thành giấc mơ của nàng, niềm thương nhớ xa xăm về chàng...

Khi trở về với gia đình ba mẹ. Bởi giấc mơ Mary thấy chồng hiện lên khuyên nhủ đó. Và điều còn lại nàng hằng mong đợi cho con thơ Kat - Sống cuộc sống cho sung túc hơn chăng, dễ thở hơn chăng? Âu đó không biết ở trong trường hợp nào. Có thể là cả hai. Nàng ước muốn, và chàng đã thống thiết gọi trong giấc mơ nàng...

Về sống với nơi bố mẹ ruột, Mary được yêu thương không thua kém. Nhưng ngược lại con của nàng là Kat lại bị rẻ rúng coi thường, bé Kat không được ông bà yêu thương trọn vẹn. Không đúng như trái tim Mary từng mơ ước kia. Bé luôn luôn bị ông ngoại trừng trợn, chán ghét, la hét, giận dỗi mắng mỏ tối ngày... Ông thiếu đi chăm sóc cho bé, thiếu quan tâm trong vai trò ông ngoại. Và hình như ý nghĩ ông cảnh báo một điều gì, đối với bé không tốt ở trong ngôi nhà này. Với trẻ thơ hồn nhiên vô tư nhưng bé Kat như ngầm hiểu được tất cả; Bà ngoại thì tốt nhưng với ông ngoại đã không thích sự có mặt của Kat nơi ngôi nhà. Một hôm bé ngồi chơi với mẹ và bà ngoại. Thì ông ngoại Vadero vào phòng:

- Bố không thích, không hoan nghênh khi con đưa con gái Kat Marado về nhà này. Bố thật sự không thấy một hân hạnh nào. Bố rất làm tức giận khi nhìn con gái của Marado. Điều bố nói là sự thật.

- Nhưng bố ạ Kat là con gái của con. Như từng mẹ đã yêu con.

- Bố không muốn dòng máu nó, làm đau khổ con gái bố lại xuất hiện nơi ngôi nhà bố.

- Nghĩa là bố muốn như thế nào?

- Con hãy cho Kat cho một tổ chức từ thiện. Và ở lại đây đi lấy chồng mới, khi con còn quá trẻ. Rất có thể Mary ạ...

- Thưa bố điều đó không thể xảy ra với con. Con sẽ không cho con bé cho bất cứ ai? Bất cứ hình thức nào. Từ thiện nào... Bố nên biết chứ?

Mary nói với một thái độ đau buồn cả giận dữ của nàng.

- Như vậy con có thể dẫn bé cút xa khỏi ngôi nhà này, có thể đi đâu hoặc về với cái xác ngôi nhà đó đi. Có linh hồn Marado ngự trị, như từng con bỏ ba mẹ và đi, chạy theo hắn...

- Dạ thưa ba khi tình yêu con có, thì con đã sẵn sàng bỏ tất cả, và thoát hiểm ra đi để cùng nhau chung sống. Mong ba hiểu cho ...

- Vậy thì con nuôi giấc mộng ban đầu, và trung thành ý tưởng... Con cứ rời nơi đây, về với nó đi. Về với một linh hồn mà con đã say mê, và không từng thiết nghĩ đến ba mẹ để chạy theo, để ba mẹ phải buồn và bây giờ thì...

- Dạ được không sao. Nếu ba cố ý đuổi hai mẹ con sẽ ra đi, cho ba vừa lòng.

Mẹ của Mary vợ ông Vadero tiếp tục làm thinh với đôi mắt vừa sợ chồng, vừa thương Mary và cô bé cháu ngoại xinh xắn của bà... Song bà thể hiện quá là bất lực, và bà không có cuộc giải trình nào tốt hơn với ông chồng quá nghiêm ngặt, và khó tính nhất trên đời. Theo bà nghĩ...

Hai tuần tiếp theo trôi qua nhanh, nhanh như không thể tưởng. Mary cùng cô bé Kat thu xếp về lại ngôi nhà mình. Ngôi nhà nàng từng yêu dấu cùng chồng Marado ở đó làm ăn sinh sống và sinh ra hai đứa con. Mary không thể nào đi đâu như trái tim nàng phải lập tính, và không thể rời xa con bé Kat như ba nàng bảo. Nếu mà trong giấc mơ kia, thấy ba Vadero đối xử tệ bạc với con gái Kat thì không đời nào nàng dẫn con về đó tá túc. Tại sao giấc mơ chồng nàng không hề cho nàng biết điều này, để đã làm khổ nàng. Mary nghĩ và thêm buồn…

Mary cũng không hiểu nổi tại sao ba nàng lại như thế? Ông ba Vadero lại ích kỷ đến, đến mức độ cùng cực, đến một cách thô thiển như vậy? Vâng cô sẽ về ngôi làng nghèo, và ngôi nhà có linh hồn Marado nơi... Không sao? Nàng sẽ đi thăm lại mộ chồng và con trai Alan núi rẫy kia... Thật ra chàng không có tội lỗi, khi trao cho nàng một giấc mơ. Mà đó chỉ là một cá tính khác lạ vô cùng, về người cha Vadero mà thôi.

Bé Kat đã một lần hỏi mẹ nơi đây, tại ngôi nhà của ba Marado:

- Tại sao mình không ở lại ngôi nhà ông bà ngoại hả mẹ?

- Ông ngoại đã đuổi chúng ta con có từng nghe chứ?

- Dạ con có nghe. Nhưng mà con vẫn muốn ở lại nơi đó.

- Tội nghiệp con. Thôi chúng ta không thể được, như ý con gái yêu của mẹ…

- Bà ngoại tốt. Ông ngoại thật là ác quá mẹ ơi. Tại sao ông ngoại không thương mẹ con mình hở mẹ Mary? Con không thương ông ngoại nữa đâu.

- Con đừng hỏi và đừng nói như thế, mẹ Mary không muốn con hỗn. Hỗn là lỗi đạo làm cháu nha. Ông ngoại vì tức giận ba Marado đã dẫn mẹ ra đi, dầu rằng nơi ba mẹ không có sai. Chuyện này còn nhỏ con không hiểu hết đâu.

- Vậy hả mẹ?

- Mẹ cũng tức giận ông ngoại, nhưng mẹ chưa từng ghét ông ngoại con à. Con nên hiểu và nghe theo mẹ.

- Dạ con thương mẹ và nghe theo mẹ.

Sáng ngày nàng làm bánh cho con ăn xong. Mary muốn đi thăm mộ chồng và con trai nơi rẫy. Hai mẹ con Mary, Kat đã chuẩn bị lên đường. Theo nguồn gốc tín ngưỡng nơi đạo gia đình, nàng không được mang đồ cúng kính cho người đã khuất, nhưng thương chồng nhớ con trai, tưởng nhớ đến món bánh nàng làm Marado và Alan yêu thích, Mary đã không ngại ngần mang theo vật thể tưởng niệm để nhớ đến họ - Với người chồng ngàn năm nàng còn yêu dấu, và người con trai muôn thuở chẳng nhạt phai...

TÁM

Hai mẹ con Mary, Kat đã ra đi hướng về nơi rẫy trại đó. Thật ra đường vào rẫy không gần lắm mà cũng không quá xa xôi lắm, chỉ ước độ 6 km. Hai mẹ con cũng đã đi đến nơi. Mary lại nước mắt hoen mi và than thở rằng, giữa hai ngôi mộ sơ sài:

- Em đã đưa con về ngôi nhà mình. Không còn ở lại nhà ngoại nữa. Giấc mơ anh đã bảo, nhưng em và Kat không thể ở lại nơi đó. Em biết anh thương em và con gái Kat. Song điều khác lạ em và Kat đã về lại nhà chúng ta, rồi cùng đến thăm anh cùng con trai Alan đây. Xin anh tha thứ cho em. Vật lễ này em xin kính dâng anh. Bánh trái này vốn anh yêu thích. Em đã không tuân theo tôn giáo truyền thống, em chỉ tin theo tôn giáo nơi lòng em. Vì anh thích em từng làm bánh cho anh lúc còn sống phải không anh? Nó là kỷ niệm hai chúng ta khó quên nơi cuộc đời này...

Nàng nói một hơi và bày biện ra để thờ phượng cung kính trên một chiếc nylon lót trải rộng, đưa hai đĩa bánh to vào. Có cả trà pha chế sẵn. Coi như thứ nước uống cho chàng và con sau khi ăn bánh. Nàng biết hình ảnh tượng trưng này, là tình yêu nàng đối với chồng và con trai thế thôi.

Con bé nhìn mẹ rồi nhìn hai con chim nhỏ đẹp lạ kia, ở đâu bay lại kêu lảnh lót, vẻ từ xa bay đến, như chia sẻ vui buồn, sự hiện diện của họ đến đây chăng? Rồi một vài con sóc nhỏ cũng dạn dĩ chạy nhảy trên các cành cây to lớn. Mary nhìn cảnh vật chung quanh cùng con bé, nàng phát hiện thêm: Khu vườn rẫy không tàn phế như nàng tưởng, mà có lẽ nó được ai chăm sóc cẩn thận, để họ thu hoạch được hoa quả, trang trải cho cuộc sống họ chắc? Nên trông nó đẹp vì cây trái, hiền lành vì sự tĩnh lặng, trang nghiêm vì tình người chắt chiu... Mary nghĩ ngay có thể hai người đã từng chôn cất Marado và con trai Alan chăng? Và họ cũng đã yêu mến khu vườn, như chính yêu quý Marado cùng Alan ở đây chăng? Họ quả là những con người tốt bụng và có trái tim son hồng, nàng chạnh lòng biết ơn và cả nể phục...

Mary cùng con bé Kat ở đó không lâu chừng nửa giờ hai mẹ con đã nói lời từ biệt. Mary bảo:

- Anh và con Alan ở đây. Xin phù hộ cho mẹ con em an toàn... Anh và con trai Alan để lại cho em và Kat một nỗi buồn không bao giờ phai nhạt. Em và con gái biết làm gì đây anh yêu, hã anh?

Bé Kat nghe mẹ nói chỉ gật đầu ủng hộ câu nói mẹ, và không nói gì thêm.

Một đoạn Mary nước mắt rưng rưng thêm. Kat cũng nước mắt rưng rưng theo mẹ. Song cũng đến hồi với thời gian, họ phải rời xa nơi rẫy. Cảnh vật thương tiếc như muốn níu kéo bước chân họ ở lại, mà họ cũng phải ra đi...Biết làm sao bây giờ kẻ âm cung, người trần thế. Dù một trời thương nhớ khó nguôi cạn ở trong lòng, nơi người vợ tên Mary đã thương chồng Marado hết mực, từ lúc vào yêu đến khi chung cơm chung nhà, và họ từng có hai con chung...

**

Về lại nhà một hôm hai mẹ con nằm bên nhau ngủ vào đêm tối. Con bé cứ hé cửa sổ nhìn ra bên ngoài. Mary nhìn con và lên tiếng dịu dàng:

- Kat nhìn gì thế ngủ đi con gái yêu, khuya rồi đó nha con.

- Con như thấy ba dẫn anh Alan đi làm về kìa. Họ đang vui vào nhà mình kìa.

- Ôi con ám ảnh mất thôi. Ba và anh Alan không bao giờ về nữa con gái. Hãy yêu thương họ thì ngủ ngon đi. Mẹ chỉ mong vậy, mẹ thương con lắm... Mary vẫn thường hôn lên tóc con bé. Một mùi thơm nhẹ nhàng nhưng nàng quyến luyến, như sương khói của tâm hồn chồng còn gởi đọng lại nơi con bé. Nàng thường nghĩ, và hay lãng mạn tưởng tượng vậy…

- Mẹ ơi. Mẹ có biết con thương nhớ anh hai Alan và ba quá nhiều không? Nên con nói như thấy...

- Mẹ biết chứ. Nhưng mẹ muốn con ngủ ngon đi thôi.

- Thương nhớ khó ngủ quá. Mà dạ mẹ ơi, con sẽ nghe mẹ. Con ngủ đây.

Kat lẳng lặng, phải nghe lời mẹ. Cô bé nằm xuống bên mẹ, Kat cho mẹ kéo mền đắp cao tới ngang cổ mình. Và Mary không quên hôn con, rồi bảo lần chót:

- Ngủ đi con. Mẹ cũng ngủ đây. Là thương ba Marado cùng anh hai Alan rồi.

Bé gật đầu:

- Dạ con hứa nghe lời mẹ. Con yêu mẹ.

Mary hiểu được ý con bé gật đầu. Nàng đưa tay một ngón trỏ và ngón cái tạo thành một vòng tròn chữ O, như dấu hiệu đồng ý cùng Kat thôi. Rồi nàng nằm xuống nhắm lại đôi mắt. Mary lại bỏ một tay qua vầng trán mình, nhưng không nàng đã lấy xuống ngay, nghiêng người xuống ôm con bé sâu vô lòng, để hai mẹ con cùng ngủ.

Thế là trong giấc ngủ mơ đêm đó, nàng lại mơ thấy Marado hiện về bên nàng. Không hiểu sao nàng mơ thấy chàng chết đi nhưng cứ hiện về nhiều. Song cũng toàn là những giấc mơ ngọt ngào. Chàng về lần đó đắp mền thêm cho nàng và con bé. Chàng và thằng con đi ăn bánh nàng làm. Xong, chàng và con trai Alan đứng bên cạnh. Chàng lại đến bên giường nàng và thủ thỉ nói rằng:

- Mary thân yêu của lòng anh. Em và con cố vui sống dù rằng thiếu anh cùng Alan. Nhưng nơi này không thích hợp với em đâu, khi không có anh bên cạnh. Em hãy vì nghe lời anh. Em và con đi đến một nơi nào xa xôi, em có thể đi di dân Mary. Hãy nghe anh nói… Hoặc một nơi nào an toàn tương lai, em cùng con xin họ định cư ở đó em nhé. Anh biết đi di dân là cực khổ lắm, nhưng có thể em và con sẽ có một dịp may mắn còn lại.

Nhìn vợ Mary một chút. Marado lại nói tiếp:

Hãy tin anh bước đi em nhé. Bỏ ngôi nhà này anh cho

phép em... Ở nơi nào anh cùng con trai vẫn ở bên em và Kat. Hãy nhớ lấy lời anh: Nơi đây người tốt vẫn có. Song kẻ xấu vẫn đầy nhiều, có thể có tội phạm. Em và con đơn độc tội nghiệp... Hãy xa anh. Em xa rừng rẫy mà tình yêu ta vun đắp ấy... Giã biệt anh đi em. Mary hãy cõng con mưu cầu cuộc sống mới anh mừng hơn... Marado bao giờ vẫn ở bên em... Ru cho giấc ngủ em no tròn. Anh sẽ hát bài: anh yêu em là tình ca bất hủ...

Mary chợt giật mình mở mắt... Không thấy có gì? Nàng bàng hoàng nhìn con bé còn ngủ ngon. Và hình dung... Ôi Mary nàng không dám hình dung lại, chỉ là nghĩ mình sẽ làm gì với giấc mơ đó mà thôi. Mary vuốt đầu, vuốt tóc, vuốt mặt mình, nàng suy nghĩ rất lâu...

Mary sẽ quyến luyến ngôi nhà này. Khu rừng nọ của chàng và nàng. Nhưng nàng sẽ có thể ra đi trăm phần trăm. Vì sự nguy hiểm nào đó chàng đã báo mộng cho nàng. Ngôi nhà này là biểu tượng tôn vinh tình yêu nàng và chàng. Nhưng mạng sống nàng với Kat còn lại, là yêu cầu bức thiết hơn. Marado đã bảo thế mà! Vâng nàng sẽ tiến hành cuộc di dân. Mary sẽ bỏ trốn đi vào nước Mỹ như bao nhiêu người từng có đi. Họ ra đi để tìm một cuộc sống mới nơi chân trời lạ... Vâng! Nàng sẽ ra đi như cánh chim bay vượt gió, nàng sẽ ra đi với muôn dặm bạt ngàn, nàng sẽ ra đi bỏ lại tiếng người vợ từng khóc than... như lời Marado đã khuyên dặn. Chắc đó là yếu tố quyết định mới nhất của Mary - Không thể nào làm khác hơn!

CHÍN

Cuối cùng Mary chuẩn bị đâu vào đấy. Nàng và con bé đã rời bỏ nhà một buổi sáng sớm tinh khôi, lao vào núi đầy sương giá, và những tiếng chim lạ hót nghe buồn hiu... Nàng tìm đường như tiếng di dân gọi... Hay là tiếng Marado gọi nàng trong mơ, trong hoài bão...

Cuộc di dân Mỹ rất nhiều kiểu, nhiều cách, nhiều đường, nhưng với nàng bắt đầu đi theo đường, len lỏi vào chân núi, đạp qua bao sườn đồi, khó khăn có, thuận tiện có, mệt mỏi có, nhưng hai mẹ con đều gắng sức. Mary nhìn con bé thật tội nghiệp con. Dù nơi đây chỉ là những mãng đường núi gần gũi, rồi nối dài đến xa xăm lắm, xa ngắt chân trời kia, mới đụng một đất nước mà người ta muốn tìm tới...

Thế trận chính sách Mỹ bây giờ có phần siết chặt di dân hơn, những lính biên phòng canh giữ rất cẩn thận nguyên tắc và chu đáo. Họ phải đối phó với những nạn nhân muốn nhập cư vào Mỹ. Qua những làm sóng di dân lớn mạnh quy mô vô cùng, và có cả lẻ tẻ những cuộc hành trình nho nhỏ ẩn náu, dần dà từng ngày, từng buổi họ ra đi... Đó là chưa kể họ đi vượt qua rất nhiều lãnh địa, phải qua nhiều phần núi non hiểm trở của Mexico rồi mới đụng đến đất, tiếp giáp nhiều núi đồi, ở các tiểu bang nơi "Vương Quốc Mỹ"

Mạng sống con và nàng giờ chỉ gởi lại lòng tin, chờ nơi chàng Marado phù hộ tiếp sức cho... Nhưng đó chính là sức mạnh, sức năng vượt lên khó khăn, của nàng cùng Kat đứa con gái mới lên ba tuổi mà thôi.

Cuối cùng họ cũng đã đến nhập với đoàn người, ở đâu bốn phương tụ về đông nghịt, và họ tiến về phía trước, như nước Mỹ đang mời gọi họ kia... Hay là chính lòng họ đang muốn tìm đến sự phồn vinh và an ninh xã hội tốt...

Hầu hết các đám vượt biên tị nạn, hoặc di dân bị nhà nước phủ quyết ngay bây giờ, họ bị cáo buộc phải tháo lui vào lúc này. Nếu như ngày đó những anh lính biên phòng không vui sau khi thịnh nộ giận hờn, chẳng còn chút lòng nhân cho một người nào cả? Song cũng có khi hấp dẫn đến ngạc nhiên lạ lùng, hoặc bất trắc xảy ra. Có khi họ thịnh nộ nửa cuộc, rồi đành quay gót vì đợt sóng của người di dân tràn lan, tràn lan như một vũ bảo, họ không đủ sức kiềm chế được, không ai ngăn nổi cả, "Di dân di dân" họ áp đảo với một tinh thần cương quyết bất thối, lòng vượt biên của họ cao độ, hình như họ không còn sợ sệt ai. Những kẻ di dân đã không màng đến sống chết, vì họ quá nghèo, quá khổ muốn bỏ cảnh ngộ xứ sở ra đi. Những anh lính biên phòng đàn áp kiên trung thô bạo kia, cũng không đặt thành với họ nữa. Có khi họ là những người "cám tử quân tình nguyện tuyệt vời nhất." - Cho những kẻ sau, đợt sau lao lên, trào lên. Thật hãi hùng bất kể " Làn sóng di dân tấn công để được đi, tấn công để được đi..." Và là nghĩa sống, nghĩa là cảm hứng bất tận, với những dòng người di dân, họ tìm kiếm ra đi không muốn quay gót lại quê nhà...

Lần đó Mary và Kat đã vượt khỏi cũng là dịp may. Nhưng phải vào một trại giam khá lâu để chờ đợi... Họ trả về hoặc cho vào nước Mỹ tùy trường hợp. Với sự hên rủi thời vận, may mắn và, hoặc không được may mắn. Những kẻ di dân trông chờ, như nắng hạn chờ cơn mưa hạ, họ trông đợi như mong có lá bài thiêng liêng đến hộ mệnh, hoặc thần phép nào đó nhiệm màu của chuyến đi...Và vì trong đầu họ đang tôn thờ một chủ nghĩa lớn, đó là chủ nghĩa di dân mà thôi...

Mary và Kat cứ mãi cầu nguyện ơn trên phù hộ cho họ, thương xót đến họ. Và không hiểu sao cuối cùng đã được một anh lính biên phòng tốt lòng giúp đỡ họ. Với lòng nhân đạo tội nghiệp cho hai mẹ con họ, khi anh có nhiệm vụ đến trại. Đúng là hôm đó đến lượt phiên anh đi tuần, thì anh thấy hai mẹ con Mary và Kat trông thật thảm thương ảo não. Họ đã nhìn anh với đôi mắt đôi môi nghẹn ngào, nhưng không nhấp được lên tiếng nói... Anh như hiểu một thảm trạng, một nỗi lòng trắc ẩn sâu xa, vì đâu nên nỗi của họ... Anh phải cảm thông bất chợt, và động lòng thương xót quá. Ý nghĩ đó hình thành từ bao giờ với hai mẹ con người này? Tự nhiên anh muốn - sponsor họ ra khỏi trại giam chờ đợi này. Nghĩa là anh có ý, muốn ký giấy và bảo lãnh hai mẹ con Mary và Kat, để họ sẽ thoát khỏi tình trạng di dân bị trả lại. - Và họ không phải là thứ dân ma túy trộn trạo, hoặc trộm cướp đến mà phá rối nước Mỹ. Mà là hai mẹ con, đến với nước Mỹ với sự nghèo khổ neo đơn, cần đi tìm một chân trời mới chắc... Anh đã nghĩ như vậy...

Nói tóm lại anh đã có tiền và đủ uy tín để bảo lãnh hai mẹ con họ, rồi cam kết anh chịu trách nhiệm hoàn toàn về họ. Nếu họ vi phạm luật pháp Hoa Kỳ. Anh là người đi tù đầu tiên hơn họ. Vì nếu như anh cho họ sự sống, mà anh đã mắc sai lầm, thì anh phải đền tội v.v...

Anh lính biên phòng tên David đã can đảm làm việc đó. Anh đã không ngần ngại hy sinh cho một việc, nhưng cũng chính là đùa với mạng sống mình, nơi an toàn? Nói một cách xa xôi bóng bẩy hơn, David đang đùa với lửa... Song anh biết sự việc đùa với lửa, và anh đủ sức tác chế nó về với nước thì có gì anh phải sợ? David còn rất trẻ, nhưng sự can đảm của anh đã trở nên già dặn và thấu đạt...

Sau thời gian giấy tờ đâu vào đó. Mary và Kat được về sống ở nhà anh tại một vùng miền của tiểu bang Texas. David chàng lính độc thân, là người con thứ năm trong gia đình gốc người Balan, David chưa vợ sống với mẹ già. Mẹ già anh có bốn người con phía trước, hai anh, hai chị, họ đã có chồng có vợ ở riêng. Anh là út. Anh có người cha đi lính với cấp bậc đại úy, nhưng đã bị chết trận, ở cuộc chiến, lúc ông đang chỉ huy quân lệnh nơi Iraq. Căn nhà mẹ anh khá rộng vùng miền. Một quận hạt đông người của dân "di cư" Họ đã trở thành hợp pháp nơi đó.

MƯỜI

David thương Mary như người bạn, người chị gặp hoạn nạn, thương Kat như một đứa cháu trong gia đình. Anh luôn an ủi và quan tâm đến họ khi những ngày nghỉ việc của anh. Mary được mẹ David là Lisa yêu thương đùm bọc cả trân trọng. Và Kat vẫn được coi như người cháu thân mật, máu mủ nơi gia đình họ vậy...

Kat được ăn học và lớn lên từ đó. Cô bé đã hình thành lên những sóng của ước mơ. Cô yêu thích môn chơi chạy Ice-Skating. Đối với Kat là một môn rất ngoạn mục và vô cùng thích ứng. Em say sưa đi học và tập luyện sau nhiều năm. Kat trở thành vận động viên thể thao ưu tú môn này, ở quận hạt tiểu bang này. Sau đó em đạt năm lần thắng giải nhất tiểu bang, và bốn lần đạt giải liên bang- Toàn Quốc Hoa Kỳ. Có một lần giải nhì của thế vận hội, trên tượng đài nơi Olympic ở đất nước Japan. Nét trình bày Ice- Skating của Kat dịu dàng, và mạnh mẽ, hồn nhiên và lanh lẹ phối hợp, những yếu tố đặc trưng trong biểu diễn nổi bật nơi Kat là: - Kat tạo thành đôi tay hình cánh chim sải dài, thân hình cùng đôi chân chạy hướng về phía trước, phần ngực cổ, mặt mày cô, tầm ngắm lại đưa ngẩn cao ưỡn ra. Kat như đưa ra sự thách thức thiêng liêng, khó khăn phải vượt lên và sang bằng tất cả trong ý tưởng chuẩn chu. Một cách khác hơn Kat thể hiện nhiều lối thành đạt, bằng những kiểu độc đáo hết sức lạ lẫm. Kat thể hiện ngồi một chân trụ, còn một chân kia tạo thế vói lên cao, biến thành vòng tròn quay tít, cô tạo ra năng lượng dấu ấn hình ảnh, bởi toàn thân xoáy nhanh, xoáy nhanh như tan loãng, như hoa nở nhú xòe ra trông rất ngoạn mục, tuyệt vời, và quá sức gợi cảm. Và cách thứ ba: Kat trượt chạy đôi chân tưởng như sẽ trượt té nhào, nhưng không Kat sẽ làm chủ được, vì cách chạy lui gót trông rất đẹp, rồi đổi chân không thấy được của Kat khi hai chân đánh tráo nhau nhanh lẹ, khéo léo. Đi vào cụ thể Ice-Skating, Kat có thể biến hóa nhiều thứ, nhiều kiểu chơi Ice-Skating rất thi vị, đẹp hết sức tưởng tượng, nhìn như sẽ nguy hiểm, nhưng Kat vượt qua nguy hiểm tất cả, nơi cô phải biến chuyển và sáng tạo nhẹ nhàng, dễ dàng như vạn năng có điều thần phép... Để cô chiến thắng được nó, dưới con mắt của người theo dõi...

Kat vẫn hằng đeo đuổi con đường dài là khi tốt nghiệp trung học cô sẽ đi vào ngành luật sư hay ngoại giao học. Bởi Kat có hoài vọng lớn lao từ lâu. Nàng yêu thích công bằng và bác ái, tự do và bình đẳng, dân chủ trong tương trợ, thân thiện của văn minh... Nàng rất sợ nạn phân biệt chủng tộc hoặc phân chia giàu nghèo leo thang. Kẻ giàu có sẽ lạm dụng tiền bạc, làm những điều thiếu nhân bản, họ theo đuổi chính sách kinh thường người dân nghèo mạt hạng, cũng như sự đối xử tồi tệ, thiếu đi phần tử tế khi tiếp quản... Chính ba má cô, Mary cùng Marado đã gánh chịu hậu quả này. Và kéo ra hệ quả thương đau nơi lòng cô khôn xiết ray rức đây. Ông bà ngoại coi thường mẹ con cô, dù Mary, Kat vẫn là nấm ruột họ, một ít nhiều của máu mủ nơi chính họ. (Vậy mà Kat được tống ra xa ở tình yêu họ.) Kat rất đau lòng và mủi dạ khi nhớ ông ngoại bảo mẹ phải cho Kat đến hội từ thiện rồi đi lấy chồng lại... Kat không hận ông ngoại Vadero nhưng Kat vẫn cứ giận và buồn ông ngoại về điều này.

Kat yêu thương quê hương nguồn gốc, nhưng là cô bé phải di cư, theo mẹ tìm cuộc sống mới. Kat tìm đến một đất nước có những điều kiện tốt hơn cho con người, cho tuổi trẻ. Mọi chuyện Kat bước đi và đứng lên trên đôi chân, như gặp sỏi đá nơi mình khi còn bé. Và rồi để tiên quyết cho cuộc đời mình,và cũng được ơn trên cho nàng có những thứ trong nỗ lực đau đớn ấy. Kat là một vận động viên Ice Skating giỏi thôi chưa đủ. Cô gái còn son trẻ ấy mong muốn đi xa hơn, Kat mong phải trở thành một nhà luật sư lỗi lạc, một luật sư liêm chính của tình yêu con người. Đồng thời trưởng thành hơn, nếu có thể là một ngôi sao ngoại giao giỏi đặc biệt, để giúp ích cho nước Mỹ trên trường quốc tế và đồng thời nhìn về quê hương Guatemala thân yêu cũ của mình, mong có mối quan hệ tốt từ Mỹ để giúp cải tổ hơn về một đất nước Guatemala mau đi lên, văn minh, giàu mạnh phú cường hơn, dân chủ và bình đẳng hơn. Sẽ tiến bộ mọi mặt hơn ở đất nước Trung Mỹ này. Và chứng minh cho người dân Guatemala được giàu có và hạnh phúc hơn, thì họ không cần đi đâu nữa, vượt biên giới khó khổ của họ để làm gì, khi đất nước họ không thua kém? Nếu muốn đi, có thể là những cuộc đi du lịch mà thôi. Ai mà thèm đi sống ở đâu khác hơn, khi đất nước mình giàu mạnh, hiền lành, và tử tế. Niềm ước mơ đó còn xa xăm lắm. Nhưng ước mơ cứ là mơ ước nối dài đi. Nó sẽ là tiền đề, để mở những ô cửa cho tâm hồn chắp cánh bay cao kia mà...

Kat đã thấy rung cảm vô ngần với bản thân mình, làm người ở xứ sở này. Và miền đất này đã làm Kat vực lên nhiều khả năng kỳ lạ. Kat đã biết: Cám ơn miền đất, cám ơn mẹ, cám ơn những người tốt. Và cám ơn linh hồn ba cùng anh hai Alan. Cám ơn những cơ hội cho Kat có được ngày hôm nay.

Phần mẹ của Kat sống vẫn đi làm bình thường như dân lao động ở Mỹ. Mẹ Mary làm ở một công ty sản xuất dây chuyền nhiệm vụ bắt những thành phẩm, thực phẩm từ rau quả đóng gói cho vào thùng lớn để cung cấp nơi xa. Mẹ đã làm ở đó từ hồi mới qua đến nay gần 12 năm. Vật muốn đổi, sao muốn dời? Ôi buồn vui, sướng khổ của một người dân di cư... (Dù là diện đã hợp pháp. Được một gia đình tốt đứng ra bảo trợ.) Nhưng mẹ gắng sức, gắng lòng làm việc, không ỷ lại. Mẹ Mary phải vượt lên, để làm gương và nhìn về một điểm sáng cho Kat.

Những ngày rảnh mẹ đi học môn thiết kế. Và học thêm đàn keyboard. Mẹ đã biết đàn cho những ngày lễ trong các chương trình ca đoàn họ mời. Và những lúc nhớ ba Marado, mẹ vẫn ca để hồi tưởng. Những đêm lạnh, ngồi dưới trăng sao một mình mẹ đàn hát nỉ non, gởi tiếng lòng theo mây gió...

Mary giờ cũng già hơn đi chứ. Hơn 12 năm trôi qua... Con gái Kat đã lớn đi nhiều mà? Mary nhớ lại lúc thanh xuân, tuổi nàng của một thiếu nữ xinh đẹp đó. Và cũng nhớ đến chàng Marado vào thời khắc đó. Nhớ làm sao những giây phút thiêng liêng hai đứa đã được yêu nhau say đắm buổi đầu... Rồi nàng được người dạm hỏi Mary từ chối. Bị cha Vadero mắng nhiếc và đuổi nàng phải rời khỏi nhà, khi nàng lên tiếng nói chân thật - Nàng chỉ yêu người con trai tên Marado thôi. Mary quyết sống cùng chàng. Nên Marado, chàng đã dẫn nàng bỏ nhà ra đi, phải vượt qua bao khó khăn nàng từng đói lả, mệt mỏi và mất sức, vì đối diện với bao cam go: băng rừng vướng dây, lội suối vương đá, có cả gai nhọn rừng chặn đường, đôi khi để đón chào mà hôn mắt, hôn môi, hoặc cào nứt tay chân, trán trầy rướm máu. Vậy mà nàng vẫn cố trốn thoát cha mẹ...

Và tuy ba nàng Vadero nói thế. “Không chấp nhận Mary yêu Marado, con có thể tự ý ra khỏi nhà.” Nhưng mà phương cách khá,ba Vadero đã cho hàng chục người lặn lội đi tìm nàng đem về. Song cả hai vì tình yêu, chàng và nàng vượt trải qua tất cả. Marado cùng nàng xông pha chạy trốn các đám họ, cả hai dần mò, ẩn núp tối đa để trốn thoát cho được. Và họ là những người, cứ ra đi truy đuổi đó, đã quay về với sự thất bại không tìm ra... Trong một thử thách cuối cùng Mary bị cơn bịnh sốt giữa rừng, nàng lạnh run bắn lên, do những con mũi độc chích vào chân tay, mặt mày. Trước một thực tế sống chết với tử thần... Marado đã chuyền hơi ấm còn lại cho nàng, và nói những lời tỉ tê gan ruột... Mary mủi lòng rồi khóc nhiều. Marado tưởng nàng chết đi, nhưng không họ đã chiến thắng vượt được qua " Núi Lạ" và tìm đến ngôi làng "Hill Hight" để từ đó dựng lên cơ nghiệp bên ngôi làng xa xôi... Thế mà nàng đã không chết đi, để được sống bên chàng rồi sinh ra hai đứa con thơ. Và rồi chàng lại chết đi trong một sự cố tình cờ cùng đứa con trai Alan... Đôi lúc thời gian đã không ngừng chảy, thời gian cứ trôi qua, và mãi vụt đi, nàng lòng vẫn luôn hồi tưởng và ngậm ngùi từng giai đoạn, và ngậm ngùi cho chàng, một người chồng hết sức đáng yêu...

Dẫu ba Marado chỉ có một cây đàn nghèo guitar lúc đó, giữa xứ sở đó. Ôi thật tội nghiệp cho ba lắm. Nhưng định số mẹ đã phải rời xa tổ ấm nơi ấy, để mẹ ra đi, và rời xa tình yêu họ từng xây đắp, mẹ Mary không thể chọn khác hơn... Bởi cũng là một ý thích Marado mong mỏi khi mất đi, khi ba không còn hiện hữu nơi trần gian gần gũi để giúp mẹ cuộc sống. Ba Marado đã gởi, thổi hồn vào giấc mơ nơi mẹ, để cho mẹ Mary cố gắng cùng với mình, thực hiện đến giờ này đây.

MƯỜI MỘT

Ôi chao ơi biết nói làm sao hơn, hết ngọn nguồn về cuộc đời này với đúng sai quan niệm, tư lợi bảo thủ, độc đoán, độc tài... Có những kẻ xấu nghĩ rằng dân di cư là dân ăn bám, là thảm họa, là tội đồ, trăm những thói hư tật xấu, đủ thứ v.v... Nhưng họ ác ý như thế, quả là sai lầm. Họ quả là ích kỷ, ti tiện và quá hẹp lòng đó thôi. Vì Hoa Kỳ đây là một đất nước Hợp Chủng Quốc nhiều dân cư, nhiều sắc tộc, nhiều thành phần, nhiều nền văn hóa gộp chung sức lại, họ thi tài đấu trí làm ăn, phải biết sáng tạo dồi dào, nhuệ tuệ được biểu dương mạnh mẽ và phát huy, để rồi đưa đất nước Hợp Chủng Quốc đến nơi giàu có. Chứ Hoa Kỳ này đâu phải là của một đất nước riêng ai, hoặc của dân chính thống thượng đẳng nào? Từ xưa đã có trong hiến pháp rồi mà. Bổn phận người dân di cư thì phải năng nổ, phải đem sức lực lao động cực lực, vẫn không thể là ăn bám, họ vẫn đóng góp bàn tay và đầu óc kiến tạo cho đất nước này phồn vinh, cùng với năng lực phấn đấu của họ. Và họ làm việc phải đóng thuế, để làm giàu cho đất nước Hoa kỳ này. Họ là kỷ sư hoặc dù thứ dân quèn vẫn phải tốc lực, trui rèn trong gian khó nhiều thử thách, để họ vươn lên theo luật pháp quy định. Rồi họ phải thi quốc tịch, làm tròn nghĩa vụ bổn phận người công dân. Vai trò họ thật không vô ích chút nào? Thế mà tiếc thay! Những người, những kẻ có chủ trương kỳ thị, tự tôn, cố bài xích xô xát dòng dân tị nạn, trấn áp dòng người di dân đến mức độ đau lòng kia... Chính quyền ở nơi họ đã thi hành hàng loạt chính sách hành hung bất nghĩa, hoặc mất đi, hoặc thiếu sót hẳn tính nhân bản! Thật oái ăm và tội nghiệp cho những người nghèo khổ, trong những thời điểm nhiều sự dã tâm bại hoại, những bài toán đế xích, rùng rợn chống di dân, và miệt thị di dân đến khủng...

Kat viết như thế vì mình cũng là một trong kẻ đi di dân, kẻ đã vào rừng, vượt suối, vượt sông, vượt bao cay đắng, cố gắng với niềm tin trong tim, để mà đẩy lùi mọi cản trở hiểm nguy kia nơi tha nhân, để trốn đi tìm cuộc sống mới, tìm về chân trời mới. Và chính Kat phải thương lại những người di dân mà thôi. Thế mà vẫn có những kẻ di dân "ăn ra làm nên" được sống nơi một thế giới yên bình, ấm êm lạ thường... Lại quên mình là ai, mình từ đâu đến? Phải chăng là họ chỉ muốn - Làm như những kẻ qua cầu là rút ván, sống chết mượt bay, không cần chi vướng bận đến ta nữa? Ôi những kẻ ngụy quân tử, ngụy chính nghĩa, ngụy nhân đạo, họ quên nguồn cội mình, họ đi theo chính sách man rợ, cấm cản người di dân, đi phò tá những chương trình thẳng tay đàn áp di dân. Thật là một điều đáng chua xót đến não nùng lắm...

Kat viết tới đó. Mary thấy con gái đánh gì lốc cốc, Mary nhìn Kat quá chú tâm dòng chữ, và dòng chảy suy tưởng của nó. Mary liền hỏi:

- Con làm gì mà tập trung thế con gái.

- Con đang viết hồi ký mẹ con mình mẹ à. Mười mấy năm rồi còn gì mẹ.

- Thật sao? Hoan hô con. Mẹ có thể cung cấp cho con, tình tiết thêm Kat ạ.

- Dạ như thế là tốt lắm đó mẹ ơi. Tác phẩm sẽ hoàn hảo hơn, có thể sinh động hơn thưa mẹ...

Sau này Kat chỉnh sửa thêm, và tác phẩm chúng ta đang đọc là một hồi ký di dân của hai mẹ con xứ người Guatemala. Người Trung Mỹ... */*

(Tuy rằng câu chuyện về một nước khác, nhưng đây coi như được chuyển dịch ra Tiếng Việt hoàn toàn.)

HDT. - 2020.______________

QUÁ KHỨ ĐAU THƯƠNG...

MỘT

Ngọc Thi là cô gái xinh đẹp nhất ở các thôn ấp phía Tây. Nói đúng hơn là một trong những cô gái đẹp nhất của xã MT. Ngọc Thi vừa xinh đẹp vừa có năng khiếu nhiều thứ, hát hay, múa đẹp, diễn kịch thì giỏi giang. Ngọc Thi mang sức thu hút được người xem cho là tuyệt vời và tài tình. 15 tuổi nàng trở nên niềm mơ ước cho bao chàng trai. Tuy nhiên Ngọc Thi vẫn hồn nhiên, ít ngó ngàng về lời tình yêu ai trêu ghẹo. Nhưng rồi cô đã phải lòng yêu một người con trai tên là Xuân Tú, vì chàng đẹp trai vô cùng. Chàng đẹp trai còn hơn chàng Hoàng Tử người đẹp ngủ trong lâu đài, mà nàng từng coi trong nhiều năm qua. Con trai mà môi son má phấn, đôi mắt xanh long lanh như người ngoại quốc, như người Anh, Mỹ hoặc Pháp, Đức gì đó? Nhưng thật ra chàng vẫn là con của một người dân Nam Việt Nam hoàn toàn. Chàng có cha mẹ xuất thân từ một gia đình trung lưu, không giàu có chi mấy. Nếu nói cặn kẽ, chính xác hơn, thì nhà Xuân Tú vẫn ở giai cấp nghèo thôi.

Chàng được biết Ngọc Thi từ một buổi làm lễ chào cờ đầu năm. Lúc đó chàng mới được chuyển về trường này, chung với ngôi trường có Ngọc Thi học. Tuy nhiên chàng vẫn học thua Ngọc Thi một lớp. Nàng đã lớp 9, mà Xuân Tú mới còn lẽo đẽo bước vào lớp 8. Lúc trước chàng học khu vực khác, bởi làng xã nơi đây chia ra nhiều khu vực, chàng học khu vực của ba thôn thuộc hướng Đông Nam.

Trà lương, Trung Bình, Chánh thuận. Còn Ngọc Thi học thuộc ba thôn hướng Tây Bắc. Trung Hội, Lạc Sơn, Trinh Vân. Ranh giới của họ là miền trên, miền dưới nối liền qua đường ray xe lửa và còn những thứ khác. Nhưng khi lên lớp 8, lớp 9 thì được xác lập chung, họ cùng về trường Cơ Sở 1 Mỹ Trinh để học. (Trường được ba lớp 8 và hai lớp 9.) Tổng cộng là năm lớp, mỗi lớp chừng 40- 45 học sinh. Như vậy trường có trên 200 học sinh.

Hôm đó Ngọc Thi tuôn ra từ mái trường cùng các bạn, nàng sáng như gương với một khuôn mặt thiện chí, khả ái hiền lành và linh lợi đi kèm.

Chàng vô tình tò mò nhìn ngó, và đem lòng nảy sinh cảm tình ngay với cô gái này. Chàng tự hỏi: " Người đâu mà đẹp đến thế. Thật là một tuyệt vời..."

Sau lần lượt họ có dịp tập văn nghệ nơi trường. Nên một điều kiện thứ hai cho phép, như tạo cho họ biết, họ thân thiện hơn, dễ dàng tiếp xúc hơn. Và rồi ca diễn, tập luyện. Xuân Tú thường đến nhà Ngọc Thi thăm chơi chờ nàng đi cùng, chàng vui vẻ mạnh dạn lên với trái tim tự lôi kéo chàng. Rồi cả hai quan tâm, họ như một đôi bạn đặc biệt thân thiết lắm. Xuân Tú Ngọc Thi thật sự có phần yếu mềm, nơi trái tim, nơi tâm tưởng, khi tình yêu của đôi mắt hai người khẽ chạm nhau ...

Phần cha mẹ Thi biết Xuân Tú đến thường, nhưng chắc giống như cùng môn cùng lứa, cùng vui chơi học tập và yêu văn nghệ mà thôi. Họ đón nhận, vì cách nhìn cũng cấp tiến hơn nhiều, họ không quá cấm túc Ngọc Thi, dù thời đại của những năm chưa cho phép tình yêu tuổi trẻ, để thể hiện một cách phô trương, hoặc giả là một vai trò được lộ liễu, trong lúc này...

Nhưng thiệt ra Thi và Tú có một định mệnh biết nhau dưới một chân núi Lạc Sơn vào một dịp về trước. Lúc đó cách đây chừng hơn một năm. Giữa lúc Xuân Tú đi vào núi Thùy Sơn để chặt một ít vài cây mộc nho nhỏ, mẹ đang cần làm vườn mướp. Và sẵn dịp Tú phải kiếm giùm mẹ hai cây chổi có nhiều que xơ, để mẹ dành dụm quét vườn cho cứng cáp. (Ở đây gọi là chổi xương.) Đồng thời chàng phải kiếm luôn hai cây chổi bó đót, tặng mẹ quét trong nhà cho sạch sẽ thêm. (Loại chổi này là những cộng đót được mọc trong núi mảnh khảnh mềm mại, Xuân Tú đốn lấy để đem về phơi nắng cho khô, rồi bện kỹ, và sẽ quấn thắt có kiểu cách, cho mẹ dùng.)

Nơi Ngọc Thi thì theo ba cũng lên núi, cuộc đi cùng cho ba vui. Khi ba Ngọc Thi cần kiếm những dây mây rừng đem về để đan đát cột thắt, tréo lận siết vành, cho bền chắc hơn các đồ vật, ở những nong nia rổ rá. Và chặt lấy một số cây ba cần làm chi đó. Ba Tâm có bảo với Ngọc Thi là: những cây nhỏ bé vẫn tốt không sao con? Cần thiết là không bị mọt rõ, hoặc mau hư thôi con à...

Ngọc Thi đi với ba Tâm cho vui, và là nàng ưa đi ngắm cảnh...

Ngọc Thi vô tình trên đường đi liền thoáng thấy Xuân Tú nàng trong dạ thầm khen " Sao có chàng trai đẹp kỳ lạ ở đây vậy ta? Chàng còn đẹp hơn hoàng tử mình nhìn trong phim.

Sau này quen nhau họ nhớ lại khoảnh khắc đó. Đúng là chàng có thấy Ngọc Thi nhìn mình, khi mình loay hoay chuốt vài chiếc lá cuối cùng của những tàng cây mình vừa hạ xuống. Cần nói thêm là Tú mồ côi ba từ khi lên 8 tuổi, bây giờ đã 16 tuổi. Ba của Tú đã mất vì có kẻ giết ông nơi cánh rừng kia, phía cánh rừng Trinh Vân giáp với Hội Phú-Mỹ Hòa. Khi ông chỉ là một người đi săn mật ong và mồi chim cút rừng để bán. Nhưng kẻ giết ba Tú họ bịt mặt và sử dụng bao tay khi hành động, nên khó tìm ra tông tích. Đã bao năm trôi qua, và sự việc như đi vào quên lãng...

HAI

Lần đầu tiên hai đứa đi lại cánh rừng mà ngày đầu tiên họ vô tình thấy nhau đó. Hôm nay chủ nhật được nghỉ học cả hai trốn về nơi này. Lặng lẽ ngồi dưới một hốc đá đẹp, nhiều tàng lá phủ chung quanh. Chàng Xuân Tú bảo với nàng:

- Em hạnh phúc ở gia đình hơn anh. Em còn có ba mẹ và hai chị... Dù họ có đi lấy chồng. Nhưng anh chỉ trơ trọi một mình, chỉ có mẹ là duy nhất nơi gia đình.

- Tại sao ba anh lại chết vô lý thế. Không có dấu hiệu gì? Thủ sát chẳng tìm ra sau đó sao anh?

- Không. Đã chẳng tìm ra được em ơi?

- Ba anh và má anh cuộc sống? Có bị ai thù ghét không anh?

- Không. Nhưng người ta dự đoán hai nguyên nhân, cái chết ba anh xảy ra. Má anh được rất nhiều người thương, song má anh chỉ yêu ba anh và hai người lấy nhau bất ngờ... Rất nhiều người hâm mộ và chúc mừng họ. Nhưng ngược lại có một số ít, là người ganh tỵ, họ thất vọng và ghét đi một nửa phần.

- Trời ơi. Tại sao người ta lại độc ác và ganh tỵ hạnh phúc của kẻ khác hã anh?

- Chuyện đời mà em. Còn nữa nghe anh nói hết đây. Ba anh là người săn mật ong giỏi nhất thế giới nha haha. Khu rừng nào ai vào kiếm mật ong không ra, nhưng ba anh đi từ sáng đến chiều với tiếng huýt sáo của ba anh, là lấy được nhiều thỏi mật đáng nể.

- Wow. Vậy sao anh? Nàng hỏi đăm chiêu rồi mỉm cười.

- Nên có người có thể ghen ghét, họ cho ba anh là chúa rừng thống lĩnh rừng như ý muốn. Nên đi rừng muốn gì có nấy.

- Em chỉ cho là, ba anh chúa của tình yêu thôi.

Thi nói và cười tươi, niềm vui lẫn nỗi buồn trong mắt cô gái một cách tinh nghịch. Xuân Tú nhìn nàng thấy hay hay, chưa kịp nói gì. Thi lại bảo tiếp:

- Đáng tiếc cho ba anh quá. Em sẽ học giỏi thành luật sư hoặc công tố viên lãnh sự, để có dịp tra khảo vụ này sau 12 năm nữa. Rất tội nghiệp cho ba anh một cái chết vô lý, mà kẻ hành hung đã lên ngôi thành đạt.

- Thi à, anh nghe em nói chuyện thật cảm tình, thật hay. Nhưng em ơi... Thôi đừng mơ ước xa xôi chi em? Mình yêu nhau. Lên lớp 10, hai năm nữa là anh cưới em thôi. Anh chả thèm đi học cao, cao học đâu. Và anh không muốn em đi vào luật sư hay tiến sĩ gì đâu? Mọi chuyện cứ để nó qua đi em à? Mình có nhau trong đời thì hãy tha thứ cho tất cả há... Vả lại việc đó khó kết quả, vì không có bằng chứng để kết luận, khó lắm em, chẳng khác chi đáy biển mò kim em Thi?

- Anh nói vậy là sai lầm đi một nửa nha? Vì có nhiều vụ án 15 năm, 20 năm sau người ta mới tìm ra thủ phạm, tông tích...

- Để làm gì khi đó nữa em? Họ gian trá thì trời phật phạt họ đủ rồi, kiếp này hay kiếp tiếp theo họ phải nhận lãnh. Mình hạnh phúc bên nhau là anh mừng, anh chỉ thích thế thôi.

- Tối ngày gặp em là cứ nói mình hạnh phúc bên nhau. Nghe nhàm luôn nha.

- Em nhàm sao? Anh lại thích câu đó lắm. Nhất định phải cưới em mới được. Ở chung với nhau sướng cách chi nào bằng?

- Vớ vẩn không hà. Lo học đi... Má anh không mơ ước gì nơi anh sao?

- Không. Má anh chỉ mong anh có vợ thôi? Muộn nhất... Khi anh lên lớp 11 là cưới em chịu không?

- Anh lên lớp 11 là em 12 hã anh yêu?

- Đúng rồi. Anh lớn hơn em một tuổi, lại học sau em một lớp vì nguyên nhân sao em biết không?

Không? Là sao hã anh?

- Nguyên nhân là anh đi học muộn, ba anh không muốn anh đi học sớm khi tuổi như anh. Tụi nó lên lớp một, thì anh mới bắt đầu đi học mẫu giáo.

- Thiệt không trời ơi?

- Ba anh thương anh lắm, sợ anh vất vả tâm trí cứ thong thả chơi vô tư ở nhà với mẹ, là ba sẽ thích hơn.

- Ba anh có ý tưởng gì lạ vậy? Em chưa từng nghe đó nha.

- Vậy mà có đó chứ em? Và đến khi anh vào lớp ba thì chơi banh anh dành quả banh với bạn, anh cướp banh, xô đẩy người bạn trong lớp ngã trầy đầu, tuy là không lớn lắm. Song cô giáo gọi ba anh lên, khiển trách về việc anh làm đó. Về phụ huynh phải răn dạy con mình, không nên bắt nạt kẻ khác hoặc đùa giỡn gây thương tích. Ba anh phải lắng nghe. Ba thương anh lần nữa, cho nghỉ học ở nhà để khỏi đụng chạm đến họ.

- Trời ơi... Nàng thốt lên.

- Sau này một năm, ba nghĩ nguôi ngoai cho anh đi học lại. Và chính anh cũng đòi đi học lại. Anh còn hứa không đánh đập dành dựt banh với họ nữa.

- Anh thật ghê nha. Muốn hơn không hà?

Xuân Tú bẽn lẽn nhưng có vẻ đắc thắng, anh đưa tay kéo một nhúm tóc Thi ở trước trán để hôn, nàng liền né ra khỏi, cười và bảo rằng:

- Tánh anh không nhịn ai đâu nha? Em sợ anh luôn. Yêu em chi mai mốt ăn hiếp đánh em dành cái gì, như vậy thôi chắc em chết luôn?

- Không đời nào dành cái gì nơi em chi.

- Em nói giỡn thôi mà.

- Trên đời này anh yêu ba anh nhất, mẹ anh nhì. Nhưng cũng có khi mẹ anh vẫn là nhất rồi. Song bây giờ em là trên của nhất nhì đó.

- Trên nhất nhì đó gọi là gì anh?

- Anh tưởng tượng mà. Em nhất nhì. Thì họ phải xuống thấp ba bốn gì? Vậy đó mà.

- Anh coi chừng bất hiếu nha?

- Hiếu thì hiếu chứ? Ba mẹ là ở chỗ khác. Còn vợ thì phải ngày nhớ đêm thương là nhất nhất thôi. Ai cũng vậy em ơi.

Hai người nói chuyện với nhau. Mà Thi cứ mơ màng theo lời chàng Tú kể những bức tranh như tái hiện. Quả là gia cảnh và cuộc đời Tú khá đặc biệt, tội nghiệp. Và cuối cùng nàng như đem trái tim mình tặng đến chàng rồi... Và cuối cùng hơn nữa, của cuộc đi chơi hôm ấy Tú ngồi hát cho nàng lắng nghe bài hát "Nếu Biết Em Đi Chẳng Trở Về." *Nếu biết em đi chẳng trở về/ Dặm ngàn liễu khuất với sương che/ Em đừng quay lại nhìn anh nữa/ Anh biết em đi chẳng trở về/ Không phải vì anh, chẳng tại em/ Hoa thu tàn tạ, rụng bên thềm/ Ân tình sớm nở, chiều phai úa/ Không phải vì anh, chẳng tại em/ Bên gốc thông xưa, mình lỡ ghi/ Tình ta âu yếm lúc đam mê/ Thôi đành xóa lời thề trăng nước/Bên gốc thông xưa, mình lỡ ghi/ Em nhớ nhung chi, giọt hương huyền/ Đàn xưa đã lỗi khúc tơ duyên/ Tơ trời không đượm tình âu yếm/ Em nhớ nhung chi, giọt hương huyền/ Bể cạn sao mờ, núi cũng tan/ Tình kia sao giữ muôn vàn/ Em đừng giận tình phai úa/ Bể cạn sao mờ, núi cũng tan/ Anh biết em đi chẳng trở về/ Dặm ngàn liễu khuất với sương che/ Em đừng quay lại nhìn anh nữa/ Anh biết em đi chẳng trở về*

Nghe xong chợt buồn tê tái theo bài hát đi qua... Thi vui vẻ cười gượng nói:

- Hát gì bài hát buồn cho tình yêu thế anh. Em không muốn nghe bài đó làm trái tim em ngừng đập nha.

- Bài hát thôi. Anh thích bài đó lắm, đi với em lại hát cho vui. Một chất thiết tha của tình yêu thôi mà.

- Nhưng đừng hát bài đó nữa, biết đâu rồi trời khiến xui anh.

Chàng cười nhìn nàng:

- Vậy há em không thích là anh phải không hát bài đó nghen.

- Đúng rồi anh yêu.

Chàng lại hôn nhẹ môi nàng. Thi mỉm cười thỏa đáng.

Tình yêu họ đã có, hầu như sắp vào ngưỡng cửa chín muồi. Tuy nhiên họ vẫn giữ khoảng cách không đi sâu vào tình dục lắm. Mặc thế Thi đã cho chàng một tình yêu ngọt ngào mật liệm nhất. Hai đứa đã rong chơi thơ thẩn trong rừng suốt ngày hôm đó. Mùi thơm của lá rừng, mùi thơm giọng nói của hai đứa mới yêu nhau, mùi thơm của cây cỏ thiên nhiên đầy hương mật đã làm cho họ nặng lòng bên nhau thật nhiều, và cả hai cảm thấy sung sướng lắm...

BA

Thì chuyện đời lại rẽ chia một lối khác.

Hôm ấy nàng đang tập diễn kịch. Nàng đóng vai con của một ông già giàu, nhưng bủn xỉn keo kiệt, lại ưa mình là hình ảnh hiệp sĩ, để người đời thiên hạ tôn vinh, cùng chào đón mình như một vị nổi tiếng hào hoa. Nàng đang nói chuyện với ba ở vai diễn.

Người kịch sĩ vai ba đang cầm một cây gậy baton đẹp và sang trọng nhất, rất đắt tiền nhất, để giơ lên cao rồi hạ xuống vui vẻ bảo. (Ông hóa trang có bộ râu che phủ cả miệng như một kịch sĩ người Anh nổi tiếng một thời, từng đã làm cho bao người trên thế giới ngưỡng mộ.) Ông ta bảo:

- Ơi nè... Con gái cưng ơi nè. Con gái cưng ơi à, nghe ba nói đây. Ba hỏi con đây nha, hỏi con mà hỏi trong cõi thiên hạ cũng được vậy, rất chính xác như thế? Được không ta nhễ?

- Dạ. Là sao hã ba? Mà chắc lại đúng chứ? Con không thể từ chối để nghe ba giảng giải đâu? Chỉ cốt yếu là cho ba vui.

- Chà thì tốt quá chứ. Con gái cưng của ba nói có lý lắm. Thi ơi... Con nghe cho kỹ rồi trả lời từ tốn, ba lắng tai để nhận biết thử nha.

- Con nghe kỹ và trả lời. Phải ba lắng tai nơi nhận biết, thiệt chứ không thể thử nha? Thử thì cái giai đoạn không có gì để kết luận. Chỉ là hãy chờ...

- Trời ơi con gái ba chơi chữ, và Thi lắm hoa từ nha. Mà thôi sao cũng được. Thi lắng tai trước đi kẻo tốn hết thời...

- Dạ ba kính.

- Mà tôi nói ra thiên hạ có đón nhận không ta? Mà con gái tôi có đón nhận không ta.

- Ba cứ nói đi. Ba sợ tốn hết thì giờ mà ba cứ dong dài.

- Tao phải trải nghiệm cảm nghĩ, và suy tính cảm nghĩ 100% trong lòng cho chắc ăn hơn chứ?

- Dạ ba kính. Nói đi con hồi hộp nghe ba phán ý đây.

- Thời gian... Cái gì cũng chờ thời gian quyết định. Ồ phải chờ thời gian để nói chứ?

- Thời gian ba phải nói. Nói đi quá chậm ba ơi.

- Tao nói đây. Không thì mày kiện, tao sao phát biểu chậm nữa ha.

- Đúng rồi đó ba. Nhưng mà ai mà dám kiện ba. Nói nhanh đi ba. Con quý thì giờ vì thời giờ là ngựa chạy tên bay mà.

- Được thôi xuất phát thôi. Nghe đây nào. Ta là một người giàu có kim ngân, sang trọng tư cách bên ngoài, thì phải tận dụng đương thời của ta để đe dọa người khác, bắt nạt người khác đủ mọi mặt. Bắt người khác cúi đầu thuần phục ta, ý chí ta. Ta có thể gọi là: "Gọi mây gọi gió về đây..." Dù gây ra hiểm họa độc ác mặc kệ, ta cũng cứ tỉnh queo như thường, như không có gì xảy ra quá đáng thôi. Vì ta đang là kẻ có quyền lực mà.

- Dạ nghe oải quá ba, chán lắm ba ơi. Con gái Ngọc Thi xía vô bảo thế.

Hừm nè từ từ chút chứ "Có tiền mua tiên cũng xong." Con có biết không nè. Như ta muốn gì là nói đại diện cho ý trời muốn thế thôi. Như vậy con nghĩ thế nào về nhân vật đó? Chính là như ba đây. Ba muốn được như vậy, khét tiếng "chưởng môn" hành động như vậy. Thao túng được như vậy, có được không...?

Trời ơi... Những điều ba vừa nói ra con sợ quá ba ơi, con sợ như cọp rừng xuống núi ba nè. Tại sao nếu ba giàu có lại đi bắt nạt người khác, đe dọa người khác, và độc ác với người khác để tỏ bày quyền lực. Ôi sai hết rồi ba ơi. Con nói nè ba, ba lắng tai nghe đi. Nếu như giàu có, và đang giàu có, ba phải thương người giúp đỡ kẻ hoạn nạn cơ bần, chia sẻ tận cùng kẻ thiếu may mắn hơn mình, an ủi bằng cách cho tiền họ, ít nhiều san xẻ cuộc sống cơ nhỡ, lý giải cho họ, đầu tư cho, cải tạo việc làm ổn định cho họ nếu được... Ba cất trường tốt, xây dựng nhiều bịnh viện giỏi cho họ, chăm sóc tốt cho họ, tạo cho họ và con trẻ, để có nhiều điều kiện phát triển... Họ có được một cuộc sống nhân ái, bình đẳng và tự do hơn.

- Ý ý... tao có tiền mà sao tao phải khổ như vậy, làm

đủ thứ vì cuộc sống họ. Họ là ai chứ? Trời ơi... Tao phải tìm cách vơ vét cho nhiều hơn nữa mới phải, mới là khôn ngoan, mới là lanh trí, mới thỏa mãn cá tính chứ, người giàu chứ? Họ phải phục tùng tao trước đã. Tao muốn gì thì có nấy. Người giàu có quyền thế chứ, ai mà nói như con vậy. Người nghèo cần quan tâm chăm sóc họ? Ôi sai hết, con lỗi lầm như thế sao? Hỡi con ơi Thi ơi.

- Ba nói kiểu ba là sống ích kỷ, xấu xa độc tài, uổng đi một đời làm người. Vì đời người sống không bao lâu lại ra đi, cũng phải phủi hai bàn tay trắng, khi ba chết. Ba thử nghĩ ba có đem đi được gì không?

- Bậy quá lỗi lầm đi con gái. Bậy quá, bậy quá nè... Tại sao con lại nói ba chết. Trời ơi...

- Con tỉ dụ thôi. Đời người ai cũng phải chết vậy mà. Người ta từng bảo.

(Người đóng vai cha cướp lời nhanh:)

- Bảo sao con gái Thi?

- Họ bảo rằng. "Trâu chết để da người ta chết để tiếng." Con muốn ba con giàu có thì sau khi qua đời người hậu thế khen nứt tiếng về lòng nhân từ, độ lượng và rộng rãi ban bố, của cải cho nhân loại, ba phải đấu tranh không mệt mỏi vì sự đi lên, góc nhìn mới mẻ hơn tốt đẹp hơn, không làm một kẻ ích kỷ, bủn xỉn keo kiệt, ba phải làm mới với chính mình. Hết lòng cho người nghèo khổ chứ ba? Mình chết đi nhưng tiếng tăm, vết son mình luôn còn lưu giữ ba à con muốn vậy?

- Ối quỷ thần ơi mày không phải là con của tao. Tại sao mày không nói đúng theo ý tao muốn, ý tao hằng thích hỡi Thi? Mày nói toàn là đâm xuồng bể, nói để phản phé. Nói toàn chuyện đâu đâu quá hư ảo, trái ngược nơi tao. Tao phải đi kiếm cây roi lớn, coi đánh mầy một trận "nghịch tử nữ nhi quá đổi chứ?" Không ủng hộ ba mà có vẻ chống ba hoàn toàn, trong ý tưởng cảm nghĩ sâu của tao. Thật là quá quắc quá quắc, con gái ơi, là con gái hỡi.

Ông vừa bực tức. Nhân vật kịch sĩ ông lạng quạng đi đi lại lại đưa cây baton lên cao hô lớn:

- Bay đâu, bay đâu kiếm roi tao đánh con nhỏ này một bữa, cho nó ăn bánh canh no thay cơm chứ. Chắc phải vậy chứ phải không bà con?

Ông tự nhiên quay lại cười bảo:

- Trời ơi nhà có một mình mà tôi ưa kêu lấy oai.

Vừa lúc ông nhìn sang thì Thi đã nhanh chân chạy biến đi đâu rồi. Ông vui vẻ với vai diễn và bảo:

- Con gái tôi thật là lanh lợi tài trí. Tôi trắc nghiệm nó thế thôi. Tôi giả tên địa chủ nhà giàu ức hiếp con bé thôi. Tôi làm gì giàu có các bạn ơi.

Cám ơn các bạn đã xem vai diễn chúng tôi nhập.

Xin chào quý khán giả. Tôi Đinh Quắc lớp 9B và cô gái Ngọc Thi lớp 9A vừa trình diễn một màn vui. "Tên nhà giàu quái đảng..." May quá cô bé hiện thân không phải đồng lõa cùng cha, những ý kiến nơi cha đưa ra với cô đều là trái ngược. Cô gái đã không chịu như vậy, cô đả kích và bác bỏ toàn bộ ý chí người cha... Hi hi... Mong rằng cuộc sống chúng ta hướng về lòng từ thiện nhiều hơn nữa. Chúng tôi xin chào sự nhiệt liệt ủng hộ của các bạn xem qua... Hai chúng tôi xin trân trọng, trân trọng...

Đinh Quắc làm kép hề nói kéo dài chữ cuối trân trọng cho vui... Ngọc Thi cũng chạy ra nghiêng mình chào đến trước sân khấu yểu điệu hơn, thoải mái hơn và giơ hai bàn tay vẫy gọi thân mến. Với tính chất kịch hài và họ biến vào trong cho màn nhung khép lại...

Ở đây họ tập dợt như sân khấu thiệt vậy đó. Tuy khán giả thì không được nhiều như khi biểu diễn của chương trình chính thức sẽ tổ chức. Cũng có 3 đến 5 đứa con nít gần nhà tới xem vui cười, và một ít bạn đi tập đứng ngó, đồng thời có hai giáo viên tới ngắm nhìn, để đánh giá của những đêm tập dợt...

Xong vai diễn. Thi bỏ đi ra ngoài và đang đến chỗ tìm Tú ở một nơi nào? Đúng là lúc cô tập diễn. Thì phía hiên một lớp học có một chuyện xảy ra. Một cô gái tên là Mỹ Dung. Nàng tên là như thế, nghĩa là người đẹp, nhưng làm sao sánh nổi với Ngọc Thi. Mỹ Dung còn thua Ngọc Thi xa lắm cả sắc vóc và tài năng. Tuy nhiên Mỹ Dung đang đem lòng yêu Tú, cô muốn chiếm đoạt trái tim chàng, Dung cố gắng quyến rũ chàng. Lợi dụng Ngọc Thi đang tập dợt gay gắt. Mỹ Dung liền rủ Tú đi ra ngoài xem những cây hoa trường mới trồng đặt, trên bốn tháng nay như hoa móng bò tím, hoa trạng nguyên, hoa tường vi v.v... Và rồi trời tháng này không lạnh lắm, nhưng về đêm có lẽ se se một chút. Mỹ Dung mời kéo tay Tú ra ngoài được, nàng bỗng nhiên kêu lạnh và bảo Tú cho nàng mượn chiếc áo. Mỹ Dung còn chuẩn bị cho lớp tập dợt hợp ca sau. Nàng đang học cùng lớp với Tú, và nàng nhỏ hơn Ngọc Thi một tuổi. Nhưng trông nàng già dặn và đanh đá cùng lẳng lơ hơn nhiều, không biết tại sao nữa? Mỹ Dung đưa Tú ra hướng đó nàng mau miệng nói:

- Anh Tú cho Dung mượn chiếc áo khoác một tý được chứ? Vì ngoài trời đêm. Em hơi lạnh anh ơi...

Tú ngần ngại nhưng đã cởi ra đưa cho nàng khoác lên. Dung cố tình mặc khó khăn, Tú lại phải phụ kéo cho nàng mặc vào dễ dàng hơn. Anh đang lúng túng khoảnh khắc đó.

Mỹ Dung hỏi anh:

- Hình như anh đang yêu Ngọc Thi phải không?

- Đúng rồi anh yêu cô đó. Và Ngọc Thi có yêu anh.

- Anh đi với em như vầy, em mặc áo anh. Anh không sợ Ngọc Thi ghen sao?

- Tại em rủ anh và anh đi cho vui thôi. Em lạnh thì anh cho mặc đỡ chút thôi mà.

- Nhưng nếu như em yêu anh nhiều. Anh có dám đáp lại tình yêu em hôn?

- Cám ơn em, anh không dám đâu. Anh ngại ngùng khi mình không biết nhau trước khi anh gặp Ngọc Thi.

- Trời ơi trước sau có nghĩa lý gì. Chỉ cần anh có rung động khi đứng gần em là đủ. Anh biết không? Anh là hoàng tử trong lòng em rồi. Hôm nay em muốn nói với anh như vậy. Và em không sợ Ngọc Thi, khi được ngồi đứng chung với anh đến mức tình tứ này, như hôm nay đêm nay. Ôi những giấc mơ đẹp nơi lòng em...

Tú chưa kịp trả lời chàng đưa mắt nhìn bầu trời ban đêm tối mù, chỉ vài ngôi sao phương xa nhấp nháy. Và chàng như tự hỏi lòng mình một cái gì đôi chút...

Không bao lâu Thi tập xong vỡ kịch nàng đưa mắt tìm Tú không thấy chàng. Đúng là sự thật có khác hơn. Thì ra chàng không xem, nàng tập dợt, chàng bỏ đi đâu rồi. Nàng ngơ ngác và bước ra ngoài phòng tập, đi lang thang thử tìm chàng...

(Chương trình văn nghệ, tập dợt bài hợp ca đã là tiết mục cuối cùng của đêm đó. Diễn kịch, hợp ca song ca, những đêm khác là đơn ca, múa các thể loại múa. Những học sinh tham gia một, hai, thể loại. Còn Ngọc Thi coi như tham gia 4 đến 5 thể loại, gần như hết các chương trình.)

Thì ra Thi đã bắt gặp chàng đang đứng cùng Dung bên nhau. Hai người hầu như sắp ôm nhau, họ không còn khoảng cách. Tú đang sửa áo mặc của nàng, cài nút đúng cho nàng... Ngọc Thi không tin vào mắt mình, và nàng quá sợ hãi cảnh tượng đó. Nàng đưa tay lên trờ ở miệng, và trán để khỏi bật ra tiếng nói. Thi bỏ đi coi như không thấy gì thì hay hơn, để cho họ tự do hành động. Họ lẩn tránh đi một đoạn không coi diễn tập, đã tới ban khác nhỉ? Và rồi hộp ca, họ tạm lánh đi chơi luôn. Nhưng đó là chương trình có Tú mà? Sao chàng không vào tập dợt? Cả Dung nữa cô cũng có tham gia tiết mục này mà? Nàng nghĩ rồi muốn quay lại và can đảm gặp hai người, để coi thái độ họ xem sao? Nàng đến đối diện với họ và bảo:

- Giờ tập hợp ca anh rồi nè? Sao anh còn ở đây? Nàng không thèm hỏi chi Dung.

Xuân Tú bất chợt nhìn Ngọc Thi như giật mình, rồi nhìn thoáng Dung và trả lời:

- Anh đi chơi với Dung tý. Cô ta lạnh anh cho mượn áo. Và cô ta muốn mượn áo anh mặc đỡ chút.

- Em không hỏi anh đừng vội khai. Em chỉ hỏi anh đi tập văn nghệ hay đi hẹn hò nơi bóng tối.

- Tôi đi hẹn hò với anh Tú. Ngọc Thi có quyền chi mà tra khảo. Dung đan tay trước ngực nói, nhưng vẻ rất hống hách.

- Anh ấy đã tỏ tình yêu tôi cách đây bốn tháng. Và chúng tôi đã là rất thân. Tôi là Ngọc Thi, ảnh là Xuân Tú.

- Tôi đâu cần nghe điều cô giới thiệu, và tự khoe khoang tên hai người. Và chuyện đó bốn tháng về trước, bây giờ đã khác. Anh đã chịu nghe tôi kêu lạnh. Và cho tôi mặc chiếc áo lạnh của ảnh cũng đủ chứng minh. Cây lá ở đây cũng chứng minh kia mà... Đó là sự thú nhận của tình yêu. Mọi thắc mắc trở nên vô hiệu, dư thừa Ngọc Thi nên biết. Anh Tú chắc ngại tôi nói hộ cho ảnh.

- Cô là thứ đàn bà con gái mất nết, đi cướp đi tình cảm của chúng tôi. Thi đưa tay toan tát vô mặt Dung cho hả dạ, song Tú đã đỡ kịp. Tuy nhiên anh làm thinh, vẻ hoang mang chưa nói gì?

Thi thấy Tú lẳng lặng như một con người xa lạ với nàng, hay bị gì câm điếc đột xuất. Ngọc Thi tức quá, đâm ra lấy tay mình tát vô mặt Tú một cái trúng phóc, và bỏ đi không thèm nói một lời. Nàng giận Tú phừng phừng trong người mình và lẹ chân bỏ đi, đến nỗi suýt gặp một hòn đá nhỏ cản nơi đường, nàng cũng muốn quỵ ngã. Nhưng không, Ngọc Thi kịp nhìn ra gượng gạo không té, chỉ là mặt nhăn, phải cay đắng nơi mình nhiều chuyện hôm nay...

Còn Tú quên cả chiếc áo khoác cho Dung mượn. Chàng vội vàng chạy theo Thi. Nhưng Ngọc Thi đã cố tình nấp, và không thèm gặp mặt Tú. Nàng cứ để Tú đi trước nàng theo sau khoảng cách. Càng không thấy Tú mặc chiếc áo khoác nơi người anh. Nàng tức, như điên lên không nói được. Vì chiếc áo đó chắc chắn còn nằm trên thân con quỷ Dung kia rồi. Và nàng coi như bỏ về nhà luôn vào lúc này...

Đêm đến Ngọc Thi vẫn hay đi bộ đến nơi tập dợt văn nghệ, thường về đêm nàng ưa chuộng lội bộ hơn đi xe đạp, với lại nhà Thi cũng gần trường thôi, chỉ gần một cây số và đường đi rất an toàn. Mỗi lần nàng được đi bộ là Thi cho lý tưởng nhất trong nàng, vì thong thả như tập thể dục và vui vẻ ngắm cuộc sống, ngắm cảnh vật chung quanh, dầu tối trời hay trăng sáng mập mờ đi chăng nữa. Nàng vẫn thích...

Nhưng đêm nay nàng về rất lạ, tâm trạng khác hơn nhiều, cảnh vật trở nên vô nghĩa trong tim nàng hơn. Ngọc Thi về tới nhà đêm đó vào phòng khách đứng trước, cô trong dạ thật là bối rối nhiều việc buồn nghĩ. Còn Xuân Tú lộ ra khỏi cổng nhà nàng. (Nhà Thi thì nghèo nhưng ba nàng làm cho một cái cổng vào rất đẹp.) Xuân Tú biết nàng nóng giận thành ra đành đi chậm phía sau một chút. Chàng đang chờ trốn để có dịp xin lỗi nàng, lúc nguội hơn sẽ tốt hơn. Nhưng mà gần đến nhà Thi lại đi nhanh quá làm chàng mất cơ hội để gặp. Tú không còn cách nào hơn, bất chợt Tú quay vào đập cửa, như ra dấu hiệu chàng đang đứng bên ngoài. Mà chính lúc này Tú không dám gọi tên nàng, hay là lí do vì sao ấy, chàng không thể cất lên tiếng gọi kêu " Ngọc Thi" được. Chắc Xuân Tú sợ nàng là cô gái chàng đang yêu vì giận, hay là sợ gia đình ban đêm làm họ phiền phức bởi mất giấc. Nên chàng gõ mãi như thế thật lâu ở cửa chính. Nhưng tuyệt đối Ngọc Thi không màng mở cửa nữa, và rồi tự nhiên nàng bỏ vào phòng mình, để gieo người xuống giường, rồi ôm cái gối vứt xuống sàn để nàng nằm úp mặt không có gối mà khóc. Xuân Tú kêu mãi, gõ cửa mãi, lọc cộc lớn nhỏ mãi vẫn không được, Ngọc Thi quyết không mở cửa, cuối cùng chàng phải lội bộ ra về. Đêm thật dài và sâu hun hút...

BỐN

Tú không buồn ghé lại trường để nhận chiếc áo. Chàng biết đâu rằng? Có khi Mỹ Dung còn liều lĩnh, một mình đứng đợi ở đó nữa. Chàng phải tránh né là tốt hơn. Tú đi lang thang đến hai giờ sáng mới về nơi tận nhà. Mẹ Tú đã thức giấc bà ngồi chờ, bà không biết vì sao thằng con trai đi tập văn nghệ trường, lại về khuya như thế.

Gặp Tú vừa bước vô nhà. Bà hỏi liền:

- Sao về khuya thế con?

Chàng đáp:

- Có chuyện rắc rối tý mẹ à.

- Chuyện gì? Là chuyện gì thế con trai?

- Thôi mai con kể, giờ má ngủ đi khuya lắm rồi.

- Má ngủ mới chợt thức dậy đây. Ủa cái áo khoác con má mới mua đâu? Hồi hôm đi có thấy con mặc mà?

- Cô Mỹ Dung mượn mặc. Thành thử có chuyện đó má ơi.

- Tại sao nó mượn áo con?

- Cổ nói lạnh mượn. Lúc hai đứa đi ra ngoài. Nên Ngọc Thi thấy và ghen rồi gây sự.

- Hai đứa đi ra ngoài là ai? Chẳng lẽ con đi với Mỹ Dung.

- Thì con đi với Mỹ Dung lúc Ngọc Thi tập diễn kịch. Sau khi xong cổ tìm con bắt gặp.

- Trời ơi là trời con trai ơi. "Tình ngay lý gian." Con phải biết, là phụ nữ con gái rất nhạy cảm. Họ không cho phép con bắt cá hai tay vậy đâu.

- Con thiệt tình không có bắt cá gì hết. Chỉ là thấy Dung lạnh thật. Nhưng sau Dung có những câu nói làm buồn Ngọc Thi, mà con không bụm miệng cô Dung ấy được.

- Cô ấy nói làm sao hã? Vậy con còn hơn bắt cá hai tay rồi, còn chối chi nữa? Má không ngờ con có bản tánh như vậy. Mà sao? Cô ấy nói sao nè?

- Cô ấy nói cô yêu con, và con đã chấp nhận nên cho cổ mượn chiếc áo khoác là bằng chứng.

- Con thật tệ quá, thiệt tình hư quá. Tại sao lại để cô gái con không yêu ăn nói như vậy? Rồi thái độ Ngọc Thi ra sao lúc ấy kể má nghe hết đi coi.

- Cô toan vô đánh trong mặt Mỹ Dung, con liền đưa tay đỡ cản. Cô vội vàng đánh mạnh vô mặt con rồi lẹ làng bỏ về. Con đi theo năn nỉ cổ, con trốn nấp để ra xin lỗi khi cổ nguội hơn. Nhưng mà khi về đến nhà thì cổ đóng cửa không cho con cơ hội thanh minh.

- Thanh minh thanh nga gì nữa. Con đã quá sai. Con phải tôn trọng người con yêu chứ, đằng nầy con làm như hỏng hết rồi. Và bây giờ cái áo đó cho Mỹ Dung lấy làm kỷ niệm luôn hã?

- Mệt quá và khuya quá, con không thể ghé lại trường. Biết đâu gặp Mỹ Dung lại thêm rắc rối, vì cô liều lĩnh.

Thành thà con cứ để khi nào con sẽ lấy lại.

- Trời ơi là trời má đoán khá chính xác. Má nghe còn tức điên lên chứ đừng nói con Ngọc Thi yêu con làm sao nó không ghen được? Khi đêm hôm con lẻn đi chơi với cô gái khác và trao áo mặc. Con lại để cô Dung đó ăn nói lung tung nữa.

- Thôi má ơi con xin lỗi má. Con sẽ cố gắng làm lành với cô Ngọc Thi. Con hy vọng cuối cùng.

- Thôi tắm rồi đi ngủ đi. Má mong mọi chuyện an lành hơn.

- Dạ. Tú nói thế nhưng anh không tắm rửa gì cả. Thời tiết không nóng, người cũng không có gì dơ bẩn lắm. Chàng lại tranh thủ vào giường nằm. Tú suy nghĩ về cái tát mạnh của Ngọc Thi đối với mình. Anh đưa tay rờ chiếc má bên phải bị tát. Và suy nghĩ về khuôn mặt Ngọc Thi lúc ấy vừa giận dữ vừa thơ ngây, vừa hung hăng vừa đau đớn... Anh thật thương Ngọc Thi, nhưng Tú biết làm sao bây giờ...

Riêng Ngọc Thi nằm khóc ướt chiếu mà chả ướt gối để thấm (vì giận cô đã ném cả gối...) Ôi những giọt nước mắt cho tình yêu của nàng buổi ban đầu. Vì nàng đã giận ai, vứt chiếc gối xuống sàn nền, và không thèm buồn lượm lại kia...

Còn ba mẹ Ngọc Thi khuya rồi họ ngủ say vì có những đêm khuya, Ngọc Thi đi tập văn nghệ như vậy mà.

Riêng Mỹ Dung đêm đó được chiếc áo khoác của Tú cô về nhà nâng niu hôn hít mãi, và cười cho thỏa chí. Cô nghĩ cô đã thắng và ngày mai cô đem chiếc áo trả lại cho Tú đi chăng nữa, thì cũng một hạnh phúc. Ai vẫn phải chứng minh rằng được Tú phải lòng cho cô mượn áo qua đêm để trả lại... Nàng đã có một hoàng tử, dù trong yêu đơn phương nơi mình. Dung vẫn vui và hy vọng: Tú có thể thay đổi, như những cơn gió đổi chiều... Biết đâu Tú là của mình ngày mai, nơi tương lai rất gần thì sao? Nàng Mỹ Dung đang sung sướng và cảm tưởng...

NĂM

Mấy ngày tiếp theo, đi học cũng như lúc ra về. Tú có mặc chiếc áo Dung trả lại cho Ngọc Thi vui vẻ hơn, nhưng với nàng thì khác. Chỉ một lần sai sót đó là nàng không đủ tin nữa đâu. Và với nàng chiếc áo đó không ai được mặc vào ngoài chủ nhân nó là Xuân Tú, và nàng thôi. Giận không buông thả, giận không hạ nhiệt được. Ngọc Thi không cho Tú gặp mặt để nói chuyện. Nàng đi bên phải Tú chuyển sang đón đường, Thi lại lánh qua bên trái. Nàng đi qua bên trái, Tú chuyển bước nàng lại sang phải. Thi kỵ gặp mặt Tú một cách lạ lùng. Chàng theo chân nàng về gần đến nhà. Thi quay ra nói, tuy đứng cách xa 10 thước.

- Đủ lắm rồi. Gia đình tôi và tôi không tiếp nhận anh đến thăm chơi nữa đâu. Về đi kẻo phiền chúng tôi.

- Anh...

- Đừng nói gì thêm. Tôi đã không muốn nghe gì cả. Hai chúng ta không thể hòa hợp lại được. Anh về đi cho tôi nhờ... Về bên con Dung kia đi...

Tú bị từ chối. Chàng phải ra về trong lòng buồn bã vô cùng, khó tả nơi anh.

Còn Thi. Nàng nói và lẳng lặng vô nhà. Thay quần áo tắm rửa, rồi tìm đến ôn bài lo học. Ngọc Thi muốn cho qua tất cả, quên đi tình yêu nàng dành cho chàng. Và giờ đây như mở ra một trang mới, nàng phải cắm đầu lo học mà thôi. Ngọc Thi suy nghĩ. Tình yêu đó để cho người khác, có nghĩa gì đâu làm hư hại đời nàng quá!

Ngọc Thi vẫn học bình thường, vẫn đi tập văn nghệ đóng trọn vai trò cho chương trình để diễn một tháng nữa, và nàng lủi thủi về nhà. Thi coi như giữa nàng và Tú, giống của những ngày nàng chưa từng quen biết Tú...

Đau lòng quá về nhà Tú viết một lá thư. Mẹ chàng hỏi gì Tú vẫn không trả lời, đến khi bà thất vọng và bỏ đi cho Tú viết. Rồi đợi đến đêm tập văn nghệ chàng đưa cho một em bé gái tên Tý, mà Ngọc Thi hay thương quý ôm em vào lòng mỗi khi cô tập xong. Được em Tý đưa thư của Tú thì Ngọc Thi vẫn nhận và đem về nhà xem chàng viết gì trong đó.

Nàng đọc thư chàng với lời lẽ như sau:

Em thân yêu của anh.

Như em thấy đó anh đâu có quan hệ gì với Dung sau đêm ấy. Anh chẳng có tình yêu nơi cô ta. Tuy là anh có sai trong đêm ấy, nhưng rốt cuộc anh chỉ yêu em mà thôi, và má anh vẫn mắng nhiếc anh sai lầm. Anh hiểu được, mong em tha thứ. Tại sao em tránh né anh. Anh thật sự đau buồn lắm em biết không? Anh xin lại tình yêu ban đầu em cho anh. Thi nhé.

Anh muốn được hôn em. Anh: Bùi Xuân Tú.

Nhận thư và đọc ngẫm nghĩ khá lâu Ngọc Thi viết lại để gởi cho chàng:

Anh yêu của em một thời.

Em được muốn kêu như vậy, vì em yêu anh và hai chúng ta đã yêu nhau với những hứa hẹn...

Nhưng em phải xa anh bởi vì anh sai, mà ở phương diện tình yêu em không thể xóa được. Em muốn tha thứ cho anh lắm chứ, nhưng mà nghĩ lại rất nguy hiểm, khi em đi vào lạc lõng trong ý tưởng đó. Bởi vì em có thể đưa ra cho anh những lỗi lầm, để anh thử hỏi anh có quá đáng với em không? Khi anh bảo anh yêu em. Thật mỉa mai cho em quá...

1 nè- Anh hẹn hò đi tự tình với Mỹ Dung mà qua mặt em. Anh không hỏi em. Là một sự gian dối đáng sợ.

2- Anh cho cô ta mượn chiếc áo của anh, mà cô ta không phải người yêu anh. Thì cô ta có đáng mặc vào vị trí đó không nào? Anh đâu có nghĩ và sợ em buồn?

3- Em tức giận đánh cô ta. Anh đưa tay ra đỡ. Hành động anh hy sinh vì cô ta và thấy em sai. Em làm không đúng nên anh mới can thiệp.

4- Cô ta phát biểu linh tinh anh đứng im không nhúc nhích và không trả lời gì với em được.

5- Anh lại để cho cô ta mặc qua đêm. Để hứng lấy mồ hôi anh và cô ta trộn trong đó. Vì anh thầm yêu cô ta anh mới chấp nhận.

6- Tệ nhất khi em có mặt. Anh phải lột áo cô ta trao về

em là đỡ hơn. Nhưng anh không làm được vì anh đã ngã lòng sang cô ấy.

7 - Còn những cảm xúc anh chạy theo em là tức thời anh muốn đi an ủi em làm vừa lòng em thôi. Đó không phải là tình yêu, danh dự nơi em mà anh từng nói. Chấm hết...

Như vậy 7 chuyện đủ kết luận. Em phải quên anh và cố gắng ăn học. Chuyện chúng mình nên khép lại. Và anh có thể tự do yêu Mỹ Dung để cưới cô đó về làm vợ. Làm dâu má anh. Cô đó vẫn đẹp và xinh, cho anh được chiều chuộng như đêm hôm ấy.

- Em vĩnh biệt trong tình yêu 'anh. Và gặp nhau cứ làm ngơ, như mình chưa từng quen biết.

Em/ Ng Thi.

Nhận được thư em bé Tý đưa lại. (Thư hồi âm của Thi.) Tú đem về nhà đọc hai lần cho kỹ. Mẹ anh thấy vậy lại hỏi anh làm thinh không trả lời được. Đến khi mẹ hỏi nhiều Tú lại thưa:

- Lá thư của đoạn tuyệt Thi không còn yêu con nữa má ơi. Và nàng chấm hết. Nhìn mẹ nói xong, chàng gục đầu khóc.

Mẹ Tú biết chàng quá ư buồn bà chưa nói gì thể hơn. Bà chỉ lẳng lặng vào phòng mình, và vào phòng Tú đi nhìn chiếc áo đó. Bà lắc đầu như một phản ứng nhẹ của bà vì chiếc áo mình mới mua, giờ đã làm rắc rối phiền phức, vì những chuyện không đâu...

Tú chịu không nổi chàng ra sân nhìn trời mây xanh, mây trắng kia, nhưng chàng nhăn mặt khóc. Ôm đầu than thở:

- Trời ơi tại sao nàng nỡ xa tôi? Tôi mất người tôi yêu thương nhất rồi. Trời ơi tại sao trời lại phạt tôi, không thương tôi nè hu hu.

Bà mẹ nhìn ra đứa con thân yêu, bà khá đau lòng. Nhưng chuyện gì thì bà gánh vác cho con trai, khi nó còn nhỏ, mới lớn. Song chuyện này bà Thạnh đành chịu thua. Vì người quyết định như được con dâu bà, giờ cô gái ấy lại có một quyết định mới. Lỗi do con trai bà. Bà thêm đau lòng chới với khi nhìn Tú rũ rượi đau đớn, như kẻ sắp chết vô hồn…

Đối với Thi chỉ còn cuộc vui đi học. Về nhà là vẽ tranh, vẽ cảnh và tìm vui với nét họa của mình là chính. Thỉnh thoảng nàng cũng nghe ai đọc thơ nổi tiếng, ở băng đĩa đài mà làm vui, hoặc nghe ca nhạc, thả hồn vào thưởng thức là chủ yếu. Nàng thích nhất là hai bài thơ của Nguyễn Bính được phổ nhạc đó là bài "Ghen" và bài "Gái Xuân …" Cũng may hơn một việc khác nữa, là ba của Ngọc Thi mới xin con chó nhỏ nhà chú Kiệt về nuôi. Nên còn thời gian thỉnh thoảng nàng dẫn chó đi chơi quanh quẩn, tìm vui nơi quên lãng. Nhà không giàu có, chỉ đủ ăn nhưng công việc gia đình Thi không bề bộn lắm. Công việc đồng án đến mùa thì gieo trồng sau đó làm lặt vặt, ba cán náng lo toan hết, chăm bón phân, nước nôi, coi sâu bọ. Mẹ chỉ chờ đến chín và gặt hái, ba cũng thường có kêu một ít công để phụ thu hoạch nhanh. Nếu khi rảnh hai chị có chồng vẫn về phụ cho ba mẹ. Ngọc Thi hình như được cưng, để lo việc học hành, ít khi làm điều gì ngoài ăn cơm và rửa chén, quét nhà, lau bàn ghế mà thôi…

SÁU

Mới đó mà đã tiếp theo tám tháng sau. Thi đã thi vào trung học, tức là lên lớp 10. Nàng lại đỗ đạt cao với điểm văn thủ khoa. Dở dang về tình yêu nhưng Thi đã âm thầm, cảm thấy ném nó về một bên và lo học hành. Nên cô đã mỹ mãn phần nào với thành tích mình đạt được, nàng vui vẻ hân hoan cho nỗi mừng nơi mình. Đúng là đề văn đợt thi vào lớp 10 kỳ này rất khó *"Em nghĩ gì khi có người nói "Nguyễn Du trong Truyện Kiều là một thiên tài thơ ca lục bát. Ông tả cảnh, tả tình, tả tâm trạng nhân vật, thật hàm súc gây nhiều xúc động. Ông là viên ngọc quý của nền văn học. Với Truyện Kiều, Nguyễn Du xứng đáng là đại thi hào của dân tộc Việt Nam. Những hiểu biết của em, hãy làm rõ luận đề trên.*

Đề khó đấy, cách nhìn nhận rộng lớn quá. Tuy thế vẫn có giới hạn của yêu cầu. Mình nên biết, nắm bắt mục đích, cần tập trung những ý nào nhất định, khoảng nào để nhấn mạnh ý, cần biết khai thác khía cạnh đúng hướng, để làm sáng luận đề. Ngọc Thi cố đọc phải hiểu đề gần hơn năm phút cho thấu đáo hơn, mới bắt đầu làm, Thi tránh những ngộ nhận xa đề, hoặc lạc đề vì vội vàng. Và Thi cần dàn bài ra, tìm kiếm thiết yếu của chất liệu, để sẵn sàng chứng minh và nghị luận, phải có khả năng đó nữa. Sau thì nàng lên khuôn và viết một cách thoải mái lưu loát, ý được tuôn chảy dồi dào ra. Ngọc Thi đã vượt qua đứng đầu trong thí sinh toàn huyện gồm 15 xã. Ngọc Thi với số điểm 8 trên 10 của bài nghị luận kết hợp phân tích dẫn chứng hay nhất...

Chuyện tình nàng và Tú đã gát lại. Nàng không còn học chung trường nữa. Thi đã lên cấp ba. Điều kiện tốt nàng không còn gặp gỡ chàng thường xuyên như ngày xưa nữa. Chính nàng đã muốn quên Tú.

Tú vẫn còn ở lại trường Cơ Sở1Mỹ Trinh. Nhưng nàng đã rời bến, theo lộ trình học tập nơi huyện. Sáng sớm Thi đi bằng cây xe đạp. Xong 4-5 tiết học nàng ra xe, và về lại gia đình trên bảy cây số. Thi đi với mức độ trung bình chừng 30 phút nàng sẽ đến nhà, chậm hơn thì 35- hoặc 40 phút. Có khi đi ngang qua trường Cơ Sở 1 Mỹ Trinh nhưng Thi không buồn ngắm ai đó như ngày xửa...

BẢY

Thi học ở đó vào lớp 10 không bao lâu. Nàng lại dính vào mối tình thứ 2. Thiệt ra Thi không muốn, nhưng chuyện đời khi không muốn sự việc vẫn đến cứ đến thôi.

Nguyên là học được ba tháng ở quý đầu tiên lớp 10. Nhân một hôm trường lại có chuyện. Tại lớp 10A nàng gồm 39 học sinh. Có người vào chào học sinh và giới thiệu:

- Tôi là Đinh Hùng trợ lý chính cho Họa Sĩ Hòa Bình. Xin chào lớp 10A và phổ biến cùng các em: Là có một cuộc triển lãm của Họa Sĩ Trẻ Hòa Bình sẽ triển lãm vùng thông tin, trải dài qua thư viện Huyện- Gần ủy ban Huyện. Các em nên tham gia ủng hộ. Chương trình triển lãm trong ba ngày. Tranh với mọi hình thức... Giá cả rất mềm thương lượng. Chủ yếu Họa Sĩ Hòa Bình cần trình bày tác phẩm mình đến công chúng, với mọi ngành mọi giới... Nhất là học sinh các em đam mê hội họa. Và mặc cho không đam mê, cũng nên đi xem để cổ vũ một Họa Sĩ tài năng nơi huyện mình. Một sáng tạo mới, và duy tư mới, nhiều thể thức mới... Ông ta còn nói dài thêm chút nữa và kính mời. Có người phụ giúp đưa thiệp mời, địa điểm...

Ngọc Thi lại nhận được một tấm thiệp, và định đúng ngày giờ cô ra xem. Thứ Bảy, Chủ Nhật cả ngày, riêng Thứ Sáu chỉ từ 1pm đến 4pm. Nàng đã chọn đến lúc 12. 30 pm của Thứ Sáu tức sau tiết học cuối một tiếng.

Thi đến chàng mới bắt đầu khai trương. Ảnh hình thì đã đưa lên rồi nhưng chừng chàng mới mở cửa. Chàng mượn cả bốn phòng để làm, phòng giám đốc thông tin, phòng đọc sách, phòng thư ký, phòng tập luyện ca nhạc...

Thi đến nàng đã lựa ra hai bức tranh nàng thích đó là: Bức chàng họa bằng sơn dầu toàn là khoảng ruộng không với gốc rạ, nhưng có xăm xắp loang loáng nước, trên nền bầu trời đầy đóm sao lớn nhỏ, và có 2- 3 ngôi sao ấn tượng nhấp nháy nơi phương xa, trông thật mê hoặc...

Một bức khác đó là bức tranh sơn nước rất đặc biệt cô gái với đôi mắt khép đẹp kỳ lạ, và có con chim bồ câu đậu trên tay.

Chưa có khách nhiều anh họa sĩ cũng nhìn được cô con gái cố tình chọn hai bức tranh kỳ lạ, cách thưởng thức tranh nơi cô rất là khác biệt và chiều sâu hơn người. Mà anh là tác giả bức tranh nên anh hiểu hơn ai hết, anh còn cuốn hút vào cô này với đôi mắt đẹp to hiền hậu, chất thơ ngây, cùng khuôn mặt trái xoan với đôi môi trái tim ấn tượng nữa. Sau đó có khách vào anh không cần quan tâm đến ai. Anh chỉ mãi mê nhìn Thi và anh dư biết tên cô, nơi trường cô học, lớp nào nữa bởi có phù hiệu đeo. Anh liếc trộm nắm bắt địa chỉ và tin tức đó cứ để ý, anh chả hỏi chi nhiều...

Cô đến gởi tiền với bản giá cho biết tại quày một cô gái khác nhận lấy giúp họa sĩ. Cô rời phòng triển lãm với chiếc áo dài thật xinh và phong cách. (Lên cấp ba Thi đã mặc áo dài đi học, thay cho áo sơ mi và quần tây như ở cấp hai.) Sau đó chàng cùng các bạn đã đến để chuẩn bị tiếp khách chuẩn hơn, đúng điệu hơn, đi vào chương trình hơn. Nhưng có lẽ cuộc triển lãm này chàng không màng nữa, vì chàng họa sĩ đã gặp một mỹ nhân kia là giá trị hơn hết mà thôi. Còn lại nơi đây chỉ là một hình thức của cuộc triển lãm, mà các đồng nghiệp chào hàng hoặc giới thiệu sản phẩm phụ nơi họ...

TÁM

Mong cho qua cuộc triển lãm nhanh, đúng vậy sau ba ngày là kết thúc. Họa Sĩ Hòa Bình tìm vào cổng đợi, khi trường tan lớp học, chàng sẽ cố gắng tiếp cận người con gái đó lần thứ hai như xem thử. Chàng đã nhìn ra nàng... Chàng chờ lúc ra tới thị trấn, ngoài lề đường một khoảng của thư viện đến qua phòng thông tin, chàng ráng chạy xe đạp nhanh và đưa tay nắm ghi đông Thi. Thi chợt giật mình. Chàng lại bảo nhanh:

- Chào em gái. Anh mời em vào ta uống miếng nước chanh một tý, để hân hạnh biết em một nữ tú của trường đến rất sớm trong dịp triển lãm tranh. Anh muốn nói chuyện với em chút. Em gái thôi không có gì đâu ngại Thi.

Ngọc Thi giật mình thêm vì chàng đã biết tên mình. Nàng lưỡng lự rồi nhìn chàng mà nói:

- Cám ơn anh. Xin để khi khác anh à. Em cần về hôm nay bài tập nhiều lắm, em phải làm. Toán, văn, lý, hóa, sử, sinh... Đều có bài để làm.

- Một chút thôi mà... 10 phút thôi. Em không đi cho anh, thì anh nắm xe lì ở đây cũng tốn thời gian vậy. Thiên hạ còn nhìn em kìa?

- Không được để khi khác, mai hay mốt cũng được hôm nay bài nhiều em nói thật.

- Bài tập không phải mai nộp một lúc sáu môn đó chứ em?

- Nhưng mà để cho em có chuẩn bị hơn. Em gái xin lỗi

anh vậy nha. Thả tay đi em chạy xe. Đứng như vầy không nên lắm.

- Anh hơi liều lĩnh đường đột, nhưng không biết cách nào tốt hơn gặp em, Thi thông cảm cho anh nha.

- Được thôi. Giờ để em đi về em muốn vậy.

Mọi người qua lại đường thị trấn nhìn chàng trai nắm ghi đông cô gái đẹp giữa đường. Họa Sĩ Hòa Bình biết Thi khăng khăng giữ thái độ từ chối. Chàng đành vội vã xin:

- Thôi cũng được ngày mai nhé. Anh đón em như hôm nay đừng làm anh thất vọng em gái nhé.

- Dạ.

Như thế Họa Sĩ Hòa Bình rời tay nơi ghi đông nàng. Cho Thi tiếp tục, cho xe bong bong chạy theo đường và về đến nhà tận Mỹ Trinh…

Thi về đến nhà lo làm bài, học bài. Xong chơi với con chó nhỏ. Nàng chẳng quan tâm và không thèm nhớ ai chi cả…

Hôm sau đi học rồi ra về Thi thấy Họa Sĩ Hòa Bình đứng nơi cổng trường lần nữa. Trời ơi chàng ngầu ghê. Thi nghĩ và dắt xe ra khỏi cổng trường. Nàng không dám sai hẹn, sai lời. Thi đã lịch sự đúng như hứa, nên hai người đã kẻ trước người sau đạp xe cận kề, rồi nối đuôi nhau... Họa Sĩ Hòa Bình chạy trước gật đầu như ra hiệu "theo anh nhé." Thi hiểu và cứ thế cho xe chạy theo anh. Họ rồi dừng lại vào quán nước tên Nhã Loan nơi thị trấn trên quốc lộ 1 đó.

Thi bẽn lẽn dù gì nàng cũng lịch sự với họa sĩ HB. Và chắc chắn nàng nhận anh ta như anh trai mình là em gái thôi.

Vào quán họ bắt đầu cuộc khơi chuyện.

Bình nói:

- Ngồi xuống đi em, chúng ta uống nước giải khác nhé…

- Dạ được cám ơn anh.

Thi nóng lòng nên nói lời trước tiên, và như rào cản trước tiên. Nàng đã cố tình bảo:

- Em coi anh như anh trai thôi. Em từng có người yêu

mới chia tay chừng sáu tháng nay. Thật sự mà nói em ngại tình yêu nam nữ lắm rồi.

- Vậy sao mới chia tay hả em? Có thể chia sẻ một tý cho anh biết được không? Nếu em không cho biết cũng không sao. Vì chuyện riêng tư của em mà.

- Coi như anh em. Em sẵn sàng chia sẻ thôi. Em vắn tắt cho anh hiểu. Anh ấy đang yêu em lại trốn tư tình với người khác. Em điên lên được và thôi anh ta. Chỉ vậy đó...

- Nhưng có bằng chứng không?

- Tất nhiên là có em mới nói chứ.

- Thiệt là ác với em.

- Con trai đàn ông thật quá ác.

- Con trai đàn ông là một phần nào thôi chứ. Đâu phải hoàn toàn như vậy đâu em.

- Thi thật khó hiểu.

- Thôi bỏ qua đi. Em xinh đẹp thiếu gì người thương, hãy tìm một nơi phù hợp tâm đầu hơn.

- Phù hợp tâm đầu hơn? Bây giờ em xin hai chữ bình yên lo học thì tốt hơn.

- Có tình yêu đúng hướng, vẫn học tốt mà em?

- Em ban đầu nghĩ như vậy. Nhưng kết quả không phải như vậy. Thi thật buồn và cố gắng vượt qua.

- Hãy vui lên uống nước đi em. Lúc đó người phục vụ đã mang nước chanh tươi ra chào khách.

Cả hai nói lời cám ơn họ. Rồi Họa Sĩ Hòa Bình đưa tay ra dấu mời thêm Thi:

- Dùng đi em.

- Dạ. Thi trả lời rồi cả hai tự cầm lấy ly nơi bàn, và uống mấy ngụm. Họa Sĩ Hòa Bình nhìn vào đôi mắt đẹp thu hút của Thi. Anh nói:

- Ôi mà em biết không Thi? Mỗi cuộc gặp gỡ nào cũng có phần số hết thôi em à. Như em gặp anh nơi triển lãm tranh. Tại sao em đến và mua hai bức tranh? Để cá nhân anh rất ngạc nhiên một vẻ kỳ vĩ thưởng thức tranh nơi em v.v...

- Anh biết sao không?

- Sao em?

- Đố anh đó.

- Không biết nổi.

- Vậy thì em nói nghen.Vì em sinh ra từ nơi đồng ruộng em yêu từng gốc rạ, nơi nhà quê em vất vả lắm, mới làm nên hạt lúa. Gốc rạ chính một hình ảnh kết quả của nó, của thời gian thu được. Và các ngôi sao kia như gởi gắm, nhớ thương chia sẻ đắng cay ngọt bùi, quả cảm, của nông dân. Chính họ những ngôi sao nhấp nháy đó. Cảnh vật là ẩn dụ là hình ảnh lắng đọng...

Chàng ngắt lời vội:

- Lời em êm đẹp hơn tranh hơn thơ.

- Không có đâu, chỉ là em nói thật thôi. Còn cô gái có chim bồ câu trên bàn tay: Là vì em yêu biểu tượng hòa bình, của sự an lạc, hiền lương, hạnh phúc đến sự cứu rỗi. Sự yên bình và hạnh phúc vô giá đó phải được nâng niu, phải tôn trọng. Mặc định cho thế sự thế nào?

- Mới lớp 10 mà giảng luận thu hút quá. Anh xin bái phục, anh xin kết bạn tri âm với em nha. Hân hạnh lắm.

- Không em chỉ là em gái anh thôi đủ rồi.

- Tri âm vẫn là em gái vậy? Cô nương Thi ơi.

- Em thích em gái thôi. Tri âm đôi lúc lại không về cùng đích. Dang dở tri âm nữa anh à.

- Anh nói đùa đó thôi. Em không là em gái anh đâu. Anh yêu em rồi, ngay từ phút gặp gỡ đầu tiên...

- Trời xanh ơi xin anh đừng như vậy. Thi nói và đưa tay lên vuốt nhẹ mặt mình như miễn cưỡng, tuy cô rất vô tư.

- Trời xanh đang làm chứng đó. Em chia tay cuộc tình kia là cho cuộc tình nơi anh đến. Anh đã yêu em đầy ắp tâm tư. Nếu như em từ chối là anh không còn gì để vui thú sáng tạo tranh ảnh. Anh sẽ khổ lắm...

- Anh đừng xạo. Anh đầy duy tư sáng tạo trước khi gặp em.

- Nhưng thế giới không còn giá trị chi nữa. Nó có thể cho anh thăng hoa khi biết em, và sẽ lụi tàn nếu như em ngoảnh mặt làm lơ.

- Trời ơi. Em sự thật không muốn tình yêu nữa. Em buồn chán.

- Em buồn chán mà đẹp như tiên quyến rũ, em không chán thì biết đường nào định nghĩa, nói cho hết ý đây.

Thi nghe Họa Sĩ Hòa Bình nói hết sức galant không hiểu sao cô bật cười ngay. Rồi lại miễn cưỡng mím môi ngồi nhìn ly nước. Sau đó hai người uống thêm và để ly xuống. Họa Sĩ Hòa Bình bảo khi nhìn Thi:

- Được gặp em nói bao nhiêu. Đủ lòng sung sướng tối nay ngủ ngon rồi. Còn em hãy yêu đi em? Người đẹp không yêu là uổng lắm. Anh hứa được em yêu. Thì anh sẽ không để em buồn, dù một phút giây nào đâu.

- Em trả lời rồi đó em không yêu đâu? Nữ tu người ta không yêu cũng đẹp vậy, đâu có uổng anh? Ngọc Thi nói và mỉm cười nhìn Họa Sĩ Hòa Bình một cách ngộ nghĩnh.

- Anh năn nỉ em mà, về nghĩ lại đi. Nếu em đồng ý anh xin cưới em sớm nha? Anh vẫn cho em đi học... Cưới em để cột em, không cho ai yêu em nữa chứ.

Ngọc Thi không nói nữa mà tự nhiên cô mỉm cười cho câu nói nghĩa là "cột chân mình." Làm sao mà cột chân nàng được?

Hai người uống nước chanh và ăn loại bánh nhỏ vui vui có mùi đậu xanh pha chút gừng thơm. Một khoảng sau đó, hai người cũng phải rời quán vì họ ngồi trên 20 phút rồi còn chi nữa.

Họa Sĩ Hòa Bình về phòng vẽ, và Ngọc Thi thì cho xe chạy về xa lộ, hướng phía về Mỹ Trinh nhà nàng.

Suốt một tuần kế đến Họa Sĩ Hòa Bình cứ vô cổng trường cấp 3 đợi chờ. Nhưng ra khỏi cổng Thi cắm đầu đạp xe chạy, không cho chàng có gặp dịp. Buồn ý Họa Sĩ Hòa Bình phải làm bài thơ gởi đến nàng: Anh Đã Yêu Em.

Anh đã yêu em bến độ nào
Hằng đêm buồn lặng ngắm trăng sao.
Đón từng cơn gió lòng đau xót
Thi hỡi tình anh, em nỡ giết sao?

**

Em hỡi nói thế nào để hiểu nhau
Cây xanh tươi đẹp nở trên đồi.
Vạn tia nắng đẹp đều vô nghĩa
Nếu biết rằng em chẳng yêu tôi...

**

Một ngày kia tôi buồn nếu chết đi.
Sông sâu biển rộng chẳng nhớ chi.
Chỉ linh hồn tôi nhập sâu phiến đá.
Để bước chân em... Tôi muốn ôm ghì...

**

Thỉnh thoảng một ngày tôi nghe chim hót.
Mà tưởng rằng tiếng nói em yêu...
Và để biết cuộc tình mình như lỡ...
Thương một người con gái rất Kêu...

Thi đọc thơ cảm thấy thích thích, chàng quả có tài hơn người. Rồi Thi bỗng suy nghĩ tại sao mình lại tránh né cuộc tình này? Biết đâu người đẹp không yêu là uổng mất như họa sĩ Hòa Bình nói. Và biết đâu Tú quên nàng rồi và tiếp tục yêu Dung hơn kia thì sao? Bởi Dung mời mọc và lẳng lơ hơn mình, đôi lúc làm chàng đam mê thì sao? Chàng lại cách xa Ngọc Thi rồi, họ có quyền tự do hơn... Sướng với nhau hơn v.v... Nhưng mình tự chia tay rồi thì còn gì tiếc nuối. Nàng thêm tự trách và xấu hổ với bản thân chứ? Nàng cảm thấy phải nhìn tình yêu một cách khác hơn chứ, xứng đáng hơn và đồng điệu hơn chứ. Họa Sĩ Hòa Bình làm thơ hay, nét thơ độc đáo. Chàng vẽ đẹp mê hồn, chàng vẫn phong độ và già dặn hơn, sẽ hiểu biết nhiều hơn để yêu thương nàng hơn chứ... Và rồi một ngày nàng nhận tình yêu đó, nàng cũng còn một phần để phân vân, không hiểu mình mạo muội, hay mình dạn dĩ để chọn đúng một tình yêu này. Nhưng thực tế đã đến với nàng quá nhanh chóng, nàng đã đồng ý với sự chọn lựa với chính mình. Ngọc Thi đã vui vẻ tự nguyện đến căn phòng chàng vẽ. Thế rồi hai người lại được nghe nhạc, ngắm tranh, và nàng làm "người mẫu" cho chàng tạc qua chân dung. Họa Sĩ Hòa Bình có dịp thuận lợi hôn nàng nồng ấm trong phòng vẽ, và tự nhiên Ngọc Thi cũng bị lôi cuốn, khiến nàng hưởng ứng, và hôn lại chàng thật là sâu đậm. Những nụ hôn sâu đậm của hai người như đẹp hơn bất cứ bức tranh nào chàng đã từng vẽ, từng cảm tưởng. Ôi tình yêu khiến người ta hấp tấp và vội vã, hạnh phúc và si tình, khiến họ ngây thơ và khờ dại... Ngọc Thi đã ngã mạnh vào lòng chàng Họa Sĩ Hòa Bình mà an vui. Hay nói đúng hơn một nụ hoa ân tình của người con trai khác, đã đem đến kịp lúc tặng nàng, để cho nàng vương vấn tận hưởng, quên đi được mối tình đầu tiên...

Hoặc là trái tim nàng mất mát tình yêu vốn lạnh giá và đang cần làm mới tình yêu để sưởi ấm. Chàng họa sĩ như hiểu được, chàng luôn ôm ghì nàng, bảo vệ nàng, và hôn thật tha thiết dâng đầy cứ thế, cứ thế đến khi hai người như tan biến bên nhau ở khoảnh khắc, trong một khối...

Tình yêu hai người đã đạt nhiều ý mộng, như thăng hoa. Chàng đã đưa nàng đi chơi, đi du thuyền trong sương đẹp tại một hồ Tiêu Diêu. Họa Sĩ Hòa Bình như để lấy cảm hứng và vẽ ra những bức tranh tình tự của cặp đôi. Ngọc Thi hiểu và trân trọng chàng, nàng đón nhận chàng, vui tươi những lần đi chơi đó... Hòa Bình thì luôn ôm Thi sát vào người, như sợ nàng chạy biến đi đâu? Quả là chàng đã yêu nàng quá rồi, không có bút mực nào hay bức tranh nào diễn tả hết tình chàng dành cho nàng. Hay là chàng muốn hai người luôn có những bức tranh thực về tình yêu đẹp nhất của họ đến thế. Họ còn đến tận Tân Phụng Mỹ Thọ để ngắm cảnh, coi đá xối vào lòng nước, và lên tận núi chùa Hang Mỹ Hòa để ngắm mây trời lửng lơ. Cả hai leo dốc "chàng đâu thiếp đó" những kỷ niệm đẹp vô ngần... Tuy nhiên Ngọc Thi học hành vẫn không thua sút, vẫn giỏi giang. Ba mẹ cưng, và thỉnh thoảng bài vở nhiều, Ngọc Thi được ở lại thị trấn - Nơi nhà Ngô Luận một bạn hữu thân quen với ba, để Ngọc Thi khỏi tốn thì giờ đi về xa xắt, nhọc sức nàng.

CHÍN

Và rồi một hôm khi tình yêu Ngọc Thi đang vun đắp cho chàng Họa Sĩ. Thì một chuyện lại xảy ra rất ư lạ kỳ.

Hôm đó Ngọc Thi đi vào, qua khu vực Ủy Ban Nhân Dân huyện, vòng xa bên ấy có một chút việc. Đúng là nàng đi thăm nhà một người thầy Lân dạy địa, đang bị bịnh cảm xoàng nhưng nghỉ mấy hôm. (Thầy Lân rất là thương Ngọc Thi là học sinh vừa học giỏi, vừa lễ phép, vừa xinh đẹp.) Nàng vô tình thấy Họa Sĩ Hòa Bình đi với một người đẹp khác đang đi vô huyện đội. Cô gái đó chắc tuổi lớn hơn nàng một ít, nhưng vẫn đẹp. Không tin vào mắt mình khi thấy họ vô cổng chính Huyện Đội một cách tình tự... Nơi cơ sở hành chánh Huyện Đội nằm lân cận nhau với Ủy Ban. Ngọc Thi vừa thăm thầy bước ra. Lúc vợ thầy Lân tiễn nàng ra khỏi cửa nhà. Vô tình Ngọc Thi liền thấy hiện tượng này. Nàng như bị hoa mắt lên và sửng sốt. Ngọc Thi muốn khám phá một sự thật. Nàng đi vội vàng tới, cô ráp mình đứng nấp ở một nơi quán nước nhỏ, gần bên vệ đường gần đó, Thi chờ họ ra xem thực hư thế nào? Tại sao lại có thể? Chàng chưa bao giờ nói với mình, là chàng đã từng có người yêu, té ra thì chàng cũng là loại đàn ông con trai lại đi dối gạt mình nữa sao ta? Ngọc Thi dao động tâm hồn, nàng hoang mang buồn bã chờ xem...

Ngọc Thi chờ khoảng chưa đầy 10 phút, thì họ lại nắm tay nhau bước ra cổng. Cô gái đang tươi cười, vẻ hớn hở bên Hòa Bình. Nhìn thật chính xác là Họa Sĩ Hòa Bình, Ngọc Thi mới cố bình tĩnh đi ngược chiều lại gặp họ. Ngọc Thi làm như hồn nhiên, và rất mau miệng:

- Chào anh Hòa Bình. Anh đi đâu nơi này vậy? Đây là ai với anh vậy? Em chưa được biết, thôi anh giới thiệu đi em biết với. Hân hạnh nha...

Họa Sĩ Hòa Bình lúng túng chưa biết trả lời sao cho thích hợp. Bỗng cô gái đó nhìn Ngọc Thi nói:

- Chị là Ngọc Lệ... Chị là người yêu của anh Họa Sĩ Hòa Bình đây thôi. Chị và anh đang vô thăm ông già chị, để có chuyện với ổng. Ba chị là chỉ huy trưởng nơi huyện đội này.

Dù sắp về hưu...

- Vậy sao? Chúc mừng chị có ba như thế. Chúc mừng chị có một tình yêu với Họa Sĩ Hòa Bình. Em thật sự chưa từng nghe ảnh giới thiệu.

- Không sao bây giờ thì em đã biết chị, gia thế chị, và tình yêu anh chị. Còn em? Em là gì của ảnh?

- Dạ em là khách ái mộ nét họa của anh. Em là em gái thôi.

Ngọc Thi nói thế và bẽn lẽn cười xen chút gượng gùng ấp ủ. Nàng cảm thấy mình dư thừa, rồi lại nhanh bỏ đi. Tuy nhiên như đang có một cơn mưa tuôn chảy, xối mạnh trong lòng nơi Ngọc Thi... Và nàng phải cố gắng hết sức hứng chịu nó...

Họa Sĩ Hòa Bình bỗng nhiên nhìn Ngọc Thi mà cảm tưởng hồn mình vừa lìa khỏi xác. Bóng nàng như hiện lại trong anh từng đôi chân bước chậm, bước nhanh. Họa Sĩ Hòa Bình thương nàng và mơ màng tưởng tượng... Nhưng chàng không biết làm sao để gỡ rối vào lúc này. Thấy Hòa Bình bối rối buồn bã thở dài đi bên mình. Ngọc Lệ nhìn chàng hỏi:

- Cô gái đó là ai vậy anh? Hình như anh có gì lạ nhỉ?...

- Cô gái là Ngọc Thi. Chính là người yêu của anh gần đây.

- Vậy tại sao anh lại cùng em đi vô thăm ba như một sự ra mắt. Một sự kiện vừa rồi hã anh?

- Không anh đi cho em vui thôi. Tình yêu anh thật sự đã dành cho cô gái đó rồi. Tội nghiệp cô ta đã yêu anh. Và anh cũng đã yêu cô ấy. Có lẽ anh không muốn cô gái đó tổn thương, hoặc bị đau đớn.

Họa Sĩ Hòa Bình nói và tìm trong câu nói, anh như bỏ Ngọc Lệ để chạy tìm kiếm Ngọc Thi. Song Ngọc Thi đã lái xe đạp về nhà trọ và nằm khóc, nàng ôm đầu nức nở... Nàng để hỏi rằng tại sao mình gặp nạn hoài trong tình yêu? Và tại sao mình lại có một tình yêu ngu ngốc thêm nữa.

Họa Sĩ Hòa Bình chạy về phòng vẽ. Chàng lấy xe, cỡi đạp thật nhanh lại nhà trọ Ngọc Thi ngụ ở. Nhưng rõ ràng

Thi không tiếp chàng nữa...

Còn Ngọc Lệ thì chưng hửng ngơ ngác nhìn cảnh tượng, nhìn Họa Sĩ Hòa Bình đã bỏ rơi mình giữa đường, vì một tình yêu khác. Nàng đang đặt một câu hỏi tại sao và tại sao? Nàng bất chợt đưa ánh mắt ngắm bầu trời xanh có những án mây trắng đen lốm đốm chen vào kia, lòng nàng cũng như se thắt nghẹn... Nhưng Ngọc Lệ vẫn cố đi trong những bước độc hành trên những vệ đường... Và nàng tự hỏi " Tình yêu đến tự nơi đâu nhỉ, và tình yêu xa từ đâu nhỉ? "

MƯỜI

Nói về Tú, anh có một người bạn cùng thôn, thân từ hồi Tú học lớp 6, 7, 8. (Người con trai ấy tên là Thúc Kỳ học nhỏ hơn Tú một lớp.) Bây giờ Tú lớp 9, cậu ấy vẫn còn lớp 8. Có người bạn Thúc Kỳ báo vì anh ta ở gần nơi bờ hồ Tiêu Diêu. Lại cha anh là người cho những ai –" Họ thuê con thuyền nhỏ lướt sóng đi chơi kia." Và Thúc Kỳ cũng là cậu trai mê tranh của Họa Sĩ Hòa Bình. Cậu ta cũng đang muốn tới phòng vẽ đó để học họa. Nên nhất cử nhất động của Họa Sĩ Hòa Bình Thúc Kỳ đều nắm rõ. Thúc Kỳ biết chắc chắn Ngọc Thi yêu và đi chơi tình tự với một họa sĩ đẹp trai và nổi tiếng. Thúc Kỳ từng thấy đôi tình nhân này vui chơi bên ngoài... Họ rời vùng thị trấn trong căn phòng vẽ, rời căn phòng tình yêu của họ, để đi tận hưởng thiên nhiên với các cuộc chèo thuyền, nhẹ nhàng lướt sóng trên sông hồ nước ngoạn mục, họ đối diện bên nhau sưởi ấm. Và cả hai neo thuyền ôm ấp bên nhau tìm về một điểm, họ nhìn chung nhau một nơi v.v...

Tú nghe báo và đích thân chàng nghĩ, rồi chàng đi nhìn họ vào một lần. (Vì con thuyền bao giờ cũng được đặt thuê trước khi, họ được đến một ngày. Người thuê con thuyền họ đã dành lấy khung cảnh đó khoảng từ 2 đến 3 tiếng đồng hồ, cho họ vui chơi, có quyền thưởng thức riêng nơi họ tự do...) Xuân Tú nghe và anh đã thấy y chang như người bạn Thúc Kỳ báo cho biết hôm nào.

Tú tận mắt nhìn thấy chứng minh. Chàng thất vọng buồn bã cộng nỗi hoài nghi về Ngọc Thi, nhưng sao chàng lại đau khổ và yêu thương Ngọc Thi đến mức về nhà phát bịnh? Chàng bỏ cơm, bỏ nước, bỏ học hành. Tú không còn màng một điều gì cả. Cứ nằm như một người bịnh và mê sảng gọi tên nàng:

- Ngọc Thi. Ngọc Thi của anh. Trời ơi sao em nỡ xa anh? Anh không thể mất em được. Anh không thể mất em được... Anh không thể... Ngọc Thi ơi... là Ngọc Thi ơi...

Mẹ chàng đau lòng biết con bị bịnh tương tư. Đem cháo lớ vào. Tú nhìn mẹ lắc đầu nói:

- Con chỉ cần cô ấy Ngọc Thi thôi. Con mất cô ấy con muốn chết thôi.

- Con đừng tương tư đến nỗi như vậy. Mà chính con gây ra theo mẹ hiểu. Thì đành cô ta có đi lấy chồng chăng nữa, cũng nên quên đi. Con đừng làm như Lương Sơn Bá tiếc nuối Chúc Anh Đài con ơi. Sai hết rồi.

Vừa lúc đó thì Mỹ Dung đến nhà thăm Tú. Thấy Mỹ Dung đến thăm Tú. Bà Thạnh tức điên lên la, khi cô gái dẫn xác vào:

- Cô đi tìm thằng Tú con tôi đó hả? Tự cô mà người yêu nó rời xa. Nó nhớ thương đau bịnh tương tư. Cô còn dám vác mặt đến thăm nó sao? Con tui không thèm đi cưới cô gái mang thân xác tới cho nó đâu.

Tú ở trong phòng nói ra:

- Có gì má la giữ vậy. Thôi cổ đến thì kệ đi mà? Cứ cho Dung vào thăm con đi.

- Dạ con đến thăm anh Tú là chuyện bạn bè. Học chung một lớp. Con đến thăm người bịnh thím cho là người mất nết. Còn người ta ôm người trai khác hôn khắp thân. Đi chơi với trai sáng đêm, du thuyền chèo thuyền chỉ hai người trong khoảng vắng, xa lạ... Thì thím lại mong người đó mới xứng đáng với anh Tú sao? Hơn nữa con muốn nói là, không lẽ anh đẹp trai cỡ đó, lại yêu lầm một cô gái để mà chết đi được sao? Dù anh Tú không yêu con, không cưới con vẫn không sao? Con vẫn có lời, và để cho ảnh biết một sự thật.

- Cô nói như thế nghĩa là gì?

- Con đến để nói rằng anh Tú yêu Thi là quyền của ảnh. Nhưng anh không cần nhớ thương ngu muội như vậy. Cô ta đang yêu một họa sĩ có hạng, và mùi mẫn hằng ngày hằng đêm ôm ấp với nhau kia mà.

- Cô cẩn thận cái miệng cô đi. Cô ta là cô gái tử tế lanh lợi, ăn học thì nhất trường, nhất lớp.

- Tử tế lanh lợi, học giỏi bộ không được yêu sao? Chính vì điểm đó mà ba mẹ cô ta yên tâm cho cô ta được yêu sướng.

- Hừm. Mẹ Tú nói và bà lườm Tú quấn mền nửa thân nằm đó.

Giờ Tú mới ra miệng khi nhìn Dung đứng nơi gần góc giường mình:

- Cô Dung nói đúng đó má. Con đã biết hết về Thi. Con nghĩ mà con tức nên phát bịnh. Tại sao cô yêu con, đổ lỗi cho con để rồi chưa được sáu tháng, Thi xuống cấp ba lại đi yêu một người khác quên con nhanh. Trời ơi má ơi...

- Có hình làm chứng đây, chứ không phải con nói cho có chuyện đâu. Những tấm hình này là công khai tại phòng vẽ và như để cho mọi người phải nhìn thấy cuộc tình, ngưỡng mộ về họ. Hoặc chiêm nghiệm về họ. Anh chàng họa sĩ muốn vậy. Con có người bạn vào phòng vẽ chụp lấy anh ta cho phép. Dung nói và show những bức hình trên tay ra. Đúng là những bức hình tươi cười vui vẻ của Ngọc Thi và Họa Sĩ Hòa Bình bên nhau.

- Biết đâu hình vẽ là tưởng tượng thêm. Khách bán cho đắt, người mua tò mò chứ? Mẹ của Tú phản ứng nhẹ.

- Không phải vậy đâu. Được sự đồng ý và vui tươi của Ngọc Thi mới được làm. Dung trả lời.

- Vậy sao? Má Tú nhìn vào hình họ và ngạc nhiên hơn.

Dung được dịp dựng thêm chuyện hơn.

- Cũng lâu rồi khi anh ta đưa ra, khi thì xếp cất để dành, mà phô trương hình anh vẽ các hình thức tranh khác.

- Trời ơi chuyện gì lại như lật kèo như thế. Tưởng sao

chứ thế, thì con quên nó đi, chấm dứt với nó đi. Tương tư chi một người không trọn lòng với con Tú. Họ đã đi nghĩ đến người khác...

Bà im tý như suy nghĩ rồi nói thêm:

- Nếu Dung đã một lòng nghĩ đến con, má vẫn cho phép cho con. Thật sự má muốn dâu. Tôi muốn nói thẳng... Bà nói và nhìn Dung như hỏi ý nàng.

- Con cám ơn thím, nhưng còn ở anh Tú. Nếu anh không yêu con, thì con vẫn coi như giữa bạn bè chung lớp. Dung thoáng buồn, thoáng vui vẻ bảo thế.

- Được tôi đồng ý. Má Tú nhìn Dung trong nhiều ẩn ý.

Tú quay người vào bức tường mà bảo rằng:

- Con không có thấy hình vẽ, hoặc chụp chung trưng bày nơi họa sĩ, nhưng thật sự con đã thấy họ đi chơi tình tự nhau một nơi giữa một buổi chiều, sương mù giăng giăng, đầy lãng mạn tuyệt đẹp kia...

- Vậy thì rõ ràng quá rồi, con mau quên nó đi là vừa. Má đã sai lầm khi mong ước, người ta đã không thật lòng với con của má.

- Thôi con về để anh Tú nghỉ và thím nghỉ. Con có mua ít cam sành cho anh Tú dùng nó uống nước. Và một ki lô gam nho xịn, để anh Tú ăn cho đỡ đắng miệng.

- Được tôi quý tấm lòng cô. Xin cám ơn cô.

Nghe má Tú nói xong. Dung vui gật đầu rồi ra về. Hình như cô đi xe đạp nhưng để xa ngoài cổng trước khi vô nhà.

Dung đi rồi má Tú, bà Thạnh nhỏ nhẹ với con trai:

- Dung cũng không xấu gái lắm. Nhìn nó cũng được đấy. Thôi nó thương con thật lòng, nếu con thích má cho phép. Cái mình thích người ta không tặng, cái mình không mong người ta hiến thì biết làm sao con hã?

- Má ơi con còn thương Ngọc Thi và đau khổ lắm từ từ con tính. Cám ơn má nghĩ.

MƯỜI MỘT

Nói thì nói vậy thôi. Nhưng Tú giận Ngọc Thi và sau đó tới lui nhà Mỹ Dung thường xuyên. Anh như muốn quên đi

Ngọc Thi bằng cách thân thiện bên cạnh Mỹ Dung như cặp đôi thân mật, và rồi họ lại như cuống nhau, quyến rũ nhau, yêu nhau thông cảm nhau hơn... Mỹ Dung đánh trúng tâm lý khi Tú quá thất vọng về Ngọc Thi, cô càng tấn công lẳng lơ khêu gợi nuông chiều anh, làm những điều để tuổi trẻ con người Tú thích và dễ say mê. Và cô như cố tình cho Tú ăn "trái cấm" quá sớm đi mất. Nên kết quả sau đó không ngờ thì Mỹ Dung đã mang thai, mang bầu.

Còn phần Thi buồn bã về phần mình, Họa Sĩ Hòa Bình bao lần tới thăm mong gặp nàng giải thích. Nhưng Thi coi như chuyện "cắt đứt dây chuông rồi" và không cho sự gặp gỡ nào sau khi nàng thấy Hòa Bình đi chơi với một người yêu Ngọc Lệ, mà cô ta đã lên tiếng giới thiệu cho Thi biết.

**

Rồi vào một buổi sáng nọ. Ngọc Thi đi chợ huyện. Nàng từ hàng trái cây mua xong, qua hàng nón, nàng đang lựa chọn một chiếc nón bài thơ mỏng manh và đẹp nhất. Má Tú nhìn vô tình thấy từ lúc Thi cúi xuống lựa trái cây, đây là hàng trái cây chuyên bán cho khách mua để cúng Phật. Hàng rất đẹp và sạch sẽ, dù quày hàng tương đối không to lớn lắm. Bà ngạc nhiên và đặt câu hỏi " Có phải Ngọc Thi không ta? Thật sự bà chỉ thấy Ngọc Thi một lần nơi cô diễn văn nghệ. Không phải vai để bà nhớ là diễn "cô gái con một người giàu keo kiệt bủn xỉn kia." Hoặc khi đơn ca, hoặc song ca. Mà là ấn tượng cho bà nhất đêm diễn, đó là vũ khúc múa "Trên Quê Hương Quan Họ." Thi và năm người con gái khác chỉ mặc chiếc áo bà ba tím đậm cùng quần xa-tanh đen bóng. (Thay cho ăn mặc theo áo tứ thân của các cô gái quan họ miền ngoài.) Nhưng sao bà ước ao người con gái tên Thi đứng đầu đó, múa đẹp nhất đó là con dâu của bà... Và một lần có nhìn, trong vài bức hình mờ nhạt Mỹ Dung đem lại. Nhưng bà quả quyết là Ngọc Thi. Bà đến và hỏi nàng:

- Xin lỗi con có phải là Ngọc Thi không?

- Dạ con. Thưa thím là?

- Tôi là má thằng Tú.

- Dạ Thi nghĩ vậy, nhưng không dám chắc lắm vì con chỉ thấy thím một lần. Cho con xin lỗi nha.

- Đúng rồi lần cô diễn văn nghệ đó. Có gì mà xin lỗi con?

- Dạ. Thi hơi lúng túng đáp.

- Sao tôi nhìn cô có vẻ một chút buồn, nhưng mà vẫn đẹp quá. Tôi muốn gặp là vì...

Câu nói của má Tú khiến nàng cười tươi ra và lại bảo:

- Con không có gì vui trong cuộc đời. Và chuyện toàn xui xẻo thôi thím ơi.

- Tôi muốn cô vào đây uống ly nước, để tôi có một vài câu hỏi cô sẵn lòng nghe không?

- Dạ được không sao. Thưa thím...

Hai người vào quày nước giải khát nơi lòng chợ.

Mẹ Tú nhập đề liền:

- Cô muốn xa thằng con tôi, và để quen với họa sĩ tài hoa nào đó chắc? Cô nói thật đi. Tôi muốn nghe từ tấm lòng lương thiện cô...

- Dạ không phải vậy? Hoàn toàn diễn ra khác hơn. Và con nghe nói, anh Tú giờ yêu Dung lắm và hai người đang hạnh phúc mà?

- Cô thì sao với hoạ sĩ?

- Anh họa sĩ ấy có người yêu trước khi gặp con. Và con đành phải chia tay. Đời con là những chuyện tình dang dở.

- Vậy sao? Thiệt sao?

- Thật sự là con chỉ yêu anh Tú nhất mà thôi.

- Điều cô nói là không sai chứ? Tội nghiệp nó yêu cô nhiều nhưng vì cô bỏ nó. Thành ra nó buồn bã. Nếu Xuân Tú biết sự thật và yêu cô. Thi cô có trở lại với nó không?

- Dạ con nghĩ điều đó khó cho cả hai. Vì dù sao ảnh đang yêu Dung tha thiết rồi. Ngày đêm ảnh ở bên đó mà. Mẹ cô thì đi buôn bán đường dài. Anh trai cô thì dân thứ thiệt ít có ở nhà... Ba cô ấy đã chia tay mẹ của Dung và ở xa.

- Sao cô rành vậy?

- Dạ con biết chuyện đó từ hồi con học lớp 9 mà.

- Ồ điều cô nói về thằng con trai tôi không có đâu. Tôi

tin chắc con trai tôi mà. Và tôi chỉ mong cô là dâu tôi thôi. Cô có thể học giỏi đi làm cô giáo. Còn Tú tôi cho nó học lấy một nghề mộc. Hai đứa ở cạnh bên tôi. Cô sẽ sinh con cái, tôi có cháu bồng bế. Tú đã buồn nghỉ học cô biết chứ?

- Con biết cả. Dung cũng đã nghỉ học ngay cùng anh Tú. Dạ con cám ơn những điều thím mong, Nhưng...

- Tôi thật sự muốn cô là dâu tôi hơn ai hết.

- Con xin cám ơn thím lần nữa. Nếu con không lấy anh Tú được, vì chúng con đã đi xa hơn ở vòng sự thật... Dù Thi không làm dâu thím. Thi vẫn nhớ thím suốt đời trong lòng từ hôm nay thôi. Và Thi muốn mua tặng thím một ít trái cây cúng Phật hôm nay. Có trái cây đu đủ, mãng cầu, mận, ổi tươi lắm.

- Tôi cám ơn thiện chí nơi cô. Tôi vừa mua xong thấy cô đó chứ?

- Dạ rất vui khi gặp thím. Hai người nói chuyện độ tên dưới 10 phút, họ đã uống nước cam và chia tay. Má Tú dành trả tiền cho quán. Rồi bà nhìn Thi bước đi bà thật thương... Bà nhớ gương mặt xinh đẹp hiền lương Thi đã đành, bà còn nhớ ngấn cổ Thi cao và trắng buốt thêm ba ngấn. Bà rất là yêu thích cô gái có chiếc cổ ba ngấn đó.

Về nhà bà nói chuyện với Tú. Bà làm như sợ ai nghe. Bà nhìn trước, ngó phía sau cả chung quanh rồi thỏ thẻ bên tai Tú:

- Má mới gặp Ngọc Thi. Nó có nói chuyện với má. Nó đâu còn yêu thằng Họa Sĩ kia đã chia tay rồi.

Im một tý bà lại nói thêm rằng:

- Nó còn nói nó yêu con nhất. Má nhìn nó thật dễ thương. Nếu nó có còn yêu con thì má tính cho...

- Má ơi biết làm sao hơn đây.

- Chuyện gì hã?

- Dung đã có bầu với con rồi, chừng một tháng. Làm sao má ơi.

Bà Thạnh giật nảy người khi nghe Tú bảo, bà la lên:

- Trời ơi tại sao là như thế. Con có biết đây là cái thứ hai con sai lầm không? Lúc xưa hẹn hò với nó. Giờ lại để nó mang bầu.

Nghĩ gì một chút Tú trả lời với mẹ:

- Nhưng nếu Ngọc Thi còn yêu con, con sẽ bỏ Mỹ Dung ngay.

- Người ta có bầu với con rồi còn gì? Tại sao con không nói cho má biết chuyện này sớm hơn.

- Mới đây thôi. Anh trai cô đó la rằng sẽ phá hủy đi, nhưng con chần chừ… Không cho phá.

- Trời ơi con cứ đem cho má toàn là tình huống khó lựa chọn.

Bà Thạnh nghe Tú nói bà như nghẹn lại, bà tìm một góc nơi chiếc bàn bà ngồi để suy nghĩ, không đâu với những lời Tú báo qua. Còn Tú sẽ suy nghĩ chàng có thể cho Mỹ Dung phá thai như anh trai Danh nàng đề nghị:" Vì Dung chưa chuẩn bị đủ tấm lòng, và chưa đủ khôn khéo, cách thức để làm mẹ."

Nhưng không biết rồi đây sẽ ra sao? Vì mẹ chàng chắc khó có ý tưởng này, để mà cho thai nhi cháu bà được phá. Dẫu rằng mẹ rất là yêu thích Ngọc Thi từ lâu, điều đó Tú biết rất rõ. Và bà đang có chí hướng, mong muốn cưới Ngọc Thi cho mình…

MƯỜI HAI

Phần Ngọc Thi đi học những khi cô về nhà đêm cuối tuần, hoặc những đêm bài vở ít nàng vẫn về ngôi nhà mình. Nhà mình và ba mẹ là chiếc nôi tình yêu của nàng. Đôi khi ba mẹ đi ăn cỗ xa, hay đi xuống nhà hai anh chị chơi, nàng cứ thong thả ngắm trăng non, ngắm phong cảnh và học hành một mình ên.

"Tình yêu cũ không rủ cũng về." Tú nghe mẹ chàng nói Thi hết với tình yêu anh Họa sĩ Hòa Bình, Tú lại tìm về tình yêu năm xưa, ôi tình yêu đầu đời của mình. Ngọc Thi từ chối, nhưng chàng lại đam mê không dứt được tình nơi Thi. Mặt khác chàng đã đồng ý cho Mỹ Dung hủy thai như anh ruột nàng ước muốn rồi. "Bởi Dung còn rất nhỏ không thể nuôi con sớm." Má của Tú thương giọt máu của Tú con trai bà. Nhưng không thể cản trở việc mà bên phía Dung họ muốn làm. Bà Thạnh coi như bà không biết gì đi cho khỏe.

Ngọc Thi không đồng ý với Xuân Tú nàng sẽ trở lại tình yêu nơi chàng. Song nàng cũng bịn rịn với sự có mặt chàng nơi ngôi nhà mình hôm nay, và sự bịn rịn hiện diện của chàng trong tim nàng còn rõ nét. Thế nhưng nàng vẫn còn giận nhiều và cả ghen nơi Mỹ Dung, nên Thi có lần hờn lẩy cô bảo:

- Không được đâu. Anh đã yêu Dung và hai người đã...

Tú bụm miệng nàng. Không cho Ngọc Thi nói thêm, chàng như hiểu Thi sẽ nói gì rồi... Chàng lanh trí bảo lại rằng:

- Em cũng đi chơi và vui tươi chụp hình, cười cợt thật hạnh phúc nên anh giận em, thành ra...

- Đi chơi chụp hình vẫn là chuyện ngoài da. Thú thật anh đã có mê Dung quá rồi. Thì hãy đi theo con đường đó đi. Chắc em không trở lại được, dầu với Họa sĩ Hòa Bình em cũng chẳng có gì sâu sắc lắm. Và em không thể cướp đoạt một tình yêu của một cô gái khác kia từng có với ảnh. Mọi chuyện giữa em và Họa Sĩ cũng không còn. Em giờ lo học là chính thôi. Ngắm trăng non, soi vào tim mà làm vui thôi...

Tú nghe nàng nói thật lạ kỳ và dễ thương. Khiến chàng lại càng mạnh dạn ôm nàng hôn lấy hôn để. Và cố gắng tìm nút được cái lưỡi mỏng và đỏ hồng của nàng mới thôi. Tình yêu vốn có trước đây, đẩy mạnh chàng hơn những ham muốn...

Không hiểu sao Thi lại phải sa ngã. Nàng mềm nhũn người ra, và tự nhiên đón nhận.

Sau một đoạn nàng như còn giận một điều gì đó mơ hồ. Thi nhả người ra, nhìn sâu vào người chàng rồi đưa tay tát một cái mạnh để bảo:

- Thôi... Anh về đi anh đã yêu người khác hơn em mà. Anh mê nó hơn em mà. Em ghét anh ghê luôn. Hãy xa em đi... Anh như muốn giết em sao...

Chàng lại như chưa hết cơn ghiền bước tới hôn thêm

líu ríu rằng:

- Anh yêu em nhất mà Ngọc Thi. Ai biểu em chi. Em ghen cho cố nên phải mất nhau. Giờ thì em còn yêu anh. Anh mãi mãi là của em, tháng ngày tàn khốc sẽ đi qua không đọng lại...

Tú lại hôn nàng tiếp. Nụ hôn chàng đền bù và dữ dội. Nàng vẫn là cơ thể sống của một cô gái còn bồng bột, song đã biết đam mê, nàng đón nhận tình yêu chàng đã có từ trước. Thi mềm ra hơn, nàng rũ người xuống. Chàng dần dà hôn thêm mặt nàng nữa, và sờ cởi cúc áo cho nàng. Cảnh vật như chìm đắm trước hiên, trăng non mơ màng... Hơi gió đâu đó mong manh, se lạnh...

Nhưng thoáng chốc trôi qua, Thi bỗng nhiên gượng tỉnh lại và lên tiếng bảo:

- Nếu chúng mình còn duyên. Hãy đợi ngày mình cưới nhau hay hơn anh à. Cố đợi em tý nha.

- Được anh sẽ cưới em sớm như má anh nói. Em đi học giỏi làm cô giáo làng. Anh sẽ đi học thợ mộc. Làm thợ mộc thật khéo. Ta cùng ở bên mẹ. Em sinh cho anh hai đứa con dễ thương sau đó.

Thi nghe Tú nói nàng như muốn chảy nước mắt vì xúc cảm. Nàng vẫn còn yêu chàng nhiều lắm. Tú hiểu và lau nước mắt cho nàng.

Thi nhìn chàng cười tươi hơn, và vừa chọc nói:

- Nhớ đừng làm em buồn nữa nha.

- Hứa mà không sai một phân.

Nàng cười tươi ở miệng, gật gật cái đầu rồi hôn trả chàng. Nụ hôn như được mùa của hai người.

MƯỜI BA

Và lần cuối cùng của mối tình đó. Đêm vào một đêm cũng trăng tháng mười. Ngọc Thi đi học và về nhà. Ba mẹ đi lễ chùa và đi chơi đây đó. Tú ghé lên thăm nàng. Hai đứa lại một dịp yêu nhau thật sướng. Chàng vui mừng bảo:

- Vậy là em chịu cưới nhau há. Hết năm này, và em kết thúc năm học 11 này. Anh cưới em nha.

- Thôi đợi em hết 12 đã.

- Chờ lâu lắm anh phải cưới em thôi. Em vẫn đi học làm cô giáo, anh ở nhà làm thợ mộc đóng tủ, đóng bàn ghế, làm khung cửa, và khắc gỗ đẹp với hình hoa vân... Như má anh thích. Và em sẽ có con với anh chứ nha.

- Em không có con đâu. Có con em sẽ già đi mất.

- Nói sai không hà. Em có con. Em vui em vẫn trẻ bên anh thôi.

- Vậy em để anh già nha.

- Được. Nhưng anh già em vẫn còn yêu anh chứ?

- Nhất định rồi.

Nghe Ngọc Thi nói. Tú vui vẻ hôn môi nàng, mặt mũi nàng, cả chong mày nàng... Nàng hôn lại... Cả hai ghì nhau hôn hít sướng đến cuồng nhiệt. Đến đoạn nàng quỵ xuống chàng toan nằm lên mình Thi để siết cái đùi nàng. Thì vừa lúc ba mẹ từ đâu đã về. Hai ông bà nói từ ngoài ngõ vào. Ba nàng hát nghêu mấy câu nhìn trời.

Sao rua mấy cái nằm kề/ Thương em từ thuở mẹ về với cha.

Sao vua chín cái nằm ngang/ Thương em từ thuở mẹ mang trong lòng.

Ba Thi là người cởi mở vui tính. Nên lúc nào cũng ưa ca hát. Và ông không bao giờ thấy mình già đi. Dù cuộc sống đã thay đổi bao phen éo le, qua bao thời kỳ ray rứt, có cả bao cảnh vất vả đói khổ...

Thi nghe tiếng ba cất rao rảo cô giật mình buông lơi Tú và thoắt đứng lên. Tú cũng thế hai đứa kéo tay nhau ra xa khỏi nơi họ âu yếm, và họ lại bàn ngồi đàng hoàng như chẳng có gì xảy ra. Thi sửa lại nếp áo quần khỏi bê bối, cho đâu ra đó. Chàng cũng sửa lại chỉnh tề hơn.

Vừa lúc ba má vào. Thi thưa ba má đi lễ về. Cô tỏ ra lễ phép và hiền lành:

- Ba má ơi... Hôm nay anh Tú có tới chơi nhà thăm con. Hai chúng con nói chuyện ngắm trăng...

- Tú cúi đầu tiếp ứng:

- Dạ con xin chào hai bác con đến chơi vì rằm trăng

tháng mười, nhưng trăng đêm nay đẹp quá.

- Ừ được rồi. Cứ tới vào nhà thăm chơi không sao. Đi chi ngoài trời bụi rậm nhiều tăm tối, có rắn rít cắn cạp thì xui lắm con ơi. Trời ơi thằng này lớn đẹp trai giống cha mày quá. Tội nghiệp cha nó mất sớm chuyện không đâu.

Im hai giây ông lại nói thêm:

- Mẹ hóa con mồ côi làm đủ ăn là mừng rồi con nhỉ? Ồ nè nếu con thật lòng thương Ngọc Thi thì nói mẹ nhờ ai dạm hỏi theo thủ tục, bác gả thôi. Bác gái này còn dễ hơn tao nữa. Con gái lớn lên là có chồng theo quy luật mà.

Cả hai đứa nhìn nhau lúng túng, chưa nói gì. Nhưng trong lòng họ vui.

Má của Thi làm thinh nhìn hai đứa rồi bà hỏi chồng:

- Anh biết ba cậu Tú này dù là lớp nhỏ hơn phải không?

- Ừ ba nó trẻ hơn tôi khoảng 16- 18 tuổi gì đó. Cậu đá banh giỏi, hay chơi trong mấy ngày rảnh cá độ nên tôi biết. À và Thì mình con Thi là con út. Nó là con đầu và chỉ một Tú đấy mà. Phải không con?

- Dạ ba má chỉ có mình con. Ba mất con mới lên 8 tuổi.

- Bác có nghe chuyện đó nhưng không rành lắm. Thôi hai đứa cứ vui vẻ chuyện trò. Lâu lâu con mới đến mà. Hai bác không khó lắm đâu. Đi lễ chùa và đi thăm mấy nhà quen người ta mời quá. Giờ về tới nhà cũng mỏi chân rã rồi. Hai bác đi nghỉ ngủ đây.

Tú nhìn hai người cha mẹ, và nhìn Thi. Tú thưa:

- Thôi được rồi, con chơi khuya rồi. Để con về cho em Thi nghỉ và hai bác cũng đi ngủ kẻo mệt. Tú nói và ra hiệu cho Thi như mình sắp về.

- Con cứ nói chuyện với Thi đi. Bác trai đã cho phép. Má Ngọc Thi lên tiếng thêm. Bà có vẻ dễ dãi.

- Dạ con xin cám ơn. Tú đáp.

Hai vợ chồng nói và vào buồng riêng của họ.

Tú hôn Thi một cái thật sâu như không muốn rời, nàng đón nhận quyến luyến, để từ giã trong một trạng thái sung sướng...

Đúng giờ hẹn chú Út Chỉ cũng đi cua một cô gái xóm

dưới (Xóm ba. Nàng Thi là Xóm một.) Chú cháu đã hẹn nhau 10 giờ sẽ về. Cả hai gặp ở giao lộ ngã ba: Đường lên nhà Thi, đường vô xóm ba, đường đi về nhà họ. Hai chú cháu gặp nhau mừng vui vì hôm nay người yêu họ không bắt tội, và họ được yêu nhiều, ban thưởng cho những nụ hôn đầy ắp... Hai chú cháu đã chọn đi bách bộ hóng mát đêm trăng mập mờ lên nhà người yêu cho đẹp, và đi về dưới trăng cho đẹp để kháo chuyện vui. Vả lại tính ra cũng không xa xắt gì mấy, hai chú cháu rơm rả kể chuyện mỗi nàng mỗi tính, và mình khi yêu...

Thì Danh anh của Dung từ lùm cây ụ đất lớn. Danh nhảy xồ ra đánh mắng:

- Thằng này tao cho mày chết. Phản bội em gái tao đi kiếm ghẹ khác hã mày?

Tú chưa kịp nói gì. Danh xông vào nắm đầu, nắm tai rồi tay thì thụi vô ngực, vô vai Tú đụi đụi. Danh hất mạnh, những cú đấm cho Tú lăn ngã xuống mặt đường mới thôi. Danh quyết cho Tú ăn một trận đòn lớn. May có chú Út Chỉ kịp cản nắm lại tay Danh. Chú Út Chỉ, là một người có võ nghệ cao cường, nên tìm thế ôm nắm Danh lại cứng ngắt. Danh cố bung nhưng chú Út đã cố kiềm vài phút để Tú chạy thoát.

Út Chỉ lại cắt nghĩa cho Danh:

- Thật sự mà nói Dung mê Tú, nhưng Tú có người yêu cô Thi này trước. Khi cô ta tha thứ và còn yêu Tú, nên nó muốn trở về tình yêu ban đầu của nó.

- Nhưng nó đã làm cho em gái tôi có bầu.

- Chuyện đó thì ngoài ý muốn của chúng ra. Và thật ra Dung đã chủ động nằm lên mình Tú, ru ngủ Tú trước thì làm sao? Nó là cháu tôi đã nói thiệt với tôi. Mình là nam tử, thông cảm một cách, nhìn đi đại ca.

- Nhưng nó không được qua mặt tôi. Con Thi ở cụm vùng này không xa. Kiếm thiếu gì cô gái hướng khác.

- Tôi đã nói nó yêu con Thi từ lâu. Nó lại mê con nhỏ này hơn mọi cô gái khác. Thì bạn tính làm sao chứ?

Thấy Danh làm thinh suy nghĩ. Út Chỉ nói thêm.

- Thôi bỏ đi anh bạn. Về ngủ đi tốt hơn cho nó một cơ hội thoát. Anh cũng đánh nó một cách bất ngờ quá rồi mà.

- Phải rồi tôi đã cho nó một cơ hội thoát hôm nay vì có anh cản trở lẹ. Còn hôm nào gặp nó nữa không thể bỏ qua đâu. Nó thôi em tôi thì phải từ con đường mạch máu này nhé.

Danh nói và bước quẹo sang, anh ta rẽ ngã khác để đi về hướng nhà mình.

Út Chỉ chạy nhanh hơn, bước nhanh tìm gặp Tú, Nhìn thấy Tú đi liểng xiểng trên đường. Chú Út Chỉ hỏi Tú:

- Có sao không Tú? Có gì không hã con?

- Con hơi đau hông một chút. Và ê vai một chút chú ơi.

- Qua nhà chú xức thuốc võ rồi về, kẻo bị chấn thương đó. Tay chân nó mạnh lắm thột lớn mà. Nó học thế võ của Lý Tiểu Long mà. Ha ha.

Tú không cười cùng chú Út được. Tú còn nhăn mặt bảo:

- Thật là anh ta tấn công ghê quá. Song không sao đâu. Chú đừng nói với má con nghen. Mọi chuyện rồi qua đi. Má con biết sẽ buồn nữa?

- Chú nói đến Lý Tiểu Long để mua vui chút thôi nhé... Được, chú giữ gìn không nói đâu. Sẽ bí mật như Tú muốn.

Im một tý chú Út lại nói rằng:

- Tình hình như vậy không biết làm sao. Khi con còn lên con đường này nó, Danh sẽ đánh tiếp.

- Con thà chết chứ không bỏ Thi, không thể xa nàng được nữa.

- Chú hiểu tình yêu con nhưng khó khăn lắm.

- Chừng nào con cưới Thi con sẽ ít đi thôi chú nè. Cứ nghĩ vậy chú Chỉ ơi.

- Nói gì ngày đó, còn xa lắm. Nay mai gần đây nó hốt con thôi.

- Buồn quá con chỉ biết phú cho trời, mong tình yêu con không dang dở lần nữa chú Chỉ ơi.

- Nếu có chú đi cùng, nó xông ra bắt gặp chú sẽ cản, nhưng khi con đi một mình hoặc không phải chỗ u đất lùm cây đó, ai mà biết thì con sẽ bị nó đánh nhừ tử bệnh hoạn, có thể còn bất tỉnh hay chết mất đó chứ.

- Thôi thì chú cứ đánh lại anh ta cho con nhờ. Chú có võ cao hơn mà.

- Rắc rối những điều con phải hiểu. Là nói gì lúc có chú đi cùng, chắc chú cùng phải liều bật đòn trừng phạt nó. Chỉ sợ những trường hợp không có chú đó chứ con. Con biết tận tình những ý chưa?

- Dạ con hiểu được tất cả, những ý của chú thương con nhiều. Con cám ơn chú.

Kêu xưng hô chú cháu vậy theo huyết thống vai trò dòng tộc họ hàng. Nhưng chú Chỉ có lớn hơn Tú chỉ sáu tuổi mà thôi. Hai chú cháu tâm tình mãi mà đoạn đường đã cuốc bộ, và đến rẻ vào nhà Tú.

- Khuya lắm chú về đi. Con vào ngủ đây. Không sao đâu chỉ đau một chút thôi, con không cần xức thuốc võ đâu.

- Nếu được rồi, bye nha. Chú Chỉ nói và nhìn Tú.

Út Chỉ chia tay Tú. Anh bước về ngôi nhà mình. Nhà Chỉ cũng gần đó thôi. Cách chừng năm căn, song quê ở đây thì họ đã không cất nhà san sát nhau...

Chú Út Chỉ về tắm mình rồi mới đi ngủ. Tú thì sẽ lén mẹ như đi từng bước, vì sợ mẹ thức giấc sẽ hỏi lung tung, sẽ bại lộ nữa. Vì nét nhăn đau của Tú còn phảng phất trên mặt. Anh lẳng lặng lên giường, và nhắm mắt hãi hồn cho sự phục kích của Danh. Nhưng điều đó chỉ thoáng qua, không làm anh để ý hay quan tâm chi. Tú lại nhớ nhiều hơn... Là nhớ nụ hôn của Ngọc Thi tươi tắn nhìn anh khi chia tay ra về cuối cùng, như gởi một niềm tin vào anh với đôi mắt nàng thật đẹp. Làm sao Tú có thể quên đôi mắt đó. Và anh thèm khát quá, thương Thi quá, anh lại hôn ghì gối để ngủ. Tú cứ tưởng tượng đó là hôn Ngọc Thi vậy.

MƯỜI BỐN

Chuyện không dừng lại ở đó. Danh viết một lá thư gởi Ngọc Thi.

Gởi người con gái xinh đẹp nhất thế gian.

Ngọc Thi là cô gái xinh đẹp nhất thế gian. Đúng vậy không? Nên cô muốn lấy lòng, yêu người con trai nào, chắc dễ dàng hơn một cậu bé trèo cây ổi, hái trái ổi như ý định mình. Cô sẽ làm việc ấy nhẹ nhàng, thoải mái hơn các cô gái khác. Vì trời cho cô sắc đẹp như thiên thần mà. Nhưng tâm hạnh ư? Cô còn nên hỏi lại cô đi. Vì Tú đã có con với em tôi, nghĩa là nó lấy em gái tôi có bầu. Nhưng được cô yêu thương lại, nó quay về với cô một góc 180 độ không còn ngó ngàng em tôi. Tuy cái bào thai đó tôi đã sớm bảo em tôi hủy đi rồi. Vậy cô thử nghĩ cô xinh đẹp thế. Tại sao cô không nghĩ kiếm, một người yêu, một người chồng đáng giá hơn. Hay là cô chỉ cần một người con trai đẹp nhất, mà không cần xem gia cảnh hay tính nết nó. Tôi nói thiệt vì cô tranh giành với em gái tôi. Tôi không để cô yên đâu. Và nó yên đâu. Nó phải chết. Tú phải chết. Nó phải trả món nợ kia. Và cô phải tàn phế, tàn đời. - Cô sẽ không còn xinh đẹp như hiện giờ để bao chàng trai phải đắm đuối, mà cô thì duy nhất mê Tú. Cô bỏ đi rồi cô quay lại cuồng nhiệt. Tôi nói ít mong cô hiểu nhiều…

Những lời tôi nói trên cô nên đọc kỹ và thấu hiểu hơn. Tôi không chờ cô hồi âm, mà chỉ chờ thái độ của cô, của những ngày thời gian tới thôi.

Tôi: Đặng Danh.

Ngọc Thi đọc kỹ hai lần lá thư, nàng vuốt mặt như đánh tan sự đau khổ hiện về trên khuôn mặt nàng. Nước mắt nàng tự chảy ra. Nàng nghĩ đời nàng là những cuộc tình dang dở, trời sao như bắt tội phạt nàng quá đáng. Tình có để rồi tuột tay…

Thế thì nàng được sinh ra để làm gì? Học giỏi, đẹp gái, hiền lương làm chi, lại đeo mang một nghiệp lớn quá. Không tin vào tướng số. Nhưng Ngọc Thi lại hoang mang về mệnh hệ. Nàng không trách ba mẹ. Ba mẹ đã cho nàng hình hài đáng yêu nàng biết. Và xử sự tình yêu, chính nàng phải tự tay tháo gỡ việc ấy mà thôi. Nếu trời không cho nàng yêu sớm, không cho mình lấy hạnh phúc như nơi lòng mình mong, thì chỉ còn cách quên hết lo học mà thôi. Tú sẽ không bị đe dọa mạng sống, nàng sẽ không bị chê trách, rồi sẽ bị ám hại tàn phế đi. Thi mím môi và lau nước mắt, suy tư trong một ngày cuối tuần về nhà. Nàng liền kiếm dẫn con chó nhỏ đi chơi cho quên lãng... Mặc cho nụ hôn gần đây của Tú vẫn cứ chói chang vào lòng nàng. Và nụ cười nàng mãn nguyện bên Tú mới rượi kia... Thi giờ đây cũng phải thật lòng tâm niệm, hãy cố quên những cảnh tượng đó, hãy cố mà quên nhau... Để mọi chuyện an bình hơn... Nỗi đau nàng bị dày vò. Và nỗi hăm dọa khiến nàng khốn đốn. Sau đó Ngọc Thi đã gởi cho Tú một lá thư. Đó là lần cuối cùng nàng viết:

Anh yêu dấu:

Anh có biết chuyện gì đã xảy ra với em không? Chắc kiếp này mình không tròn câu duyên nợ, em đã không thể sống chung với anh. Em không thể làm vợ anh được nữa rồi. Chỉ còn lại suốt đời em yêu anh mà chẳng được gần anh. Vì người ta đe dọa mạng sống của anh và cả sự bất an cho em. Họ sẽ hại em đến tàn tật. Xã hội luật pháp mình chưa đủ để cứu mình, sống như trong ước muốn. Đặng Danh đã chặn đường em gởi một bức thư. Em về đọc hãi hồn và em khóc. Rồi em tự lau nước mắt, để đứng lên...

"Thôi thì yêu nhau thì lại bằng mười phụ nhau- "Thơ Truyện Kiều- N.D

Em phụ anh mất rồi anh yêu ơi. Em còn lại phải lo học. Thi chỉ còn hẹn anh kiếp sau.

Và nàng cũng gởi cho Họa Sĩ Hòa Bình coi như lần cuối cùng để chấm dứt sự đeo đuổi của chàng:

Anh Kính Mến

Cám ơn anh đã nói yêu em nhất. Nhưng thôi em là kẻ đến sau. Anh cứ lấy mối tình trước em mà giữ gìn yêu thương, hoặc không hạp nhau thì anh đi tìm một đối tượng khác. Em hoàn toàn xa anh rồi. Những kỷ niệm bên anh đẹp, êm đềm, nhưng cứ coi em như em gái. Và anh nên biết em. Em hoàn toàn không có lỗi với anh. Hãy để em như ngày xưa chưa từng biết anh nha... Em không yêu ai và em chỉ lo học tập thôi.

Em gái của anh. Ngọc Thi.

Hai lá thư cho hai người tình, Thi đã không còn vướng bận trong ái tình, vì hoàn cảnh không cho phép. Nàng phải xử lý như thế. Với Họa Sĩ Hòa Bình thì nàng bình thường hơn, nhưng với Tú thì nàng đau lắm. Nàng hết dạ yêu Tú. Tưởng trở lại với nhau, tình sẽ nồng ấm và hạnh phúc. Nhưng Thi đã nhận lãnh một niềm đau và cay đắng quá hơn.

MƯỜI LĂM

Thấm thoát thời gian cứ trôi qua, như thoi đưa cũng lẹ. Nàng đã xong 12. Thi đi thi vào đại học sư phạm với số điểm 19 trên ba môn. Nhưng bạn bè thi được mời gọi nhập trường, dù là tiểu học, hoặc cấp cao đẳng, riêng nàng trường thi không có dự báo như các bạn, chỉ báo số điểm và dừng lại nơi đó. Bởi trong lý lịch cha Thi có tham gia đi lính cho quân đội Nam Việt. Nên nó không phải là thành phần của ưu ái, điều đó Thi cũng có một phần biết.

Thôi còn chi nữa mà mong. Nếu số điểm nàng 22 thì họ cho mình tranh tài. Nhưng số điểm vừa đủ đó nhích trội đó, thì họ sẽ ưu tiên thuộc các thành phần khác.(Bởi thang điểm và chuyển đến các trường họ phân bố là như vậy.) Thi buồn bã muốn đi làm ca sĩ, đóng kịch, làm diễn viên điện ảnh, để vui thú đỡ chút. Vì Thi biết nơi đó các "thủ lĩnh" có quyền quyết đoán, nhận ra chân dung họ cần, tài năng họ thích, biểu diễn họ ưa. - Họ có quyền sát sinh mọi ý kiến sai lầm bảo thủ khác. Nhưng khổ là ba Thi không thuận tình cho nàng đi vào lĩnh vực đó. Ông là người cởi mở bao dung nhưng lại cấm kỵ con cái bước chân vào nghệ thuật. Cũng chỉ vì ông thương Ngọc Thi, sợ nơi chốn dễ sa ngã đó thôi. Thi thương ba nên không dám tự ý. Mẹ nàng thì lúc nào cũng theo ý ba nàng rồi. Ba mẹ Thi chọn con đường còn lại là cho Thi đi học may. Không ai xa lạ là chị Linh, chị ruột chị đầu của Thi mà thôi. Chị đã cùng chồng đi lập nghiệp nơi Bàu Lâm của Xuyên Mộc Vũng Tàu. Chồng chị Linh cũng nghề may, họ muốn đi xa để gầy dựng cho tương lai hơn. Ở nơi này thợ mới ra đời nhiều, nhà anh chị lại thuộc trong xóm vắng nữa, chỉ may lạch hoạch ế ẩm, thì thua nghề làm nông thôi.

Như vậy ba mẹ quyết định, Thi thấy cũng cần nên đi xa. Nàng chấp nhận vào Nam để học may người nhà. Rồi mọi chuyện tính sau. Ở nơi này còn một người chị. Ba má còn trẻ, nàng không quá quan ngại cho việc chăm sóc ba má. Hơn nữa ba má cũng muốn nàng lớn lên có chồng, hoặc đi làm xa. Ai mà muốn cột chân con gái ở lại mãi trong nhà.

Thuận lợi bao điều kiện nàng chịu ra đi, vô anh chị học may. Nàng đã rời xa quê hương đất tổ, lìa nơi mà nàng đã sinh ra, và ăn ở từng tháng ngày chốn đó...

**

Ngọc Thi là một cô gái rất mê đọc sách. Nàng có thể xa làng xóm, xa quê hương, nàng có thể xa người tình trong mộng, nhưng nàng không thể xa sách đọc... Thế rồi một ngày, một ngày nàng ra thư viện để mượn sách coi. Nơi đó thư viện không xa lắm nhưng không gần lắm. (Với Thi là cả một đời yêu sách đọc như đã nói.) Thi đạp xe đến đó cũng chừng hơn 4 cây số hơn. Vô tình Thi mượn sách đi ra, thì Võ Thắng lại vừa bước chân vào, anh thấy cô gái đẹp từ thư viện bước ra xe, anh lại mê cuồng, hít theo hương tóc và vóc dáng nàng. Dù đó được xem như là một thoáng trong mơ của Võ Thắng...

Và rồi trời lại có dịp may cho anh lần thứ hai gặp nữa. Khi Thi và người chị đi chợ mua hàng thực phẩm, và ít hàng ở phụ kiện thợ may nơi các tiệm bán sỉ, cũng gần gần chung quanh nơi chợ thôi. Rồi hai chị em họ ghé vào một quán để uống nước. Không ngờ anh đang có mặt ở đó. Anh uống đã gần xong thì họ vừa vào.

Lần này thì Võ Thắng được lẳng lặng ngắm nhìn dung nhan Thi nhiều hơn.

Một đoạn anh ghé lại hỏi. Vì anh đã quen biết chị Linh và anh Phi may đồ cho mình trước đây.

- Ô xin chào chị Linh. Ô đây là ai với chị vậy?
- Em gái tôi từ Trung vào học may đó.

- Vậy à? Chào em gái chị Linh nha.

- Chào anh. Thi gật đầu một cách lịch sự chào lại.

Thắng vui vẻ nhìn Thi rồi nhìn chị Linh bảo:

- Hèn chi mấy khi em có đến may đồ không thấy cô gái này.

Linh trả lời:

- Nó mới vào độ hơn một tháng.

- Vậy à?

- Dạ... Lúc này anh chị may đồ vẫn nhiều và đắt khách chứ?

- Đủ làm đủ sống thì được rồi chú. Hi hi.

- Thôi được rồi. Hẹn khi nào rảnh đến chị chơi nha. Bye em luôn nhé. Em gái tên gì chị Linh?

- Nó tên Thi.

- Anh tên Thắng có gặp em một lần ở nơi thư viện Hoa Bưởi Hòa Hưng. Lúc em vừa ra anh vừa vào. Được rồi hẹn gặp lại nếu có duyên nha. Thắng nói thoáng nhìn chị Linh rồi chuyển sang nhìn Thi để ra về. Cả hai chị em ngồi uống cho hết ly nước, họ cũng tính tiền và ra về sau đó.

Một vài ngày sau Thắng đến thăm gia đình chị Linh anh Phi, và chàng được cơ hội nói tiếng yêu với Thi. Nhưng Thi không chịu chấp nhận lời chàng. Tuy là hai người vẫn được anh chị cho phép tiếp cận, cho nói chuyện, để hiểu nhau. Cả hai đứng nơi góc hông trái phía chuồng bò. Anh Phi làm cất chuồng theo kiểu người Nam. (Anh Phi chồng chị Linh có nuôi cặp bò đẹp để cho thuê chở vật dụng nơi đây dân chúng cần, anh lấy tiền. Nên mặt kinh tế anh chị Linh Phi vẫn ổn, ăn ra và làm nên. Cả nghề may và nghề cho thuê bò chuyên chở, họ đều đắt khách...)

Thắng vui vẻ tỏ tình:

- Thi biết anh thích em từ lúc: Em từ trong thư viện Hoa Bưởi bước ra, anh vừa bước vô. Anh ấn tượng Thi để mà khó quên. Rồi trời khiến anh lại được gặp em góc phố chợ để uống nước nơi. Và giờ đây anh cảm giác quá thích em và yêu em, anh thiệt tình muốn cưới em về làm vợ. Anh đến đây nói thật, kẻo sợ tốn thời gian.

Sau khi nghe Thắng tỏ tình. Thi bảo rằng:

- Anh chưa hiểu gì em đâu? Em chưa nghĩ lập gia đình, vì em có những nỗi niềm riêng.

- Sao vậy Thi?

- Em có hai người để yêu em, nhưng em yêu một người hơn. Và tất cả cũng đã dừng, xa em... Em khổ tâm lắm.

- Em có thể nói cho anh nghe rõ hơn.

- Khó nói lắm. Thi trả lời.

- Thôi thì em vô đây là duyên nợ với anh rồi còn gì?

- Không được đâu, duyên không thành, duyên không tựu, duyên rẽ chia thôi mà... Thi nói với đôi mắt thật buồn và mơ hồ.

- Chắc là chê anh nghèo phải không?

- Anh đừng nói vậy. Chắc là anh không hiểu gì em đâu. Em từng yêu một người con trai gạo không đủ nấu, mẹ hóa con mồ côi nhưng riêng em vẫn thiết ưng lấy người đó, và sống với họ trọn đời. Song trời đã buộc em phải xa ảnh vì đó là định mệnh.

- Còn người thứ hai kia?

- Anh ta nói yêu em, nhưng trước đó anh đã có người yêu. Nên em không muốn tranh giành...

- Sự thật trong tim em chưa có anh đó. Nếu em yêu rồi thì mối tình thứ hai vẫn qua mặt mối tình thứ nhất. Và em sẽ tự coi là duyên nợ đến chứ không phải em tranh giành đâu?

- Có thể anh nói đúng. Nhưng mà thôi tất cả đã dĩ vãng. Giờ em chưa muốn nghĩ đến tình yêu lần nữa.

- Thôi được tùy em suy nghĩ, và cho anh câu trả lời của những hôm sau nhé. Cho anh hôn lên trán em một cái nhé, để xa nghen.

Thắng vừa nói và hôn nàng thật nhanh Thi chưa tránh né được. Anh đi rồi Thi rờ cái trán mình như sợ mất đi một điều gì. Cô như một chút nào đó bàng hoàng với thái độ của Võ Thắng?

Sau đó thì một ngày nọ chị Linh và anh Phi bàn tính với Thi. Chị Linh nói:

- Thôi em à. Thắng cũng được đó. Có học và đàng hoàng. Gia đình bố là làm cho chính quyền chế độ Sàigòn nên thi cử cũng không có phần ưu tiên. Phải dở dang và đi làm nghề hồ kiếm sống. Thắng hay đi uống coffee gặp gỡ với anh Phi và biết nhau rõ. Cũng không xa lạ với anh chị nơi đây. Là khách hàng anh chị đấy mà...

Đứng im nhìn Thi một chút. Chị Linh bảo tiếp:

- Nếu thấy được em ưng nó đi. Những mối tình kia em xa họ. Họ cũng phải lấy chồng, lấy vợ. Dại gì mình hy sinh cho ai? Họ đâu có đến với mình được nữa em? Em cứ ưng đại Thắng vì nó yêu em, rồi em sẽ có tình thương sau này. Biết bao mối tình yêu nhau say đắm, cưới nhau rồi, họ cắn xé không hạp và rẽ phân thôi. Con gái như một đời hoa em ạ. Hoa nở đẹp chỉ một thời, hoa sẽ tàn đi thôi, em nghĩ lại... Em nên lập gia đình theo chị nghĩ.

- Cho em thời gian hơn để em nghĩ.

- Được thôi. Chỉ là chị khuyên em.

Không bao lâu thật nhanh Thi đồng ý đám cưới cùng Thắng. Một mâm lễ đơn sơ và hai người trở nên vợ chồng. Anh Phi chị Linh tổ chức và bên nhà Thắng rước dâu công nhận. Đám cưới trong Nam xong, Thắng cùng nàng về quê ra mắt cha mẹ vợ và có một ít bà con dòng họ đến chung vui với gia đình tổ tiên. Thi vẫn được mặc đồ cưới ở đó, tiếp đón họ hàng có cha mẹ Thắng theo về dự cho đúng lễ truyền thống...

MƯỜI SÁU

Từ đó cô vào Nam sống với Thắng. Thi là cô gái có tâm hồn yêu thương lãng mạn và sâu sắc, nhưng nàng cũng mau dễ thích nghi với hoàn cảnh mới. Nàng đã yêu chồng Thắng mau mắn, và hai người đã có hai đứa con với nhau sau hai năm cưới. Đứa trước, đứa sau rất cận kề. Lớn lên người ta nhìn lờ tưởng sinh đôi nhưng không phải vậy. Mà thật sự con nàng sinh, chỉ là kiểu năm một thôi.

Rồi sau khi Thi sinh con đầu 17 tháng, đứa thứ nhì được 5 tháng. Thắng lại ra đi nước ngoài với ba mẹ ở một diện H.O. Do chính quyền Mỹ bảo trợ có sắc lệnh và được quốc hội Mỹ thông qua cũng khá lâu rồi, cùng chính phủ Việt Nam đương thời đồng ý. Thi thì phải ở lại quê nhà chờ đợi chồng bảo lãnh sau, vì nàng đã nằm ngoài của dự luật này. Buổi chia tay nàng bồng đứa con trên tay 5 tháng và dắt đứa con hơn năm; (đúng 17 tháng đó,) đứng phi trường mà khóc sướt mướt, khóc như mưa. Khóc vì vợ xa chồng, khóc vì con xa cha, khóc vì mình nghèo, kinh tế nơi vợ chồng mình yếu kém. Nên phải hy sinh cho chồng đi theo ba mẹ...

Thời gian mấy tháng sau nàng phải cho ngôi nhà nơi gần rẫy cho chị ruột anh Thắng. (Tức là chị Hân có gia đình và chị trên 32 tuổi, nên đi trực tiếp theo ba mẹ là chưa được chấp nhận.)

Thi phải trở về nơi nhà ba mẹ, phụng dưỡng ba mẹ ruột và nuôi con. Nàng tảo tần cùng bà con thôn xóm, tuy có chồng là Việt Kiều. Nhưng Thi thích cuộc sống hòa đồng, nơi làng quê nghèo dân dã hơn thành phố xa hoa...

Ở nơi này những thức ăn, vật uống ngon lạ nào đó, nếu có tiền Thi đi chợ mua, Thi thường mua rải đều nhiều người để được vui hết. Ai cũng thấy tính cách Thi rất hiền nhu, họ rất mến thương. Và khi về nhà thì hay cho phần những ai thăm viếng mình, ơn họ đến thăm mẹ con mình cũng là lớn lắm, Thi thì thường nghĩ vậy tận đáy lòng... Nên Thi vẫn thường mời họ uống chút nước ngọt, ăn miếng bánh kẹo chung vui, hoặc dùng chút nước trà xanh Thái Nguyên thơm ngon, khi những dịp gặp nhau, họ đến gặp gia đình mình, cùng để chia ngọt xẻ bùi nơi làng quê thân thiện...

Thấm thoát như vòng tròn quay nhanh, rồi 9 năm trôi qua, hai con cũng lớn dần lên. Cha chồng hối thúc Thắng bảo lãnh vợ con, vì ông thương quý cung cách của Ngọc Thi, và bổn phận làm dâu của Thi theo ông nhận định. (Sau này ông về VN thăm chơi bị té rồi mất đi vội. Lúc Thi vừa dẫn con sang đoàn tụ cùng chồng mới được hai tháng. Và mãi sau này Thi không bao giờ quên vị cha chồng hào hoa với người ngoài, nhưng rất tấm mẳn, nghĩa tình, sâu sắc nơi gia đình con cháu.)

Thi lại có dịp ra nước ngoài để đoàn tụ cùng hai con bên chồng Võ Thắng, không ngờ cuộc đời nàng phải quay đi nhiều vòng thật lớn, mà nàng không thể tưởng là như vậy. Âu cũng là giá trị, âu cũng là số phận, âu cũng là phần phước mà thôi... Thi từng suy nghĩ như vậy.

MƯỜI BẢY

Ra nước ngoài đoàn tụ, nàng sống cùng chồng lại như xưa. Nhưng tình yêu của Thắng dành cho Thi nguội lạnh hơn, và không được mặn mà, hay nóng bỏng như ngày trước. Nàng không phải là cô gái, có dòng máu ham hố “trai trên gái dưới.” Nếu có tính say sưa trong dâm đãng, thì ở đất Việt 9 năm nàng làm sao tránh khỏi. Ngọc Thi đã tự giữ thân mình, biết nhận lấy, biết danh tiết thanh cao, của người vợ xa chồng... Nhưng mà khi gặp lại vợ chồng, tính sâu sắc và lãng mạn của vợ chồng, nàng nhất thiết cần phải có. Thi đã xa chàng trên 9 năm cách trở kia mà... Niềm ân nỗi ái đó nàng không muốn mất nữa. Nàng muốn vun bồi hơn...

Thế nhưng vợ con qua, Võ Thắng hết còn thời gian lo lắng cho vợ con. Chàng lại đổi ra ham chơi, và thay đổi tính nết kỳ dị, lại thích đi về Việt Nam hoài hoài, nhiều lượt... Thi có ngăn cản nhưng không được với ý nàng mong. Và rồi trong vòng hai năm gặp lại, hai người phải chịu “liệu pháp” ra tòa li dị. (Tất nhiên lúc ấy mẹ chồng thì còn, ba chồng đã ra đi...) Bà đã khuyên Thắng và Thi, nhưng cả hai đều bướng bỉnh không chấp nhận nghe theo bà. Và không ai chịu thua ai trong sự cương quyết nơi cá nhân mình.

Như thế một ngày họ đã chia tay sau bao tháng năm chờ đợi để gặp lại...

Hai người đã đi đến thỏa thuận nuôi con chung nhưng ở riêng. Không ai được xâm phạm vào việc đời riêng tư của ai? Thi giờ nhớ lại lời chị Linh nói:

“ Cảnh đời nhiều khê, nhiều kiểu lắm em... Có khi yêu

nhau say đắm, cưới nhau rồi sau đó cắn xé, họ cãi vả, hoặc không hạp nhau rồi rẽ phân." Nàng nghĩ là thiệt ra nàng không có yêu Thắng mấy? Chỉ là con gái lớn phải lấy chồng theo như ba mẹ và anh chị khuyên. Còn tình yêu nàng thì mãi mãi ở nơi Tú mà thôi. Nhưng nếu biết như vầy, nàng thà ưng Tú một ngày kia có xui, hai đứa chết đi cũng còn ý nghĩa hơn. Vì Tú đã bao lần khóc với nàng hết cả nước mắt lẫn nụ cười, để thương nàng. Nhưng thôi biết làm sao bây giờ, đành như cơn nước cuốn trôi đi... Nàng cứ nhìn hai con lớn lên học giỏi xinh đẹp, và chấp nhận cho định mệnh mình quá khắc khe.

Ngày tháng trôi qua Thi đi làm công nhân tại một công ty, hãng xưởng bình thường. Và về nhà Thi chỉ giải trí đọc sách, xem thơ, nghe ca nhạc, coi phim... Và nàng tự nhiên muốn viết tiểu thuyết để làm vui. Hết tác phẩm này nàng có tác phẩm khác, hết tác phẩm nọ nàng có tác phẩm kia, cứ thế nối đuôi, mà chưa một lần Thi cạn đi dòng cảm hứng. Người đem lòng yêu Thi thì nhiều, nhưng nàng chưa một lần muốn yêu ai sâu sắc, hoặc kết hôn lại. Thi cứ cho như những người bạn, người tình trong giấc mộng chốc lát, để làm vui cuộc sống, vui thêm như một dư vị cuộc đời mà thôi... Giờ Thi chỉ muốn viết văn trên mọi thứ. Nhiệm vụ Thi phải vật lộn tám năm với nhiều tác phẩm mà nàng phải sửa chữa nó hơn. Nàng đã đi theo con đường văn chương nơi tim óc, thì nàng gạt bỏ những gì luyến ái của người đời mời mọc... Nàng không muốn cuộc đời mình một lần nữa bị trói buộc, hoặc lăn xả vào chốn ô trọc, để làm hỏng một ước mơ xa... Thi yêu chính mình, và đặt ra cho mình phải viết văn và vui thú với văn chương mà thôi. Thi cố gọt dũa, sửa chữa lại cho đến hoàn hảo những tác phẩm hơn, đến khi hết chỗ sửa thêm bớt, là nàng mới ngưng. (Trong đó có lỗi chính tả, lỗi sai lầm từ vựng, lỗi gõ chữ dính leo, lỗi hụt chữ thiếu nét, vì bàn máy mà, sửa thêm một vài tình tiết, cho bố cục sinh động hơn v.v...)

Năm nàng muốn in sách cũng là năm Thế Giới và Hoa Kỳ đang đối diện với một thách thức corvirus hoành hành.

Năm mà có cuộc bầu cử cho TT thứ 46 Hoa Kỳ tiến đến gần. Trên đất nước Hợp Chủng Quốc này bị phân chia cực tả và cực hữu. Những người ủng hộ Trump và chống đối Trump kịch liệt phân chia. Thường thường người Việt Nam đi ủng hộ Trump là họ đi theo cái thuyết nghe mà hổng cần nhìn, họ nghe tin ở ngôn ngữ nói xuôi, mà không cần động não phân tích. Thuyết này đang được gọi là thuyết QAnon. Họ không biết khả năng Trump tới đâu, và Tổng Thống Trump đương nhiệm làm được gì thật sự? Mà họ chỉ nghe nói Trump. Miễn Trump có ý định chống Trung Quốc là họ chịu, họ ưa thích ủng hộ một vị tổng thống "thiên tài tự có" chúa cho, chúa giáng thế, đấng cứu thế... Họ cuồng đến mức Trump có thể sai phạm cho covid19 là không có thật, chỉ là tưởng tượng. Chỉ có đảng "con lừa" và bọn Bắc Kinh cố tình nhào nặn ra, thuyết ra mà thôi. Thế mà họ vẫn cứ nghe theo. Những người theo Trump, theo chủ nghĩa Trump, ủng hộ Trump cố tình bảo: báo chí theo cánh tả là "kẻ thù nhân dân" đánh lận, để che giấu một sự thật, để làm đánh mất nền "Dân Chủ Hoa Kỳ." Nhưng thật ra thì chính họ chủ trương độc tài thiếu dân chủ. Họ muốn gây sức ép không cho báo chí, đài, ti vi, và truyền thông nói lên những điều có thật, những điều rất nguy hiểm ở Trump đã mang đến sự thiệt hại cho nước Mỹ trong 4 năm qua nhiều bạo động và phân chia giai cấp. (Từ 2016 - 2020.) và những năm tới nếu như ông đắc cử nhiệm kỳ nữa. Thi đã lắng nghe từ nhiều phía, phân tích chính ở não mình. Thi đi từ nhận định tổng hợp rút ra nhiều phía. Và nàng quyết định ủng hộ cho UCV Joe Biden theo chương trình mới cấp tiến, có Pivot một tổ chức người Việt gốc Á chủ trương. Thi cố gia nhập đi diễn thuyết lớn ở các CĐNV, nàng gắng tạo một cơ hội hiểu biết mới cho người Việt lớn hơn. Ngọc Thi cũng không cho biết mình là ai? Dù là một người tiểu tốt, hay đã từng viết những khía cạnh của tác phẩm, để sẽ nổi tiếng về mặt nào, gởi đến những thông điệp gì? Nàng không cần những thứ gì cả cho bản thân, nàng chỉ cần nói lên sự thật và điều trong trắng ở tâm hồn nàng nhận biết. Ngọc

Thi lại luôn cẩn thận hóa trang mình là những con người khác nhau... Nếu như thế sẽ ổn hơn, hay hơn, an toàn hơn. Hôm nay thì nàng kiểu trùm này, cover mặc cách này, ngày mai Thi trùm mặc kiểu cách nọ, không khác chi "danh ca bí ẩn" trong các chương trình của Trường Giang hay Trấn Thành hoặc Quyền Linh ở xứ Việt: Để mà khi họ nghe khó nhìn ra là ai? Thi đã học hóa trang cho bản thân khi diễn thuyết không biết từ đâu? - Vừa hài hước vừa nghệ thuật - Giọng nói thì lúc Bắc, lúc Nam, lúc Trung lơ lớ khó nhận ra nàng chính thức là ai? Nàng từ đâu, ở đâu đến. TVST là người nào? Từ đâu ra, từ nơi nào phối hợp, vận động chia sẻ? TVST- Là ký hiệu tên tắt của "Tin Vào Sự Thật" Là nick name của Thi dùng khi giới thiệu trước khi xuất hiện nói. Nàng thường diễn thuyết trên các tiểu bang và cộng đồng Việt nơi Georgia. California. Texas. Florida. Với một cái tên TVST, dấn thân đến những nơi dân Việt sinh sống khá đông. Và dĩ nhiên bài viết nàng sau này còn gởi đến các trang báo, đã khác hơn văn nói tý đỉnh. Thi có chủ trương coi đặc trưng văn viết khác hơn văn nói chứ. Từ văn thuyết trình nói đổi qua văn viết phải "chế lại" một chút cho sang và thích hợp hơn. Nàng gởi đi đăng tải ở các trang VB. TB. GSOL, và nhiều trang khác nữa -Với nhiều bút hiệu khác nhau hơn: Tìm Về Chân Trời Lạ. Hoặc Người Tin Sự Thật. Bên Lề Phải Trái. Thuốc Đắng Giã Tật. Và đây là những bài Ngọc Thi diễn thuyết rồi đăng trên mặt các báo điện tử, và cả báo giấy.

MƯỜI TÁM

Tại Sao Nói Đến Cuồng Trump.

Hiện tượng hôm nay. Đến giờ phút này nói đến cuồng Trump tưởng như không cần và sẽ dư thừa, nhưng thật sự thì vẫn còn giá trị "nổi cộm" không thể dư thừa. Bởi vì câu nói hay thì tò mò đọc hoài vẫn thấy hay, một câu triết lý tốt, nghe hoài vẫn không thấy nhàm chán, mà nó cứ mang dày ý nghĩa của thấm đậm hơn. Một lời thơ hay, một đoạn văn hay đọc hoài vẫn cứ xoáy sâu vào tâm tưởng... Một câu nói chê người nào đó, chê hoài nhóm người nào đó, vẫn không bị nhàm, vẫn tồn tại vì thúc đẩy hơn, với lối nhìn kỹ lại, chiêm nghiệm kỹ hơn để đối chiếu, so sánh và vẫn cứ tác dụng, hiệu lực v v... Đó là trường hợp vị T.T Donald Trump không ngoại lệ. Và hiện giờ những người ủng hộ ông một cách điên cuồng, dù đúng sai, nên hư, xấu tốt, phải trái, đạo đức hoặc phi đạo đức của ông, họ không đặt thành vấn đề, họ vẫn cho ông hoàn hảo. Bởi trước mắt họ chỉ thấy Trump và Trump tỉ phú " tuyệt và tuyệt vời" mà thôi. Hiện tượng này người ta gọi nôm na là Cuồng Trump hoặc U Mê Trump cũng chỉ là một phạm trù. Và chính tôi cũng thấy lạ kỳ rồi tự đi nghiên cứu, tự quan sát trên các lĩnh vực báo chí, tự sốt sắng đi nhìn, tự phân tích trên từng các quan điểm, từng góc nhìn, từng hạng người, rồi tìm hiểu đến các bạn chung quanh mình, bạn hữu thân thiết mình, cả người thân quen nhất với mình từ trước nữa, mới có thể đủ đi đến kết luận, hoặc để chứng minh.

Là tại sao người ta gọi là Cuồng Trump? Sự thật nó có lý do của nó, chứ không phải là vô căn cứ. Và một sự thật Cuồng Trump nó được chia ra rất nhiều hạng thứ, nhiều cung bậc khác nhau, và quan điểm rất mực kỳ lạ của họ...

(Tôi chỉ nói người Việt vì tôi là người Việt.) Tôi chỉ giới hạn mình quan sát đến đó. Vì cả thế giới rất rộng lớn bao la, mà tôi thì không phải là "người may mắn" hiểu thông thạo, lưu loát tiếng English nhiều.

Điều thứ nhất là những người Cuồng Trump - Tôi muốn nói là. Họ chỉ nghe bằng tiếng nói của Trump và không cần tìm hiểu thực tế. Trump nói và sự thật đã làm được gì? Và làm được tới đâu? Ở chỗ nào để thành tích Trump được xác nhận hoặc hoan hô đúng điều đó. Hoặc hoàn toàn không! Họ cứ là nghe Trump nói Trump chống Cộng Sản Trung Quốc, Trump chống giới lãnh đạo Bắc Kinh, Trump chống chính quyền Tập Cận Bình bành trướng, là họ mê thích, là họ sướng thôi, lại là như vậy? Nói một cách bình dân nôm na là: "Tao thù tức nó thằng TQ lắm, tao đánh nó không được, không nổi, không lại, mà nghe có người đánh nó được, đánh nó có thể thắng nó, thì mừng rơn sung sướng chứ sao nữa?" Mừng hơn là Công Chúa gặp Hoàng Tử trong mộng, ở các truyện cổ tích... Ôi tuyệt diệu những giấc mơ não nùng! Thì hỏi mấy ai ở đời không mong sự thật để là thỏa lòng ước vọng? Bởi vì trong họ Cuồng Trump. Trump nói sao họ nghe vậy. Nghe để vui, nghe để mơ mộng, nghe để tự lừa dối mình. Chính xác ở họ "chủ nghĩa nghe lớn hơn chủ nghĩa nhìn." Nhưng thực tế của tình hình diễn biến, đem lại lợi ích gì cho Hoa kỳ và đối phương. Như chúng ta thấy cuộc chiến thương mại Mỹ-Trung lại đem đến cho giới lãnh đạo CSTQ- Những món quà, những điều béo bổ. Đất nước họ có mối lợi hơn, vượt rộng nhiều, hùng mạnh hơn trên trường quốc tế, và ảnh hưởng của Bắc Kinh đã lớn hơn, đã tỏa đi nhiều hơn đối với các nước. Và điều đó chẳng mang mối lợi gì về cho Hoa kỳ ta, cho nước Mỹ ta, mà chỉ mang thiệt hại, đến thiệt hại nặng nề cho Quốc Mỹ này mà thôi. Tỉ dụ như là. Khi chính quyền Trump áp đặt lên thuế quan của TQ... Thì trực tiếp về người tiêu dùng ở Mỹ phải nhận lấy. Giá cả thị trường, người dân Mỹ hao hụt chi tiêu, phải chịu thiệt thòi hơn. Sự trả đũa của TQ "ăn miếng trả miếng. " rất cân xứng. Vì đối với sự TQ "trả đũa hợp pháp" đã tác động đời sống sản xuất. Nên cả khối nông dân Mỹ ở những tiểu bang thành phẩm họ, giá tương đậu họ, sa sụt rơi vào tình trạng đến khủng hoảng, họ đã không bán được như ý họ muốn... (Vì chính quyền Bắc Kinh "ngoan ngoãn" đã triệt thoái cho Washington một bài học lớn trên thương trường mua và bán của đối tác làm ăn....) Điều đó Khiến Mỹ không thắng lợi gì mà dẫn đến thua lỗ hơn, đầu óc ông chủ Nhà Trắng thấp kém hơn đầu óc lãnh đạo - Não bộ của Bắc Kinh. Coi như có ghi nhận bằng chứng: Nông dân điêu đứng phá sản, thất bại, đau buồn... Trump phải "đền bù an ủi đến 16 tỷ USD cho giới nông nghiệp." Và còn nhiều tỷ tỷ khác phải đền bù chi viện! Thế mà những kẻ, họ Cuồng Trump nghe Trump bảo triệt hạ kinh tế Trung Quốc đi xuống. và chính sách Trump đã thắng Bắc Kinh ngoạn mục. – Nơi một thể chế hung hãn mạnh lớn của Tập Đoàn - Tập Cận Bình... Đã bị Trump bẻ hỏng, vùi dập, chôn lấp...v.v. Là những tin sai sự thật mà họ vẫn cứ cuồng mê không cần so sánh, không cần động não để biết đâu là đúng sai, xạo láo? Đâu là sự thật. Quả là họ đang cuồng Trump mà!

Còn về Biển Đông TT Trump cũng chỉ hô to cái miệng mà thôi. Chứ Trump chủ trương đánh gì mà đánh TQ? Vậy mà họ cũng cuồng Trump và vui sướng lên với tin đỉnh...! Chỉ là hình thức Trump nói và nói biểu dương. Hoặc một vài điều động "dựng mô hình" Để cho biết thế lực lượng quân lính Mỹ mà thôi. Và thật sự Trump muốn đánh TQ, muốn đánh Tập Cận vẫn không phải dễ, không thể nào đương đầu đơn phương nổi, với sự hùng mạnh của quân lính Tập Cận - Với một vị trí ưu tiên của họ. (Ý tôi nói về vị trí địa lý TQ với Biển Đông.) Dù cho rằng, là Tập Cận Bình một nhà lãnh tụ độc tài hay độc tôn đi chăng nữa, Trump cũng không thể hơn được! Trump không thể thắng dễ dàng được. Và như các báo chí đã nói cùng đưa ra lời bình luận. Trump vẫn chỉ là giơ cao đánh khẽ thôi. Hoặc là nói cho có nói "ta đây là một người lãnh đạo giỏi, sẽ vô địch mà thôi." Vậy mà vẫn có số người Việt nghe và tin răm rắp vào huyễn mộng, hay hoang tưởng vô căn cứ đó. Đó là một chuyện đáng để nói chứ? Ví như họ đã Cuồng Trump rồi, ai nói gì nói, "Dù ai nói ngã nói nghiêng/ Lòng ta như mãi chỉ ghiền ông Trump" ta thì ta cứ tin đi thôi. Có hiện tượng đó mới lạ chứ? Ví như TT Donald Trump là một vị vua giỏi thời đại" Một vị vua bách chiến bách thắng" Chúa đã đưa xuống trần cứu nước Mỹ. Những suy tưởng đã hình thành trong cảm nghĩ của họ. Họ mê Trump họ tưởng đâu dễ lắm, vì là phải như "tiến lên chiến thắng toàn cuộc ắt về ta...?" Hơn nữa đó chẳng khác chi câu nói tuyên truyền ở chính cửa miệng của TT Donald Trump mà thôi. Thật sự mà nói sức của Trump còn quá giới hạn. Bởi ông còn lo dành "đối phó" cho cái ghế "Nhà Trắng" khỏi ngã mất của ông, hơn là ông đi lo cho tận con nước Biển Đông của chúng ta. Mặc cho rằng ông là vị Tổng Thống ham danh, háo thắng, rất ư toàn khủng đi chăng nữa? Vậy mà vô số người Việt hoan hô bảo: Tôi bầu cho ông Trump vì ông chịu đánh Trung Cộng. Ôi một niềm tin quá đỗi thơ ngây và bị ru ngủ...

TT Trump. Ông đang lo cho đại cuộc "củng cố để dành cái địa vị cho mạnh, cho cứng, cho yên của ông thì có. Và với Trump thì mối lợi cho cá nhân ông, cho gia đình ông là ưu tiên, là đi đầu, là trên hết chứ không phải lo cho quốc gia Hoa Kỳ- Hợp Chủng Quốc này đâu? Và ông không phải gồng mình đi lo cho nhân loại tiến bộ đòi hỏi đâu? Rất tiếc là fans cuồng Trump nghe không cần suy nghĩ, nghe không cần thấy, nghe không cần biết, nghe không cần động não...! Nên mới có tỉ số ngưỡng mộ Trump khá cao. Hay nói đúng ra, có hiện tượng người Việt support cho ông ngất ngưởng. Gọi là fans cứng của Trump đó. Như chúng ta đã biết.

*@ Còn nữa. Một thành phần ủng hộ mê cuồng Trump nữa là: Những kẻ tự cho mình là thành phần thượng đẳng. Họ hùa vào để lấy chút vinh dự hão huyền. Dẫu mình nghèo rớt mồng tơi, đi ăn đậu ở nhờ, xin nhận food stamps, xin tiền trợ cấp, xin Day- Home care v.v... và nhiều chánh sách ưu đã cho người nghèo khác nữa. Rồi con cái họ được mua bảo hiểm Obama care nữa. Điều này tôi nói thiệt ở chung quanh bạn bè tôi, chứ không phải tôi nói ở sự tưởng tượng trong cảm nghĩ đâu. Thật là oan tình xấu hổ cho những con người vô ơn, bạc nghĩa, chỉ muốn hùa theo - Vì mong được trở thành "gia nhập" cùng giai cấp thượng đẳng. Đúng là ông bà ta có câu nói "Thấy người giàu sang bắt quàng làm họ. " Là chính thế. Trong lúc kẻ giàu sang kia. Chính sách họ, những cá nhân họ, có cả vô nhân như đã cứ muốn ném chúng ta xuống bùn, và không muốn nhìn chúng ta, hoặc là không muốn cho chúng ta được một cái quyền lợi gì lớn cả? (Chúng ta ở đây tôi lạm dụng từ chữ, để nói mình là cùng người Việt lưu vong nghèo khó, nhưng cũng có thể bao gồm các dân tộc khác đến đất Mỹ.) Chúng ta đang được Hạ Viện quan tâm. (Phe Dân Chủ, và một số Cộng Hòa có lương tâm phải nói thế cho chính xác và công bằng.) Đã và đang cố gắng, đấu tranh tìm mọi cách đem lại quyền

lợi cho chính chúng ta. Thương cho số phận của chúng ta, để hỗ trợ "nâng cấp" cho chúng ta, để có được cuộc sống yên bình trên một đất nước Hợp Chủng Quốc tốt đẹp này, mang đến sự tốt lành nhân ái cho người dân, thân phận nghèo khổ đến kia... Đấy! Thế mà nỡ nào chúng ta không ủng hộ họ, lại đi ủng hộ "Trump Cáo" kia. Đó không phải là cuồng Trump thứ thiệt sao bà con? Thật đáng tiếc thay. Đáng tiếc lắm! Không biết chừng nào họ thay đổi và thức tỉnh đây! Tôi ngẫm nghĩ đau lòng bải hoải cả tay chân khi nghĩ chuyện trái nghịch này... Rồi mà chỉ biết van vái ông trời... tha cho họ với lòng độ lượng bao dung chứ biết làm sao? Trên đời này lòng bao dung và độ lượng cũng cần lắm các bạn ạ? Một trái tim như thế còn cao cả hơn tình yêu họ! Dù họ vẫn còn tin, vẫn còn cuồng. Họ cứ tin là Trump tốt, Trump thế này, Trump tốt như thế nọ, Trump tốt thế kia. Ôi vị thần, vị thánh cứu nước Mỹ... Tại sao họ cả khi muốn tự lừa dối mình? Chỉ vì cuồng Trump trong hấp dẫn tuyên truyền, mời mọc ở những chủ thuyết, và vì trong họ lấp đầy tim óc, họ không thể một sớm một chiều giã từ, chối bỏ được...

Còn rất nhiều thứ, và còn hạng người này nữa.

*@ Là một số người nhóm người thuộc hạng vị kỷ, xấu xa, tham danh, tham lợi cho chính mình. Sợ ai như lấy mất phần mình "ăn thâm của mình." Nói như thế nghe có vẻ không đúng, sẽ sai mất? Mà không, đó là sự thật có quý vị, anh chị em bà con mình ơi. Và họ thích Trump vì Trump có chính sách "khó dễ" với dân nhập cư. Chính sách Trump sẽ "mạnh tay" "thẳng cánh" ngăn chặn, dân nhập cư nghèo. Tại sao họ lại như thế? Tại vì trong lòng họ ích kỷ, họ nhỏ mọn, họ đồng tình nhiệt liệt nên khen ngợi Trump, theo chủ trương đuổi, siết bóp di dân trong chủ nghĩa ông. Bởi vì họ đồng quan điểm nghĩ ra như thế. "Họ là những kẻ như qua cầu rút ván." Họ muốn người khác bị khổ, bị tan thương. Thật sự họ muốn đối đãi bất lương, và phải tàn ác như vậy? Tại sao mình không nghĩ rằng bản thân mình cũng là dân nhập cư. (Dù là chương trình hợp

pháp, hoặc cả trường hợp không hợp pháp, cũng chỉ là thứ dân xa quê tìm cuộc sống mới mà thôi... Cũng chỉ là thèm thích dân chủ, tự do, tiến bộ văn minh trên Đất Mỹ mà thôi...) Vậy tại sao muốn quay lưng- "qua cầu rút ván." Không muốn người khác được như ta, muốn họ phải quay về với một đất nước nào đó. Mà họ có khó khăn chán ngán, hoặc không còn phù hợp, không còn ưa thích, không còn muốn sống lại nơi đó. Vậy mà những kẻ cuồng Trump cho là đúng. Tại sao chúng ta không đi theo chính sách ôn hòa, là luật lệ để thích nghi hơn. Họ thích, họ mừng, họ hoan hô, họ thỏa mãn tiêu chí, ác ý đó. Điều này tôi nói có căn cứ đó nha các bạn. Tôi luôn bị đám fans cứng của Trump "bao vây" đặt ra câu hỏi rất nghịch lý cho mình. "Mầy có ưa dân nhập cư tràn vào Mỹ để đông hơn không? Thú thật lúc đầu tôi chỉ mỉm cười, làm như khó trả lời lắm với họ. Ôi họ cuồng Trump cũng chỉ vì miếng ăn, lợi tức ích kỷ, xấu xa đó thôi. Nhưng mà thường người ta bảo: "Tôi tớ sẽ ảnh hưởng từ chủ họ..." Hay nói cách khác "chủ nào tớ nấy." Họ thích vì cùng bản chất họ, nên họ ca tụng, khen ngợi, tán dương... Trời ơi là trời! Chúng ta là ai được sống trên xứ sở này, ta cũng từ nước nào đến thôi, làm gì giữ vậy, không biết xấu hổ bản thân? Điều đó sinh ra tệ nạn cuồng Trump là một con số đáng ngạc nhiên... Song phân tích kỹ cũng không lấy gì làm ngạc nhiên? Mà chúng ta chỉ thở dài, bảo là đáng tiếc cho họ thì mới đúng hơn! Tuy nhiên chúng ta vẫn mong một ngày mới. Họ có cái nhìn thay đổi được.

Còn nói về một vị TT Hoa Kỳ là một đất nước văn minh Hợp Chủng Quốc lại càng đòi hỏi lòng bao dung nhân ái hơn... Mở rộng vòng tay thêm một chút nữa, về lòng nhân hơn... Đằng này TT Trump lại đi ngược hướng, đi chuộng các ác, tìm cái riêng để thỏa đáng, để nổi bật điều vô lương của mình - Dựng lên thành trì ảo MAGA. Nhưng có những kẻ cuồng Trump đã tin cậy, với lòng hạn hẹp không còn nghĩ đến thân phận, dân tộc mình trước kia, và ngay đến bây giờ vẫn là ăn nhờ ở đậu (Mặc dầu đất nước này có luật, và truyền thống luôn mở rộng vòng tay cho con người được làm chủ, được dân chủ.) Họ lại quay lưng chối từ quá khứ, từ chối những ngày lênh đênh trên thuyền để chờ người, chờ lòng nhân cứu vớt... Họ lại vênh váo, đi ủng hộ người có bàn tay vũ lực, bàn tay vũ sắt, bàn tay hung thần, bàn tay kẻ vô tâm, người tầm vô đạo... Mà cứ tin vào câu nói "Keep America Great." Thật đúng là quê hương America này đã từng vĩ đại mà? Từng tuyệt vời mà! Tại sao chúng ta lại nhốt mình, giam mình, không hổ thẹn, rồi nỡ bị lừa bởi một câu nói sáo rỗng, đã dám khinh thường tiền đồ của lịch sử, và đã gieo rắc bao sự tráo trở kia, đáng thương tâm kia. Tại sao quá coi thường đất nước xứ sở này. Miền đất hứa này, và vô trách nhiệm đến cuồng tâm, đến vô cảm, đến nỗi đáng hổ thẹn...

*@ Còn nhiều lắm. Còn những kẻ chạy hùa xách nhiễu nữa, cho chánh sách của TT Donald Trump là tốt, cho dùng súng, chứ Biden của Dân Chủ là tồi tệ là phá thai, là khuyến khích đồng tình luyến ái là tất cả "No good" v.v... và v.v... Tại sao chúng ta lại chụp mũ một chính sách mới mẻ hợp lý hợp tình của họ? Ông Joe Biden đã từng nói với một gương mặt đầy trắc ẩn, trong buổi tranh luận tranh cử lần thứ nhất với ngụ ý:

- Là ông chưa bao giờ khuyến khích điều đó, chưa bao giờ hoan nghênh điều đó. Nhưng mà ông cho là cuộc đời cuộc sống của phụ nữ, họ có thể tự chọn cho chính họ, theo ý họ, hoàn cảnh họ, thì có thể sẽ dễ cho họ hơn... Ông nói tới đó thôi, thì chúng ta động não mà hiểu thêm rằng: Tại sao một đất nước tự do văn minh tiến bộ lại mất đi quyền sống, và mất quyền tự chọn cuộc đời trong họ chứ...? Suy cho kỹ ra, vẫn không gây một sự bạo động nào cả. Vẫn còn có thể tốt hơn là dùng súng đạn, lạm dụng để tự do bắn xả lung tung, bắn xả bừa bãi kẻ vô tội kia, súng đạn nhan nhản là một thứ hung thần giết người vô tội vạ kia? Đúng không các bạn ạ, tôi tin các bạn nghĩ lại? Và về vấn đề biến đổi khí hậu cũng thế. Tôi cho rằng đó là một điểm son. Một điểm tốt vô bờ. Nhưng kẻ cuồng Trump lại dài tay, cùng dài mồm, dài lưỡi dám phân tích là sai, là thiệt hại... Cố nhiên ở đất nước Mỹ chúng ta phải biết, khi giải thể giải tán điều gì, công ty nào, mất mát nào, họ đâu có để công nhân mất đi quyền lợi? Họ sẽ đền bù thích đáng thôi. Và "Vì Đại Nghĩa - Vì Cuộc Lớn - Vì Môi Trường..." Biến đổi khí hậu cần nên làm. Phải Làm - Tôi tin rằng những công dân tốt nơi đó. Họ có thể hiểu biết hơn những kẻ ngoài cuộc, giả vờ xông xáo đấu tranh thương người - Với một chủ thuyết chỉ một thế lực cuồng Trump, chỉ nói vớ vẩn giảng nghĩa láo xạo, cốt mong mưu đồ phá phách thôi. Họ không cần nghĩ chi lợi ích to tát khí hậu - Cho đất nước, cho toàn dân, cho con người và toàn cầu v.v... Bởi họ đã uống trúng thuốc cuồng chưa phai.

*@ Nói cuồng Trump mà nói, thì còn nhiều lắm."Nói dài hơn cả một luận án. Đọc sẽ ngán!" Nhưng cứ cho con tim tôi vui đi, vui trở lại khi nói – Và tiêu chí tôi có thể "Nói hết chết cũng khỏe ra!

Sau cùng tôi xin gởi đến một bài thơ tôi đã làm, vì tự nhiên tôi thấy kính yêu và quý trọng UCV Joe Biden. Mà cánh hữu kẻ cuồng Trump đã xuyên tạc về ông đủ thứ. Nhưng khi tôi nhìn ông xuất hiện, ông trả lời trên tivi, một cách từ tốn, sáng suốt, mạch lạc quá... Tôi nghe được lời nói thật sự có hồn, có tình cảm riêng của ông. (Dầu tôi nghe không giỏi qua English.) Tôi liền làm bài thơ Việt này.

"Bài được mang tên Bầu Trời Xanh..."

Bầu trời xanh này là của Biden
Vần mây trắng bay kia là của Biden
Ngôi sao tỏa sáng kia là của Biden
Của dòng nước hiền hòa kia là của Biden
Những cánh hoa nở đẹp dưới sớm mai là của Biden
Nhưng nó lại là không riêng như của Biden, mà là của chúng ta...
Của những con người yêu tự do, yêu công lý, yêu sự yên bình, và yêu bác ái.
Vạn vật hữu tình cho con người biết bao.
Ngạc nhiên niềm trắc ẩn,
Hãy yêu thương Ngài. Cho Ngài cơ hội,

Đó chính là cho con người chúng ta.

Một cơ hội được quyền sống, được làm người...

Được yêu thương bầu trời xanh, mây trắng, ngôi sao, và hoa nở của chúng ta...

Đã đến lúc trở về...

NTST(ký tắc: Người Tin Sự Thật.)

Bài thứ 2: Sự Thật Không Tin Đi Tin Sự Giả Trá.

Cuộc bầu cử November /3/2020 đã chấm dứt (khép lại.) Và cuộc kiểm tra phiếu hầu như cũng đã hoàn tất, kể cả phiếu bầu trực tiếp và bầu khiếm diện bằng thư email gián tiếp. Sự nổ lực của các ban kiểm phiếu và chắc chắn đây không phải là một việc làm nhẹ nhàng thoải mái, hoặc dễ dàng dễ nuốt. Ấy vậy công sức của những người làm việc nhiệt tình hăng hái, lại có người coi chuyện như giỡn chơi, như đồ bỏ. Đó chính là vị TT Trump bất xứng, miệt thị và khinh thường họ. Ông khinh thường họ, và coi thường cả chúng ta. Vị TT Trump đã không biết điều lễ nghi và tôn tri trật tự, cùng danh dự của hệ thống làm việc trong đất nước này. Không hiểu tại sao cơ quan đầu não Nhà Trắng, (những cánh tay, những ống chân nối dài của Trump đó...) và chính Nhân Vật TT Trump đương nhiệm lại hô tung lên "Cuộc bầu cử này 2020 có gian lận." "Thắng lợi của ông đã bị đảng dân chủ đánh cắp về cho Joe Biden. Ôi tất cả đều là thuyết âm mưu của Trump cố nặn, cố tải ra. Lời tuyên bố của ông không có nền tảng, không bằng chứng cụ thể nào cả. Chỉ có lời hô láo, muốn đâu nói đó, hô cho sướng miệng Trump? Vậy mà có nhiều người nghe và tin điều đó mới lạ chứ. Hết biết luôn! Phải nói là phải bó tay chấm com thôi!

Nói về Trump một vị TT "vĩ đại" của thời cuộc- Ông đắc cử trong 2016 đây. Một con người suốt 4 năm của nhiệm kỳ TT, là suốt 4 năm Trump chuyên đi làm những việc khủng, đi nói sai sự thật, nói láo rất là tăng trưởng, đặt chuyện, phịa chuyện rất là nhiều, rất đỉnh. Chuyên sản sinh những dòng tweet nơi ông với những ngôn từ của thuyết âm mưu, và chuyện khoe khoang về gia đình mình, cá nhân mình, để "nổ lên" để làm màu mè, để tự hách loạn, tự khoác lác trăm thứ về gia đình, cùng với sự thông minh tuyệt đối của cá nhân mình. Trump một vị TT - Một kẻ ngang ngược bướng bỉnh, xất xược độc tài, kể cả tàn ác. Vậy mà rất có những người ngồi yên lắng nghe sự múa môi "bề dày" phù thủy của ông ta. Họ rồi lại ham nghe, nghe tin điều đó, nghe một cách chào đón, như một món quà lớn thượng đế ban rất nồng nhiệt cho chính họ. Dù rằng sự vênh váo và bất thiện của Donald Trump rõ như ban ngày. Nhưng họ giả điếc giả ngơ để nghe. Tại sao trong mỗi chúng ta không muốn tẩy chay ông, và lại sung sướng muốn được nghe tin giả trá đó, "fake news đó." Những tin chằng chịt bóp méo sự thật đó. Chính vì thế, TT Trump có mối lợi, lý do để ông tồn tại, để ông phát triển. Và như thế ông thêm được nước rỉ tai dụ dỗ, đầy vẻ huênh hoang, ngạo mạn của một lãnh tụ tự kêu. "Make America Great..." Donald Trump đã làm biết bao nhiêu điều sai quấy. Ông làm bại hoại cả một nền dân chủ số một của đất nước Hoa Kỳ. Ông tự tay muốn bẻ gãy thước đo của một nền dân chủ, độc lập đã từng xứng đáng. Donald Trump tự tay muốn bóp nát một nền tự chủ của dân tộc - Một nền dân chủ công lý rất tuyệt vời, nhất thế giới - Của một Hợp Chủng Quốc đa sắc dân, đa thành phần. Một đất nước văn hóa đa sắc tộc, đã làm nên những điều kỳ tích và kỳ diệu này. Donald Trump như sẵn sàng "muốn thống lĩnh" phá đổ luật pháp và hiến pháp của chúng ta. Một hệ thống pháp lý chặt chẽ và năng động của tam quyền phân lập nơi xứ sở văn minh và tiên tiến này. Và chính TT Trump không ngần ngại tạo ra ác tâm, ác ý, muốn tạo ra làn sóng bè cánh, muốn làm rạn nứt đổ nát, là nguyên nhân làm gây ra sự xáo trộn, xung đột để cố tình chia rẽ nhiều thành phần trên khắp đất nước. Và TT Trump đã tạo "mở tung cánh cửa" cho sự ùa lên của nạn chia rẽ sắc dân, sự thù hận khinh thường chà đạp lên nhau, trên khắp đất nước. Một cuộc sống bất an trong toàn dân đã diễn ra thật đáng tiếc. Một thực tế vụ cảnh sát đã đè cổ giết chết George Floyd ở tiểu bang Minnesota. Chưa kể nạn dịch gần đây covid 19 Vũ Hán tấn công toàn bộ nước Mỹ, mà một vị TT cố tình làm ngơ, để cho là không có thật và sẽ biến mất thôi. Và ông cho rằng đó là sự ngụy tạo của phe dân chủ thiên tả. Hình ảnh thái độ giựt khẩu trang ra khỏi khuôn mặt mình, sau khi ông đã bị coronavirus vây lấy. Và sẵn sàng đi làm ngược lại những điều mà các nhà khoa học đã dày công nghiên cứu. Phát biểu và tweet linh tinh của ông là những điều ngược lại các nhà khoa học gia. Trái lại ông đi tin vào những mù mịt, xa vời và hoang tưởng vô căn cứ kia.

Trump có bản chất thật sự đi theo cái không thiện, cái tự tôn quá cao của mình, và bất chấp mọi thứ đúng sai hoặc thiện chí của người khác. Còn nữa TT Donald Trump đó, đã từng muốn mom men, đi theo bảo vệ các chế độ độc tài, "làm bạn" với họ, đi đêm với họ, bỏ đồng minh tốt của mình, ông chơi "chiêu" rút chân ra khỏi các hiệp nghị, làm gián đoạn sự hùng mạnh có một không hai của Hoa Kỳ trên mặt diện thế giới. Nói sao cho hết một TT Trump thiếu kiến thức lãnh đạo, đầu óc điên rồ, mù mịt, ngông cuồng tự phát, và tự cao lố bịch… Và chính xác ông là người không có khả năng hoạt tích chính trị, lãnh đạo chính trị, mà ông cứ tự phong cho mình là đã có dư thừa. Chúng ta những người nhìn kỹ và cố gắng tìm hiểu sẽ thấy. Một chính sách TT Trump quá đỗi bình thường, chẳng có gì lớn lao trong thao lược, nếu chưa dám nói là nghênh ngang mà bạc nhược, liều lĩnh mà ấu trĩ, đảo điên mà khép kín - Đã theo đuổi các chính sách để mọi mặt bất lợi cho Hoa Kỳ chúng ta. Chỉ vì TT Trump tai như bị điếc, mắt như bị mờ, não như bị nhũn… không nghĩ đến sự đi lên nhân loại cần đòi hỏi, ông không nghĩ đến sự tiến bộ văn minh song hành, công bình và bác ái, và tốt đẹp của quả đất này. TT Trump chỉ muốn cho chúng ta thấy rằng ta: " Donald Trump một danh nhân giàu có tỉ phú, bước qua làm chính trị quá dễ dàng đấy thôi! Còn chắc dễ hơn đi qua cây cầu khỉ của xứ VN ta một thuở nào chăng ? "TT Trump "vĩ đại ở đó," cốt yếu đưa ra đầy rẫy thuyết âm mưu chỉ vì cá nhân trị, gia đình trị của mình mà thôi - Nhằm nhồi nhét cho các thành phần dễ dàng tin theo, xúi quấy đến các thế hệ trẻ tương lai. Vô cùng ích kỷ, độc hại, và nguy hiểm...

Ông thừa bản lĩnh và cố tìm, cố "sản sinh" ra những thuyết âm mưu quái đảng kỳ dị - Quét sạch, tác cạn đám đầm lầy... Thuyết âm mưu đã làm nên sức mạnh cho ông ấy. Nhưng ông vẫn không chiếm được hết những trái tim nhân hậu, những lòng hiểu biết sâu sắc còn lại, những trái tim yêu nước, yêu tự do dân chủ, yêu công bình, và tâm hồn bác ái vốn dĩ ngự trị trong lòng người dân sâu đậm. Tôi một cá nhân không mấy để ý đến chính trị vốn từ lâu. Khi đã xa quê hương Đất Việt yêu dấu, bên kia TBD một trời thương nhớ. Và khi tới xứ Hoa Kỳ này chỉ thích đi làm về, cốt yếu giữ gìn sức khỏe tốt để nghe nhạc, xem phim, đọc một vài tác phẩm văn học nổi tiếng. Coi một vài quyển kinh xuất sắc... Cảm hứng bất chợt thì làm một vài bài thơ lưu lại cho chính mình, hoặc viết một câu chuyện văn chương cảm thấy yêu thích. Mọi chuyện hay dở chính trị của xã hội xin gát bỏ ngoài bên lề...

Thế mà rồi không chịu nổi "phải tức cảnh sinh tình" bận lòng trước đại dịch covid 19 với một tấm lòng trắc ẩn. Vì một vị Tổng Thống tại sao chỉ biết tham quyền, tham lợi danh, không mấy ngó ngàng về sự yên bình của dân chúng nên tôi phải viết bài này.

Cuối cùng tôi xin ghi thêm một bài thơ tôi viết trong đêm November /2/2020. (Tức là đêm, của trước ngày cuộc bầu cử diễn ra November /3 /20=)

Lời Cầu Cho

Cầu cho đất nước an bình
Cầu cho thất cử thình lình... niềm đau
Cầu cho trời đất nhiệm màu
Cho người bước chậm, về mau kịp giờ...
Cầu cho tan tác bơ vơ
Rã bầy ma quỷ tìm về lẽ khôn...
Cầu cho những đấng linh hồn
Siêu nhân độ thế trường tồn nơi dân...

Xin cám ơn những bạn đã bỏ công đọc lời tôi. Thân ái.

(TĐGT- Tức là viết tắc tên: Thuốc Đắng Giã Tật.) Viết để hoàn thành tất cả vào đêm Nov/8/20. Trân trọng!

Bài thứ 3: Kẻ Gian Lận Thì Hay Cho Người Khác Gian Lận.

Tôi nhớ từ hồi nhỏ tôi nghe câu chuyện chị tôi kể, mà tôi cứ nhớ hoài trong ký ức. Và đến hôm nay nó như trổi dậy mạnh mẽ trong tôi... Bởi vì nó có liên quan, móc xích, liên tưởng, định hình lên. Nên vô tình trái tim tôi chạm vào nỗi này...

Cần nói rõ là chị tôi người ít được đi học, vì chiến tranh lúc bấy giờ gay gắt và ác liệt lắm. Nhưng chị tôi thuộc biết nhiều chuyện cổ tích truyền miệng. Ồ - ... Và gia đình tôi lúc bây giờ phải dời chuyển liên tục, phải chạy đi chạy lại sơ tán, hai vùng Quốc Gia và Giải Phóng chiếm đóng. Bên Giải Phóng (tức là bên cộng sản hồi đó họ kêu vậy.) Vào ban đêm bên Giải Phóng họ vẫn cố gắng xuống, đột nhập tới, rồi tuyên truyền phải về với chính phủ CM lâm thời v.v...

Nhưng cuối cùng gia đình tôi đã trụ lại nơi chính quyền Quốc Gia. Một nơi ở cũng khá an ninh được bảo dưỡng. Vì gia đình tôi thấy cần ở đó sẽ an toàn, được hơn về bên GP. Về bên Giải phóng thì lính Quốc Gia cũng tràn lên "hốt" xuống. Lúc đó thì tôi độ 8 -9 tuổi. (Sau 1975 là tôi được 10 tuổi.) Lúc đó thường ngày các chị tôi vẫn hay ra đồng lam lũ cùng mẹ, trồng tỉa những cây nông nghiệp. Lúa, mía, mì, ngô, đậu v.v... chăm sóc nó.

Những khi an bình hơn, những tối rảnh rổi, những đêm trăng không có tiếng súng, tiếng súng lắng xuống... trăng sao đẹp, hoặc ngày nào, nếu không bận rộn lắm, có thì giờ là người chị tôi kể chuyện liền. Chị là người con thứ ba cách tôi một người chị là vị trí thứ tư, tôi là thứ năm (Nhưng thiệt ra tôi lại rơi vào thứ bảy. Vì mẹ tôi có mất hai đứa con trong dạ, như tôi thường nói trong các văn chương hồi ký tôi,) và hai em sau tôi nữa, đứa lên năm, đứa lên hơn bốn gì đó. Người chị này tên H (Tôi tên T...) Chị hay kể tôi nghe về cổ tích dân gian truyền miệng. Những truyện này rất lạ và hay. Sau này tôi học vẫn không thấy trong cổ tích VN? Không biết chị tôi có được "kho tàng" đó từ đâu? Ai kể mà chị biết? (Chắc chắn là một ngày tôi sẽ hỏi chị sau này để rõ hơn.) Bởi chị tôi vẫn còn sống ở VN. Những câu chuyện chị hay kể, tôi còn nhớ: " Anh què gặp hên." "Cô gái khôn lấy phải chồng dại..." "Lão già gian ác đền tội." "Tham thì thâm lấn thì mất, lận thì mạt." Và nhiều câu chuyện khác. Tôi nhớ nhất câu chuyện tôi sắp đem ra làm đề tài, làm tiêu chí đây. Bởi là "kẻ gian lận hay nghĩ người khác gian lận." Câu chuyện chị kể rất giản dị súc tích:

Rằng là một anh chàng đi ăn trộm gạo. Anh có đem theo một cái khăn lớn để trải rộng, anh hốt gạo nhà người ta ra rồi sẽ túm lấy mang đi. Trong quá trình lo hốt lấy gạo, anh tham lam quá, tay thì cứ cố hốt, hốt cho nhiều, nhiều đến nỗi mắt không cần kiểm tra được chiếc khăn trải ra kia. Và đến độ khi quá đầy, tràn đổ không còn nhìn thấy chiếc khăn nữa, thì anh cứ quờ quạng, anh la làng hỏi lung tung:

- Chiếc khăn tôi đâu, chiếc khăn tôi đâu rồi? Ai lấy mất, ai lấy mất rồi. Trời ơi trả lại cho tôi không? Trời ơi ai lấy đi rồi...

Anh không kiềm chế, lại càng bối rối la lớn hơn, và giãy giụa tức tối, vì cứ lo "của nơi mình bị mất đâu?" Anh mất đi ý thức kiểm soát hoàn toàn, và anh đã cứ tưởng khăn mình bị ai đánh cắp mất, lấy mất đi rồi, tiếc nuối." Vì lòng gian lận, nên anh lại nghĩ có một ai gian lận khác hơn. Rốt cuộc anh cứ la rống lên bải bải hoài, thì người nhà ngủ không được, họ bị chọc tỉnh thức dậy... Và họ biết chính anh là tên trộm đang la lối kia, họ phải đánh đập anh một trận cảnh cáo, rồi đuổi ra khỏi nhà...

Ôi câu chuyện là như vậy. Quả là bởi cái tâm mình gian lận, mà cứ đi lo nghĩ là người khác gian lận lấy của mình, nên hậu quả khó lường... Bởi vậy tâm tánh mình thanh cao, thì trí óc sẽ biết điều phải trái, thanh cao sáng suốt, minh mẫn trao đến, khó chao lòng. Không thể bị quẩn trí, hoặc hư hèn... Còn không là phải chịu như ngược lại thôi...

Thế đấy, đi về đề tài mình sắp nói đây. Là cựu TT

Donald Trump đã muốn gian lận, ông thất cử hẳn hoi bằng lá phiếu phổ thông và cả cử tri đoàn. Vậy mà cứ la lên "Ông đã thắng ở bầu cử này. Và Biden chỉ là một cuộc gian lận đánh cắp "chôm" thành tích kết quả nơi ông...

Thực chất thế nào? Tại sao có thể như vậy? Thiệt ra không có ai ở đây gian lận được cả? (Những sai sót nhỏ thì miễn tính.) Thế mà ông cứ bải bải la lên. Đó chính là cái nguồn gốc xuất phát nơi ông có chủ ý muốn gian lận để thắng, nên ông nghĩ đến kẻ khác gian lận thôi. Thật là oái ăm ở đời là thế đấy. Tư tưởng mình đẻ ra hành động, xách nhiễu mình... Nghĩ đến kẻ khác họ có thể làm như mình. Như câu chuyện cổ tích mà chị tôi từng kể tôi nghe, truyền cảm hứng cho tôi để đối chiếu viết bài này. Chắc quả là không sai!

Đi vào cụ thể ông chủ Nhà Trắng đương nhiệm đã có quyền bắt nạt, và cho kiểm phiếu lại? Tại sao ông không bảo các bang ông từng thắng kiểm phiếu lại, mà ông chỉ nghĩ đến các bang ông đã thua phiếu? Một việc làm chứng tỏ ông đã không công bằng, một cảm nghĩ và rất ư là tồi tệ muốn gian lận việc chi đó chăng? Muốn mình xoay xở, tráo lấy nước cờ cho mình thắng. Để Joe Biden phải thua trận. Đã vậy còn lo chạy đi kiện cáo lung tung. Chưa kể lúc là đếm phiếu chưa xong, mới 1/3 số phiếu bầu ở những tiểu bang, ông đã lật đật với lòng tham, tuyên bố ông chiến thắng. Điều đó quy cho cùng cũng chỉ là một kiểu nói đầy vẻ gian lận, đánh phủ đầu, sai lệch không thực tế, chưa kể đến vi phạm luật tuyên bố, và sai đi nhân cách! Chính ông là hiện thân một điều gian lận. Bởi khi ông đưa ra kết quả, mà hoàn toàn chưa chấm dứt cuộc kiểm phiếu? Để cho sau này thảm trạng kết quả ngược lại. Thật là một kịch bản hay và hấp dẫn không ngờ. Bởi tròng qua tréo lại, kết quả cuối cùng nhảy tới, nhảy lui khác, là phải chấp nhận thôi! Biden đã lần lượt thu lại khoảng cách, để dẫn đầu với các bang chiến địa còn lại. Ngài Trump lại ăn nói trở mòi lật lọng, không chịu thua đau. Thật là cái gian lận nơi lòng ông quá lớn, quá ham muốn cỗ vũ ông, ông lại bày vẽ ra đủ thứ, nhiều chiêu, để dành lại lá phiếu cho ông. Ông nỡ vẽ rồng vẽ rắn bắt đổi nhiều chiến thuật, cứ đòi kiểm phiếu, kiểm phiếu lại nhiều lần vẫn chưa chịu thua? Vẫn chưa mắc cỡ? Rồi tung hô nhiều thứ phi lý, vô căn cứ để bắt nạt, ông đòi kiện tụng, phát tán những câu nói lung tung hoài…

Nhưng rốt cuộc tôi theo dõi coi như Ngài Trump đã rơi vào tình trạng "thân bại danh liệt." Vì ông bị các luật sư riêng của ông - Họ từ chối đơn kiện và rút lui. Cùng với các thẩm phán chỉ trích những đường lối sai lầm, không có nền tảng xác định, không có chứng cớ để kiện tòa v.v… Vậy là các tiểu bang chiến địa ông đang hô lên kia, chỉ là một sự vu khống! Và nhất định là như vậy. Đến khi các giới chức loan báo: " *Không có cuộc bầu cử gian lận của năm 2020. Mà đây là một cuộc bầu cử trong sáng, an toàn nhất trong lịch sử Hoa Kỳ.*" Một giám đốc an ninh mạng nói nghịch ý ông, bị ông sa thải ngay tức thời, đó chính là vị tên Chris Krebs. Cựu TT Donald Trump đã lợi dụng quyền lực đang có, gian lận trong quyền lực, độc tài trong quyền lực đuổi "fire" biết bao nhiêu người. Chỉ vì họ trung thành với hiến pháp, trung thành với nhiệm vụ, trung thành với tư cách. Họ đã không tuân thủ theo ý ông muốn. Tức khắc ông "fire" không thương tiếc, ông cho họ về vườn thôi. Chính đây được coi là "nghề của chàng mà." Đúng là gian lận của Ngài Trump…

Chúng ta có rất nhiều thứ để nói về sự hư hèn, bỉ ổi ngang ngược của TT đương nhiệm Donald Trump. Như tối ngày ông cứ sử dụng twitter lên bao điều gian lận, bao điều thái quá để đi vào thiên hạ. Muốn là nói, muốn là tweet lên, muốn là kêu la, muốn là phản đối… Vì đó là nghề của ngài, nghề của Donald Trump cứ hiểu như vậy đi… Đây cũng là những đặc trưng tâm ý gian lận, và láo xược mà thôi…

Cũng cần nên nói thêm điều này. Đó là Ngài từng cho "báo chí kẻ thù nhân dân." Bởi vì báo chí đã đi lại ngược với ý muốn ông! Và nó không tuân thủ theo ý thích ông, hoặc không lợi ích cho nơi bản thân ông. Một con người chuyên quyền chỉ thích rao giảng độc tài, độc tôn. Thích được rằng là: mình tài, mình giỏi, mình hay, mình đúng, mình nhất, mình luôn tuyệt vời, mà báo chí lại phê chuẩn khác đi, sai hướng khác đi. Nên ông phải lồng lộn kêu la, và phát biểu với báo chí như vậy thôi. Đó chính cũng là "mang tính gian lận của ông." Bởi linh hồn báo chí là hoàn toàn trong sáng, là diễn giải thực tế, là sự thật phơi bày, một cách công khai của nó. Vậy có thể nói "Báo chí không gian lận với ông mà sự thật ông đã muốn gian lận nơi báo chí." Chỉ hiểu nôm na như vậy vẫn đúng, trong phạm trù này!

Còn về cuộc bầu cử năm 2020, ông có kêu ca gì, đi đến đâu ông cũng phải nhận kết quả cuối cùng là Joe Biden người đã chiến thắng - Tổng Thống 46 đắc cử nhiệm kỳ năm 2020 mà thôi. Và cuộc bầu cử này không có gian lận, chỉ rằng ứng cử viên Donald Trump muốn gian lận mà thôi*/.

Viết cuối của tháng November / 2020...

NTST (Người tin sự thật.)

Bài thứ 4. Dại Trump... Có thể...

Thật sự mà nói trên đời này có hàng trăm, hàng ngàn cái dại. Không có cái dại nào giống cái dại nào? Nhưng nó lại bắt nguồn từ một nguồn gốc. Bụi Rậm - Dại và Dại... Khờ và Khờ quá đi thôi!

Điểm mặt vài nhãn hàng Dại. Như Dại tiền, Dại tình, Dại gái, Dại đam mê... Dại lú lẫn... Và người ta cũng có thể giải thích nhiều hiện tượng của một trăm cái dại:

Sao người ta bảo Dại tiền? Sở dĩ vậy, là vì tiền mình đã chi không đúng chỗ, có thể chi cho sự dại dột. Có thể là quá trình, tỷ dụ như cho một người, để ấp ủ trái tim lạnh lẽo của mình đang khao khát? Và chính ta thích được "sưởi ấm" được hoan nghênh khen tặng, ngợi ca hô to là: hào hoa, là tuyệt vời, tuyệt phẩm, là khôn ngoan nhất. Dù là lời khen đó là không thật, khen để nịnh, khen cho đối tượng vui lòng. Hoặc còn là dại tiền, là vì tiền bỏ ra để thu lợi một cái gì đó, như kinh tế, làm ăn v.v... Có người biết nói nhưng ta chẳng thèm nghe, cứ tin là tiền mình bỏ ra là đúng chỗ. Nhưng sau đó thì cứ thất bại liên miên. Mà chủ nhân vẫn cứ tin tưởng là "Có một ngày, sẽ một ngày, ta lại là ta..." Rồi đến khi mất trắng ngồi khóc! "Thôi còn gì đâu trong cơn men đắng cay..." Hoặc dại tiền cũng ở trong dại tình, là vì bị tình lọc lừa, láo xạo để lấy tiền "thì mà là" ai đó cứ phải tin tưởng vào, gởi gắm trái tim tình và tiền vào. "Tình yêu ta lên ngôi, đợi một ngày ta được hạnh phúc ta có đôi!" Để rồi kết quả sau đó phải chia phôi "Anh đi đường anh tôi đi đường tôi- Chuyện tình đôi ta chỉ thế thôi." Chấm hết... Hi hi.

Dại tình là thế đó, tuyệt đối tin vào thần tượng trong đam mê "ngày nhớ đêm thương" để rốt cuộc chỉ còn học được chữ "Dại tình." Vì tình đã bị lọc lừa phỉnh dụ. Dại tình chắc còn cả 100 kiểu khác hơn nữa. Nhưng tôi biết bấy nhiêu, thì tôi có thể viết vắn tắt tượng trưng bấy nhiêu, ít vậy mà thôi. Xin thông cảm cho tôi.

Còn chuyện dại gái chắc nghe dễ biết hơn. Là vì dại gái là Mê Gái. Không điều kiện? Ai nói mình mê mình không chịu. Mình cho là mình trúng, mình không sai, như gió nhìn sương mai. Vì mình rành rỏi hơn ai! "Không gái nào ăn của ta, của tôi được một đồng mà?" Yes! Vâng gái không ăn của ta, của tôi được một đồng. Ăn một đồng thì để làm gì? Ăn cho đáng bậc nữ nhi anh tài chứ? Ăn cả tiền trăm tiền tỉ thôi. Ấy vậy đó...

Bắt thang lên hỏi ông trời
Có tiền cho gái có đòi được không?

Câu ca dao đọc cửa miệng nhưng dại gái vẫn là hiện tượng "chất xám bị đánh mất không hay." Người trong cuộc dại đâu có biết mình từng dại. Bởi dại mà sao tránh nổi? Chấm hết!

Còn hiện tượng dại Trump thì sao? Nó vẫn là cuộc dại dột thôi! Tức là khi nghe Trump nói. Tin vào Trump thật, Trump đúng, Mê vào Trump hay. Tưởng tượng Trump là tuyệt vời. Nên ùn ùn đi ủng hộ Trump mọi mặt, không đem lòng tiếc nuối. (Thật là xấu hổ khi fans cuồng Trump tối ngày la chửi nhan nhản trên youtuber. Trên Facebook. Tự coi Trump là vị thần "Ái Tình." Ý quên vị thần lo cho dân cho nước?

Đến khi thất cử với số phiếu dân bầu (phiếu cử tri đoàn cả phiếu phổ thông.) Vậy mà không chịu thua. Bày ra nhiều chiêu kiện tụng, đòi hỏi nhiều cuộc chiến pháp lý. Bầu cử này 2020 có gian lận? Trời ơi đã không có bằng chứng, không có nền tảng xác minh. Mà fans cuồng Trump lại cứ đi tin tưởng, lại vác cờ xí ra đường biểu dương lực lượng. Trời ơi nhìn đau cổ luôn, muốn ói luôn đó. Vậy mà họ gọi là đi tìm sự thật ủng hộ vị thần Trump make America Great...

Thật là buồn cười cho họ không có tiền dư, không dám gởi tiền về Vn giúp nạn bão lụt quê nghèo mình. Không dám tỏ lòng từ thiện với ai? Trong lúc "miếng khi đói bằng gói khi no." cần nơi quê nhà. Mà họ đi làm điều "dám thắt lưng buộc bụng," gởi tiền vào các cơ sở "làm quỹ" cho Trump để Thần Trump có tiền dễ dàng khi kiện tụng, xoay xở. Trời ơi là trời! Làm sao mà đảo ngược nước cờ mà họ cứ tin, cứ quyên góp. Tiền đó chỉ rơi vào cái "bẫy" của Trump, và những cơ sở, nơi chốn óc sáng tạo của bọn "đồng quỹ" của họ thôi. Vậy mà họ quyên, họ góp, họ vận động, họ cứ mộng mơ. Thiệt hết biết luôn! Còn nữa, rồi ngày cả đêm khấn còn vái cho thần Trump chiến thắng lại cuộc bầu cử này, 2020 này! Ôi thật là mệt mỏi. Trời ơi như thần Trump giựt tiền không hay? Vậy không phải gọi là dại Trump thì còn lời nào chính xác hơn!

Em giúp Trump là em vui lắm.

Trump mở mòi... là em sẵn có bên Trump... He he....

Bút Hiệu: CTM (Tức là Chân Trời Mới.)

MƯỜI CHÍN

Nhiệm vụ như đã xong một đời người, Thi làm việc viết văn cảm hưởng từ cuộc sống. Thi viết văn chủ đích muốn tìm ra một nhà văn cách mạng cấp tiến, hơn là một nhà văn thuần túy bình thường. Tuy nhiên những câu chuyện những áng văn của Thi có chất liệu thật, nhưng lạ, như cứ khuynh đảo, vì lãng mạn hấp dẫn, tinh tế mà sinh động, trạng thái lôi cuốn, biến chuyển rất đặc biệt... Nhất định chủ trương của Thi không dừng lại ở thô mộc cứng cỏi hoặc dễ dàng nhàm nhạt, hoặc là những trang kể chuyện khô khốc. Thế mạnh của Ngọc Thi là đã trưởng thành trên một đất nước đa sắc tộc, đa văn hóa. Nên Thi có thể học hỏi một cách phổ quát về họ, cuộc sống tâm lý họ, duy tư về họ. Song về thành trì tư tưởng nền văn hóa dân tộc Việt Nam chắc chắn là Thi không bao giờ quên lãng, hay bị đồng hóa hay xói mòn nơi đâu. Đó chính là tâm hồn người con gái Việt, phụ nữ Việt không mất nơi nàng. Tất cả đều ảnh hưởng trong cuộc đời và văn chương ở nàng.

Con cái ăn học thành tài trưởng thành; một bác sĩ một luật sư tương lai. Mọi chuyện Thi làm cho mình và con người, đem lại hữu ích cuộc sống cộng đồng coi như cũng xong. Ngọc Thi muốn trở về lại quê hương thăm lại xứ sở, có người yêu dấu biết bao nhiêu năm xa cách nhớ nhung. Vì anh Xuân Tú trên phương diện vẫn ở phụng dưỡng mẹ già và chàng vẫn độc thân chưa vợ. Thời gian và ước muốn như cân đong, đếm tưởng, để hỏi hai trái tim con người... "*Xuân sẽ đến như người ta vẫn tưởng/ Tuổi bốn mươi vẫn cứ ngỡ chỉ đôi mươi...*"

Ấy vậy. Rồi một ngày nàng trở về với ngôi nhà gặp lại Xuân Tú. Xuân Tú bây giờ đã một người đàn ông 41 tuổi. Và Ngọc Thi đã là một phụ nữ đúng 40. Nhưng không hiểu sao nàng vẫn đẹp trẻ trung, như mới ngoài hơn 30 tuổi. Nàng khỏe khắn, xinh tươi đậm đà... Họ gặp gỡ nhau mừng vui khôn xiết. Hai người không nói gì nhiều, cảm động như từ giấc mơ ảo mộng, nhưng sự thật họ đã gần nhau gang tấc rồi đây. Trong nhau ánh mắt hai người đã thay lời nói, biết bao ân tình chất chứa. Họ đẹp như thơ như tranh vẫn chưa đủ. Cả hai như trẻ ra, nhất là Thi cứ có tư tưởng nhớ lại nụ hôn ngày nào, họ vào rừng đi chơi bên nhau... Giây phút ấy cả đời nàng, giờ đã dồn vào đây... Nàng không thể nào quên lãng được...

Ngay cả khi Xuân Tú, anh đưa tay kéo một nhúm tóc Thi ở trước trán để hôn, nàng liền né ra khỏi, và nàng cười để bảo rằng với anh lúc ấy...

Thi cũng không thể nào phai mờ những hình ảnh đẹp đó. Như một cuộn phim lưu niệm của họ, đang quay về...

Và cuối cùng họ nằm bên nhau đẹp như lòng đang xúc động, ôi một giấc mơ như đi vào sự thật. Chàng nhìn vào Thi, lòng Xuân Tú bâng khuâng dào dạt mà bảo:

- Hông hiểu sao anh vẫn già chứ. Nhưng còn em? Em lại được trẻ ra như thế nhỉ em Thi?

- Em nhớ anh nhiều nên em trẻ ra thôi. Em nghĩ vậy mà. Anh có tin như vậy không nè. Nàng vẫn kiểu nói, hồn nhiên chân thật giản dị của ngày nào.

- Làm sao mà có thể như vậy em. Giải thích đi em? Anh muốn nghe thử.

- Thì nghe em giải thích nghen đây.

- Được anh sẽ nghe nè em.

- Em lúc nào cũng nhớ anh. Em chưa bao giờ thấy mình già. Em thấy em như còn trẻ như tuổi 15, khi mới bắt đầu yêu anh, mối tình đầu của em, với bao điều anh nói cùng em nghe ngày ấy. Và bao điều anh hứa hẹn bên em nữa. Cả ghen hờn và giận dỗi của trẻ con em nữa. Nên làm em trẻ ra như thế thôi. Và anh biết không, em nhớ anh như cái khi mà anh hôn lên tóc em đó... Như em mới sẵn sàng chờ đợi anh ngày ấy nè... Em nhớ nhất, và thật nhiều là điểm này.

- Lạ ghê há Thi, hay lắm em ơi. Nhưng anh cũng nhớ em sao nó không làm anh trẻ ra ta, nó chỉ đi theo tuổi thôi em?

- Thôi mà một mình em trẻ đủ rồi. Trời chỉ cho một mình em thôi. Anh có già đi cũng đâu có sao?

- Phải yêu anh nha.

- Yêu chứ. Yêu suốt đời này. Nàng nói rồi ngước lên hôn Tú. Và chàng đã sẵn lòng hôn lại.

Họ ôm nhau nơi gần lò sưởi đã thắp. Họ thật ấm cúng trong mùa lạnh này, còn gì hơn với họ nhỉ?

Chàng vỗ vỗ đôi vai Thi. Hôn lên tóc nàng, sờ nhẹ vào khuôn mặt Thi. Tú vuốt chẻ từng sợi tóc Thi như để nói hết yêu thương. Thi còn nhìn vào mặt chàng, người chàng cho rõ hơn để yêu, để dấu ái. Tấm lòng nàng đang rộn rã đọc lên bài thơ cho chàng nghe. Và đó những ngày xa cách nàng có tâm tư, làm một bài thơ để tặng riêng chàng. Qua bao ngày tháng cất giấu, giờ nàng đưa ra, nàng đọc lên Bài được mang tên: NEVBA...

Ngày em về bên anh/ Qua tháng ngày nỗi nhớ.

Qua rồi ngày cách trở/ Tình đẹp một giấc mơ.../ Để đêm hương tình nồng/ Máu về tim lâng lâng...

Ngày em về bên anh/ Hàng me như ca hát/ Biển ru thêm dào dạt/

Sóng mừng ta tương phùng... Ngàn vì sao chúc tụng. Vỗ về tóc em thơm...

Ngày em về bên anh/ Vầng trăng không xa lạ

Ngực chạm ngực ta ngã/ Cho đượm tình trăm năm/

Ta dệt mộng đêm rằm / Cho tình ý bay cao...

Ngày em về dạt dào.../ Là rừng khuya thức dậy

Lá từ xa vui vẫy/ Mở mắt hôn môi người...

Ngày em về bên anh/ Như hoa giăng ngày cưới

Thuyền ai như mắc cửi/ Nói cười vui mùa giăng...

Chính Bùi Xuân Tú cứ mơ hồ nghe được bài hát của giai điệu để con tim rộn ràng hơn. Từ đây sẽ bất diệt bên nàng người yêu, người vợ, và sẽ mãi mãi cho nhau, không bao giờ họ xa cách nữa.... Với Thi cô gái mối tình đầu của chàng- Với câu ca tuyệt đối...

Từ ngày có em về/ nhà mình toàn ánh trăng thề.

Giòng nhạc tình đang tắt lâu/ tuôn trào ngọt ngào như giòng suối/ Anh yêu phút ban đầu/ đẹp nghiêng nghiêng dáng em sầu.

Trong mắt em buồn về mau/ em ơi có khi nào lần gặp đây cho mai sau. Mình dìu sát đi em/ để nghe làn hơi cháy/ trong tim yêu nồng nàn/ Tiếc thương chi trời rộng thênh thang/ Vương vấn để rồi một đời cưu mang.

Giờ mình có nhau rồi/ đời đẹp vì tiếng em cười.

Vượt ngàn trùng qua bể khơi/ dắt dìu cùng về căn nhà mới/ Ta xây vách chung tình/ nhiều chông gai có tay mình/ Xin cảm ơn đời còn nhau/ xin ghi phút ban đầu bằng bài thơ cho em.

Nhớ thì họ nhớ lại tất cả. Những cuối cùng của thông

điệp họ vui tươi hứa sẽ cưới nhau một ngày, rồi không thể nào rời xa được nữa, họ sẽ sống bên nhau chung trọn một đời.

Còn mẹ chàng thì đang ở nơi phòng bà. Bà đang đọc sách do Ngọc Thi viết. Bà đang đón nhận con dâu với một trái tim anh tài khác thường, nhưng lại là một cô gái, một phụ nữ xinh đẹp có tình yêu thật giản dị bình thường sâu sắc nơi con trai bà...

Bà Thạnh đang coi sách mà không muốn gây ra một tiếng động nhỏ. Bởi bà không muốn một sự chi phối nào cho hai đứa, cứ để cho chúng tận hưởng phút giây hạnh phúc bên nhau, bởi khác thường vì xa nhau khá lâu... Đúng, như Thi đang ngủ mê trên vòng tay ấm êm của Tú mà cô mơ xa hơn...

Cô mơ cùng Tú đang đùa giỡn bên tuyết rơi tận một nơi nào đó đẹp lắm, với nhạc phẩm bài hát mà cô mê thích nhạc Mỹ. Em- "Darling Hoàn Hảo." Cô và anh như vẫn trẻ ra như ngày nào. Cô quả là một người có trái tim lãng mạn, và những duy tư hết sức lãng mạn...

Ôi một giấc mơ đẹp nhất của nàng. Tú cứ ngắm nàng ngủ trong giấc mơ kia. Anh xúc động và im lặng vô bờ... Thỉnh thoảng lấy tay mình, đi vuốt tóc nàng, trán nàng Ngọc Thi... Bao cảm xúc không lời chàng chưa nói hết được.

Còn mẹ chàng vẫn mê đọc sách. Một ngày nào bà coi phim vẫn không muộn. Thế giới hiện giờ là thế giới công nghệ. Có rồi, họ đóng rồi thì một ngày bà coi vẫn đầy đủ, hẳn là không muộn những gì bà mong. Bây giờ bà chỉ để ý hành văn đẹp của Ngọc Thi dẫn lên một cốt truyện hồi ký, pha chất tiểu thuyết hóa mà thôi. Bà vẫn kỳ vọng Ngọc Thi sẽ viết lên được những án văn chương hay đến tuyệt hảo. Và tình tiết nó kể sự thật, hấp dẫn lôi cuốn, tình cảm thì thể hiện chan chứa mênh mông...

Bên lò sưởi nóng rực lửa hồng, ngoài trời kia vẫn lạnh, nơi chiếc ghế dài Thi vẫn nhắm đôi mắt ngủ trong cơn mơ đẹp. Riêng lòng Xuân Tú cảm thấy hạnh phúc không đếm được. Chàng không dám cựa mình, hoặc xoay chuyển, chàng sẵn sàng để nàng gối đầu trên cánh tay mình ngần ấy, và một tay Thi đã ôm lấy khuỷu tay chàng. Ôi một bức tranh đẹp của tình yêu, chàng lặng lẽ như mỉm cười sung sướng, và thổn thức trong hạnh phúc... Những giai điệu nhạc yêu đương như xâm chiếm nhẹ vào tâm hồn hai người, vào căn phòng họ, gia đình họ, có cả bà mẹ họ. Khi mà Ngọc Thi thực sự trở về với họ, sự hiện diện của nàng trong căn nhà này...

Thông báo sự thật ***

Hai người Tú và Thi đang coi xong bộ phim. Chính Thi là tác giả phối hợp nơi đạo diễn nữ Ngọc Minh để làm bộ phim này. Cách viết văn của HDT là như vậy.

HDT, Feb /02/ 2021.

MẤT CÒN MỘT TÌNH YÊU

MỘT

Một buổi sáng mùa xuân thật đẹp, hoa nở chim ca vẫn còn ríu rít trên cành lộc biếc, gió cũng vờn giỡn trong nhiều giai điệu của ánh nắng nhẹ nhàng và dịu dàng. Tết đã trôi qua hai tuần thời gian thật lẹ. Diễm Trinh đang sửa soạn để đi lễ chùa vào tháng giêng. Không khí mùa xuân vẫn còn thơm đẹp trong hơi thở, trong da thịt từng người. Nàng là cô gái bước vào mười sáu giàu mộng mơ và cũng được ba má cưng nhiều. Ba nàng là chủ huy trưởng quân đội của tỉnh thành Đà Lạt. Mẹ đang là giám đốc một thư viện. Nàng lớn lên cũng giống như một tiểu thư con nhà quý phái. Tuy nhiên cái giai cấp bây giờ là chính họ đi đánh đổ cái giai cấp chế độ trước, để mà dành lại một chế độ mới, thời đại mới. Song bây giờ người ta vẫn có từ mới dành cho các cô cậu, với những danh từ, hay cụm từ, thuật ngữ giống giống như ngày trước thôi, đó là cô cậu con nhà tư bản đỏ. Ngày trước là con nhà tư bản, vậy bây giờ chỉ thêm chữ đỏ thôi. Suy cho về mặt ý nghĩa cũng vẫn là như vậy thôi, cậu ấm, cô ấm sung sướng, giàu có, quyền lực và tự do vậy thôi. Diễm Trinh đang quẹt phấn vào mặt, tô môi thêm màu đỏ mận cô thích và kẽ thêm đôi lông mày cho cong hơn, cô nghêu ngao hát:

Hôm nay em đi chùa Hương. Hoa cỏ còn mờ hơi sương. Cùng thầy mẹ vấn đầu soi gương... Nho nhỏ cái đuôi gà cao. Em đeo cái dải yếm đào. Quần lĩnh áo the mới. Tay em cầm chiếc nón quai thao. Chân em di đôi guốc cao cao.

Đường đi qua bến Dục. Mọi người ngắm nhìn em. Thẹn thùng em không nói. Em bây giờ mới tuổi mười lăm. Em hãy còn bé lắm mấy anh ơi. Đường đi qua Đồng Vọng. Mọi người ngắm nhìn em. Thẹn thùng em không nói. Nam mô A Di Đà. Nam mô A Di Đà

Mẹ nàng Diễm Thanh lên tiếng hối:

- Đi chùa nhanh lên con, còn ở đó vui sướng với bài hát. Mình trễ quá coi không được. Bà đang thay đồ xong ngồi ghế dựa đợi con gái.

Diễm Trinh lật đật nhanh nhảu đi mang thêm đôi guốc nàng thích, áo dài thì nàng đã mặc rồi, và chuẩn bị bước tới trình diện với mẹ nơi phòng khách:

- Má thấy hôm nay con đẹp không?

- Tất nhiên là con đẹp rồi. Nhưng có chấm chàng rể nào cho mẹ chưa nè?

- Chưa mẹ à, nhưng tình yêu mà mẹ thích cũng chưa chắc được, muốn cũng chưa chắc xong. Do duyên nợ và tiếng sét ái tình hết thôi mạ.

- Cha con gái mẹ mới mười bảy tuổi mà nói năng triết lý tình yêu chuẩn quá ta. Nhưng chọn tấm chồng thì phải khôn lên chút chứ.

- Con hã người yêu chưa có, chồng con gì mẹ hè?

- Thì mẹ nói xa xôi vậy thôi mà.

- Mẹ à lỡ con yêu một người nào đó đẹp trai, hết sức là đẹp vậy đó. Nhưng hoàn cảnh nghèo rớt mồng tơi mẹ có gả cho con không.

- Chỉ có nơi ba con thôi. Chứ mẹ nói xa xôi cho vui cửa vui nhà. Riêng con mà ưng thích, yêu ai, rồi người đó yêu lại con 10 trên10 là mẹ đồng ý thôi. Vì là niềm vui của con, mẹ coi như niềm vui của mẹ vậy đó.

- Hoan hô mạ nha. Con hiểu ý mẹ thương con lắm. Vái ông trời được như vậy cho con mừng.

- Thì hôm nay rằm tháng giêng mẹ con mình đi chùa đầu năm cầu nguyện nè. Thôi sao bây giờ mẹ con mình đi được rồi chứ?

- Dạ được, con sẵng sàn rồi.

- Vậy nhá let's go nha.

Diễm Trinh nhìn mẹ đứng lên rời ghế và cùng nàng rời nhà... Mẹ Diễm Trinh, Diễm Thanh mặc áo dài đi lễ rằm tháng giêng năm nay lần này cũng thật đẹp. Nàng nhìn mẹ xốn xang muốn nói gì đó, nhưng cần đi gấp nên nàng lại thôi im luôn.

Lẽ ra Diễm Trinh có thể lái xe đưa mẹ đi. Nhưng mà mẹ đã thích đi bộ để đón xe bus cùng đi với bao người. Họ sẽ đến một ngôi chùa nằm sâu trong núi, và có thông reo bốn bề nhiều suối, được chia rẻ ra nhiều nhánh.

Thật ra ngôi chùa này được thành lập khá lâu. Nhưng cũng có một vài lý do nào đó mà phật tử đi đến không đông lắm. Họ chỉ đi vào hai rằm, tháng bảy và tháng giêng là đông hơn. Những lễ khác thì vắng và ít ỏi. Nói như vậy là ít, vắng vẻ hơn thôi, không sầm uất và đi đụng chân như các ngôi chùa khác ở Đà Lạt thôi. Tuy đường đi đến chùa đã không còn gồ ghề hay vất vả khó khăn gì lắm. Và như đã được mời đón, không còn một hướng đi đến, mà đã ba bốn hướng đi đến chùa Hưng Tịnh...

Lần đầu tiên theo mẹ đi chùa này, cho mẹ muốn nơi ý tưởng trong dịp này. Diễm Trinh theo mẹ cùng bao khách bộ hành đón xe bus để đi. Từ nhà nàng ra xe bus quá gần và từ xe bus đến cửa chùa cũng không xa lắm, mà chỉ khoảng độ là nửa tiếng thôi, tuy họ có dừng lại thêm hai nơi nữa để đón khách.

Ngôi chùa tọa lạc nằm sau rặng trúc, chung quanh khuôn viên chùa thì có những tượng Phật và hoa tuy không nhiều lắm... Đi lên trên hơn là một cái đồi nhỏ lộng gió, và có đi qua những rặng thông dày dặn, rồi dần hồi thưa thớt dẫn đến đồi. Bên phải hông khu viên chùa có hồ nước rộng chạy dài gần giáp với mặt diện phía trước. Bên trái là những lối mòn vô rừng sâu hơn.

Lần đi đó Diễm Trinh bắt gặp chú tiểu đúng hơn là không còn chú tiểu nữa, vì chàng không còn nhỏ nhít để gọi chú tiểu. Nàng đoán chàng chừng khoảng đang 16, hay 17 tuổi gì đó thôi. Và được gọi là ứng pháp sa di, hay một sa di gì đó nàng cũng không giỏi lắm về cấp độ kêu của người nam tử đi tu. Thỉnh thoảng nàng thấy chàng đi đánh chuông ngân lên hoặc lo việc trà nước cho khách, hoặc là bận bịu cho bao việc linh tinh không ngớt. Cuối cùng nàng có thấy là chàng ngồi thiền, nhưng chàng cầm một quyển kinh đọc. Nàng để ý đến người con trai đó, khuôn mặt thật là dễ cảm, tướng tá thật là đẹp trai người cao ráo, da trắng, môi son, mắt sáng mũi thẳng, nàng đem lòng lưu luyến ưa nhìn dung nhan đó.

Chàng thì dửng dưng không để ý mấy. Nhưng riêng nàng đã bám theo sát nút còn hơn một thám tử ghé mắt vào phòng chàng, để ý hình như chàng có treo cây đàn ghi ta nữa? Nàng ngạc nhiên lẫn trầm trồ. Ôi chàng đi tu sao đẹp trai quá còn biết chơi ca nhạc. Vậy là chàng quá đáng để mình ngưỡng mộ. Và rồi nàng cùng mẹ được viếng thăm chùa Hưng Tịnh cùng bao người con nhà Phật tử khác. Tất cả đều làm tròn nghĩa vụ của một con người Phật tử đi rằm tháng giêng. Nghĩa là khách vãn lai đến dâng hương, dâng lễ cúng Phật, phóng sanh, xin xăm cầu nguyện, cầu an v.v.

HAI

Về nhà nàng một hôm thích nói chuyện với mẹ.

- Mẹ ơi con muốn hỏi mẹ nhiều chuyện mẹ giải thích con nghe nghen.

- Chuyện gì con?

- Tại sao nhạc của miền Nam VN CH lại nhiều người yêu chuộng và con cũng có cảm tưởng rằng con thích hơn. Nhạc mà ba con, ông nội con, cô chú con đã mang súng bắn phá, đi chống lại họ, giết chết họ, lật đổ chính quyền họ. Để bây giờ ai cũng muốn nghe và hát nhạc họ là sao mẹ, hở mẹ?

- Nhưng con vẫn thường hát bài đi Chùa hương, Huế Thương. Chim én mùa xuân. Cũng là nhạc của cách mạng của nhạc sĩ chúng ta đó mà.

- Có nhưng không nhiều mẹ ạ. Thật xấu hổ khi ta đánh họ mà thèm ca nhạc của họ.

- Ôi sao hôm nay con hỏi má nhiều điều rắc rối thế.

- Còn nhiều điều con muốn hỏi má. Nhưng hôm nay con muốn hát một bài này cho má nghe, để thử má có thích không nghen? Đó là nhạc của Miền Nam Quốc Gia CH...

- Bài gì con gái?

- Nắng Chiều đó mẹ.

- Ồ con hát thử đi mạ nghe.

Diễm Trinh bắt đầu hát. Thật ra Diễm Trinh là cô gái xinh đẹp hiền lành lại biết làm thơ và hát hay. Nàng vẫn là con mọt sách luôn. Nàng bắt đầu với lời ca tỉ tê tha thiết:

Qua bến nước xưa lá hoa về chiều, lạnh lùng mềm đưa trong nắng lưa thưa, khi đến cuối thôn chân bước không hồn

Nhớ sao là nhớ đến người ngày thơ. Anh nhớ trước đây dáng em gầy gầy. Dịu dàng nhìn anh đôi mắt long lanh. Anh nhớ bước em khi nắng vương thềm. Má em mầu ngà tóc thề nhẹ bay. Nay anh về qua sân nắng, chạnh nhớ câu thề tim tái tê, chẳng biết bây giờ, người em gái duyên ghé về đâu. Nay anh về nương dâu úa, giọng hát câu hò thôi hết đưa, hình bóng yêu kiều, kề hoa tím biết đâu mà tìm. Anh nhớ xót xa dưới tre là ngà. Gợn buồn nhìn anh em nói:Mến anh. Mây lướt thướt trôi khi nắng vương đồi. Nhớ em dịu hiền nắng chiều ngừng trôi...

- Ồ bài hát hay thật chứ ta. Diễm Trinh dứt câu ca mẹ nàng đã lên tiếng.

- Con nói má rồi mà nhạc bên VNCH là tình ca trăm bài hay cả trăm rưởi.

- Hay do cái miệng con nói quá kìa. Một trăm bài hay cả trăm rưởi là sao?

- Thì con thấy nó hay quá sức nên nói chơi vậy mà.

- Ba mày ổng nghe mày nói vậy ổng la chết.

- Không, mẹ à con thấy ba có nghe nhạc họ đó mẹ.

- Thiệt không?

- Có mà.

- Má có thể tin. Mấy ổng nói vậy chứ ông nào cũng thích nghe.

- Thì đó con đã nói với má mà. Chủ trương đánh người ta, mà nghe nhạc người ta mê luôn mới lạ chứ.

Im chỉ hai giây. Nàng lại cười ngây thơ:

- Thôi con bỏ qua chuyện này hỏi mẹ chuyện khác vui hơn.

- Chuyện gì nữa?

- Ồ má ơi má có thấy anh chàng sa di đẹp, đẹp trai ở chùa đó như thế nào?

- Tại sao con hỏi mẹ chi vậy?

- Thôi má khỏi trả lời đi. Con chỉ hỏi chơi thôi.

BA

Một lần khác nàng tự mình lái xe đến đó. Ôi một chiều thật là thơ mộng mới qua rồi của mùa xuân, bắt đầu muốn chớm hạ. Chớm hạ thì cái đẹp của khí hậu sôi nổi, bừng sinh, hấp lực lắm. Nàng cố bắt gặp được chàng, và trao cho chàng một cánh thư. Rồi hẹn hò:

Lá thư nàng gởi tặng:

Tình yêu đến lòng ta bất chợt
Nghĩa yêu đương cháy rực nơi lòng
Thôi còn chi nữa mà mong
Tình chưa ước hẹn mà lòng nhớ thương.
Tình đã vướng làm sao cắt bỏ
Giọt lệ cay mắt đỏ từng đêm
Hỏi ai hiểu được nhân duyên
Làm sao giải được ưu phiền nơi em
Từ ngày tương ngộ ai đem ướm mộng
Gió trăng về lồng lộng bóng ai
Thương nhau dấu ái hình hài
Khóc nhau mấy bận, trang đài còn không...

Em Mong ước

Em và anh dắt nhau đi tìm hoa dại
Vào rừng mơ để tìm dấu mặt trời
Đưa hồn về tận chốn biển khơi
Tìm hương mật trong từng tia sóng nước
Ai đã bảo tình ta là kiếp trước?

Tình cho nhau không phụ bạc ân tình...
Đẹp làm sao bằng những buổi bình minh
Lòng tự hỏi để cùng chia nhau mấy bận
Rồi trang điểm, rồi âu yếm nhau phấn chấn
Rồi hái cuộc tình chín mận ở nơi tim
Yêu mê say trong hạnh phúc đi tìm
Để đón nhận nhịp thở đời sung sướng
Chốn nhân gian ta nhận được nhiều phần thưởng
Thì mọi nghi ngờ sẽ tan biến dưới sương mai.
Tình yêu ơi em đã cho ai.
Tình yêu ơi ngọt mật sông dài...

Ngọc Dinh lần đó đọc thơ nàng, chàng xúc động loay hoay bối rối nhưng đã hồi âm.

Thơ gởi người con gái Diễm Trinh.

Anh cám ơn em, đã để ý về anh làm thơ cho anh và yêu anh. Hai bài thơ rất hay anh đọc cảm thấy vẫn thích về dư âm, và nội dung nó. Nhưng anh phải biết làm sao hơn đây, khi anh đã chọn con đường tu hành khổ hạnh. Diễm Trinh em ơi. Em có biết rằng cuộc đời nơi anh đã trải qua: Từ lúc mới chào đời lọt ra từ lòng mẹ, và hình như mới được mười tháng thôi em, anh đã phải xa mẹ, và anh ở chùa ăn cơm chùa, và học chữ ở chùa, anh đã trải qua khôn lớn nhờ nơi chùa bảo bọc dạy dỗ anh nên người. Nay nhận được thơ em làm anh xót xa thương em, và lòng anh cảm kích bối rối vô cùng. Nhưng mà làm sao đây em ơi, anh đã suy nghĩ trong nhiều đêm. Anh ví coi như kiếp này anh đã lỡ nợ em rồi. Hứa kiếp sau anh sẽ trả hết cho em... Xin em tha thứ cho anh.

Ngọc Dinh tự là Nhất Nguyên.

Nàng nhận được thơ hồi âm của chàng, Diễm Trinh buồn đau và viết lại cho chàng bằng một cánh thư khác thêm nữa:

Anh yêu Thương!

Anh Ngọc Dinh yêu thương của em.

Anh có biết là nơi lòng Diễm Trinh buồn bã không? Anh có biết là em đau khổ biết chừng nào lắm không?Khi nhận được thơ anh, em tái tê cả cõi lòng tan nát đi mất. Em như muốn chết đi chứ chẳng còn muốn sống ý nghĩa là gì. Tại sao duyên tơ vì đâu, em thầm trách ông trời, bởi sao duyên kiếp em quá phũ phàng để trao trái tim về anh, nhưng anh lại dửng dưng để làm trái tim đó rỉ máu ân tình, và anh không tội nghiệp cho em sao. Em biết nói thế nào cho anh hiểu hơn đây, thông cảm cho nỗi niềm cho người con gái trót dại vì ái tình, vì tâm tư quá yêu anh đây.

Anh ơi. Anh Yêu thương

Thôi thì em chỉ còn mong anh một điều là, dù cho mai này chúng ta cách trở hai nơi, dù xa cách quan san, dù mai này nơi em và anh, chúng ta không được thắm dây tơ hồng, em không được anh yêu thì em mong anh cho em một ân huệ. Nghĩa là em được gặp anh một lần và chỉ một lần thôi em cũng mãn nguyện. Cho em được gặp anh nơi đó trên đồi rừng thông sau lưng chùa Hưng Yên em sẽ ngồi bên anh, và em sẽ hát cho anh nghe vài bản tình ca để em vui buồn với kỷ niệm nhớ anh trong cuộc đời em. Anh ơi anh vẫn có thể đàn cho em nghe một lần nơi đó, dù cho tình em nơi đơn phương... Em đã thấy anh có cây đàn guitar nơi phòng anh. Thì cố nhiên anh biết chơi đàn guitar mà. Xin anh tha thứ, em đã yêu anh và cố tình biết những gì anh có khả năng một người con trai đã khiến em nặng lòng tơ tưởng...

Thôi thì anh cho em một ân huệ đó, em không nghĩ làm khó anh đâu. Như thế em cũng vui và đủ một mãn nguyện nơi lòng ấp ủ.

Vậy nhé anh em xin anh thương em và để cho em còn sống nơi cuộc đời này vẫn còn một chút ý nghĩa.

Em người con gái trót yêu anh và tự làm khổ trái tim mình. Diễm Trinh.

Khi nhận được thư Ngọc Dinh lần thứ hai nằm suy nghĩ buồn bã, gối tay trên trán trăn trở như muốn xao lãng cả việc học hành kinh kệ, xao lãng cả việc nghi thức nơi chùa, chàng từng năng nổ và làm việc. Ngọc Dinh có cảm giác chàng như chưa yêu nàng người con gái gởi thơ than thở kia. Nhưng chàng cũng động lòng thương một cô gái lòng son trẻ đã có cảm tình dành cho chàng nhiều. Và rồi chàng tự đặt ra câu hỏi có nên gặp nàng như nàng mong đợi không. Ôi Diễm Trinh, Diễm Trinh một cái tên khá dễ thương và mặt mày khá tươi đẹp nơi nàng. Song trong tim chàng chỉ rung động bằng tình cảm con người, chứ về tình yêu, về ái tình thì chàng chẳng có, không có.

Và rồi công việc nghi thức chàng vẫn thường ngày làm cho chùa Hưng Tịnh, quét dọn, sửa sang hoa quả, cơm nước, châm trà, đốt hương lên đèn, thỉnh chuông cho thầy xong, trời đã ngã về chiều chàng gắng tranh thủ lội vào nơi đó.

Thế là hai người được gặp nhau. Diễm Trinh đã lái xe honda 50 phân khối đến đó và giấu khuất sau rặng thông để lên đồi gặp chàng.

Nàng khóc than khi mà chạm mặt hỏi chàng, hình như những giọt nước mắt phải ứa trào nơi Diễm Trinh đã giấu kín:

- Anh ơi tình yêu vốn làm cho người ta đau khổ. Nhưng tại sao em lại yêu anh để nhận lấy khổ đau như kiếp nhện giăng tơ kia hã anh? Tại sao em đi chùa để gặp anh làm gì hã anh?

Ngọc Dinh vẫn trấn tĩnh và trả lời:

- Em à anh cám ơn em đã có tấm lòng chân thật với anh, nhưng anh đã đi tu rồi. Thì làm sao anh yêu em được. Anh đi tu mà đem lòng yêu em là có tội. Nếu mà anh ở ngoài đời anh sẽ yêu em liền thôi. Ngay cả em yêu anh em cũng mang trọng tội, Diễm Trinh ơi em nghĩ lại đi.

- Tình yêu là duyên nợ mà anh. Em chẳng có tội gì cả anh cũng không tội tình chi cả. Mình yêu nhau là đem đến hạnh phúc cho nhau, em đâu cố tình đi ám sát anh, hoặc anh cố tình để đi giết em mà nói có tội anh?

Câu trả lời của một người con gái thơ ngây và hồn nhiên thật đáng yêu, nhưng chàng vẫn phớt lờ giải thích:

- Trên đời này gây ra tội lỗi nhiều cách khác nhau, nhiều sự kiện hoàn cảnh khác nhau. Em chưa hiểu hết cội nguồn gốc rễ của tội lỗi. Em cứ nghĩ đơn giản một chút về em. Em có thể gặp nhiều người con trai đẹp hơn anh, và sẽ yêu em hơn anh, đem hạnh phúc cho em hơn anh. Vậy thì sẽ tốt hơn cho em.

- Em yêu anh rồi anh lại biểu em đi chọn người khác là anh tàn ác với em. Chắc em không xinh đẹp làm anh không rung động đứng trước anh thôi, và ở trong đôi mắt anh thôi.

- Không không phải vậy em. Em xinh đẹp lại hiền lành, rồi biết làm thơ biết hát hay thì quả là một hạnh phúc tuyệt trần cho anh chứ, nhưng chỉ vì anh là một sa di và anh là một sa di mà thôi. Anh không có cái quyền để yêu em.

- Anh đi tu là học điều bao dung bác ái thương người, đi tu là làm những điều hiền đức cho nhân loại này mà. Vậy em tỉ dụ có một tiếng khóc của em bé anh nghe được, anh không thương, anh không nặng lòng xót xa, không cảm động cho em ấy khóc sao?

Chàng không hiểu ý nàng lắm, mà vội hỏi:

- Em nghĩ sao mà em bảo thế. Dĩ nhiên là động cảm khi nghe tiếng khóc em bé chứ?

Nàng lại nói:

- Vậy sao anh không thương em, khi em buồn khổ khóc than hã anh?

Chàng ỡm ờ bảo:

Ngọc Dinh Nhất Nguyên này đã vì đi tu, là em biết phải quên hết cõi nhục dục của thế gian, đã hy sinh vì đạo pháp làm sao anh có thể... Hã Diễm Trinh em ơi...

Nàng lại nói:

- Anh vốn muốn đem lại vạn điều hạnh phúc cho tha nhân? Sao chỉ một điều hạnh phúc tình yêu cho em anh nỡ chối từ. Trời ơi... *Người đâu gặp gỡ làm chi. Trăm năm có biết duyên gì hay không?*

- Ô hay em lại đọc thơ Đoạn Trường Tân Thanh - Truyện Kiều để trách cứ anh.

- Ủa sao anh Ngọc Dinh biết Truyện Kiều vậy hã anh?

- Anh có quyền đó. Khi anh trưởng thành năm rồi lên 18 Thầy cho anh đọc để giải trí thơ văn thôi.

- Vậy là anh quá am tường mọi thứ, chỉ vì anh tàn ác với

em. Anh không đem lòng để mà yêu em thôi.

- Nhưng mà em đã nói anh gặp em để nghe em hát và dù sau đó xa nhau em lấy làm kỷ niệm thôi mà. Vậy thì mọi yêu cầu em đã đi xa hơn lời em nói quá nha.

Ngọc Dinh mới cười tươi chọc nàng, nhưng rồi lại buồn.

Và chàng tự động buồn bã nhìn trời đã sắp vào đêm nơi đây. Sau đó nàng hiểu ý chàng, nàng gục đầu muốn hát cho chàng nghe. Nàng bảo:

- Đúng rồi anh hãy cho em hát một bài bên anh và coi như em cũng mãn nguyện, em không đòi hỏi hơn đâu. Nàng hát bài: Ngày Xưa Anh Nói. Ngọc Dinh có đàn guitar và tự đệm đàn hát theo nàng vài đoạn như ý nàng thích: Xin trích bài hát hay này:

Ngày xưa anh nói: "Anh thương có em thôi không ai ngoài em nữa"!Ngày xưa anh nói: "Em như áng mây trôi, theo anh về cuối trời!" Muôn kiếp xây đời, dựng lều hoa bên suối, sống cho nhau mà thôi. Những lúc sương chiều rơi, và khi gió lơi, rồi mùa đông băng giá em không ngại đơn côi.

Ngày xưa anh nói: "Không mơ ước cao sang, hay cung vàng gác tía" Ngày xưa anh nói:Anh mơ có em thôi, cho tim hòa tiếng đời."

Đôi bóng chim trời quyện vào nhau bay mãi tới phương xa nào đâu, đón ánh sao tình yêu, buồn vui có nhau, để ngàn câu thương nhớ xanh thắm màu nhớ thương

Thời gian đi qua bao mùa trăng, ở chốn phương trời xa, anh đi mãi chưa về, em đây vẫn trông chờ.Từng đêm trông sao nhắc tên anh. Sao ơi! sáng ngời thêm, soi qua lòng đất mẹ, lạy buồn thôi não nề.

Ngày xưa anh nói: "Tuy xa cách đôi nơi, nhưng hai người một lối." Ngày xưa anh nói: "Em ơi, có chia phôi mới biết tình lâu dài."Anh hãy quay về... Sương khói tan rồi. Đẹp mùa vui xác pháo thắm tung trên thềm hoa, những gió mưa buồn xưa chìm theo giấc mơ, trọn đời cho thương nhớ, muôn kiếp tròn nhớ thương.

Sau thì Ngọc Dinh tự ca anh thích là bài Tình Bơ Vơ. Anh hát và đánh đàn guitar một cách say mê...

Anh dứt bài ca xong, anh nhìn nàng. Diễm Trinh lại mỉm cười hỏi:

- Ủa sao anh biết nhiều nhạc tình thế.

- Thầy cho anh hát mới vài năm nay thôi để giải trí cho vui.

- Ô vậy thì nơi chùa này cũng cấp tiến quá mà anh.

- Chỉ là giải trí nhạc hay thôi em. Còn phải giới luật là vẫn giữ nguyên, trau dồi phẩm hạnh chứ.

- Em hiểu... Nhưng cũng có bao ni cô hoặc sa di bỏ chùa về với đời mà anh.

- Chuyện đó là không tránh khỏi khi họ hết duyên nơi chùa, nơi cửa Phật thôi. Nhưng anh không muốn mình như vậy đâu Diễm Trinh.

Nàng bỗng từ đâu buồn và muốn rơi nước mắt để khóc nữa.

Chàng xót lòng đem lời năn nỉ:

- Thôi đừng buồn em ạ để anh coi lại thôi.

- Thật không anh?

- Nhưng nếu anh ra chùa thì mình sống làm sao đây hã em? Thiên hạ sẽ đồn thổi về em và anh rất nhiều.

- Đã là tình yêu em và anh sống cho chúng ta mà thôi, Không cần ai khen chê, hoặc là quan tâm quan tưởng chi cả. Nè anh ơi ba má em giàu có, em sẽ tìm cách giúp anh, giúp cho tình đôi ta.

- Nghĩa là sao em Diễm Trinh?

- Em có vàng má em cho em, em có nhà bank riêng mình sẽ trốn đi lập nghiệp chứ sao. Em cả đời này yêu anh và chỉ thích sống bên anh mà thôi. Dù phải vào chốn nơi nao, thâm sơn hay cùng cốc...

- Cám ơn em đã nghĩ đến anh nhiều. Thôi thì anh cũng đã xao xuyến khi gần em đây. Anh nghĩ anh cũng đã yêu em rồi.

Nghe chàng nói, nàng vui sướng ngã người vào vai chàng và ngồi vào lòng chàng hôn lấy hôn để. Chàng như bị kích động quá đứng dậy bồng nàng lên tay mình và để bứng nàng đến một chỗ khác ngồi thêm.

- Cám ơn anh cám ơn anh em sung sướng lắm, sung sướng như muốn chết được bên anh nè.

Trăng đã lên cao, hai người ngồi bên nhau tình tự thêm. Gió như lao xao, cây lá như sột soạt, màng đêm rung động mập mờ như trao về cho họ, một món quà thật tuyệt diệu...

Họ đâu nghỉ rằng khi ái tình đã làm cho họ quấn quít, say nồng và rồi đón nhận dễ thương như thế đó...

BỐN

Lần thứ hai cũng một đêm trăng thanh của mùa hè. Diễm Trinh tiếp tục lái xe hẹn chàng đến điểm đó, như lần trước sau chùa, nơi đi qua một thung lũng, rồi đến gần khu đồi lộng gió...

Lần này nàng cố tình đã mua cho chàng một chiếc áo sơ mi màu cam hồng và quần tây nâu. Để chàng thay cho bộ độ tu hành chàng thường mặc áo nâu lam kia.

Nàng bảo khi gặp:

- Nè anh Dinh ơi, anh đi thay bộ đồ này đi, anh sẽ đẹp trai như một hoàng tử.

- Vậy sao em muốn hã?Anh đi thay nghen chỗ nào hời em?

- Em không nhìn đâu mà. Anh cứ đi đến chỗ nào gần tiện thì cởi ra thay đi.

- Nhớ không nhìn anh nha. Nếu em nhìn anh không mặc lại được đó.

- Hi hi. Em hứa mà. Nàng đã mỉm cười chân thật và đáp.

Chàng rảo quanh một nơi kín đáo, đi vào hố thấp thung lũng sâu hơn, có những tàn thông che chắn, và nán lại nơi đó nhìn rồi chàng phải làm, như dạn dĩ ra, để đi thay cho bộ đồ. Dinh tự ngắm nghía và ngượng ngùng tý đỉnh, vì từ nhỏ đến giờ Dinh chưa mặc đồ kiểu như vậy.

Nàng ngồi chờ chàng. Diễm Trinh vẫn mỉm cười bâng quơ.

Một chốc sau chàng trở lại nàng thấy chàng đẹp thêm bội phần, dù dáng dấp chàng chưa được tự nhiên cho lắm.

- Đó anh tin không bây giờ anh đẹp lắm. Nàng bảo.

- Nhưng anh chỉ thấy anh mặc đồ tu đẹp thôi.

- Anh thấy không bằng em đâu. Anh giờ đẹp hơn em nhiều chứ, nếu so sánh đôi ta.

- Em là cô gái đẹp nhất mà, không thua ai đâu. Nhưng mà nét của em giống ba hay má vậy Diễm Trinh?

- Em giống em nhất thôi.

- Em trả lời hay ghê. Chàng cười tươi nhìn nàng.

- Thì em giống em nhất mà. Tin em đi. Hi hi.

- Anh phải chào thua câu em trả lời thôi.

Chàng đã ngồi xuống bên nàng. Tay vẫn còn cái bọc nhựa màu tím có bộ đồ anh thay ra và xếp vào trong đó. Và anh đã để hờ bên cạnh mình. Dinh đang nghĩ ra một chuyện để lên tiếng:

- Diễm Trinh ơi. Cho anh hỏi em nhé. Em ơi, em yêu anh, ba má em có chịu không? Có vui không?

- Em thương anh là thương một nam tử đi tu đẹp trai hiền hậu, chứ em có thương một kẻ lưu lỏng trộm cướp đâu. Ba má em sẽ chịu thôi mà. Làm sao không vui được chứ. Cứ tin em đi anh.

- Em kể má em làm giám đốc ở thư viện chắc trong coi quản lý sách và công nhân làm việc chu đáo và chắc còn thời gian tha hồ đọc sách nhiều há. Còn ba em thì sao hã em?

- Lúc trước má em từng làm trưởng phòng, chủ tịch kiêm giám đốc quản trị một của hàng mua bán vàng bạc đá quý, vì đó là cơ ngơi tiền thân của ông ngoại em. Sau này má chán chỗ ganh đua hiềm tỵ, má đã muốn về thư viện cho yên tĩnh hơn và má em cũng mê đọc sách. Còn ba em danh nghĩa chỉ quản lý quân đội của tỉnh, tối ngày chỉ thích đánh cờ uống rượu thôi.

- Vậy là ai đi lính hoặc không đi lính trong tỉnh ba em quyết định hã?

- Em không rành lắm, chỉ thấy ba soạn thảo công văn chỉ thị đưa về các huyện, và ông có đi gặp các người ở huyện đội hay ai đó em không quan tâm nhiều về chức năng nơi ba.

- Vậy hã em?

- Ừa anh. Bây giờ nói về mình thôi. Vậy là cuộc sống mình sắp sang trang anh nhé. Chúng ta sẽ trốn đi để sống cho nhau trước hết. Xã hội này từ xưa đến giờ, nhiều người yêu nhau và trốn đi lập nghiệp nhiều mà anh.

- Anh hiểu ý em. Thương em quá anh đã liều không biết về sau ra sao?

- Mình lập nghiệp anh à, em cũng có số tiền lớn và vàng bạc cho chúng ta mua gạo thóc mà...

Đó là lần nói chuyện cuối cùng để họ thực hiện ước mơ.

**

Ngọc Dinh định viết một lá thơ cho thầy chàng viết xong nhưng mà không dám gởi. Lời trong thư chàng viết là:

Kính thưa thầy. Thư con gởi đến thầy.

Con là Ngọc Dinh pháp danh tự là Nhất Nguyên. Con xin thưa thầy một chuyện, mà lẽ ra con không dám can đảm để nói thưa cùng thầy. Và con vẫn biết là con rất đau lòng khi con viết thư cho thầy, để tâm tình một điều, mà điều đó là một điều sai phạm, hư đốn, lạc lối nơi giới luật. Khi mà con đã ra đi...

Thầy ơi con biết nói thế nào cho thầy hiểu. Và con biết bao năm qua thầy và các sư vãi nuôi nấng con lên người sống dưới mái chùa, niềm hạnh phúc nơi con là đã quy y thọ pháp. Nhưng mà ngày hôm nay duyên nghiệp con lại đi về một nẻo khác... Con vì tình yêu một người con gái và con đã vì ái tình. Vì ái tình đã làm cho con sống lại một mảnh vườn vì ái ngữ, vì bản ngã. Ngày xưa con lớn lên và giác ngộ phập pháp đi tu là tìm về cõi an lạc niết bàn, thanh thản quên mình nơi chúng sanh tục lụy, và con hằng tâm quên hết mọi hạnh phúc tầm thường, cũng như ưu phiền của thế gian mà cuộc đời nhân gian gặp phải. Con đã tôn thờ Phật pháp và giữ gìn ngôi tam bảo. Con đã xuất gia trong trách nhiệm và bổn phận. Vậy mà đến hôm nay con đã thưa thầy... Vâng con đi yêu một người con gái, con đã chạm tay hái một quả cấm nơi lòng...Vâng con đã biết yêu, và đi yêu một người con gái xinh đẹp hiền lành nhân ái, để tô điểm cho cuộc sống chúng con.

Thưa thầy thôi thì xin thầy hãy tha thứ cho con và người thiếu nữ con nặng lòng đón nhận tấm lòng nơi nàng. Đội ơn thầy.

Con Ngọc Dinh. Nhất Nguyên...

Thật sự Ngọc Dinh cũng không biết mẹ chàng là ai ba chàng là người như thế nào. Tại sao họ bỏ rơi chàng nhưng thật sự, Ngọc Dinh đã lớn lên theo thời gian ở chùa rồi đi tu, và chàng muốn bỏ qua để tỉnh lặng tu hành mà thôi, chàng không nghĩ gì khác hơn cuộc đời gắn liền với căn tu và thọ giới...

Thật ra Ngọc Dinh con của một người cha cấp bực là Trung úy nhưng là đi cải tạo năm 1976, tức là sau một năm thành phần thân cộng Bắc Việt đã chiếm cứ miền Nam hoàn toàn. Anh trung úy Ngọc Bảo mới nhận lịnh đi học tập cải tạo, Nguyên tắc là ban đầu họ tha cho, vì anh còn rất trẻ, Sĩ Quan Đà Lạt mới ra trường, song sau rà sót lại anh có công có thành tích cho chính quyền quốc gia Miền Nam, nên lệnh mới người chiến sĩ trẻ đó vẫn phải ra đi cải tạo tận Miền Bắc, nơi núi rừng xa xôi kia, khi chính sách bên thắng cuộc đưa ra. Và rồi bị trải qua cực khổ, anh không chịu nổi đã chết đi.

Mẹ Ngọc Dinh là Lệ Trâm đúng vào thời điểm lúc đó lại mang bầu cũng vào năm 1976. Mẹ anh vừa sinh anh ra thì lại muốn vượt biên, vì có dịp, có chuyến mời tham gia để đi, đi có con mang theo thì khó khăn vất vả, và nguy hiểm khó an toàn trôi chảy cho việc. Mặc khác Lệ Trâm không muốn ở lại với chế độ tàn độc, đối .với cái chết vô lý của chồng nàng. Và còn về nàng tương lai chắc sẽ mù mịt. Nên Lệ Trâm quyết định đành ngậm đắng gởi Ngọc Dinh lại cho một người bạn của Ngọc Bảo nuôi nấng ở trong chùa. Để Lệ Trâm ra đi dù bà nghĩ là đã sai với con thơ, nhưng mọi sự bên đời ai mà trọn vẹn được khi hoàn cảnh bắt buộc. Và người bạn ở trong chùa đó tên là Võ Toàn pháp danh là Nhất Tâm - Vốn dĩ chàng là bạn thân của trung úy Ngọc Bảo lúc còn học sinh, chàng trốn lính và không tham chiến cho bên nào. Không biết người đó sợ chết đi vì súng đạn hay lý do nào, ý tưởng nào khác hơn, hoặc có căn tu từ nhà Phật chẳng ai hiểu được. Ngọc Dinh cậu bé chưa được mười tháng được mẹ gởi vô nơi đó cho Võ Toàn pháp danh Nhất Tâm, và để nhờ một sư vãi đã lớn tuổi, chăm sóc bảo bọc, nuôi nấng lớn lên. Ngọc Dinh được lớn lên trưởng thành từ đó và chàng thấm đạo muốn đi tu theo thầy Nhất Tâm. Và cố nhiên Lệ Trâm được biết tin chồng Ngọc Bảo đã chết đi, khi bà mới sinh Ngọc Dinh vừa tròn ba tháng, và cậu bé sơ sinh ấy chưa thấy mặt cha bao giờ…

Ôi cuộc đời ai cũng luôn đi ra nhiều hướng lạ, chia ra nhiều lối rẽ và biến chuyển khác thường.

Nói về cuộc đời Diễm Trinh và Ngọc Dinh. Cuối cùng vì nàng cô gái xinh đẹp, hát hay, biết làm thơ dễ cảm, nên chàng Ngọc Dinh đã mủi lòng yêu Diễm Trinh và chàng đã vì nàng mà ra khỏi chùa Hưng Tịnh.

Hai đứa trốn đi tạo dựng cuộc sống. Hạnh phúc ban đầu, dù nghèo mà họ có một hạnh phúc thật tuyệt vời nơi núi sâu một xóm thôn thưa thớt trong buôn bản. Nơi có dân làng thượng người Lạch (Lat, M'lates) và một số người kinh lập nghiệp ưa thích nơi đó.

Thấm thoát thời gian cứ trôi qua, mặt trời cứ mỗi lúc bình minh dậy và hoàng hôn xuống. Nàng sống bên chàng thật là cam khổ nhưng ngọt ngào trong tình yêu. Ngôi nhà mà chàng cùng nàng tự kiếm chặt những cây rừng phù hợp để dựng lên.

Tội nghiệp cho Diễm Trinh nàng phải dùng liềm thợ gặt để đi cắt những đám tranh đặng lợp cho mái nhà. Tay chân nàng đã bị trầy xước rách xé đôi chút, vì lá tranh tươi bén nên cắt xé, và những loại cây cỏ chung quanh gai gốc, nàng trì kéo đụng chạm tới nó thì nó cào tướt, dù nàng vẫn dùng bao tay bảo vệ, nhưng đâu phải lúc nào cũng phải dùng bao tay kia chứ, lắm lúc nàng cũng cần mở ra để thao tác làm dễ hơn. Trinh biết nhiệm vụ của người vợ, nàng dùng dây rừng cột bó lại, và nhờ chàng vác về thay mình, nàng vẫn cố gắng phụ vác cùng chàng, nhiều khi thấm mệt, song phải vượt qua...

Một hôm chàng thấy nàng đổ mồ hôi lăn tròn trên má, khi đặt bó tranh xuống sân nhà và thở hổn hển. Chàng lên tiếng:

- Tội nghiệp em quá, thương em lắm. Anh là nam tử sao cũng được. Em là thiếu nữ, liễu yếu đào tơ vốn dĩ, mà vất vả anh nhìn em lòng xót xa không sao chịu nổi.

- Em yêu anh mà, mình yêu nhau mà khổ cực là em biết. Em vẫn cam được thôi. Sống bên anh, được anh yêu là em thấy hạnh phúc rồi.

- Cám ơn em.

Nhìn Ngọc Dinh nói và thái độ chàng, Diễm Trinh cũng xúc động muốn rơi nước mắt trong niềm sung sướng dào dạt.

Ở nơi đó Diễm Trinh có tiền vàng bạc nàng mang theo, nhưng nàng đã nghĩ ra cách làm kinh tế và cho vui vui hơn trong cuộc sống. Ít ra nàng cũng không muốn quá phụ thuộc vào đồng tiền mang theo, có ngày sẽ nó cạn dần thì sao. Tiền mà của núi không kiếm ra thêm thì cũng hết thôi. Nàng đã bàn cùng chồng trồng hoa lan, và ít loài hoa khác để bán kiếm tiền thêm. Chàng thì cũng biết bổn phận vào rừng lấy tìm mật ong và hái nấm để bán luôn. Ngọc Dinh đồng ý và cho nàng có sáng kiến hay. Và chàng không phút giây nào chàng quên được ân tình nàng đã cho chàng, và niềm cảm động đó nàng càng thấm đậm hơn trong tim chàng, Và thế rồi là một vườn lan họ gầy dựng khá đẹp mắt, nàng săm soi tưới nước, chàng bón phân, băm gốc tỉa cành. Hai vợ chồng chăm sóc vườn hoa, và nâng niu như những đứa con xinh đẹp của họ...

Thế là ngày đi làm, có khi chàng ở nhà chăm sóc cùng nàng, vui bên Diễm Trinh, nhưng nhiều thời gian hơn chàng phải vô rừng sâu, lội tìm từng con suối vắng để đi tìm mật, những việc tìm kiếm nơi chàng...

Đến chiều thì chàng không bao giờ được về muộn, nếu mà chàng về muộn là Diễm Trinh buồn khóc bắt đền. Có một lần xảy ra như vậy. Ngọc Dinh vì ham theo đuổi một lũ ong ruồi hút nước ở lòng suối, rồi vươn cánh bay biến về nơi tổ, chốn rừng sâu hơn, chàng lại loay hoay tìm kiếm phải theo nhìn chúng, rồi lại thấy nấm mèo thật nhiều trên một thân cây, chàng vui mừng và phải hái nốt để đem về. Tổ ong thì chàng đã thấy nhưng cứ để nuôi dưỡng mật cho nó lớn hơn thêm, chàng phải làm nhiệm vụ với nấm kia. Thế thì Ngọc Dinh đành về muộn đôi chút. Và chàng về nhà thấy nàng khóc than rên hù hụ, chàng đã phải năn nỉ và hứa để làm lành nơi nàng.

Và rồi Ngọc Dinh lấy bút vẽ nàng nhanh chóng. Bức tranh đó vô tình, và sau này chàng ưa vẽ tranh không ngờ chàng có thêm một nghề vẽ tranh bất đắc dĩ, mà trở nên tuyệt vời. Nàng cũng quá yêu thích nơi chàng đủ thứ...

Thường thì tối nàng ưa đọc văn hay cho chàng nghe dưới ánh đèn lù mù dầu đã phải khêu hết ngọn để sáng. Ngược lại chàng cũng đọc thơ cho nàng nghe qua. Là như họ có mối nhân duyên trời định tâm đầu ý hợp lắm. Nàng đã đọc những đoạn văn hay trong tác phẩm Hồn Bướm Mơ Tiên của Khái Hưng mà nàng quá thích. Những đoạn văn miêu tả và đối thoại rất là tuyệt, rất là hay. Bên chiếc giường tre mộc mạc, cạnh một chiếc bàn nhỏ, Diễm Trinh nằm đọc cho chàng ngồi nghe:

"Phía tây, sau dãy đồi cỏ biếc, sắc trời đỏ ửng, lấp loáng qua các khe đám lá xanh đen. Mái chùa rêu phong đã lẫn màu cùng đất, cùng cây, cùng cỏ. Khoảnh khắc, mấy bức tường và mấy cái cột gạch quét vôi chỉ còn lờ mờ in hình trong cảnh nhuộm đồng một màu tím thẩm.

Trong làng không khí yên tĩnh, tiếng chuông thong thả ngân nga như đem mùi thiền làm tăng vẻ đẹp cảnh thiên nhiên. Lá cây rung động, ngọn khói thướt tha, bông lúa sột soạt, như cảm tiếng gọi của Mâu Ni, muốn theo về nơi hư không tịch mịch. Ngọc liếc mắt nhìn chú tiểu, thấy chú vừa đi, miệng vừa lâm râm cầu nguyện, nét mặt có vẻ mặt tưởng trầm tư...

Cái buồn rất hay lây. Đi cùng đường với một người, hình dung cho chí tâm hồn, phải đều nhuộm một vẻ ủ ê chán ngán, Ngọc cảm thấy trong lòng nảy ra mối sầu vẫn vơ, man mác và đoái nghĩ tới cảnh náo nhiệt phiền phức ở Hà Thành.

Nhưng tuổi thanh niên dễ buồn mà cũng dễ vui. Lúc ấy lên đồi, đường đi khấp khểnh, đá sỏi thì trơn, lại thêm trời nhá nhem sắp tối, nên Ngọc trượt chân suýt ngã, văng cái va li xuống sườn đồi. Chú tiểu vội kêu:

– Chết chửa! Ông có can gì không?

– Không.

Ngọc toan trèo xuống dốc nhặt va li thì chú tiểu đã vội đặt thúng sắn, thoăn thoắt chạy xách lên.

– Cảm ơn chú.

Hai người cười ồ. Chú tiểu nói:

– Ông nên cẩn thận, gần đến chùa rồi có cái giếng cạn ở bên đường khéo mà ngã xuống đấy thì khốn. Để tôi đi trước dẫn đường cho.

– Cảm ơn chú. À quên, tôi chưa hỏi tên chú?

– Tôi là Lan.

Rồi chú trỏ tay bảo Ngọc:

– Tam quan đây rồi.

Tam quan chùa Long Giáng cũng như nhiều tam quan các chùa vùng Bắc, cách kiến trúc rất sơ sài. Trông như cái quán, có ba gian hẹp, trên nóc làm dô lên một cái mái nhỏ giống hệt cái miếu con. Và tam quan không có cánh cửa mà hình như chỉ một cảnh để bài trí cho đẹp mắt chứ không dùng để ra vào. Vì thế tam quan xây ngay trên sườn đồi đứng thẳng như bức tường không ai leo lên được. Còn ra vào đã có cái cổng con.

Chú tiểu Lan đưa Ngọc đi qua một cái vườn sắn, rồi vòng quanh một bức tường hoa...

Diễm Trinh mỉm cười nhìn Ngọc Dinh có lắng tai không? Và nàng đã chuyển lật sang một đoạn văn miêu tả cảnh khác mà nàng đã làm dấu rồi. Nàng cất lời hỏi Ngọc Dinh thêm:

- Anh có nghe em đọc nữa không?

- Thích chứ em yêu.

- Vậy nghe tiếp đây, nghe nè anh:

Ngọc phần thì đói, phần thì cơm chay lạ miệng, nên ăn ngon lắm. Chàng nghĩ bụng: cứ bảo ở chùa kham khổ, nhưng đậu, vừng cùng dưa, cà chẳng kém gì thịt cá. Tự nhiên trong trí Ngọc nẩy sinh ra cái ý tưởng muốn xa lánh chốn phồn hoa.

Ngoài sân ánh trăng chiếu lờ mờ, rặng tường hoa lồng bóng xuống lối đi lát gạch, mấy cây đại không lá ẻo lả, uốn thân trong vườn sân um tươi. Vạn vật có vẻ dịu dàng như muôn màu thiền êm đềm tịch mịch hơn...

Diễm Trinh ngừng lại, âu yếm nhìn Dinh rồi bảo:

- Đoạn này tuyệt vời nhất nè anh.

- Thì anh nghe hết khi em còn đọc chứ.

- Vậy nhé. Nàng mỉm cười nhìn chàng nữa và đọc tiếp:

Lúc ấy Lan dịu dàng hỏi:

– Thưa ông, chiêm bao lành hay dữ?

– Chiêm bao thú lắm. Tôi thấy tôi đi với một người sư trẻ tuổi, chỉ vào trạc tuổi chú mà thôi. Chúng tôi đi trên con đường quanh co ngoắt ngoéo, ở giữa hai trái đồi. Cây cối um tùm, ánh trăng chiếu sáng qua những khe lá, bóng in xuống đất như gấm như hoa. Một lát sau chúng tôi đến một cảnh bồng lai. Dưới chân một ngọn núi, dòng nước chảy róc rách như tiếng gõ mõ, tên cành, chim hót véo con, bên mình, ai cười khanh khách. Tôi quay đầu lại, thì lạ quá! Bạn tôi đã biến thành một trang tuyệt thế giai nhân... Ấy chính lúc đó, tiếng chuông của chú làm tôi thức giấc.

Chú Lan bẽn lẽn:

– Mộng mị của ông đầu Ngô, mình Sở đến buồn cười!

– Lạ nhất là người con gái ấy lại là chú.

Chú tiểu hai má ửng đỏ. Chú cười sằn sặc như muốn giấu hổ thẹn:

Hoặc một đoạn miêu tả khác nàng Diễm Trinh quá đam mê để mở trang đọc tiếp.

Một lúc lâu, hai người ngồi im lặng trên thềm hiên chùa, mỗi người như đương theo đuổi một ý tưởng riêng.

Về phía đông nam mấy trái đồi phản chiếu ánh chiều

tà nhuộm một sắc da cam. Nền trời xanh nhạt, lơ thơ mấy áng mây hồng. In trên cánh đồng lúa chín, màu vàng thẫm, con cò trắng thong thả bay về phía tây, đôi cánh lờ đờ cất lên đập xuống loang loáng ánh mặt trời. Bên cái quán gạch cũ, ẩn núp dưới đám mây đen, trên con đường hẻm, vài ba đứa mục đồng cưỡi trâu hát ngêu ngao trở về trong xóm...

Ngọc cất tiếng hỏi Lan:

– Trong cảnh này tôi tưởng tượng như còn thiếu một thứ gì.

– Ấy là ông tưởng tượng đó thôi.

– Phải. Cái cảnh đẹp thế kia, êm đềm thế kia, dịu dàng thế kia, tôi coi vẫn như không có linh hồn. Cũng như lúc nãy chú bình phẩm bức tranh của tôi, chê rằng thiếu vẻ hoạt động vì không có vẽ người...

Lan cười hỏi:

– Vậy thiếu cái gì?

– Thiếu ái tình... vì cảnh yên lặng, diễm lệ này. Tạo hóa chỉ để riêng cho những người biết yêu thưởng thức.

Lãnh đạm Lan trả lời:

– Không phải. Thiếu tiếng chuông, vì đến giờ thỉnh chuông rồi mà tí nữa tôi quên thôi...

Dứt lời Lan vội vàng cắm đầu chạy. Ngọc gọi: Đợi tôi với!

Rồi cũng chạy theo sau. Khi lên đến đầu thang gác chuông, bỗng Lan kêu rú lên một tiếng, lùi lại. Ngọc vừa bước tới, thành thử Lan ngã ngay vào lòng chàng. Ngọc ôm bạn lim dim cặp mắt:

– Cái gì thế?

Câu hỏi như đánh thức linh hồn chú tiểu. Chú giật mình đẩy mạnh Ngọc ra rồi chạy tuột xuống chân thang. Ngọc theo xuống: – Cái gì mà chú sợ hãi quá thế?

Lan thở hồng hộc ngồi xệp xuống bậc thang, nói không ra tiếng.

Một đoạn văn hay khác Trinh đọc cho chàng nghe tiếp:

Ngọc cũng đứng dậy. Hai người nhìn nhau. Bóng trăng khuyết rọi đầu cành, lá không thưa nhặt, cỏ xơ xác mặt đồi lấp lánh giọt sương. Hai người lại nhìn nhau...

Dưới chân đồi làng mạc ngủ yên. Cây cối lờ mờ đen, giòng sông con thấp thoáng dưới bóng trăng như một vải lụa trắng, rồi ra xa lẩn trong sương mù. Bỗng có tiếng gà gáy nửa đêm dưới xóm. Lan giật mình lẩm bẩm:

– Giá gặp nhau hai năm trước...

– Vậy bây giờ muộn quá rồi hay sao?

– Muộn quá rồi.

Diễm Trinh đọc đến đó và muốn ngưng hẳn luôn. Nàng xếp sách lại.

Ngọc Dinh lại ôm nàng cắn nhẹ vào đôi môi của Diễm Trinh như muốn nói gì, nhưng lại thôi không nói chỉ ngắm nàng thôi, Diễm Trinh đã hiểu ý buông sách xuống ôm chàng hít hơi thở chàng, và biết đã đến hồi giờ đi ngủ của vợ chồng... Nghĩa là hết hồi đọc văn hay, để thưởng thức giải trí của nàng rồi...

**

Sau một ngày chăm sóc hoa, nấu cơm làm cơm cho chồng đi làm về ăn, hoặc thêu thùa, hoặc làm bánh đậu xanh, hoặc làm một vài cốc chua, xoài chua, bỏ vào hũ thủy tinh. Cơm nước xong nàng vẫn không quên đọc truyện cho Ngọc Dinh nghe trước khi hai đứa đi vào giấc ngủ của mộng đẹp êm đềm. Nàng thì cũng rất mê văn thơ của Hồ Dzếnh, Nàng tìm đọc những đoạn văn hay của tác phẩm Dĩ Vãng cho chàng nghe. Diễm Trinh muốn chia sẻ cái mỹ cảm của mình cho Ngọc Dinh cùng nghe cũng là một điều hạnh phúc nàng muốn được như vậy mà.

Nàng đọc trong cảm xúc:

- Đố ai tìm được người đi nghỉ mát trái mùa như ta!

Đêm lúc ấy đã xuống, tụ như sương mờ ở hai bên thành tầu và rít lên thành một thứ âm thanh lạnh lẽo, khi bị xé nát dưới hai dòng bánh sắt quay đều. Hoàng đốt một điếu thuốc lá, thở khói xanh ra ngoài đăm đăm nhìn quãng đồng xa tắp. Chàng rút bút chì trong túi ra, cầm đứng trước tầm mắt, đo chiều cao của dãy núi xám lùi chậm chừng về cái bí mật êm ái của đêm Trung kỳ. Làm xong công việc ngớ ngẩn ấy, Hoàng quay vào thì mấy chiếc đèn điện trong toa đã bật lên lù mù.

Bỗng Hoàng giật mình, vì chàng nhận thấy ở cuối toa, đôi mắt sáng đẹp của một thiếu nữ đương chăm chú nhìn chàng, nhưng vội lảng đi nơi khác khi Hoàng chăm chú nhìn trả lại. Hoàng bối rối vô vùng. Chàng trách mình lỗ mãng, không giữ gìn bộ điệu, và từ bao lâu đến giờ, Hoàng chắc thiếu nữ đã cười chàng nhiều lắm. Hoàng cắn môi cho thêm duyên và ngượng nghịu nhìn xuống bộ quần áo tây xám nhầu nhã của mình.

Hoàng chắc chắn là lúc chàng mỉm cười, chàng cau mặt cẩu thả, rút bút chì ra ngắm núi, thiếu nữ đã lần lượt chụp ảnh hết vào mắt rồi. Còn gì khó chịu bằng cái nhìn hiền từ nhưng soi bói của một người đàn bà, một thiếu nữ? Hoàng khó chịu lắm. Chàng muốn cho tầu dừng lại để nhảy xuống, để trốn biệt cái vẻ chế riễu, khinh mạn của người con gái ngồi ở cuối toa đi. Thấy nàng không cười cũng không nhìn mình, Hoàng cho rằng nàng cười thầm và nhìn một Hoàng lố bịch trong sự ôn lại. Hoàng giở quyển sách ra xem để cầm trí, nhất là để quên người con gái đẹp và kiêu ngạo đi.

Cũng may từ đấy về ga làng Hoàng vội nhảy xuống cắm cổ đi miết vào ga. Lúc Hoàng trả vé xong, chực quay lại nhìn thiếu nữ qua lần cửa kính đục mờ, thì Hoàng ngạc nhiên vô cùng thấy nàng cũng trả vé vào ga như chàng... Hoàng chỉ có đủ thì giờ cướp vội lấy cái tên xinh đẹp in nổi trên tấm thiếp trắng gài giữa chiếc va ly: Kim Thu

Nàng Trinh vui vẻ âu yếm chàng rồi đọc một đoạn khác:

Miền quê Hoàng chiều nay buồn như một người con gái nhớ nhà. Từng hàng tre rủ dài trên mặt đất những xác lá vàng mỏng mảnh, như những nỗi buồn nhỏ nhặt, liên tiếp của lòng người. Xa xa là núi xám, ở bên kia núi xám, vòng quanh bốn phương trời là vẻ buồn rười rượi, chán nản trên những lùm cây phơ phất gió. Đứng trên đê, Hoàng kéo mạnh một hơi thuốc lá, đưa mắt nhìn ra phía trước mặt. Lần đầu, Hoàng chú ý đến cây thánh giá trắng toát, nổi lên khỏi nóc nhà thờ, màu ngói mới, in hình trên bức màn cây xanh biếc. Một vẻ bâng khuâng, hiu quạnh len lỏi trong cái khung cảnh nên thơ ấy, Hoàng thấy tâm hồn rộn lên một nỗi gì như đau đớn, trả lại với vẻ bình tĩnh bao phủ bên ngoài.

- "Tại sao lòng ta lại không bình tĩnh được như cây thánh giá, tại sao ta mãi mãi là một sinh vật nhỏ bé đem cái thắc mắc, u hoài vào sự trang nghiêm vô cùng của cảnh vật?

Hoàng thơ thẩn nghĩ như thế, và lúc chàng toan rẽ xuống một con đường nhỏ gần đấy, thì bỗng sau lưng có tiếng gọi:

- Ông Hoàng! Ông Hoàng!

Hoàng ngạc nhiên đến mất trí, khi chàng nhận ra người gọi là Kim Thu.

Hoàng tìm ra được một câu hỏi rất khéo:

- Hình như cô đi tìm ai?

Thu bối rối ra mặt:

- Vâng, tôi tìm chị Diệu, chị ấy đi tập ngựa từ lúc hai giờ.

Nói xong, Kim Thu chực chào Hoàng quay đi thì Hoàng giữ lại:

- Hay cô để tôi đi ra mé đồi này kiếm xem.

Kim Thu có vẻ phân vân và không để Hoàng quay gót:

- Thôi cảm ơn ông, để tôi đi tìm lấy vậy.

Đợi cho Kim Thu đi khuất, Hoàng nắm tay lại, hục hặc với mình một cách nghiêm nghị:

- Có biết ta cứ thú thật đi có hơn không. Rõ hoài!

Hoàng quay lại nhìn theo, tuy lúc ấy Kim Thu đã mất hút:

- Con gái mà cưỡi ngựa, chả trách!

Không hiểu sao, Hoàng thấy phấn khởi, sung sướng lạ lùng. Chàng chắc rằng Kim Thu cũng có để ý đến chàng, vì hai tiếng gọi "ông Hoàng!- ban nãy có vẻ vồn vã kín đáo, tuy người gọi vẫn cố giữ nét mặt lạnh lùng của mọi ngày, Hoàng nghĩ đến Diệu. Người con gái ấy, mãi đến lúc này, Hoàng mới thấy không đến nỗi vô ích lắm. Hoàng chỉ còn phải để thêm mấy ngày dò tính nết Diệu, và khi lựa được đúng, chàng sẽ nhờ Diệu nói với Kim Thu... Hoàng thấy má mình nóng lên, ngượng nghịu và sung sướng như chính khi Diệu báo cho chàng cái kết quả đang ao ước thật.

Về đến nhà, Hoàng định đi thẳng lên phòng khách, thì cô chàng gọi giật lại:

- Hoàng ạ, có cô con gái nào vừa hỏi cháu đấy. Cô ta mặc chiếc áo tím đẹp đáo để. Cô cố giữ lại chờ cháu về, nhưng cô ta xin khất đến khi khác và dặn cháu đến chiều sang chơi.

Hoàng cau mặt lại. Người con gái mặc áo tím chỉ có thể là...

Đọc đến đây Diễm Trinh mỉm cười và không muốn đọc nữa. Ngọc Dinh ngạc nhiên hỏi:

- Sao mệt rồi hã em?

- Dạ em mệt rồi, em đổi cho anh. Anh đọc thơ cho em nghe đi.

- Đời anh chỉ thích thơ buồn, với lại lúc anh được 17 tuổi, Thầy có cho anh ít tập thơ tình buồn đọc để giải trí nghệ thuật thôi.

- Vậy ở bên em anh vui hay buồn hã anh?

- Dĩ nhiên là vui chứ.

- Em hiểu. Thôi đọc vài bài em nghe đi, thay đổi không khí đi.

- Cũng thơ Hồ Dzếnh đó nghen em.

- Vậy hã anh?

- Đúng rồi em.

Chàng đã thuộc và nằm ôm vai ôm cổ nàng mà đọc:

Xuân Đôi Ta

Em trở về đây, đáp lại lời
Anh từng buông gọi giữa xa xôi
Nghìn trùng non nước đìu hiu nhớ
Đã vọng hồn anh đến cuối trời
Anh đã chờ và cây đã xanh
Lừng mùa bay dậy tiếng mây thanh
Em về, mắt đẹp ngời như thuở
Em chửa theo chồng, vẫn mến anh
Anh đợi chờ em suốt bấy lâu

Nhủ thầm: xuân thắm chả phai đâu
Một khi xuân thắm là mong nhớ
Và cả thiên thu: vĩnh viễn sầu!
Áo em sáng dệt trời xuân gấm
Sông cũ, nguồn xưa rộn rã về...
Ngõ hạnh, mấy mùa quên nét thắm
Nở bừng, khi thoáng bóng hoa lê
Em đã về đây, em vẫn nguyền
Như ngày trăng nước chớm tơ duyên
Bao năm xa cách, đời chưa nhạt
Màu tóc sông thu, ánh mắt huyền
Anh hát mừng em khắp thế gian
Trập trùng mây núi tiếng ngân vang
Thơ yêu khôn ngớt trong thiên hạ
Và cả non sông rợn sóng đàn
Mời em ngồi lại bến sông xanh
Mây cũ muôn năm chiếu dáng lành
Ta viết lòng ta cho hậu thế
Đọc hoài không chán: Em và Anh!

- Thơ Hồ Dzếnh hay quá anh há. Diễm Trinh bảo.
- Đúng rồi em. Nhưng nhiều nhà thơ khác vẫn hay ngang ngửa. Thầy anh lại chuộng thơ Vũ Hoàng Chương và cũng có cho anh đọc vui để giải buồn.
- Thiệt sao anh?
- Đi tu là lìa bỏ thế tục nhưng thơ hay thầy có để cho coi. Vì thơ là linh hồn của con người cao thượng làm nên. Thơ là tấm lòng vĩ đại. Thơ là lòng người trắc ẩn. Quê hương của thơ là một tâm hồn quả cảm. Coi để ngưỡng mộ, để thư thả cho tâm hồn thôi em à.
- Em hiểu.
- Anh đọc tiếp nghen. Thơ Vũ Hoàng Chương nè.
- Dạ khởi xướng đi, em nghe.

Đời vắng em rồi say với ai.

Sóng dậy đìu hiu biển dấy sầu,
Lênh đênh thương nhớ dạt trời Âu.
Thôi rồi, tay nắm tay lần cuối,

Chia nẻo giang hồ vĩnh biệt nhau.
Trai lỡ phong vân gái lỡ tình,
Này đêm tri ngộ xót điêu linh,
Niềm quê sực thức lòng quan ải,
Giây lát dừng chân cuộc viễn trình.
Tóc xoã tơ vàng nệm gối nhung,
Đây chiều hương ngát lả hoa dung,
Sóng đôi kề ngọn đèn hư ảo,
Mơ kiếp nào xưa đã vợ chồng.
Quán rượu liền đêm chuốc đắng cay,
Buồn mưa, trăng lạnh; nắng hoa gầy.
Nắng mưa đã trải tình nhân thế
Lưu lạc sầu chung một hướng say.
Gặp gỡ chừng như truyện Liêu Trai.
Ra đi chẳng hứa một ngày mai.
Em ơi! lửa tắt, bình khô rượu
Đời vắng em rồi say với ai.

NĂM

Rồi cuộc sống diễn tiến hơn, chàng ngày lên rừng cuốc đất trồng thêm rau quả.

Nàng ở nơi nhà làm bánh trái để ăn và cả khi bán. Bán đắt đỏ nàng lại vui say chăm chỉ làm. Hai món đắt đỏ là kẹo đậu phụng và cốc chua dầm nước chua ngọt. Khách buôn làng và có khách vãn lai ghé qua mua ăn thưởng thức vào những sáng chủ nhật...

Ngày họ hôn nhau chia tay đi làm, để cho chàng vào núi. Tối về chàng vui vẻ đàn, nàng hát.

Diễm Trinh có những khi vui vẻ theo xu hướng, và bên chàng hát bài: bài hát Kể Chuyện Trong Đêm

Một đêm biết chuyện chúng mình yêu nhau. Người bạn chiến đấu nằm bên nói rằng. Xin chúc hai người suốt đời yêu nhau. Như trái cau xanh chung tình cùng trầu. Tình yêu như hoa sóng trên đại dương. Vẫn dâng lên dạt dào.

Người em bé nhỏ má hồng yêu ơi. Đừng buồn những lúc chiều pha sắc lạnh. Anh hứa anh là suốt đời của em. Em

chớ lo âu ân tình nhạt nhòa. Thời gian bôi xóa áo anh nhạt phai

Chứ không phai nhạt tình. Nhớ lúc rời nhau chiều mưa ấy. Lá thu nào rơi rụng bước em đi. Áo anh như chạy mờ dần trong sương cát bay. Nếu biết người đi vì sông núi. Cách chia này cho hạnh phúc mai sau. Chắc em thôi sầu vì người đi cho lý tưởng. Nửa đêm nói chuyện chúng mình yêu nhau. Một vầng trăng khuyết lạc trên tuyến đầu. Em hỡi sau này chúng mình thành đôi. Như lúc trăng vơi để rồi lại đầy. Thì tương lai đó có anh và em. Ghép tên chung thiệp hồng... Ghép tên chung thiệp hồng...

Chàng lại vui sướng có cảm hứng theo nàng nên hát tiếp bài:

Nép Vào Lòng Anh

Em ơi nép vào lòng anh má kề bên nhau, anh nhắc chuyện ngày qua. Cho mối duyên thêm mặn mà. Em ơi nếu mà sau này, giấc mộng không thành. Thì đành đôi ngã chia ly, chớ đừng u sầu làm chi. Em ơi, em hỡi duyên tình dù lắm thương đau. Nhưng đời ta mãi yêu nhau, cho thời gian không úa màu.

Em ơi, em hỡi xuân về nào có đâu xa. Nếu mà mỏi gối bôn ba. Anh về nối lại tình ta. Em ơi, nếu còn yêu nhau. Nhé đừng giận nhau, cho luyến lưu khi biệt ly. Thêm vấn vương làm gì. Em ơi, có ngờ đâu rằng. Khúc nhạc chưa tàn, mà vội xa cách em ơi. Đôi ngã biết tìm về đâu? Đôi ngã biết tìm về đâu?

Thật là những ngày tháng tuyệt vời của mối tình họ, ngọt ngào và êm thấm, hạnh phúc và trái chín…

Và chàng đọc. Lâu lâu chàng đọc lại bài thơ của nàng chàng cũng thích. Để ghẹo yêu Diễm Trinh này nhé:

Em và anh dắt nhau đi tìm hoa dại
Vào rừng mơ để tìm dấu mặt trời
Đưa hồn về tận chốn biển khơi
Tìm hương mật trong từng tia sóng nước
Ai đã bảo tình ta là kiếp trước
Tình cho nhau không phụ rãi ân tình

Đẹp làm sao bằng những buổi bình minh
Lòng tự hỏi để chia nhau mấy bận
Rồi trang điểm, rồi âu yếm nhau phấn chấn
Rồi hái cuộc tình chín mận ở nơi tim
Yêu mê say trong hạnh phúc đi tìm
Để đón nhận nhịp thở đời sung sướng
Chốn nhân gian ta nhận được nhiều phần thưởng
Thì mọi nghi ngờ sẽ tan biến dưới sương mai.
Tình yêu ơi em đã cho ai.
Tình yêu ơi ngọt mật sông dài...

SÁU

Thời gian trôi qua hai năm sau đó Ngọc Dinh ham làm ngày anh vào núi, ngoài tìm ong kiếm mật, và đi hái những cây bông nấm ăn được, chàng còn trồng tỉa, lan, mì, đậu, bắp. Và có cả lúa trên nương rẫy một ít, vì anh vốn yêu bông lúa vàng, mùi thơm quyến cảm của nó. Chàng đã phát rẫy làm nương non nửa hecta đất. Dần dà anh không thường về sớm như trước kia. Diễm Trinh quen dần cũng không khóc bắt đền anh như xưa... Nàng cũng yên vui trong công việc lao động của chính mình, và cũng ít có dịp đọc sách cho chàng nghe như thuở nào. Có đọc cũng chính đọc cho riêng một mình ên mình nghe và có hát bông quơ cũng chỉ hát riêng cho chính một mình ên mình nghe mà thôi. Thời gian đã khiến hai người còn yêu nhau nhưng ít nồng nhiệt, ít say đắm âu yếm dành cho nhau như thuở kia. Rồi một ngày nọ, chàng đi làm về trời đã chuyển màu xám tối nhá nhem, hoàng hôn mặt trời như đã xuống núi và đã lặn trong nửa giờ. Thì chính lúc ấy chàng lại bắt gặp, thấy dáng một người con trai vừa ra khỏi nhà chàng, người con trai đó không dong dỏng ốm cao như chàng, mà có vẻ đậm đà mập mạp, phốt phát hơn, chàng đi ra ngõ phía đằng trước, miệng còn vui vẻ huýt sáo vang vang tuy nho nhỏ. Ngọc Dinh lúc mới sáng sớm ra đi làm, đến khi cả về nhà thường vào phía ngõ sau. Thường ngày là như vậy, tính ra sau này một tháng chàng đi làm cả 30 ngày nhưng vô ra vào phía sau hết 28 ngày rồi, vì ngõ sau để đồ vật mang đi cùng mang về thuận tiện hơn. Chỉ có hai năm trước chàng hay về phía ngõ trước mà thôi.

Chàng đâu có biết rằng cách đây chừng nửa tháng, người con trai đàn ông đó đã đến mua trái cốc của vợ chàng bán nơi lọ thủy tinh để ăn rồi ngồi lại tán tỉnh vợ chàng bâng quơ:

- Này em cô gái xinh đẹp kia ơi. Cốc em làm chua và ngọt ăn bắt mê ghê nghen, ăn là ghiền thôi. Nhưng sao em lọt giữa núi rừng buôn bản xóm suối này nhỉ...

- Em có chồng em đi làm. Vì em yêu anh đó phải trốn vào núi sống thôi.

- Ôi tình yêu em thật đẹp và lãng mạn hết sức nghen. Nhưng tại sao yêu nhau mà phải vào núi. Đi tham quan thì được, nhưng ở núi thì thiệt thòi và lâu ngày em không thấy buồn sao?

- Dạ không em thích nơi êm đềm vắng vẻ...

- Có thể tin không đây, lời nói em có thật không nhỉ?

- Chồng em là một chú sa di yêu em và hai chúng em phải trốn.

- Trời ơi chuyện tình em còn lãng mạn nên thơ quá, nghe ra hấp dẫn hơn phim. Nhưng thực tế em chấp nhận lâu dài được sao?

Diễm Trinh thoáng buồn không trả lời nàng lo công việc nàng.

Chàng khách lạ bỗng cất lên tiếng hát bâng quơ nhưng có ý, và còn tỏ vẻ nhiệt huyết lắm - **Ngọn Trúc đào**

Chiều xưa có ngọn trúc đào. Mùa thu lá rụng bay vào sân em. Chiều thu gió lạnh êm đềm. Mùa thu lá rụng cho mềm chân em. Tại vì hai đứa ngây thơ. Tình tôi dạo ấy là ngơ ngẩn nhìn. Nhìn vầng trăng sáng lung linh. Nhìn em mười sáu như cành hoa lê. Rồi mùa thu ấy qua đi... Chợt em mười tám chợt nghe lạnh lùng. Thuyền đành xa bến sang sông. Hàng cây trút lá tình đi lấy chồng. Chiều nay nhớ ngọn trúc đào. Mùa thu lá rụng bay vào sân em. Người đi biết về phương nào. Bỏ ta với ngọn trúc đào bơ vơ. Bỏ ta với ngọn trúc đào bơ vơ...

Lời bài hát đã bay đến tai Diễm Trinh cô đã nghe cô bước ra khen: - Ủa anh hát hay quá.

- Hay không em gái?

- Hay thật mà.

- À em có biết hát không nhỉ?

- Biết nhưng sợ anh nghe sẽ không hay đâu.

- Giọng em nói dễ thương chắc là hát hay thôi.

- Thôi đi anh hai thầy bói quá hà.

- Nói chơi thôi mà. Anh hát bâng quơ vớ vẩn mà em nói hay là anh vui rồi.

- Hay lắm em nói thiệt mà.

- Nói chứ anh là ca sĩ đó chứ. Ca sĩ tỉnh lẻ nên em không để ý, hơn nữa anh mới nổi lên hai năm nay ở thành phố thôi.

- Vậy à nghệ danh anh tên gì.

- Anh là ca sĩ Quang Thoại.

- Ô em hân hạnh quá biết anh ở đây?

- Chuyện nhỏ mà.

- Ồ em biết hát. Thử hát vài câu anh nghe đi được không?

- Dạ chắc cũng được.

- Cất môi đi...

- Dạ.

Nàng hát: bài Đà Lạt Hoàng Hôn. Xin trích những đoạn...

Lắng nghe chiều xuống thành phố mộng mơ. Màu lam tím Đà Lạt sương phủ mờ. Từng đôi đi trên phố vắng, bước chân êm giữa không gian, hoàng hôn thủa màn đêm. Đứng trên triền dốc nhìn xuống đồi thông. Hàng cây thẫm màu đèn lên phố phường. Giờ đây hơi sương giá buốt biết ai thương bước cô liêu, một người đi trong sương rơi.

Đà Lạt ơi! Có nghe chăng Cam Ly, khóc tình đầu dang dở. Đêm xuống than thở vang cung đàn, thêm sắt se tâm hồn, người đi trong bóng cô đơn. Khách du tìm đến thành phố ngàn thơ. Nhặt hoa thấy lòng buồn không bến bờ. Gần nhau xa nhau mấy nỗi. Hỡi quê hương xứ sương rơi Đà Lạt ơi! Đà Lạt ơi!

Sau đó chàng cảm hứng quá hát thêm bài Hát Nữa Đi Em.

Hát nữa đi em Hát nữa đi em, lỡ ngày kia sông cạn đá mòn. Hát nữa đi em, cuộc tình ta chưa hết đoạn đường. Hát nữa đi em, khơi bếp hồng đốt lửa đêm đen. Chuyện ngày xưa nhắc chi thêm buồn. Đời ai không có những tâm sự buồn. Chuyện ngày xưa nắng chưa ngã bóng dừa bên đường mòn hai đứa. Anh đánh đàn em thì làm ca sĩ, nghe cũng buồn lâm li. Ngày đó đã xa rồi, thương tiếc sầu lên môi. Thoáng qua trong đời tình xưa tìm tới. Ai ngờ, bây giờ, sống lại giấc mơ. Hát nữa đi em, lấy vầng trăng tô đẹp má hồng. Hát nữa đi em, dù buồn vui cay đắng mặn nồng. Hát nữa đi em, mỗi bước dài nối lấy tương lai. Rồi ngày mai có nhau trong đời. Đường đi hoa nở sánh vai tuyệt vời. Đường đi hoa nở sánh vai tuyệt vời...

Và cuối cùng họ chia tay. Diễm Trinh đưa chàng trai xa lạ có cái tên nghệ danh ca sĩ Quang Thoại hát hay đó, ra đường rời khỏi nhà mình. Nàng trong lòng dường như mang chút lưu luyến với giọng ca chàng...

BẢY

Lần thứ nhì anh đến, ca sĩ Quang Thoại đến. Khi Ngọc Dinh đã đi làm từ sáng sớm vào núi. Nàng Diễm Trinh cũng tự chăm sóc vườn hoa xong. Nàng vô nhà tiếp tục với những công việc khác của nàng. Nàng thắng đường cho chuẩn để làm kẹo đậu phụng, và nàng đi gọt các quả cốc, quả ổi, làm mức chua cay...

Trong lúc Diễm Trinh một mình tự làm công việc nàng nghêu ngao ưa ca bài Ngày Anh Xa Vắng mà nàng thích. Vì như đã nói nàng tâm hồn rất yêu ca hát. Mà nhất là ca nhạc của Miền Nam Quốc Gia trước 1975 là nàng rất ghiền ca về nhạc họ. Xin trích lời hay của bài ca Ngày Anh Xa Vắng

Ngày anh xa vắng em không trang điểm đợi chờ. Những đêm gió lạnh đầu hè, khuê phòng ủ kín tâm tư. Nhìn từng hạt mưa sa, thương đời biển sầu bao la. Để cho cành hoa

héo khô, lỡ cung ái ân xuân thì. Ngày anh xa vắng phấn son xếp lại chẳng dùng.Trắng đêm đối ngọn đèn tàn, trăng mờ lạnh giấc cô miên. Đợi chàng một hai năm, hay là cả đời xuân xanh. Ngày nao đầu pha tuyết sương, vẫn mong tái ngộ một lần. Chàng đi chinh chiến gieo neo rừng khuya. Là mong chiến thắng vai mang vòng hoa. Còn em khuya sớm chăm lo miền quê. Cho lúa lên ngôi hai mùa, sống cho tình yêu thế hệ. Ngày anh xa vắng tóc buông giữ vẹn lời thề. Ước mong ngấn lệ ngày về, thay dòng nước mắt khi đi. Vì trời làm phong ba, nên đời hội ngộ chia ly. Lệ rơi nhiều hơn nước mưa, dẫu cho bốn biển chẳng vừa.

Quang Thoại đến, từ lúc nàng mới bước ra chăm sóc vườn hoa. Đến khi vô nhà thắng đường làm kẹo đậu phụng, gọt các vỏ cốc ổi, và nghe nàng vui vẻ hát nhạc buồn Ngày Anh Xa vắng. Chàng đã sẽ lén bước trốn trong từng góc, nhìn nàng ca hát cùng làm lụng. Đến khi Diễm Trinh dứt hát trong điệp khúc đi lại hai lần, và nàng ngước lên nhìn tấm hình của chồng nàng và nàng chụp chung treo nơi vách đầu giường. Thì vừa lúc đó Quang Thoại vỗ tay cổ vũ tiếng hát nàng. Diễm Trinh ngạc nhiên đến ngỡ ngàng đưa mắt về phía chàng hỏi:

- Ủa anh Quang Thoại đến đây bao giờ vậy?

- Anh đến lúc em mới ra vườn hoa kìa.

- Trời ơi sao anh như vậy không nói?

- Âm thầm nhìn em thì làm sao anh dám nói chứ.

- Trời ơi không nên như vậy nhé, anh Quang Thoại.

- Anh nghĩ em là... Vì là một tuyệt sắc giai nhân hát hay ở trong một khung cảnh nên thơ hữu tình, thành ra anh muốn chiêm ngưỡng lặng thầm thôi.

- Anh nói quá lời nha.

- Lời chân thật không quá đâu em.

- Cám ơn anh. Nhưng nơi đây núi rừng hẻo lánh xa xôi nơi đô hội. Anh ca sĩ sao dặm ngàn đến nơi này làm chi anh nhỉ?

- Anh ghiền những món để ăn vặt nơi em làm. Nói đùa mà thật đó. Em tin đi. Hơn nữa anh là ca sĩ, tánh tình anh muốn phóng khoáng rong chơi sau những ngày nghỉ hát. Muốn thưởng thức cảnh đẹp hẻo lánh, nơi rừng xa suối vắng, cho thảnh thơi, cân bằng lại tâm hồn của những ngày tất bật...

- Anh cũng có những tâm tư, tâm trạng đáng yêu đó chứ. Nhưng sao anh không đi với một người yêu hay người bạn thì vui hơn.

- Không anh thích đi một mình vậy đó để tự do chiêm nghiệm. Vả lại anh cũng chưa có một người yêu nào vừa ý mình, nên đành chịu cô đơn.

- Em khó tin khi là một ca sĩ đã có tên tuổi tất có nhiều bóng hồng trong mắt anh chứ?

- Anh nói thiệt em không tin cũng không sao miễn trái tim mình đã nói.

Nàng lắng nghe và làm thinh. Chàng mở lời:

- Ồ hôm nay em lấy cho anh đĩa cốc chua ngọt anh ăn tý cho vui trước.

- Dạ được. Nàng nói là đi vào trong đem ra món cốc chua ngọt trong đĩa, đã chiếc lấy ra từ lọ thủy tinh cỡ trung, và kèm theo chén chấm muối ớt nếu chàng thích rắc thêm.

- Ồ quán em không có bán rượu nhỉ?

- Dạ không? Chồng em đâu cho bán những thứ đó.

- Ok em. Nhưng anh có mang theo tý ty, chai rượu nhỏ vang đỏ này để uống cho vui. Xin em cho phép anh dùng một ly nhỏ của anh cho vui nha.

- Được thôi, nhưng anh không được say trong lều quán nhà em nghen?

- Anh biết mà anh phải cẩn thận chứ. Vì có chút bia rượu anh hát sẽ bốc hơn. Anh ý thích như vậy, em đồng ý nha.

- Em đâu dám muốn cản ý anh. Nhưng em không muốn anh say thế thôi.

- Ồ hôm nay có chuẩn bị hơn anh đem cây đàn theo. Anh đàn không xuất sắc nhưng để cho thi vị hơn nơi không gian này...

- Anh hát thì em nghe nhưng em có công việc, em không

ngồi với anh đâu.

- Được mà em cứ tự nhiên đi. Anh cũng đã lội qua vài con suối nghe nước chảy róc rách rồi, nghe chim rừng buổi sáng hót véo von rồi. Coi như anh đi phượt một mình rồi, giờ chỉ ngồi đây ngắm lén em và ca hát thôi.

- Thôi đừng ngắm em chi anh Quang Thoại.

- Không sao ngắm để nhập hồn anh ca cho hay chứ.

- Anh nói xa đề quá nha. Ca sĩ mà hồn luôn xuất thần dễ dàng thôi chứ?

- Em không tin nhưng sự thật là 98% .

- Thôi em tạm tin anh cứ thưởng thức cốc chua ngọt, rượu vang rồi hát đi. Em đi làm công việc nha.

- Cám ơn em cho phép và nói điều đó.

Nàng bỏ đi vào trong làm công việc nơi mình. Nàng cắt những mẫu bánh đậu phụng theo hình tam giác con cờ, rồi cho vào hũ cất bảo dưỡng. Diễm Trinh cũng coi lại các lọ thủy tinh món ăn chua ngọt, với nhãn hiệu ngày giờ trên nắp dán sẵn sàng chưa? Sau nàng vào phòng riêng xếp đồ quần áo cho chồng và mình đã giặt phơi khô ráo của ngày qua. Cuối cùng là nàng lấy sách ra đọc cho chính mình thầm nghe... Nàng đang nằm đọc quyển Đôi Bạn của Nhất Linh. Nàng đã đọc qua mấy chương làm giấu rồi. Nhưng lật ra Diễm Trinh vẫn ôn lại những câu thơ hay của đầu tác phẩm nàng thích lắm:

Cơn gió thổi lá bàng rơi lác đác
Càng rơi theo loạt nước đọng trên cành,
Những cây khô đã chết cả màu xanh,
Trong giây phút lạnh lùng, tê tái ấy. (Thơ của Thế Lữ để giới thiệu tác phẩm Đôi Bạn)

Xong nàng lật đến chương 9 để đọc tiếp, với những đoạn văn hay, dù nàng chỉ đọc thì thầm mình nghe:

Dũng tới trước cổng sang vườn nhà Loan lúc nào không biết. Qua lá cây thấy thấp thoáng có bóng người mặc áo trắng, Dũng liền đi rẽ ra phía vườn sau nhà.

Bà Hai ngồi xới đất cạnh một luống cải. Ngay gần chỗ Dũng đứng, dưới giàn đậu ván, Loan đương mải hái đậu cho vào rá. Loan biết là Dũng sang nhưng không quay lại. Dũng cũng làm như chưa trông thấy Loan, chàng đứng dựa vào hàng rào nứa yên lặng nhìn những luống cải, luống rau vuông vắn như những miếng thảm xanh, đất khô và trắng; chỗ nào mới tưới xong, đất màu sẫm lại, và trên lá cần, lá mùi, những giọt nước còn đọng long lanh. Một cơn gió nhẹ lướt qua mặt đất, các lá rau non, ướt nước rung động trước gió như muốn tỏ cái vui sướng được mát mẻ sau một ngày mong đợi khô khan.

Ánh sáng buổi chiều đều đều và êm dịu: Tiếng sáo diều ở đâu rất xa đưa lại, nhẹ như hơi gió. Dũng cảm thấy có một sự hòa hợp nhịp nhàng giữa cảnh chiều và lòng chàng lúc đó. Thấy bà Hai nhìn về phía mình, Dũng mỉm cười yên lặng cúi đầu chào, chàng không muốn cất tiếng nói to sợ làm tan mất sự hòa hợp rất mong manh của chàng và cảnh chiều êm ả.

Loan đặt rá đậu xuống đất, quay mặt về phía Dũng đứng, lấy tay rẽ những cành đậu rủ xuống, mỉm cười hỏi giọng tinh nghịch:

– Anh Dũng đấy à?

Nàng giơ hai tay ôm lấy gáy rồi ngửa mặt lên mỉm cười nói:

– Hái chưa được mấy mà mỏi cổ quá.

Bà Hai bảo Loan:

– Nếu cô hái xong rồi thì lại đây giúp tôi một tay.

Loan vội cúi xuống cầm rá lên, đáp lại:

– Thưa mẹ, chưa xong ạ.

Tay nàng lùa vào trong giàn đậu, nhanh nhẹn như con chim non tìm mồi nhưng qua lá cây, Dũng thấy hai con mắt nàng đương long lanh nhìn chàng cố xét. Loan hạ thấp giọng để bà Hai nghe không rõ, bảo Dũng:

– Lúc nào em cũng thấy anh buồn.

Rồi nàng vờ như không để ý đến câu hỏi của mình, kiễng chân với một cành cao, vui vẻ nói:

– Cành này vô số là quả nhưng cao quá, anh Dũng ạ.

Dũng hiểu ý, nói:

– Ý cô muốn tôi giúp cô.

Loan mỉm cười đáp:

– Ý thế.

Bà Hai nói

– Cô muốn ăn đậu ván mà có một việc hái cũng hết nhờ người nọ đến người kia.

Dũng giữ ý nên trước còn đứng ở xa, khi đã hái được một nắm đầy, chàng lại gần Loan để tiện vứt đậu vào rá Loan cầm. Một lúc sau, Loan nghỉ tay; nàng đợi mỗi lần Dũng hái được nhiều lá, nàng giơ tay gom lấy những quả đậu ở trong lòng bàn tay Dũng.

Dũng thốt nhiên đáp lại câu hỏi của Loan lúc nãy:

– Sao cô lại cho là tôi có sự gì buồn?

– Em trông anh, em đủ biết. Em đoán không sai bao giờ đâu. Có phải không anh?

Dũng yên lặng một lúc lâu rồi đáp:

– Cô đoán nửa phần đúng và nửa phần sai.

– Thế là anh nửa buồn và nửa vui. Em, em không muốn cho ai buồn cả. Vui vẻ có phải hơn không?

Dũng quay lại đặt những quả đậu vào lòng bàn tay Loan. Hai người đứng gần nhau quá; Loan ngượng cúi mặt xuống nhìn những quả đậu trong tay rồi đưa cho Dũng xem:

– Anh hái những quả non quá. Ăn làm sao được. Lại có lẫn cả lá, cả cành thế này à? Anh này lơ đãng quá.

Dũng mỉm cười âu yếm nhìn Loan:

– Xin lỗi cô.

Rồi Dũng nghiêm nét mặt lại vừa nhặt những cành lá vứt xuống đất vừa nói rất khẽ:

– Anh Thái vừa mới chết.

Loan thản nhiên nói:

– Em biết rồi. Em vừa đọc báo xong.

– Cô nên cẩn thận đừng nói với ai biết rằng cô đã gặp anh ta và đừng cho ai biết anh ta là bạn của tôi, nếu không sẽ lôi thôi đến cô và tôi ngay.

Loan đáp: – Anh không cần phải dặn. Em phải giữ gìn cho anh vì em đã biết hết cả, tuy anh vẫn giấu em. Như hôm anh qua bến đò Gió là hôm anh đến thăm anh Thái.

Dũng ngạc nhiên và lo sợ nhìn Loan. Chàng nghĩ đến số tiền gần trăm bạc người ta khám thấy trong người Thái. Loan nhìn Dũng thương hại rồi nói như van lơn:

– Từ rày anh nên ở luôn nhà, xa dần họ ra. Em lo lắm. Anh và cả anh Trúc nữa, các anh có tính liều lĩnh quá.

Dũng yên lặng nghe Loan nói. Chung quanh chỗ hai người đứng, những chiếc lá xé vụn rơi lấm tấm xanh trên mặt đất. Dũng thấy trong lòng sung sướng chàng nói:

– Nếu cô biết được những nỗi khổ của tôi... Nếu tôi cũng được như cô, có một gia đình toàn người yêu...

Loan nói:– Chị Hiền..

Dũng ngắt lời:

– Một người chị không bao giờ bằng một người mẹ.

Chàng thốt nhiên nhìn ra chỗ bà Hai ngồi. Loan nói:

– Tại lâu nay ở trong nhà có nhiều tin đồn về anh, bảo anh hay lên tỉnh cờ bạc và giao du với những bạn không được tốt. Em nghe tin rất khó chịu, nhưng em không biết nói sao.

Dũng nói:

– Tôi cũng không biết nói sao vì mình cũng có lỗi. Thật ra, những người không đáng trọng tí nào lại có quyền được khinh những người đã coi cái chết là thường vì không muốn sống đê hèn.

Loan nhắc lại: – Sống đê hèn... em không hiểu

– Cô chẳng thể hiểu được.

Dũng nói giọng nửa đùa nửa thực:

– Như tôi sống bây giờ là sống đê hèn. Nhưng thôi, nói làm gì cho cô bận tâm, tôi muốn như cô lúc nào cũng cười luôn được. Loan mỉm cười nói:

– Cười luôn chưa hẳn là vui. Tại tính em thế.

Dũng tiếp theo:– Tại tính, có lẽ nhưng có lẽ tại cô có cái núm đồng tiền ở má rất xinh mà khi cười mới trông thấy, mà càng cười càng xinh hơn.

Lần đầu chàng nói thẳng khen Loan; chàng cố giữ vẻ tự nhiên như nói một câu khen đùa chơi. Nhưng nói xong,

Dũng lại ngượng với mình vì câu khen ấy Dũng thấy nó tầm thường quá, chàng muốn cứ để Loan nhìn chàng mà đoán ra được rằng chàng đang thầm khen Loan hơn là diễn ra bằng lời nói, không bao giờ ý vị bằng sự yên lặng của hai con mắt.

Bóng chiều sẫm dần dần, không khí mỗi lúc một trong hơn lên, trong như không có nữa, mong manh như sắp tan đi để biến thành bóng tối. Một mùi thơm nhẹ thoảng đưa hương thơm của tóc Loan hay hương thơm của buổi chiều? Mắt Loan lặng nhìn Dũng, nàng nói:

– Em nghe thấy tiếng sáo diều ở đâu?

Dũng đặt tay vào rá đậu ván tìm mấy chiếc lá lẫn trong quả đậu.

– Tôi thích trước cửa buồng có một giàn đậu ván vì hoa đậu ván đẹp

Loan đáp: – Hoa đậu ván màu tím tím...

Nàng nói câu ấy, tiếng khẽ quá như sợ hãi điều gì. Một bàn tay Loan rời cạnh rá, đặt gần tay Dũng. Mấy ngón tay thong thả cời những quả đậu lên lại bỏ xuống. Dũng nghĩ nếu lúc này đặt tay mình lên tay Loan và nắm lấy, Loan sẽ yên lặng; Loan, cũng như chàng, chắc sẽ phải cho thế là một sự tự nhiên. Một giây phút đợi chờ...

Dũng kéo tay ra. Loan ngửng về phía bà Hai nói to:

– Được lưng rá, mẹ ạ. Con tưởng cũng đủ rồi.

Dũng cười to nói tiếp:

– Vả lại trời tối quá. Trông quả lẫn với lá không sao hái được nữa.

Hai người vui vẻ bước ra khỏi giàn đậu ván nhìn nhau tự nhiên như không xảy ra chuyện gì. Dũng nghĩ thầm:

– Ý định của mình lúc nãy, Loan chưa nhận thấy.

Chàng chắc Loan cũng đương nghỉ như chàng.

Diễm Trinh đọc sách, thỉnh thoảng có lắng nghe Quang Thoại hát bên ngoài...

Đúng thế phần Quang Thoại anh đã ăn xong những miếng cốc chua ngọt, và uống xong ly rượu vang đỏ. Chàng đã vui vẻ cầm đàn, đàn để hát bài Thành Phố Buồn.

Thành phố nào nhớ không em, nơi chúng mình tìm phút êm đềm. Thành phố nào vừa đi đã mỏi. Đường quanh co quyện gốc thông già, chiều đan tay nghe nắng chan hòa. Nắng hôn nhẹ làm hồng môi em, mắt em buồn trong sương chiều anh thấy đẹp hơn. Một sáng nào nhớ không em, ngày Chúa nhật ngày của riêng mình. Thành phố buồn nằm nghe khói tỏa. Người lưa thưa chìm dưới sương mù. Quỳ bên em trong góc giáo đường, tiếng kinh cầu đẹp mộng yêu đương. Chúa thương tình sẽ cho mình mãi mãi gần nhau. Rồi từ đó vì cách xa duyên tình thêm nhạt nhòa. Rồi từ đó chốn phong ba em làm dâu nhà người. Âm thầm anh tiếc thương đời. Đau buồn em khóc chia phôi. Anh về gom góp kỷ niệm tìm vui! Thành phố buồn lắm tơ vương. Cơn gió chiều lạnh buốt tâm hồn, và con đường ngày xưa lá đổ. Giờ không em sỏi đá u buồn. Giờ không em hoang vắng phố phường. Tiếng chuông chiều chầm chậm thê lương. Tiễn đưa người quên núi đồi quên cả tình yêu!

Chàng đánh đàn và say sưa hát thêm bản khác Diễm Xưa

Mưa vẫn mưa bay trên tầng tháp cổ. Dài tay em ấy thuở mắt xanh xao. Nghe lá thu mưa reo mòn gót nhỏ. Đường dài hun hút cho mắt thêm sâu. Mưa vẫn hay mưa trên hàng lá nhỏ

Buổi chiều ngồi ngóng những chuyến mưa qua. Trên bước chân em âm thầm lá đổ. Chợt hồn xanh buốt cho mình xót xa. Chiều nay còn mưa sao em không lại. Nhớ mai trong cơn đau vùi. Làm sao có nhau, hằn lên nỗi đau.Bước chân em xin về mau. Mưa vẫn hay mưa cho đời biển động. Làm sao em nhớ những vết chim di. Xin hãy cho mưa qua miền đất rộng.Để người phiêu lãng quên mình lãng du. Mưa vẫn hay mưa cho đời biển động. Làm sao em biết bia đá không đau. Xin hãy cho mưa qua miền đất rộng. Ngày sau sỏi đá cũng cần có nhau.

Nàng đọc sách và nghe nhạc êm đềm quá đến bản thứ hai Diễm Trinh đã ngủ say.

Quang Thoại không hề thấy nàng ra vào, thì chàng biết

có thể nàng đã ngủ ngon giấc. Chàng liền muốn đánh bạo vào phòng nàng. Do dự tý nhưng lòng ham muốn nơi Quang Thoại như thôi thúc, nỗi niềm quả cảm của chàng như tăng lên, sự kích động không thể kiềm chế chàng được. Quang Thoại đành liều, muốn đi xem mỹ nhân Diễm Trinh ngủ hay làm gì trong đó. Thế rồi chàng không chần chờ đã đứng lên mạnh dạn, tiến vào phòng nàng. Ôi đúng là chàng thấy Diễm Trinh đang ngủ ngon giấc, lồng ngực nơi tay còn ấp yêu trang sách, chàng liền nhìn nàng phút chốc gỡ tay nàng ra và cầm lấy quyển sách duy chuyển để đặt vào chỗ khác trên chiếc bàn gần đó, Quang Thoại lại toan muốn hôn lên môi nàng như mời gọi kia. Và chàng đã làm điều đó ôn hòa nhẹ nhàng, rồi thêm chút mạnh mẽ, đam mê siết ôm thân nàng, như một việc cần có phải làm ở nơi chàng... Diễm Trinh bật tỉnh giấc nhìn chàng cũng toan định la lên khi còn ngái ngủ, nhưng Quang Thoại nhanh chóng để tay lên miệng nàng như che chắn âm thanh nàng phát ra, mà chàng nói nhanh thỏ thẻ:

- Anh xin lỗi em và anh đã yêu em. Vâng Quang Thoại đã yêu Diễm Trinh ngay trong ánh mắt lần đầu tiên. Xin em tha thứ cho anh. Hãy tha thứ cho anh nha em.

Chàng nói và ôm hôn nàng vồn vập khắp chốn. Môi chàng cũng đã sờ soạng tìm về môi nàng cắn nhẹ để yêu... Diễm Trinh thổn thức trong từng hơi thở, ngực nàng đập phập phồng bối rối, hiện trạng căng cứng lý trí. Quang Thoại nhanh nhẩu bước đến giai đoạn liều hơn nữa, chàng đưa lưỡi mình liếm như vuốt ve vào ngực nàng êm ái, và chàng sung sướng kẹp chân nàng trong chân mình siết mạnh, và rồi Quang Thoại tìm cách hoàn toàn nằm trên mình nàng cố đưa chiếc lưỡi mình tìm về cái cổ trắng ngần thơm tho của nàng, cùng vành tai mời mọc của nàng. Diễm Trinh tự nhiên ngoan ngoãn như con cừu xinh mà chàng đã dẫn dắt mau lẹ. Không hiểu sao nàng đã đi đến giai đoạn như chấp nhận mắn chịu, hưởng thụ một thú vị của ái tình, về tình dục... Hai người đã đi đến giai đoạn cao trào một sự chăn gối hoàn toàn, để thoải mãn nguồn cơn yêu và được yêu về hoàn toàn nhục thể.

Họ tình tự và âu yếm nhau trong thể xác khá lâu. Chàng Quang Thoại đã chủ động và nàng như bị ma lực quyến rũ nơi chàng. Nàng đa phần im lặng và quên mình trong chàng, thật tình nàng chẳng mau chóng cộng hợp, và cũng chẳng tỏ ra sành điệu chi, như những cô gái mà Quang Thoại đã từng có trải qua, nhưng chàng cảm thấy thích thú mê man tột cùng, ở nơi Diễm Trinh một cách lạ lùng. Sau những phút giây cùng nàng hoan lạc Quang Thoại cũng đến thời xũi lơ vì chàng ham muốn tột độ đã dâng hiến hết cho nàng rồi. Giờ như một người hăng hái lên dốc xong phải nghỉ mệt chàng mỉm cười tươi nói với nàng:

- Cho anh xin lỗi nha. Vì anh quá yêu em, anh không sao kiềm chế được. Em vẫn vui chứ.

Diễm Trinh e lệ chỉ gật đầu không nói. Và nàng đang chỉnh y lại quần áo vào thân thể. Còn Quang Thoại cũng âu phục đâu đó gọn gàng vào người chàng. Và cuối cùng chàng hôn nàng nơi trán một cái thêm, rồi bỏ ra ngoài trả lại giường chiếu nơi thế giới riêng tư của Diễm Trinh.

Quang Thoại ra bàn ngồi vui vẻ sảng khoái lắm. Anh lại cầm đàn dạo nhạc liền tay để hát bài ca: Kẻ Ở Miền Xa...

Tôi ở miền xa, trời quen đất lạ. Nhiều đông lắm hạ, nối tiếp đi qua thiếu bóng đàn bà. Đời không dám tới đành viết cho tôi, nhạc tình sao lắm lời... Đơn vị thường khi nằm trên đất giặc. Thèm trong hãi hùng tiếng hát môi em. Tiếng hát ngọt mềm. Người nâng lính khổ, viết bởi câu ca. Vì tiền hay thiết tha...

Xin đối diện một lần bên tôi. Cho tôi yêu bằng hình hài đó không thôi. Đến với tôi, hãy đến với tôi. Đừng yêu lính bằng lời. Đêm nằm miền xa, trời cao đất hạ. Chợt lên ý lạ, nên viết văn chương, góp tiếng hậu phương. Ngoài kia súng nổ. Đốt lửa đêm đen. Tầm đạn thay tiếng em. Tầm đạn thay tiếng em...

Sau lần bài hát đó. Chàng hát thêm bài thứ hai vì lòng đầy hứng cảm. Mặc dầu lúc này Diễm Trinh vẫn còn ở phòng nàng với những ý nghĩ riêng tư nơi nàng. Diễm Trinh vừa vui hứng thú và cũng vừa buồn vì mình có một sự đồng lõa ngoại tình. Nhưng nàng không tự cho là mình ngoại tình. Chỉ là nàng cảm xúc đi theo Quang Thoại tác động mà thôi, nhưng tại sao nàng không chống trả để thoát thân, nàng yếu ớt âu yếm như mời gọi. Nàng đang mơ màng trong giấc ngủ mới dậy, hay là vì nàng bị Quang Thoại đam mê tấn công tới tấp làm nàng mất tự chủ, mất phương hướng. Và vì lượng máu trong nàng đa cảm, đã mau chóng như một tính cách lương thiện thỏa hiệp nơi chàng, mau bị chấp nhận và quyến rũ của nhiều tần suất ái tình. Diễm Trinh lớn lên 17 tuổi đầy mộng mơ và bắt gặp tình yêu Ngọc Dinh một sa di đẹp trai ở chùa, và nàng chiếm được trái tim chàng rồi bỏ trốn vào rừng núi mà sống. Nàng chưa hề chung đụng một nụ hôn nồng nhiệt của một người nào khác phái trước đó, chứ nói chi đến va chạm thân xác mẫu nam tử nào trước Ngọc Dinh...

Vậy mà, giờ đây nàng đã va chạm thể xác đậm với một người con trai ngoài chồng Ngọc Dinh. Diễm Trinh cảm giác thấy là lạ vô cùng, nàng cũng không thể nào định nghĩa hết được hương vị ái tình mới mẻ này, chàng cũng dễ thương đáng yêu đó chứ. Ôi sao nàng đã nghĩ, như phản bội chồng Ngọc Dinh, nhưng mà không, thực tế những dây thần kinh nàng mang đến cảm giác dễ chịu hưng phấn khó tin đó. Nàng đã có lỗi với chồng nhưng nàng không cho là điều ấy sai lầm mới lạ chứ. Nàng cho là nàng đã mắc nợ ca sĩ Quang Thoại, người thứ hai này rồi sao? Diễm Trinh ngổn ngang trăm mối bên lòng.

Thì Quang Thoại liếc nhìn đồng hồ đeo tay trời cũng trở về chiều khá lâu, đúng là thì giờ ngựa chạy tên bay. Chàng muốn gặp nàng để từ giã ra về. Chàng cất đàn và ngưng hát tỉ tê kia. Vừa lúc Diễm Trinh bước ra không hiểu sao chàng nhìn nàng đẹp như một thiên thần rực rỡ chàng bảo:

- Diễm Trinh em đẹp lắm, đã mê hoặc cũng cuốn hút anh nhiều và mãi mãi. Anh sẽ yêu em và còn yêu mãi mãi không bao giờ quên những phút giây em đã mặn nồng bên anh.

Nàng ngượng ngùng đáp:

- Em còn nhát lắm. Vì em đã có chồng rồi.

- Anh hiểu tâm trạng em, nhưng em vẫn cho anh một cảm giác thơ ngây và tuyệt vời. Anh hằng thích như thế.

Nàng cảm động im lặng. Chàng nói thêm:

- Anh yêu em nhiều lắm em biết không? Em không thể ở như vầy mãi rừng sâu núi thẳm này được đâu. Em bồng bột và nông nổi với tuổi trẻ sẽ đi qua thôi mà em. Anh muốn em trở về nơi phố xá Sài gòn hay Đà Lạt, hoặc thành phố Nha Trang gì cũng được.

- Nhưng em đã có chồng thì làm sao? Chồng em là một sa di.

- Trời ơi vậy càng dễ. Anh ấy sẽ về với chùa. Về với nguyên gốc anh ta mà. Người đi tu họ không hận thù với chúng ta đâu. Họ cho là duyên đến và duyên hết thôi em à.

Nàng vẫn lặng buồn làm thinh. Quang Thoại giục:

- Nghe lời anh đi nha. Anh sẽ tìm cách cho em sớm nhất. Nếu em hiểu trọn ý tưởng chân thành nơi anh.

Nàng vẫn đứng im lặng buồn.

Quang Thoại bước đến hôn nàng tên trán và nói:

- Thôi để anh về kẻo lỡ chồng em về sớm thì đại họa cho anh và em xảy ra đáng tiếc nha. Tất cả mình nên bí mật đã Diễm Trinh.

- Em thấy khó xử cho lòng quá.

- Mọi thứ khó xử nhưng mình đã có thể như em và anh trong cuộc vừa rồi. Thì mọi hạnh phúc tương tựa như vậy thôi em ạ.

- Em không biết phải tính sao?

- Sẽ ổn tất cả mà em. Hơi thở của anh và em đã hòa quyện, đã gắn kết rồi mà em.

Nàng gật đầu, và lại lắc đầu thêm. Quang Thoại cảm kích một lần nữa, bồng nàng vào phòng hôn lên mặt Diễm Trinh say đắm và nói:

- Ngủ đi em cho thêm ngon giấc và xinh đẹp. Mọi chuyện để anh lo. Thôi anh bye em nhé. Sao mà cứ muốn dính mãi như thế này được nhỉ.

Chàng nói và nắm tay Diễm Trinh lần cuối trước khi rời nàng.

Nhưng Diễm Trinh đã đứng dậy nối bước ra ngoài liều cũng là phòng khách để vẫy tay chào chàng bước đi. Nàng nghĩ rằng sáng nay, nàng thật may mắn lắm, không có người khách nào vãn lai. Nếu mà có một người vào, lỡ trông thấy Diễm Trinh nằm chung với Quang Thoại thì nàng phải biết làm sao ta. Quang Thoại quá liều mà nàng cũng quá lĩnh, hư lắm. Nàng suy nghĩ buâng quơ chàng cũng đã bước ra khỏi nhà nàng.

Thật sự Quang Thoại chưa về. Chàng chỉ ra ngoài phía trước nấp vào một cây rừng nơi có hốc đá cách nhà nàng chừng 10 mét để ghi nhật ký và nghe động tĩnh gì khi Ngọc Dinh chồng nàng về xem sao. Chàng chờ ở đó khá lâu, lòng thầm mong trở vô hôn Diễm Trinh nữa cho sướng cho đã, nhưng chàng cố kiềm không dám. Mãi mấy tiếng đồng hồ tơ tưởng trôi qua, hoàng hôn đã xuống thấp, mặt đất mờ dần nhá nhem chàng cảm thấy chờ không nghe tiếng động tĩnh gì? Thôi chắc là Ngọc Dinh chưa về đâu, nhưng chàng không thể ở lâu và chờ nữa, chàng đã đứng lên muốn huýt sáo tự nhiên cho lòng vui vui rồi bước đi...

TÁM

Và chính giờ khắc này Ngọc Dinh đã làm lụng từ núi xong một ngày để về thì chàng đã bắt gặp như thế. Chàng nhìn người đàn ông xa lạ bước đi trước dọc nhà mình kia, thì tự động Ngọc Dinh toan toát mồ hôi, vì cái ngoái lại để nhìn ngôi nhà mình và huýt sáo vang vang kia...

Chàng lo lắng điều chi vào lòng, và Ngọc Dinh chậm lại không vô nhà, chàng lui về ngồi phía sau gần một loài hoa lan trắng muốt để nhìn, mà hồn vía chàng như trôi lạc nẻo đâu... Đoạn khoảng mười lăm phút sau chàng mới đứng lên vô, dù vô ngõ phía sau nhà.

Diễm Trinh thì không biết gì về hai chàng trai cả. Nàng cứ tưởng Quang Thoại về lâu rồi, gần hai tiếng rồi. Và chồng nàng cũng mới về đây thôi. Nàng yên chí với mọi sự bình yên may mắn, và nàng đã làm cơm nước cho chồng để sẵn. Thấy Ngọc Dinh chồng đi làm về, để dụng cụ bên ngoài tiếng động kêu loạt soạt, cuốc xẻng, rựa búa, giỏ xách, đụng nhau lách cách v.v... và chàng bước vào trong nhà. Nàng chạy ra đón nơi cửa sau bảo chồng:

- Về cũng muộn quá hả anh. Em nấu cơm nước rồi. Anh tắm rửa đi mình sẽ ăn cơm.

- Cám ơn em nói, nhưng anh nhân tiện đã tắm nơi suối rồi. Mà anh chưa thấy đói. Từ từ mình ăn em. Anh muốn ngồi nghỉ chút nghen Diễm Trinh.

- Sao cũng được em chờ anh mà.

Ngọc Dinh mấy hôm nay anh lo coi quyển kinh sám hối. Thể lệ sám hối, qui luật cần có nơi sám hối. Tuy anh ra đời có vợ và sống, anh không còn đi tu nơi chùa Hưng Tịnh nữa. Nhưng giáo lý nhà Phật anh vẫn mang theo nhiều và thường coi lại những lúc rảnh, hoặc đặc biệt mấy tháng gần đây tự nhiên anh thích tham khảo lại kỹ hơn. Hôm nay cảm xúc vui buồn từ đâu. Anh cố giấu tâm trạng mà muốn cầm cây đàn, đàn để hát một bài cho lòng thư thái hơn. Ngọc Dinh hát bài Bông Hồng Cài Áo mà ngày trước chàng hay thường tự mình thưởng thức tiếng hát mình, trong những mùa vu lan báo hiếu. Xin trích lời thơ văn hay của thiền sư Nhất Hạnh và qua giai điệu cảm xúc âm nhạc của Phạm Thế Mỹ:

Một bông Hồng cho em. Một bông Hồng cho anh. Và một bông Hồng cho những ai. Cho những ai đang còn Mẹ. Đang còn Mẹ để lòng vui sướng hơn. Rủi mai này Mẹ hiền có mất đi. Như đóa hoa không mặt trời. Như trẻ thơ không nụ cười, ngỡ đời mình không lớn khôn thêm. Như bầu trời thiếu ánh sao đêm. Mẹ, Mẹ là giòng suối dịu hiền. Mẹ, Mẹ là bài hát thần tiên. Là bóng mát trên cao. Là mắt sáng trăng sao .Là ánh đuốc trong đêm khi lạc lối. Mẹ, Mẹ là lọn mía ngọt ngào. Mẹ, Mẹ là nải chuối buồng cau. Là tiếng dế đêm thâu. Là nắng ấm nương dâu. Là vốn liếng yêu thương cho cuộc đời. Rồi một ngày nào đó anh về nhìn Mẹ yêu, nhìn thật lâu. Rồi nói, nói với Mẹ rằng "Mẹ ơi, Mẹ ơi, Mẹ có biết hay không ?"- Biết gì ? "Biết là, biết là con thương Mẹ không ?" Đóa hoa màu hồng vừa cài lên áo đó anh. Đóa hoa màu hồng vừa cài lên áo đó em. Thì xin anh, thì xin em. Hãy cùng tôi vui sướng đi.

Chàng hát xong rồi vợ Diễm Trinh dọn cơm sẵn anh vào ngồi ăn. Mùa thu đã sắp về, trời như sắp se lạnh. Diễm Trinh muốn mặc thêm chiếc áo khoác nhẹ để đỡ mỏng manh hơn. Ăn xong dọn dẹp tác phong của người vợ khá chu đáo. Thì nàng vẫn muốn có chương trình nằm đọc sách cho chàng nghe. Tối nay nàng thích được như vậy.

Nàng đọc chàng nằm bên cạnh thưởng thức, một chất giọng diễn cảm rất có của nàng.

Cánh đồng chân rạ vắng người phẳng lì đến tận chân trời, các làng xa trông gần hẳn lại.

Trời lạnh quá nên Dũng tưởng như không khí trong hơn là vì lạnh. Trúc nhìn hiểu rồi bảo Dũng rẽ xe đạp xuống con đường đất nhỏ. Đường gồ ghề lại ngược lên chiều gió nên hai người đạp bắt đầu nặng chân. Dũng gắng sức đạp. Gió thổi làm lạnh hai gò má và làm cay hai mắt, nhưng Dũng cứ ngửa mặt như muốn đón lấy gió lạnh. Chàng quay nhìn lại, Trúc hỏi: - Lạnh không?

Trúc mĩm cười cho xe tiến lại gần, đáp:

- Cũng kha khá. Nhưng đã cho anh che gió cho nên tôi lại thấy ấm... Song ấm trong lòng thôi.

Trúc thốt nhiên cảm thấy tình bạn ấm áp của Dũng với chàng, hai người bạn sống trơ vơ giữa cuộc đời, như cùng đi giữa cánh đồng rộng bao la và lộng gió, Dũng nói:

- Mình càng không sợ lạnh, càng thích cái lạnh thì không thấy lạnh. Đối với những cái nguy hiểm cũng vậy.

Trúc cười hỏi:

- Anh mới nghĩ ra điều cao xa ấy từ bao giờ thế?

- Vừa mới nghĩ ra xong.

Hai người hôm nay tìm đến nhà một người bạn cũ là nơi mà Thái vẫn ẩn núp từ khi vượt ngục ra. Dũng phải đưa ít tiền đến giúp Thái để Thái có cách trốn đi nơi khác xa, đợi dịp đi ngoại quốc lần nữa. Cuộc đi thăm bạn không có gì nguy hiểm cả. Dũng cũng biết thế, nhưng chàng tự nhiên có cái thú được làm một việc khác hẳn những việc chán nản hằng ngày. Mấy lần Trúc can, chàng nhất định không nghe. Trúc nói:

- Nếu anh vừa mới nghĩ ra xong, thì bây giờ anh quay về cũng còn kịp. Tôi nghĩ lại mới biết cũng khá nguy hiểm cho anh. Mà nhất là không cần anh phải đi.

Nói vậy nhưng Trúc biết là không bao giờ Dũng quay về nữa. Dũng cũng không cần trả lời Trúc, chàng hỏi sang chuyện khác:

- Cần nhất là phải làm thế nào anh ấy đi ngoại quốc thoát chứ sống ở trong nước mà sống lẫn lút như vậy thì chịu sao nổi. Đến chúng mình đây còn không chịu nữa là.

Yên lặng một lát, rồi chàng lắc đầu tiếp theo:

- Anh ấy có tính liều lắm. Ngay từ trước đã thế, tôi ở trọ với anh ấy hai năm tôi biết. Tôi sợ lắm.

Trúc đáp: - Tôi chỉ sợ cho anh vì biết đâu anh không phải liều như anh Thái.

- Tôi chẳng nóng đầu bao giờ cả.

Trúc cười: - Tôi thí dụ việc bại lộ. Người ta tìm bắt anh là đồng đảng quấy rối đến cụ lớn, anh có yên ở nhà không?

Dũng đáp: - Đến lúc đó thì liều vậy.

Trúc mỉm cười:- Ấy đó... nhưng bây giờ hãy cứ liều thử xem sao đã. Chưa chết ai mà sợ.

Hai người lại vui vẻ dấn bước đạp. Trúc thoáng nghĩ đến Loan. Vẻ buồn bã của trời đông làm Trúc thấy rộn rạo cái ý muốn hỏi Dũng về Loan. Chàng quay mặt nhìn bạn và lưỡng lự không biết bắt đầu câu hỏi ra sao. Chàng ngẫm nghĩ.

- Hình như Dũng không thích cho ta có một ý nghi ngờ gì về việc ấy.

Dũng không quay lại nhưng đoán biết là Trúc đương nhìn mình một cách chăm chú. Chàng hơi lấy làm lạ, và tự nhiên thấy ngượng, cúi nhìn xuống rồi đưa lái cố theo vết bánh xe trên đường. Diễm Trinh đọc tới đó rồi bảo:

Chương này em có đọc anh nghe rồi. Nhưng chỉ vì văn

nó hay em thích. Thôi để em kiếm chương khác đọc cho thú vị hơn nha.

Chàng nhắm mắt lim dim nói:

- Em cứ đọc đoạn nào anh nghe cũng được cả mà.

Nàng nhìn gương mặt chàng và đọc tiếp chương 15.

Cô bé con bán hàng mở vung múc nước chè, làn khói nóng và thơm thoảng qua mặt khiến Dũng nhớ đến hôm nào ngồi cạnh Loan trong lòng ấm áp và nhìn ra cảnh chiều mờ sương thu. Chàng nhận rằng hôm nay vô tình chàng lại ngồi nguyên chỗ cũ, trời tháng tám, tuy chưa rét lắm như hôm Thái đi, song những cơn gió nam thổi từ phía sông lên làm xõa tóc chàng ra rào rào trong lá cây gạo bên hàng nước, Dũng đã thấy hơi lạnh và nhiễm cái buồn xa xôi của những cơn gió heo may mới thổi về. Một năm gần qua.

Dũng cầm bát nước chè tươi vừa uống vừa nhìn Xuân ngồi trước mặt; chàng thấy Xuân khỏe mạnh hơn trước nhiều và có nước da sạm đen của một người dạn nắng gió.

- Anh đi được một năm rồi đấy.

Xuân vui cười đáp:

- Đã làm gì được một năm. Anh Thái đi, lúc bị bắt về thì còn ở Lao-Kay. Kể ra thì cũng gần được một năm.

Tên người bạn cũ chết một cách thảm thương tình cờ nhắc đến khiến Xuân cúi nhìn xuống đất; chàng thong thả nói:

- Mới có một năm đã bao nhiêu sự thay đổi. Anh Thái, anh Vượng, anh Tạo...

Dũng nhìn Trúc đương mãi chọn mấy quả na trong rá.

- Chỉ có tôi và anh Trúc là vẫn thế, chẳng thay đổi gì cả. Kéo mãi cái đời vô công rồi nghề tẻ ngắt.

Trúc nhấc lên một quả na to, còn nguyên cành lá, vui vẻ nói: - Lá còn xanh thế này mới chín cây.

Cô bé nói tiếp:- Quả nào thì cũng chín cây cả. Cháu vừa hái ở trong làng ra xong.

Trúc bữa đôi quả na và chợt nghĩ đến Hà, chàng bắt chước dáng điệu nàng, cũng nhắm mắt lại, cau đôi lông mày và chép miệng nói: - Na làng Chàm ngon có tiếng.

Thơm và ngọt.

Trúc nếm rồi đưa cho Xuân một nửa.

- Anh này bấy lâu ở bên Tàu chắc không được ăn. Anh ăn thử mà xem, cả mùa thu sẽ vào bụng anh.

Trúc bảo Xuân:

- Anh còn nhớ độ ở trọ nhà bà Hai Vận không?

- Đời nào quên được nhất là cô con gái bà ta, cô Hiền.

Trúc mỉm cười nói:

- Tôi thì tôi nhớ nhất cây na ở nhà bà ta. Cây na ngon lạ. Bà ta giữ gìn ghê lắm. Một hôm mình ăn trộm được một quả, phải đứng ngay ở gốc ăn, vì đem ra khỏi vườn, bà ta trông thấy mình ở vườn ra sẽ khám túi ngay.

Trúc nhìn cô bé con bạn nàng và chắc là nó chưa đến tuổi hiểu, nên mỉm cười nói luôn: - Quả na suốt ngày phơi nắng, nhưng mùi na âm ấm và thơm phảng phất như môi một người yêu.

Dũng lắc đầu, nói: - Anh này hỏng. Nói đùa nhảm nhí luôn mồm.

- Còn hơn các anh cứ đem mãi những chuyện buồn như chấu cắn ra nói. Tôi đã bảo đừng nhắc đến nữa. Chẳng ích lợi gì, chỉ thêm nóng đầu.

Sáng ngày, trong mấy giờ đồng hồ, ba người đã suy xét bàn cãi và dự định rất nhiều thứ. Trúc thấy ý Dũng muốn nhân dịp này cũng được đi theo sang Tàu với Xuân. Riêng về phần chàng, chàng chưa thấy muộn lắm, vì sang Vân Nam ở nước ấy buôn bán như Xuân, Trúc cho là không khác gì ở nhà.

Trúc nói tiếp:

- Tôi tưởng cứ theo như lối của tôi là hơn cả. Sống ngày nào biết ngày ấy; Ăn thật ngon ngủ thật kỹ. Nếu phải ở trong nhà tù thì cơm nắm với muối, ăn lại có một vị ngon riêng.

Chàng nhìn Dũng và nghĩ đến Loan, đến những băn khoăn do dự, chàng đoán Dũng đã phải trả giá mỗi lần có ý bỏ đi theo các bạn, chàng bảo Dũng:

- Anh còn nhớ độ chúng mình bãi khóa không? Chẳng

biết anh thế nào chứ tôi thì lúc nào cần đến nhảy ra thì nhảy ra. Khi nào nhảy vào thì nhảy vào.

Dũng mỉm cười nói: - Có khi nhảy vào không được nữa.

- Không nhảy vào được thì thôi. Cứ thế mà liệu cách sống. Nhưng lần này phải cẩn thận. Chúng mình vì nhảy ra nên mới bị giam hãm. Lần này nhảy ra cũng là nhảy ra chỗ mờ mịt, không biết rõ, nhưng cần gì đời là thế, mình cũng có khi phải liều chơi.

Trúc bỗng lấy tay che miệng mỉm cười nói:

- Chết chửa? Chính tôi bảo không nên bàn tán nóng đầu vô ích mà chính tôi lại nói nhiều hơn cả. Đã bắt chước cô Ba rồi.

Xuân hỏi:- Cô Ba nào mà thấy anh nhắc luôn đến tên từ hôm qua đến giờ?

- Hà em anh Cận. Bây giờ lớn lắm. Hình như cũng tập tành bắt chước chị.

- Chắc là có đầu vùng của anh có lẽ nhiều người nhất đấy.

- Kém vùng Cỏ Am một ít thôi.Vả lại cũng không danh giá gì. Có danh giá thì chỉ danh giá cho những người ở lại yên thân hay còn sống.

Xuân nói:

- Hai anh vào Ý Dương với tôi đã rồi về.

Dũng đáp:

- Anh vào thôi, tôi phải về ngay, thầy tôi đợi ở nhà.

Chàng mỉm cười, nói đùa:

- Phải về vì đi hai hôm đã nhớ nhà rồi.

Câu nói đùa nhưng cũng là câu nói thật. Dũng nghiệm ra rằng lần nào cũng vậy, hễ đi đâu một vài ngày là chàng đã nảy ra cái ý muốn về nhà, về nhà để được gần cạnh Loan. Gia đình, quê hương chung yêu mến, chính nơi đó là nơi chàng với Loan trong bao lâu đã cùng thở một bầu không khí, đã cùng ngắm những cảnh sắc thay đổi hết mùa này sang mùa khác, năm này sang năm khác.

Trúc muốn gặp Hà, ngập ngừng một lúc mới dám nói:

- Hay anh Dũng đi về một mình. Tôi đi với Xuân vào Ý

Dương.

Trúc thấy Dũng đưa mắt nhìn mình thật nhanh rồi lại nhìn ra chỗ khác ngay. Chàng ngượng nghịu nói tiếp như muốn phân trần:- Đã lâu chưa gặp anh Cận.

Đã lâu không gặp Cận, đi với Xuân đến thăm là lẽ tự nhiên, nhưng sao chàng lại cứ tưởng rằng Dũng không cho thế là tự nhiên. Chàng mỉm cười tụ nhủ mình:

- Có lẽ tại thế không tự nhiên thật.

Chàng mỉm cười lần nữa vì nghĩ đến trước kia nhiều lần chính chàng đã thầm trách Dũng cứ phải đo đắn mỗi khi nói đến Loan, hay giữ gìn, che đậy chỉ sợ người ta nghi ngờ mình. Chàng toan nói hẳn ra và dùng cách bông đùa để che ngượng:"Đã lâu chưa gặp anh Cận và cô Thuý Kiều lắm mồm lắm miệng", nhưng lần này chàng không thấy còn can đảm nói đùa nữa.

Dũng không nghi ngờ gì Trúc cả, chàng chỉ mừng rằng Trúc đã nhận lời đi. Xuân không khẩn khoản mời chàng cùng đi lại Cận nữa. Chàng đã phải tìm hết cách làm thế nào về nhà kịp đêm Trung Thu. Chủ nhật trước khi người nhà của Thảo đem mấy cân bánh vào biếu bà Hai, Loan có nói với chàng:

- Thế nào anh cũng phải về kịp đêm Trung Thu, sang đấy ăn bánh của chị giáo... với em. Em có nhiều chuyện hay... hay lắm lắm.

Nói xong Loan mỉm cười một cách ý nhị rồi đi cất bánh vào tủ. Nhìn dáng điệu của nàng hoạt động trước mắt, Dũng từ khi biết thương mến Loan, lúc đó lần đầu để ý đến tâm thân của người yêu, tấm thân chàng vẫn biết là thanh đẹp, nhưng chàng chỉ nghĩ đến thoáng qua chưa bao giờ ngừng lại như lần này. Dũng thấy Loan giơ bàn tay lên sau gáy; mấy ngón tay của nàng đương hững hờ vuốt mấy sợi tóc, bỗng đứng yên cả lại như chờ đợi: Loan suy nghĩ. Tự nhiên Loan quay nhìn Dũng nhắc lại lời nói bằng hai tiếng rất nhỏ: - Anh nhé!

Nàng vừa mỉm cười vừa khẽ gật đầu luôn mấy cái và trông vẻ mặt Loan nhìn chàng lúc đó Dũng thấy nhiều hứa hẹn tuy chàng vẫn không biết rõ là những hứa hẹn gì và không dám chắc có phải thật thế không.

Dũng đợi ngày Tết Trung Thu đến như một đứa trẻ và từ hôm ấy chàng không sang bên nhà Loan nữa, sợ một lẽ gì sẽ đến làm mất cái hy vọng không căn cứ, rất mong manh, nhưng chàng thấy đẹp hơn là những hạnh phúc lớn ở đời.

Tuy biết trước là có lẽ đêm hôm ấy rồi không có gì cả nhưng khi nói chuyện với Xuân về việc đi, chàng vẫn nghĩ thầm: - Đi đâu thì đi miễn là sau đêm Trung Thu.

Dũng bắt tay Xuân và Trúc rồi đứng nhìn hai người đi về phía làng Ý Dương. Chàng trả đèn cô bé, bước trên mặt đê.

Một cơn gió thổi mạnh khiến Dũng giơ tay giữ lấy mũ cho khỏi bay, bỗng chàng đứng dừng lại ngửng nhìn lên. trên đầu chàng cả một vừng sáng rung động, mặt trời thấp và ánh sáng mặt trời phản chiếu ở mặt sông lên rọi sáng cả đám lá gạo ở trên ngọn cây dương lay tới tấp trong gió.

Diễm Trinh đọc đến đó và đưa mắt nhìn qua Ngọc Dinh thì chàng đã ngủ mất đất rồi, chắc chàng ngủ lâu rồi. Nàng lại xếp sách suy nghĩ buâng quơ. Nàng đặt câu hỏi sao hôm nay chồng nàng lại ít nói hơn nữa, chàng cũng không vui hứng thú khi mình đọc sách nhiều nữa. chàng cũng không vui hứng thú không hát nhạc tình nữa, mà hát bài hát về mẹ, mà thường khi ngày lễ vu lan người ta tới chùa hát thôi. Và nàng có nghĩ đến Quang Thoại sáng nay, chàng cũng rất lạ lẫm. Nhưng rồi nàng chẳng dám nghĩ nhiều đến ai. Diễm Trinh quay lại hôn cánh tay chồng, và gương mặc chồng. Nhìn Ngọc Dinh một chặp đầu óc nàng như đang nhảy múa nhiều thứ mà lại rỗng không, nàng kê cằm lên vai Ngọc Dinh rồi muốn thiếp đi một giấc bên chàng.

CHÍN

Sáng hôm sau Ngọc Dinh đi vào núi, chàng làm lụng khá lâu nơi vườn rẫy, công việc hầu như cũng xong nhiều, và chàng đi đến ngồi một nơi, bước xuống thung lũng là có dòng suối nhỏ, lên bên trên là một cánh rừng cây lá cũng khá um tùm, chàng ngồi trên một tản đá tự nhiên không lớn lắm, và có mặt phẳng từ bao giờ. Ngọc Dinh đang thấy chú chim đơn côi chuyền cành một mình, anh cảm giác thương nó, vì thường rằng chúng đi có cặp, và đi chung, chúng chuyền cành háo hức, thi đua hót kêu rôm rả, nhưng đôi lúc vẫn có những cô nàng, chú cậu muốn một mình độc thân vui với cây lá mà thôi. Chàng có để ý thấy, nhưng Ngọc Dinh không cố ý quan tâm lắm về đời sống của những loài chim trên rừng đáng yêu kia. Ngọc Dinh vẫn quý sự tự do của chúng nó kia. Sáng hôm nay anh vẫn hăng say tích cực là việc mau chóng, và thời gian hôm nay còn lại rảnh anh muốn ngồi nhìn cảnh để suy nghĩ vẩn vơ về vợ mình Diễm Trinh. Chàng nghĩ vợ chàng đã có một ngày khang khác hơn. Hay là chính lửa ái tình chàng đã không còn làm cho nàng rạo rực và quyến luyến như xưa nữa. Nhưng tình yêu trong suốt kia chàng luôn dành cho nàng tất cả mà. Chàng nghĩ là tình yêu vợ chồng bao giờ cũng đằm thắm mặn nồng trân trọng, chứ không thể bồng bột và dâng hiến tận lực, say sưa và cuồng đắm như vắt kiệt, hoặc miên man… Nhưng biết đâu với Diễm Trinh có thể đảo lộn hết mọi thứ. Mà chàng thì tận trong góc rễ của đạo hạnh vợ chồng gối chăn kia, đã không mang lại một sự hợp lý cho nàng. Biết đâu nàng xinh đẹp dầu giữa núi rừng, nhưng nàng có thể gặp một người con trai đàn ông khác. Người mà ta đã nhìn thấy của một chiều qua. Ai mà đến nhà mình ngồi đến nhá nhem mới chịu ra về. Ai mà còn ngoái cổ lại để tỏ lòng luyến tiếc. Như thế nàng có thể bồng bột và chấp nhận một tình yêu khác, một ái tình khác, một ái ân khác. Nghĩ thế chàng trầm tư buồn bã, chứ không còn toát mồ hôi như lần bắt gặp chiều qua. Ta đa nghi quá, biết đâu họ là anh em hoặc chị em kết nghĩa. Nhưng người đó nhất định lớn tuổi hơn Diễm Trinh kia mà, và tuổi cũng ngang ngửa bằng mình thôi, thì kết nghĩa gì ở đây. Vậy sự thật thế sao nàng không nói cho ta biết. Rõ là không phải tình cảm trong sáng đoan trang đâu, như thế đâu? Vậy là họ quan hệ thế nào? Bằng cách gì nhỉ? Nàng đã không đoan chính ư, nàng lẳng lơ đang muốn ngoại tình ư, nàng muốn âu yếm chung chăn gối với một người khác ư. Tội nghiệp cho ta quá? Một kẻ sa di đã lọt vào mắt nàng để rồi... Nhưng Ngọc Dinh này không hề nghĩ nàng là ngoại tình tầm thường, mà nàng ngoại tình với một trái tim hiếu động, và có lẽ không tất cả điều là vô lý vô nghĩa. Ôi nàng là của ta đã hết rồi sao? Nàng và ta là duyên nợ đã đi đến chấm dứt sao? Tuy thế ta yêu nàng nhưng không thể tha thứ cho, nếu như nàng phản bội lại ánh trăng thề cùng ta. Ta yêu nàng, nhưng không để chuyện xảy ra đau lòng như vậy được. Hay nếu duyên ta đã hết thì đành rằng phải xa. Chàng có nhiều góc nhìn về Diễm Trinh để cấn xé ray rức trong tâm hồn chàng.

Đoạn chàng lại suy nghĩ một chút khác đi hơn, một nẻo khác hơn. Chàng muốn thả nàng vào vùng tự do. Chàng muốn Diễm Trinh sẽ tự chọn một bước khác hơn, với trái tim rung động nơi nàng chính thị hiện giờ đi. Đó chính là cách này đơn giản mà phù hợp nhất, có lý nhất. Ngọc Dinh này sẽ viết thư cho Diễm Trinh nói là trong người của ta có bịnh cần xa nàng để tĩnh dưỡng. Coi như thế đó nàng sẽ tính sao? Diễm Trinh có thể tự lo liệu cuộc sống hay trở về nơi ba mẹ, cũng đừng hoài vọng chờ ta. Nếu còn sống lại được khỏe Ngọc Dinh sẽ tìm về bên nàng, còn nếu như ta có mệnh hệ gì bịnh chữa không khỏi, thì coi như số ta đã chết và phải xa nàng. Chỉ có lá thư và sẽ trốn đi vào một đêm trăng thanh thì sẽ đỡ hơn, là nói lời giã từ đau đớn với nàng lúc đối diện, và cho nàng biết hết sự thật mà ta đã nhìn thấy. Điều đó hình như trớ trêu, và ta không đủ có can đảm...

Hôm nay Ngọc Dinh có đem theo kinh phật để sẽ đọc khi rảnh rỗi, hoặc giải lao để mượn chút tâm sự. Như thế vừa cốt ý giải trí vừa để học hỏi một cái gì theo kinh dạy. Chàng vẫn quý đọc một quyển kinh hơn là ăn một bữa ăn trưa nơi nương rẫy này, trái tim chàng là như thế. Và cũng chính ngay hôm nay Ngọc Dinh có đem theo sổ để ghi chép những gì chàng cần ghi chép ý chính. Thế thì tiện quá mình có thể ngồi một chỗ nào tiện lợi để thảo một lá thư kia cho nàng đi.

Ngọc Dinh suy nghĩ cả ngày hôm đó, có gió chớm thu đã ren rét vào tận tâm hồn chàng, và cũng có vài loại cây đặc biệt đã ngã lòng đâu đó, đang chuyển màu vàng mơ lưa thưa các nơi phía dãy núi xa xa, gây cho Ngọc Dinh có chút gì đó buâng khuâng, cùng pha lẫn một nỗi niềm nào như đau đớn lớn hơn.

Làm lụng nghỉ ngơi, suy nghĩ về vợ, đọc kinh thư giãn, rồi viết thảo lá thư cho vợ hôm đó ngay. Thế là cũng hết một ngày chàng lại trở về nhà. Xong một bức thư, Ngọc Dinh đã bỏ hết tâm tư và ruột gan vào trong đó, song chàng cố giấu một nơi trong quần áo chàng. Bấy giờ ánh mặt trời cũng không còn sớm, đã yếu ớt và lòe nhòe khi vào núi, chàng phải đi về nhà ăn cơm cùng vợ Diễm Trinh như mọi khi. Song hôm nay ăn xong, chàng lại nói muốn đọc một quyển kinh Phật khác. Và chàng lại muốn chối từ những điều DiễmTrinh yêu cầu thường ngày, như chơi nhạc, đọc sách, vẽ họa v.v... Không hiểu sao Ngọc Dinh bỗng thấy nhạt nhẽo đi phần nào, và không còn thích thú như xưa. Và cũng không hiểu sao Diễm Trinh không quá đòi hỏi chàng, như mọi bữa từ ánh mắt nhìn âu yếm, đến nụ cười thân ái, để mời gọi đáng yêu như trước nữa. Nàng có một chút giận hờn chàng chăng? Hoặc là nàng không cần chàng bên cạnh. Rồi nàng tự nằm trên giường, cầm đọc quyển tiểu thuyết Đ.T, với một đoạn văn mà nàng cho hay nhất, và rồi tự ý dừng lại không muốn đọc nữa. Diễm Trinh để nghĩ về chồng mình là Ngọc Dinh, và người ca sĩ Quang Thoại nàng mới quen... Rồi nàng chẳng dám nghĩ gì hơn so sánh gì hơn. Nàng đã gọi Ngọc Dinh vào ngủ. Nhưng buồn thay chồng Ngọc Dinh ở bên ngoài trả lời:

- Em ngủ trước tý anh vô.

Nàng phụng phịu hờn mát, như có ý chợt nghĩ điều gì rồi lăn qua lăn lại người trên giường. Nhưng rồi Diễm Trinh đưa những ngón tay thon của mình, bung cái chăn hoa lên đắp tới cổ, nàng cố tình nhắm hờ đôi mắt thèm ngủ, và để dỗ dành giấc ngủ cho đến nhanh hơn.

**

Suốt gần một tuần trôi qua. Ngọc Dinh cứ đi làm rồi về, chàng cứ buồn coi đi cánh thư mình viết cho nàng, nhưng chàng nào dám đưa cho Diễm Trinh nhìn. Với lại lá thư đó chàng dự định chàng sẽ để lại sau khi, nếu như chàng phải rời xa Diễm Trinh mà thôi, thế thì chàng cũng mãi cất giấu một mình mình biết, một mình mình hay là đủ với tư cách hiện giờ. Ngọc Dinh đi làm và cả lúc về, ở trong nhà lúc nào chàng vẫn luôn ám ảnh người con trai lạ, một chiều tối lãng vãng nơi nhà mình kia. Và đến hôm nay đã sáu ngày trôi qua, chàng đi làm về chuyện ăn ngủ với vợ sao mà khó khăn với chàng quá. Niềm xúc cảm chàng trở nên giống như khô cằn, và đang thiếu vắng chút hương vị nào đó, ăn cho có ăn ngủ cho có ngủ, nằm gần cho có nằm mà thôi. Không lẽ chàng ham đọc kinh Phật mà mất hết hứng thú khi mặt kề mặt, vai kề vai, tay kề tay, chân kề chân với vợ như thế sao? Và tại sao chính nàng không vờn giỡn với ta như xưa, nàng không muốn lả lơi âu yếm bên ta nữa sao? Có thể lắm Diễm Trinh đã đụng chạm với một nam tử khác. Nghĩ thế và chính đêm qua Ngọc Dinh nằm mà mơ thấy chàng trai xa lạ kia bồng vợ nàng lên giường âu yếm, chàng cởi hết áo vợ nàng, mà hôn hít vồ vập đôi ngực nàng say sưa và vợ chàng có phần thỏa hiệp. Giấc mơ tới đó, chàng giật mình hoảng hốt thấy vợ Diễm Trinh vẫn đang nằm bên cạnh mình. Anh ngủ không được nữa và ra vườn sau ngắm hoa thức cho tới sáng luôn, thỉnh thoảng chàng ghé vào thăm nàng ngủ ngon rồi lẻn bước đi nữa...

Và chính những giờ phút ấy chàng nảy ra ý nghĩ mới: đúng là sáng nay bảy ngày rồi, bảy ngày đợi mong chứ? Ta cứ ở nhà canh me xem sao, biết đâu giấc mơ kia không phải là hoang đường.

Ý định như vậy Ngọc Dinh đã ghi tạc vào tâm tư để cố gắng thi hành. Đúng sáng đó thư bảy luôn. Chàng nói đi làm cũng mang xách giỏ cuốc xuống vào rừng, nhưng chàng lẻn về nấp một góc sau nhà gần sát vườn hoa. Chàng biết đã yêu thương vợ mà rình rập là một điều xấu, nhưng chính trong điều xấu ấy ta mới mở ra một sự thật nơi nàng, và có thể tốt hơn cho ta và cả hai người đó nữa. Một xác minh sẽ rõ ràng để chấm hết mọi nghi kỵ đau đớn nơi lòng Ngọc Dinh.

MƯỜI

Thì quả nhiên trời đất đã giun rủi, hay xui khiến hay muốn chứng minh một sự thật. Chỉ khoảng 9 giờ hơn Ngọc Dinh đã thấy người con trai xa lạ kia từ đâu đến, đã ngang nhiên bỏ mũ, túi xách, và cây đàn mang theo nơi lều quán, hăm hở đi ngay vô chỗ vợ chàng đang làm kẹo, làm bánh.

Chàng hô lên:

- Trời ơi nhớ em chết luôn đã ghiền món chua ngọt cốc ổi nơi em, anh còn ghiền em không sao chịu nổi. Anh nhớ hai hòn non bộ của em, và tất cả những gì nơi em có.

Chàng nói và cảm hứng lột áo vợ chàng ra, rồi bồng ngay vô phòng riêng thả Diễm Trinh xuống giường mà hôn lấy hôn để khắp người nàng. Rồi hỏi:

- Em có nhớ anh không?

Nàng mỉm cười lắc đầu.

- Bộ không nhớ anh chút nào sao cưng?

- Dạ em có nhớ chút chút.

- Vậy tội nghiệp anh quá đi, anh nhớ em khủng luôn đó.

- Em có chồng bên cạnh mà làm sao em dám nhớ.

- Nhớ thì trong lòng em biết, chứ chồng em sao mà biết được

- Em cũng có nhớ anh đó chứ, nhưng buồn lắm vì em có chồng.

- Anh đã nói. Chồng em là một sa di thì dễ lắm. Anh ta sẽ trở lại về chùa, hoặc đi đâu tùy ý. Anh nghĩ chàng ta không trách em đâu. Quan trọng là em có cảm thấy yêu anh và thích sống với anh không thôi, can đảm để cùng anh thay đổi cuộc đời buồn tẻ nếu lâu dài này không? Hôm nay anh đến đây là để mấu chốt với em chuyện đó luôn. Mình nên tranh thủ đừng để phí thời gian em.

- Anh may mắn anh đến thứ bảy, chứ chủ nhật thì thỉnh

thoảng em có khách. Vì em bảo họ từ con nít đến người già nơi đây, thứ bảy là ngày em đóng cửa để làm ra hàng.

- Hi hi anh biết vậy mà. Anh đã vô tình nhìn thông báo của em khi lần đầu tiên ghé.

Chàng trai nói và đã lột luôn quần vợ chàng, kể cả cái quần lót sau cùng. Rồi đè lên tấm thân nõn nà của vợ chàng mà hôn lấy hôn để cho thõa mãn. Cuối cùng họ đã chăn gối mê say chỉ còn hai con tim thổn thức... Căn phòng, giường chiếu, mùng mền, cây lá, gió thu bên ngoài như cũng đã nhầm lẫn là vợ chồng thiệt của họ.

Tội nghiệp cho Ngọc Dinh anh đã chứng kiến cảnh ái ân của vợ mình với một người con trai khác. Nhưng anh đã tỉnh trí và biết rằng mọi vật trên thế gian này điều là vô thường vô ngã, chuyển biến khôn lường thì anh cũng không còn gì để nóng nảy, hờn trách mà anh lẩn trốn ra xa vườn, và anh càng có ý quyết liệt xa nàng hơn, Vâng anh sẽ đi. Vâng anh sẽ để lại lá thư thế là đủ...

Cũng ngay trong ngày hôm đó khi người con trai giỡn hớt lả lơi với vợ anh, ngồi ăn cốc ăn ổi chua ngọt, rồi đáng đàn và hát cùng vợ anh dăm bản nhạc, rồi chàng ra đi để lại cho vợ anh sự chia tay nhau quyến luyến. Thế thì sau đó chàng lẩn trốn vui với chim chóc cây lá mùa thu, dòng nước róc rách bên ngoài vài tiếng, vui với ngọn gió đầu thu đổ vào hơi thở cả ngàn nhịp. Là Ngọc Dinh bước vào nhà như giả vờ đi làm về sớm.

Thấy chồng đi làm về sớm quá, thường thì tối lắm chàng mới về đến nhà. Diễm Trinh hơi biến sắc nhưng gượng gạo thân mật hỏi:

- Ủa sao hôm nay anh về sớm nhỉ. Có mật ong rừng, nấm rừng gì không anh.

- Không em, mấy hôm nay anh chỉ cuốc rẫy là cỏ lúa thôi, không đi lấy mật ông rừng nấm rừng gì cả. Nhưng anh thấy không khỏe trong người nên về hơi sớm.

- Anh Dinh đau sao vậy anh yêu nè? Từ lâu em không nghe anh nói gì về đau bịnh mà.

- Anh giấu em thôi anh có đau nặng một bịnh. Có thể

anh sẽ đi chữa bịnh. Nếu hết anh về sống bên em, không bớt thì có thể anh chết luôn đó.

Diễm Trinh nghe lạ lắm, nhưng bỗng buồn chảy nước mắt rồi bảo:

- Anh đừng nói như vậy chứ. Em không muốn nghe điều đó đâu.

- Thứ gì rồi chúng ta phải nhận lấy thực tế thôi em ạ.

Chàng lại giành nàng nói cho hết ý:

- Thôi để anh nghỉ một tý vì anh cảm giác thấy thở mệt.

- Có sao nguy hiểm không anh. Em dọn cơm anh ăn đã chứ nghen.

- Anh chưa cần ăn. Anh chưa đói, nhưng anh cần tỉnh lặng một chút.

Chàng không vào giường nằm, mà tới nằm ngay cái phản phía trước chàng thỉnh thoảng nằm ở đó xem kinh, hoặc đọc sách riêng. Nhưng rồi chàng đứng lên vào giường nằm chàng co ro quấp người vào một góc, rồi bỗng thấy cũng khó chịu Ngọc Dinh ngửa người ra và chuyển sát bên lề, rồi đánh chéo hai ống chân lại để hai mắt cá của chân gần như đụng nhau, và rồi tay để trên trán, để dụ giấc ngủ mong sao mau đến hơn.

Thế rồi ngay đêm đó chàng không thể nào đợi cho hôm nào khác hơn. Cuộc tình nàng và chàng đến đây đã kết thúc. Tơ duyên vợ chồng chàng đến đây cũng chắc là ly gián thôi. Dây chùng phím tơ đã lỡ trong chàng. Ngọn lửa ái tình trong chàng đã biến thành tro lạnh. Không phải vì chàng thật sự hết yêu nàng, mà là bổn phận chàng phải ra đi hy sinh, trong những cảnh đời éo le chàng đã không thể lường trước. Ngọc Dinh cho là như vậy.

Vầng trăng ai xẻ làm đôi/ Nửa in chiếc gối nửa soi dặm trường.

Câu thơ tuyệt tác của thi hào Nguyễn Du cũng đã vận vào mệnh số Ngọc Dinh được nhỉ? Mỗi người mọi sự xa nhau có khác, nhưng hiện tượng và cảnh trí có lẽ xót xa như nhau thôi.

Vâng đêm đó Diễm Trinh ngủ say, trăng mùa thu thượng

tuần tháng 9 thật đẹp đến não lòng, chàng đã coi lại lá thư lần cuối cùng và để lại nơi bàn kề một quyển sách Đ.B của nàng. Rồi chàng cầm hai bộ đồ một bộ xavin và một bộ tu lam bỏ trong chiếc giỏ xách ra đi, trong ánh trăng mập mờ chiếu rọi, chàng chưa biết về đâu, nhưng chàng cứ đi rồi duyên phận sẽ đưa đẩy thôi, chàng nghĩ như vậy. Ngọc Dinh biết rằng chàng từ giã đột xuất ngôi nhà này chàng buồn lắm, ôi những món đồ, kỷ vật thân, những bông lá của vườn hoa, những nồi niêu xông chảo, những án nước, ghế ngồi, tất cả và hơi thở quen thuộc chàng đã quyện với chúng kể cả những vườn rẫy xa xôi hằng ngày chàng đến chăm kia. Nhưng chính người vợ đầu ấp tay gối với chàng, chàng rồi cũng phải quên phải xa thì huống hồ chi ký ức về vật thể… Tất cả chàng xin đừng bịn rịn luyến tiếc, để chàng mới ra đi được.

Tuy ốm yếu có phần mảnh dẻ, nhưng sức Ngọc Dinh không thể không dẻo dai, cả đêm chàng đã dấn bước qua truông, qua rẫy, qua làng mạc thung lũng và chàng đã đến một ngôi chùa nhỏ xin tá túc, chàng nói chàng là một khất sĩ muốn đi trải nghiệm chốn núi rừng về. Tất nhiên bề thế nó kém xa, không phải là ngôi chùa của Hưng Tịnh chàng từng ở thuở trước. Nhưng đối với Ngọc Dinh chùa nào vẫn là chùa, tâm người ở đó mới là chính…

Phần Diễm Trinh ngủ dậy. Không thấy chàng bên cạnh, lại bắt gặp lá thư nàng toát mồ hôi cầm để đọc…

Diễm Trinh em yêu thương! Em yêu quý của anh…

Diễm Trinh cám ơn em đã cho anh những mặn nồng ân ái, những một tình yêu thật tuyệt vời. Anh có mơ nữa cũng không bao giờ có được hoặc xảy ra như chúng ta đã từng sống. Cám ơn em anh là một vị sa di ẩn mình trong chùa tháp để tu tập, nhưng rồi anh được em yêu cuồng nhiệt anh đã phải ra chùa để thêu đẹp hương hoa hạnh phúc của chúng ta. Nhưng em biết đó, anh vẫn là một sa di nguồn gốc bản thể, anh đã nhẫn nại chăm làm, để chăm lo đời sống của chúng ta... Rồi trái chín tình yêu đầu mùa của chúng ta, như đã vô tình mất đi một phần nào hương vị có phải vậy không em?

Diễm Trinh em yêu. Ngọc Dinh này vẫn yêu em nhiều lắm, nhưng anh đã như có vẻ làm mất đi phần nào lửa nóng ân tình. Bởi có lẽ nơi anh đã sơ suất giảm đi tần số, giảm đi sự ân ái sức mạnh tuyệt vời của ân tình, nếu so ra với một nam tử khác, anh nghĩ vậy phải không em. Bởi vì anh lo học kinh chú và ham làm quá mức kia đi, anh coi nhẹ ái tình em đang muốn. Mà trạng thể anh thì yếu đuối và mảnh dẻ, và rồi mầm bịnh có triệu chứng bên anh nữa. Anh nghẹt thở và tim hay đau nhói. Tức là sức khỏe anh không được bình thường rồi em. Diễm Trinh anh cố giấu em nhưng anh không muốm làm cho em lo lắng buồn khổ. Anh muốn anh sẽ ra đi chữa bịnh.

1/ Trời thương hộ trì anh hết bệnh anh sẽ về bên em.

2/ Hoặc là chữa không hết anh không dám về bên em. Anh sợ ngày dài tháng rộng sẽ làm em khổ và chán chường anh. Còn nếu anh có chết đi nơi nào đó thì coi như em khỏi tính đó là trường hợp xảy ra của thứ ba.

Thôi anh viết thư cho em. Anh vẫn mong em, có một người nào đó yêu thương để xây dựng cuộc đời mới tốt đẹp hơn anh. Chúc em xinh đẹp ngoan hiền như bức tranh ngày đó đứng trước mặt anh. Anh còn mãi yêu em... Ngọc Dinh.

Đọc xong thơ nàng khóc như mưa vì chàng đã thật sự ra đi. Nàng như không dám tin ở thơ, nàng để thơ xuống chạy đi tìm chàng từ chỗ xó này đến góc nọ không thấy bóng dáng chàng đâu... Nàng toan nghĩ hay là chàng thấy và biết giữa nơi ta và Quang Thoại? Nhưng không chàng chỉ nói chàng bịnh và ra đi nếu chữa hết sẽ về. Nhưng sao chàng lạnh lùng với mình từ dạo đó. Trước đó vẫn có sự không nồng nhiệt lắm nhưng cũng không đến nỗi nguội lạnh tro tàn? Diễm Trinh cứ tưởng chàng mê kinh kệ, để xao lãng đôi khi và đã là vợ chồng hai năm rồi mà.

Nhưng từ ngày ta có chăn gối với Quang Thoại chàng khác lạ đến khó tin. Vậy mà... Trời ơi Diễm Trinh ai là người nàng yêu nhất. Ngọc Dinh hay Quang Thoại... Ta, ta mất tất cả rồi bởi ta hư đốn.

Sau cái đêm ở chùa đó tĩnh dưỡng, chỉ hai ngày sau tiếp Ngọc Dinh đã gia nhập tu hạnh đầu đà đi khắp nơi ôm bình bát để đi khất thực xin có gì ăn nấy, ăn để nuôi lấy thân tâm và rèn nên khổ hạnh, loại trừ mọi tham vị, và nhất định không được tham ăn, hoặc lưu giữ đồ ăn để dành cho lần sau, hay lần khác. Chàng còn tư thế phải ngủ ngồi, và ngủ trong rừng, ngủ dưới gốc cây, ngủ ngoài trời ngủ nghĩa địa... Ngọc Dinh vốn lúc xưa là gốc tu của giáo phái Phật Giáo Bắc Tông nhưng cũng mau tự thân, đã thuyết phục được các hạnh của tu đầu đà khất thực theo Phật Giáo Nam Tông. Chàng cũng thấy hợp với khất thực và không có gì khó với chàng.

Tu sĩ tu hành, hạnh đầu đà không chọn chỗ nghỉ, mà tùy thuận nghỉ mà thôi. Đời sống đạo hạnh đơn giản, trong sạch, thâm sâu, cần mẫn để trừ mọi phiền não.

Thậm chí gọi là hạnh phải ngồi ngủ (không được nằm khi ngủ.)

Chàng đi qua nhiều vùng nhiều làng khi đi một mình, khi đi có đoàn có toán biết bao nhiêu cô gái trông thấy chàng quá đẹp trai đem lòng tơ tưởng yêu mến. Nhưng chàng phải ngẩng cao đầu, để tỏ ra được ý chí thân phận, và cúi gập đầu để khiêm tốn cùng tự tin tránh xa mọi tội lỗi, mà chính chàng đã trải qua và vấp phải.

Về Diễm Trinh nàng bấn loạn tâm hồn, và thở than khóc lóc một mình. Phía trước, phía sau, trong nhà, giường chiếu, bàn ngồi, góc quán, đã vắng bóng chàng thật sự, vườn hoa, án nước cũng không còn bóng chàng lấp loáng, hay thấp thoáng đâu nữa. Chàng giận nàng ra đi hay là chàng muốn đi chữa một bịnh nào đó, để về đoàn tụ bên ta. Nhưng không, tâm trí nàng không cho phép nàng nghĩ theo xu hướng đó. Chàng mang bịnh, chàng tồn tại một nỗi niềm, tại sao chàng chưa bao giờ tiết lộ, sao chàng không nói cùng ta chứ. Không, chỉ có thể là chàng hết yêu ta, vì nơi ta sai quấy và chàng đã trốn đi luôn rồi. Chàng đã thấy về ta cùng một nam tử khác, và cố nén tâm sự. Chắc chàng đã hận ta và tha thứ cho ta để bỏ đi. Riêng ta như đang hận chính mình trong hai lần nông nỗi, trong hai lần đắm say cùng Quang Thoại. Ta đã mất liêm khiết trong ái tình. Ta đã mù quáng vì ái tình. Một ái tình khờ khạo vụng dại và điên rồ, vậy mà ta phụng sự dung dưỡng quá hơn một lần. Diễm Trinh càng nghĩ càng buồn bỏ ăn, bỏ nấu nướng nằm giường bều thân lăn lộn mà khóc. Hoặc vật vã đau khổ còn hơn như tin chồng đã sắp chết vậy. Thỉnh thoảng nàng tự pha mật ong nước ấm chanh loãng mà uống may nàng còn được thức tỉnh chút đỉnh để duy trì sự sống. Diễm Trinh khôn ngoan không thiếu thông minh để cứu bản thân buồn chán, để thoát hiểm cái chết, nhưng nàng cũng đã dư hiểu, và nàng như chán sống trong đau đớn tột cùng của một người vợ trẻ vì đâu sa ngã.

MƯỜI MỘT

Trong lúc này Quang Thoại về Thành phố Sài Gòn chàng đã có một căn phòng thuê nơi đó khá cao sang, cho cuộc sống tự do và đầy đủ của chàng...

Thì một hôm chàng cũng đã nằm mơ thấy Diễm Trinh đau khổ điều chi, và khóc lóc nước mắt dầm dề, hình như bỏ ăn bỏ uống thân thể đi vào tiều tụy ốm xanh. Chàng từ đâu đã đến nhà, được chứng kiến nàng, thương xót nhìn nàng...

Giấc mơ chỉ đến đó là chàng chợt tỉnh nhưng chàng đã trở lại cấp kỳ, sau một đêm tối chiêm bao. Tính ra chỉ hơn ba ngày. Chàng còn đang nghỉ dưỡng chưa đi show nào... Quang Thoại hát hay, cũng nhiều người đẹp thích nhưng chàng đã chọn coi như sai số rồi, chàng đã đi yêu say đắm vợ một sa di mới lạ chứ.

Lần đó đến chàng nhìn thấy nàng, đúng như trong giấc chiêm bao. Chàng nhanh nhảu sà người vào hỏi nàng, trong hơi thở gấp: - Tại sao em nông nỗi khổ sở đến thế này em? Tại sao là như thế? Anh đã mơ thấy và đây là sự thật sao em.

- Anh ơi Ngọc Dinh đã trốn đi rồi.

- Chàng lẳng lặng mím môi xong một hồi và nói.

- Nhưng em đã yêu anh thì Ngọc Dinh đi thì lợi thế đem về chúng ta mà. Em nên nghĩ…

- Không anh. Nàng lắc đầu đáp, sau thì nhìn chàng.

Quang Thoại nói tiếp:

- Đừng đau đớn em. Em chắc nhịn đói hôm qua nay phải hôn. Anh sẽ lo cơm cháo cho em. Em nên ăn uống vô Diễm Trinh, nhịn đói là đau ốn tiều tụy, mất sức là khổ cho thân em.

Chàng nói và lo đi nấu cơm cho nàng. Lần này không hiểu sao chàng mua nhiều thứ từ thành phố mang về cho nàng… Nào thịt lạp xưởng, Thịt chà bông, cá hộp, sữa, đường, bơ, pho mát rất nhiều…

Chàng nấu và dọn lên nàng vẫn ăn. Diễm Trinh ăn cho chàng vui hay là đói quá thì thân thể vẫn thèm được ăn. Quang Thoại cũng không biết được. Ăn xong nàng lại buồn bã khóc lóc than ôi và ngủ quên đi. Quang Thoại vẫn lịch sự chàng tự nằm ở giường ngoài mà nghỉ. Và rồi chàng vào rừng dạo nhìn quang cảnh mùa thu. Lá như vàng hơn và sắp đỏ ói vài nơi. Gió thu mơn man gợi cảm cho chàng, buâng khuâng nghĩ hơn về người con gái chàng đang yêu. Thật ra Diễm Trinh cùng chàng vẫn là duyên phận. Chứ Quang Thoại cũng nhiều cô gái đeo đuổi chàng nhưng chàng cứ ngoảnh mặt làm ngơ. Có đôi lúc chàng biến thành trai hư chốc lát, nhưng tuyệt nhiên chàng chưa từng mê mẩn ai. Hà cớ chi người con gái nơi xa xăm rừng núi này chàng đem lòng yêu say, đắm đuối. Quang Thoại đi mãi suy nghĩ mãi rồi về nhà cũng nấu cơm, giặt đồ, dọn dẹp bếp núc, tự ăn một mình, và còn biết chăm sóc vườn hoa một cách tự nguyện cho nàng.

Tối thì thường đàn hát một mình, nàng vẫn ngủ nơi giường. Chàng giống như một câu chuyện tình yêu đau lòng nào trong cổ tích. Nhưng chàng vẫn phải là như thế. Khi Diễm Trinh đã như mất rung động với chàng rồi, không còn vồ vập và ướt át như xưa. Có lẽ nàng đang bấn loạn, Quang Thoại cứ làm việc nhẫn nại và ráng chờ…

Sang đêm thứ ba chàng ôm đàn ngồi hát hai bài, sao

hôm nay Quang Thoại cảm thấy thích. Chắc nàng đã ngủ say rồi nhưng chàng vẫn hát nơi đất trời này, mùa thu này và căn nhà này. Chàng ngân lên và đệm đàn guitar:

Gió về miền xuôi. Anh đưa em cuối nẻo cuối đường. Gió đầu non gió lợp đầu ghềnh. Đường em đi đường nở hoa khắp luống cày. Trên đường em đi đường nở hoa khắp chiến trường. Gió gió về là về miền xuôi. Anh đưa em nước lớn nước ròng. Để em qua sông qua suối thăm chồng. Gió về miền xuôi qua bốn vịnh năm vòi. Đò đưa đưa ngược xuôi. Em ơi em ơi. Đường về quê xa mấy bước, đường về quê xa mấy ngõ. Mà sao người nỡ bỏ quên đường. Trên đường em đi đường nở hoa khắp luống cày. Trên đường em đi đường nở hoa khắp chiến trường.

Và bài thứ hai anh hát: Nhớ Nhau Hoài.

Em ở nơi nào, có còn mùa xuân không em? Rừng ngàn lá gió, từng đêm nhắc nhở thì thầm. Nắng ở trên đầu, nắng trong lòng phố. Gió ở trên non, gió cuốn mây về. Sao anh vẫn ngồi mà nghe cô đơn Mà nghe nức nở trong hồn. Và thương đôi mắt nhỏ em buồn. Vì mình yêu nhau, vì mình thương nhau nên mới giận hờn. Vì mình xa nhau, nên nhớ nhớ nhau hoài. Em ở nơi nào, có còn mùa xuân không em? Rừng ngàn lá gió, từng đêm nhắc nhở thì thầm. Mai lỡ không về, chắc em buồn biết mấy. Dáng nhỏ xuân xưa cũng nhớ đêm ngày.

Và chính cái đêm đó hát xong Quang Thoại lại suy nghĩ viết cho nàng một lá thư, và chính đêm này hay rạng sáng mai chàng cũng ra đi thôi. Có lẽ nàng cũng đã hết yêu ta rồi. Ta cũng nên đi về để đi hát chứ? Nếu nàng chọn yêu ta là một chuyện khác, nàng không yêu ta nữa, thì ta phải chọn một lối khác mà đi xem sao chứ.

Thế rồi đêm đó chàng thảo cánh thư để lại. Rồi đêm đó khuya khoắt 3 giờ sáng, Quang Thoại cũng bỏ nàng ra đi. Mà thật ra cũng không phải lỗi của nàng.

Quang Thoại đã đi rồi. Vắng tiếng hát chàng rồi. Diễm Trinh lần thức dậy ra nơi bàn thì ngạc nhiên thấy lá thư chàng để. Nàng cầm đọc: *Diễm Trinh Em Yêu.*

Anh phải tạm biệt xa em để ra đi. Mong em tự lo cho sức khỏe bản thân em nhé. Về phần anh, không biết anh trở lại hay không? Anh yêu em, và còn yêu em mãi mãi, nhưng có thể với em đã trở nên vô nghĩa tất cả rồi. Anh không biết nói sao hơn. Anh: Quang Thoại.

Lá thư chàng viết không dài như Ngọc Dinh kia, nhưng cũng để lại cho nàng nỗi buồn khôn tả. Nàng không thể so sánh tình yêu, hai chàng trai đó với nàng. Nhưng cả hai đều như hờn giận và có chút gì đó oán trách nàng bên trong. Không, nàng đã nhầm lẫn lá thư của Ngọc Dinh thì tha thiết hơn, tuy đường hội ngộ thì vời vợi hơn.

Quang Thoại về thành phố anh được một phòng trà lớn mời hát để ghi hình quảng cáo… Anh đã đồng ý và hát hai bài là Nước Cuốn Hoa Trôi, và bài Chấp Tay Tôi Xin Lạy Người.

Xin trích lời bài ca thứ nhất:

Người con gái năm ấy thường hay ra hái hoa bên bờ suối. Rồi nâng niu thả hoa trên giòng nước đứng trông theo mà buồn. Để rồi đây nước cuốn hoa trôi hoa úa màu tim vỡ thôi. Cuộc đời hoa thoáng như làn gió bay phớt ngang trên mặt hồ. Một chàng trai không biết từ đâu sang đến đây quen người ấy. Thường hẹn nhau ước mơ bên bờ suối dưới đêm trăng lạnh đầy. Rồi một hôm mắt bận về xa anh lỗi hẹn không đến đây. Để nàng mong đứng bên bờ suối ôm nhớ thương đầy lòng.

Sau hay tin rằng áo cưới nhuộm đường đi. Là ngày người yêu vui say duyên tình mới. Lời thề một đêm trăng xưa bên bờ suối. Đã cuốn theo làn gió. Khi yêu nhau ước cùng nhau nhưng ai giữ được không. Thề chi cho khiến tủi lòng nhau. Đêm tân hôn có người vui nhưng riêng nàng khóc. Mà trăng thì cười.

Người con gái năm ấy thường hay ra hái hoa bên bờ suối. Rồi nâng niu thả hoa trên giòng nước đứng trông theo mà buồn. Kể từ khi vắng mặt chàng trai không thấy nàng ra hái hoa. Rồi về sau mới hay nàng đã thôi hái hoa đi đầu Phật!

Bài thứ hai được trích những lời ca câu văn hay:

Tôi chắp tay xin lạy tôi, lạy người đời... Lạy bạn bè lạy em đã lừa dối. Tôi xin lạy cơn đau, ghi trên vực sâu nghe buồn gì đâu. Khi chưa tỏ tình đã nói xa nhau... Tôi chắp tay xin lạy đêm ngủ thật lạ. Mà lạnh đầy cô đơn buốt thịt da. Ôm mối tình liêu trai. Cơn mê vụt trôi xa khỏi tầm tay. Để tôi nói ghét người yêu người. Khơi thêm đau vết thương đời mang. Nhớ yêu đương, nỗi nhớ bàng hoàng. Bạn thân trở mặt người yêu sao dấu tay ôm. Lạy người cho tôi biết buồn... Nên sau đã trở thành oán hờn. Tôi chắp tay xin cám ơn thật vội vàng. Để được bình yên trên bước ngựa hoang, khi yêu hoài phôi pha. Ghi trong bài ca cho người phụ ta. Lời tha thiết cũng thành xa lạ...

Lần hát này chàng nhận được lá thơ Thu Hường, con của một nhà tiếp quản một cửa hàng, đã là chủ tiệm vàng một nơi thành phố Sài Gòn, ở Quận 5 gởi đến chàng. Lá thư cô gái gởi nói lời tỉ tê yêu chàng cũng khá dài. Nhưng Quang Thoại thầm đọc xong, chỉ có nói ba chữ - "Vớ vẩn quá." Đoạn chàng mỉm cười nói thêm sáu chữ nữa là - 'Không phải người để ta yêu."

Sau đó chàng nhận một show lớn sẽ hát cho kỳ tới tại nhà hát Hòa Bình. Nhưng rồi chàng nằm ngủ mê: lại thấy Diễm Trinh đang tư thế, chuẩn bị dùng dao đó bên cạnh nàng sẽ cắt đứt gân nơi cổ tay. Nàng đang nhắm mắt, sợ hãi nhưng để làm điều này nơi nhà nàng. Thì Quang Thoại chợt tỉnh...

Chàng giật mình đến hốt hoảng chàng như ám ảnh hình dáng nàng ở trước mặt. Chàng chợt ngồi dậy tự pha coffee uống, rồi ngẫm nghĩ. Căn phòng trên lầu cao chàng đưa mắt nhìn qua cửa sổ, thấy nơi lộ đường trời đã sang sáng. Chàng suy nghĩ phải đi ngay về xóm suối nơi đó để cứu Diễm Trinh biết đâu giấc mơ chàng không phải là không có, không phải là hão huyền. Quang Thoại suy nghĩ rồi đứng lên tự tìm kiếm lục lọi mấy hợp đồng sắp phải hát. Chàng nhìn ngày giờ và chữ ký hai bên, lại tự động nhẹ nhàng xé hết ra làm tư, mà bỏ vào sọt rác. Chàng phải tự tiêu hủy hợp đồng ca hát các tụ điểm và phải đi liền thôi. Chàng cũng gàn bướng không cần thiết gọi điện cho ai.

Quang Thoại tự lái chiếc xe phân khối mạnh của mình đi bay như gió thổi, nhưng tay lái Quang Thoại khá vững, chàng đã bay qua từ những con đường bằng phẳng, đến rừng dốc vắng vẻ hốc núi, đến thung lũng sâu, nhưng vẫn có lối đi kia. Và chàng đến kịp dựng xe nhanh nhảu bước vô nhà, thì cảnh tượng không xa vời nơi giấc mơ... Quang Thoại thấy nàng đứng rũ rượi nơi bàn trong bếp và chuẩn bị một con dao nằm gần nơi đó. Nàng toan run tay lưỡng lự, nhưng sẽ bốc lên để quẹt cứa vào da thịt mình... Thì Quang Thoại không còn kịp thở mạnh nữa, chàng đã xông vào bốc con dao kia lên ngay lập tức và nắm nay Diễm Trinh nói:

- Tại sao em làm như vậy? Em không được chết chứ em yêu. Anh mơ thấy không lầm rồi, may mà anh kịp đến cứu em.

Nàng như một cõi xa xăm, trở về thực tại nhìn chàng khóc nức nở: - Em khổ quá anh ơi...

Và chàng ôm nàng vào lòng để cho nàng xúc động, để cho nàng gác chiếc cằm thon trên vai chàng mà khóc, khóc cho vơi đi phần nào buồn tủi. Quang Thoại cứ để cho nàng khóc hết trong ân hận chàng, hay vụng dại vì ai? Sau đó chàng dìu nàng đến giường cho nàng nằm nghỉ.

Diễm Trinh lẳng lặng suy nghĩ nàng đã định đi mua thuốc về uống để ngủ không thức dậy nữa. Nhưng nàng không can đảm đi xa và biết đâu mua người ta không bán thì sao? Nàng đành tận dụng phương pháp "cây nhà lá vườn" là con dao làm lụng vốn có, song sao nó thấy ghê tởm đến rợn người kia, nàng lưỡng lự và chàng đã đến kịp. Thì ra mạng sống Diễm Trinh trời còn muốn giữ lại và cho Quang Thoại đến. Nàng suy nghĩ và có phần nào tỉnh trí hơn, rồi lại mệt mỏi ngủ say vì đêm qua nàng thức quá khuya nữa.

Một đoạn nhìn nàng, Quang Thoại lại trở ra đi nấu ăn, giặt giũ, dọn dẹp ngăn nắp mọi thứ nơi căn nhà nàng hơn. Và cuối cùng chàng vẫn còn nhìn nàng như thèm ngủ cho ngon hơn. Chàng đi vào đắp mền cho nàng cao tới cổ hơn, rồi chàng cũng sẽ lén nhẹ nhàng nằm xuống bên cạnh người con gái chàng đang mắc nợ lớn này… Quang Thoại nằm chứ không ngủ. Diễm Trinh ngủ mê say nhưng mơ màng đưa vòng tay ôm chàng và nghiêng người áp mặt vô ngực chàng như còn muốn ngủ tiếp. Quang Thoại cứ để cho nàng ấm hơn khi trạng thái đó. Mãi về sau khi giấc ngủ đã đi qua đủ. Diễm Trinh thức giấc ngồi dậy nhìn Quang Thoại, nàng trở nên tươi tỉnh ra, và cảm thấy sung sướng say đắm, rồi nàng tự nhiên leo lên mình chàng hôn lấy hôn để gương mặt chàng, dáng dấp chàng như để đền bù cái gì mình cần bồi đáp, khi còn thiếu sót, hay là để đa tạ công ơn chàng, đến kịp chặt phá đi cơn tử thần nơi nàng đã đang được mời gọi. Quang Thoại cũng không thua sút nàng, chàng cười tươi hẳn hơn, mím môi ngạo nghễ, và quật nàng nằm xuống để hôn hít cho thỏa mãn: nào tóc nào tai, nàng vần trán thơ ngây, nào chong mày lá liễu, nào sóng mũi dọc dừa, nào đôi môi và chiếc miệng cân đối còn tái nhợt kia nhưng sự gợi cảm vẫn hấp dẫn làm sao ấy…

Như thế như một cơn mơ tình ái, sau trận bão lụt hư hoại. Rồi đã trở về hồi sinh, thêm huy hoàng…

Khoảng thời gian vài ngày sau Diễm Trinh như tỉnh trí lại hoàn toàn nàng đã làm bánh, làm mứt, cùng chăm sóc vườn hoa cùng chàng. Đặc biệt chàng phụ giúp nàng, hai người nấu cơm làm bếp chung với nhau và dọn lên ăn chung bồi hồi, thân ái, mừng vui… Và rồi hai người như được hưởng một hạnh phúc ái tình như sơn cùng thủy tận, làm mới lại…

Quang Thoại ở lại đây với nàng khá lâu. Và rồi chàng cũng thuyết phục nàng về phố xá. Chàng bảo:

- Hãy cứ đóng cửa nhà như đi du lịch thôi mà Diễm Trinh. Nếu em chấp nhận là đã yêu anh. Còn Ngọc Dinh kia em hãy quên đi. Có thể là chàng bịnh thật và chữa không khỏi sẽ chết đi. Hoặc chàng thấy đôi ta ân ái, chàng tha thứ cho chúng ta nhưng chàng một sa di không bao giờ trở lại đoàn tụ bên em đâu. Những lần em sắp bị tử thần gọi, chỉ có anh đã đến bên em, cứu em mà thôi. Anh là một bước ngoặt, một duyên trời định nơi anh rồi mà.

Diễm Trinh đã suy nghĩ thật nhiều. Nàng đã lắng tai và dần hồi đi đến một sự chấp thuận nơi Quang Thoại đề nghị, với ước mong của chàng.

Bản tình ca của họ ở nơi này, trước khi ra đi là một tình ca đẹp chàng đánh đàn và hát cùng nàng:

(Ngậm Ngùi thơ Huy Cận. Nhạc Phạm Duy.)

Nắng chia nửa bãi chiều rồi. Vườn hoang trinh nữ khép đôi lá rầu. Sợi buồn con nhện giăng mau. Em ơi hãy ngủ anh hầu quạt đây. Lòng anh mơ với quạt này, trăm con chim mộng về bay đầu giường. Ngủ đi em mộng bình thường, ngủ đi em mộng bình thường. Ru em sẵn tiếng, thùy dương đôi bờ.Ngủ đi em, ngủ đi em. Ngủ đi mộng vẫn bình thường À ơi có tiếng thùy dương mấy bờ. Cây dài bóng xế ngẩn ngơ. Hồn em đã chín mấy mùa buồn đau. Tay anh em hãy tựa đầucho anh nghe nặng trái sầu rụng rơi

Thật ra Quang Thoại hát hết, nàng chỉ ngồi phụ họa cho chàng vài câu có lệ mà thôi.

MƯỜI HAI

Về thành phố hai hôm cớ sao Diễm Trinh lại đổi ra buồn bã, trong đôi mắt và cả nụ cười. Quang Thoại cảm thấy xót xa cho nàng, nhưng chàng vẫn hy vọng nàng thay đổi, vào một trạng thái và tâm tư khác vào một dịp khác. Và chàng đâu có thể nào ngồi mãi bên nàng, chàng phải nhận lời lại để đi ca. Quang Thoại nói như rủ nàng:

- Em nên đi xem ủng hộ bên cạnh anh chứ Diễm Trinh? Và đó niềm tự hào của anh mà.

Nhưng Diễm Trinh từ chối:

- Em ở nhà đọc sách thú hơn. Anh hát xong về với em thôi.

Quang Thoại biết cuộc đời chàng là mang lời ca tiếng hát đến mọi người và phục vụ, vì cái hay cái đẹp chàng mang lại cho họ cảm giác niềm thư giãn. Và nơi đó chàng kiếm tiền để có cuộc sống độc lập, tin yêu và thoải mái nữa kia mà. Nghề chàng vẫn thanh cao vì trời cho chất giọng, nhưng đâu phải ai muốn cũng dễ có đâu, ai trời cũng sẵn lòng cho đâu. Tất cả đều có phước phần và nghiệp dĩ...

Rồi tới ngày đến sân khấu lần đó chàng hát bốn bài liên tiếp. Nặng Mang Kỷ Niệm. Giàn Hoa Thiên Lý. Khu Phố Ngày Xưa. Đêm Trao Kỷ Niệm.

Lần đó cô gái mang tên Thu Hường có theo đuổi chàng sát nút và gởi cho chàng một cánh thư nữa. Chàng vẫn vui vẻ, tò mò cầm lấy để đọc thử. Lời cô viết:

Anh Quang Thoại yêu thương!

Em ngưỡng mộ tiếng hát anh và yêu anh nhiều lắm. Sao anh nỡ lạnh lùng với em như băng tuyết vậy ta? Hay anh lười cầm bút viết thư cho em. Em thương yêu anh và không trách anh. Vì em biết anh bận rộn, lo học hành luyện tập, và giữ được năng lượng để hát hay. Thôi thì sau đêm hát này chúng ta gặp nhau một lần đi Coffee Hạ Trắng gần đây thôi anh. Dù anh có nói không yêu em, hoặc coi em như em gái vẫn không sao. Anh ơi gặp gỡ nhau đi.../ trăm năm có biết duyên gì chứ anh... Em Thu Hường.

Quang Thoại đọc thơ nàng ra thành tiếng lần này và mỉm cười, chàng không nói gì cả, chỉ cất thư vào túi áo như nâng niu hơn một chút rồi ngửa cổ tay coi đồng hồ mấy giờ rồi...

Đúng tối đó sau khi hát, họ được gặp nhau ngay lầu hai coffee Hạ Trắng. Thu Hường đến với chàng trong chiếc váy màu vàng có chấm nút trắng nơi nền, và có kiểu thắt nơ nơi cổ, trông cô thánh thoát nhã nhặn, dễ thương và hiền lành lắm.

Quang Thoại có chút lay động trong tâm, nhưng ngồi để thưởng thức hai ly coffee đang dâng đến, anh nói chân thành:

- Anh cám ơn em mời anh hôm nay, anh vui lắm. Nhưng còn chuyện tình cảm, anh có vợ rồi em à. Chắc là anh chỉ coi Thu Hường như em gái anh thôi.

Thu Hường thất vọng vẫn ngạc nhiên đưa ra câu hỏi:

- Ủa anh có vợ hồi nào vậy? Thật không anh? Em cứ

tưởng anh còn độc thân, con trai mới lớn và còn đi ca hát...

- Đúng là anh trai mới lớn nhưng anh có vợ, vợ anh là một người anh nặng lòng vì tơ duyên.

- Không sao thật sự anh có vợ rồi không nói xạo em nghen. Thì em coi anh như anh trai thôi.

- Anh không xạo em đâu. Mà là rất thật nơi anh. Anh vốn gia đình hoàn cảnh kinh tế tương đối thôi, ở Hải Phòng. Ba má anh đều dạy học. Nhưng anh thích vào Nam ở với chú ruột và đã tự lập. Anh thích vậy, và anh thích cả giọng nói người Nam anh đã học và nói tiếng Nam được. Anh đi làm ca sĩ khi thi trên một chương trình anh đã thành công có giải...

- Mừng cho anh về tiếng ca và có cuộc sống như anh thích. Còn em thì ba má sinh ra, rồi lớn lên ở ngay thành phố này...

Hai người nói chuyện và uống xong ly coffee họ lại muốn về sớm. Quang Thoại lại gởi câu nói cho Thu Hường.

- Khi rảnh em ghé vào anh chị thăm chơi. Vợ anh cũng hiền lành dễ thương, và có lẽ biết nhân nghĩa lắm.

- Em sợ chị hiểu lầm khổ cho anh thôi. Nhưng nghe anh nói em rất lấy làm quý chị lắm.

- Vợ anh không lớn hơn em nhiều đâu chừng 1 đến 2 tuổi thôi.

- Vậy chị 18 tuổi hả anh?

- Vâng chị năm nay gần 18 tuổi.

- Em đã 16 tuổi rưỡi.

- Anh cũng đón vậy mà.

- Thôi mình về. Và anh em ta như kết thêm tình thân như em gái em cũng vui. Em thất vọng nơi tình yêu nam nữ, nơi ái tình. Nhưng tình cảm anh vẫn cho em một tình thân kết nghĩa.

- Nếu em chấp nhận em gái anh thì anh có thể cho địa chị riêng nơi anh chị ở nè. Khi nào em muốn đến chơi nhà hay là biết chị. Em nên báo anh biết trước nha.

Thu Hường nghe Quang Thoại nói nhìn chàng càng ngạc nhiên, cầm tờ giấy chàng ghi sẵn địa chỉ đưa cho mình và lặng thinh. Sau đó mới nói: - Dạ em xin cám ơn anh.

Cả hai nghe xong những chuyện, và trao đổi tình cảm trong một hôm gặp trực diện hình như họ cũng hiểu được nhau rồi. Thu Hường là người đích thân mời Quang Thoại, nên nàng vui vẻ đi tính tiền nơi thu ngân, nàng quay lại mỉm cười chào chàng thêm như nói lời tạm biệt... Thu Hường cũng kiểm tra cất cái thiệp có địa chỉ Quang Thoại, đưa vào một ngăn trong túi xách xịn mình. Và cả hai người bước ra xuống lầu tìm đến xe gắn máy của họ. Rồi mỗi người chạy về một hướng đã khác nhau. Chàng về nhà với vợ và Thu Hường cũng về nơi ba mẹ nàng ở ngay Quận 5, thành phố Sài Gòn này...

**

Mấy hôm nay Diễm Trinh vẫn không vui hơn chút nào, nàng cũng không hiểu vì sao. Nàng biết rằng Quang Thoại vẫn không có lỗi nhiều trong việc này. Có lỗi hơn người khác là nàng mà thôi. Tính kỹ ra Quang Thoại vẫn là người rất tốt với nàng, đã cứu được nàng ở hai lần sự chết gần kề cận nhau.

Về phố thị ở với Quang Thoại nàng chỉ vui đâu được ba ngày. Còn lại là thời gian nàng buồn bã hơn vui tươi. Và nàng cứ ghiền đọc sách thư giãn, chém cho cái số nỗi buồn quá lâu này. Hôm đó nàng đọc Lỡ Một Lần Yêu của Quỳnh Giao nàng thêm thấm thía nỗi buồn tình yêu. Quang Thoại thì cũng ở gần nơi giường nàng nằm đọc sách. Chàng ngồi cạnh bàn coi các báo quảng cáo chăm sóc sức khỏe, sẵn sàng dành làn hơi của các ca sĩ Nam Giới. Nàng bỏ sách nhìn chàng và nói:

- Quang Thoại anh ơi, em thật là không xứng đáng với anh. Em tính ra không đem lại hạnh phúc cho anh đâu. Hay là anh có thể tìm một người khác yêu anh, và lo cho đời sống anh hơn. Vì em có thể trở lại ngôi nhà trong xóm núi...

- Em hãy tiêu trừ cái ý tưởng khủng kiếp đó đi. Bộ em muốn phải chết già nơi ấy sao Diễm Trinh? Hay là em muốn chết trẻ khi anh không hề biết, không hề đến được bên em nữa, như em đã xảy ra hai lần rồi.

- Quang Thoại anh. Diễm Trinh này có chết già hay chết trẻ hoặc còn sống được cũng do em chọn thôi. Em đã mang ơn anh giữ lại cho em sự sống hai lần. Nhưng tình em đối với anh không mặn nồng, em thấy sao sao thiếu thiếu, và có phần nhạt lạnh với anh, thì em không muốn gượng gạo trong tình yêu ấy.

- Thật ra mà nói anh có nhiều cô gái đeo đuổi, kể cả những lúc anh hư đốn vài năm trước. Nhưng rồi tơ duyên đưa đẩy anh đã có em. Anh chỉ biết yêu một em cuồng nhiệt và lo cho em mà thôi.

- Em biết điều đó nhưng mà...

Chàng cướp lời để nói:

- Diễm Trinh à, em có biết không em? Có một cô gái còn rất trẻ lắm yêu anh. Cô gái đó từng viết thư cho anh, kể cả anh và cô ấy gặp nhau nhưng anh vẫn từ chối. Anh nói rõ là anh có vợ rồi, và anh chỉ yêu vợ anh thôi hà.

- Nếu như thế thì anh nên tiếp nhận cô gái đó đi. Em không muốn em làm khổ cho anh đâu. Có ngày em biến mất nơi đây thì anh giận em đấy. Cô gái nào ở đâu tên gì hã anh?

Quang Thoại đứng lên đi tìm một lá thư đưa cho Diễm Trinh và anh cất giọng:

- Đó cô gái tên là thế đó. Cô gởi cho anh hai lá thư, nhưng lá trước anh bỏ đâu mất rồi. Anh chỉ giữ lại lá thơ gần đây hơn. Em đọc đi anh không muốn giấu gì em, vì anh yêu em chân thành và nhiều nhất.

Diễm Trinh cầm đọc: *Anh Quang Thoại yêu thương*

Em ngưỡng mộ tiếng hát anh và yêu anh nhiều lắm. Sao anh nỡ lạnh lùng với em như băng tuyết vậy ta? Hay anh lười cầm bút viết thư cho em. Em thương yêu anh và không trách anh. Vì em biết anh bận rộn, lo học hành luyện tập, và giữ được năng lượng để hát hay. Thôi thì sau đêm hát này chúng ta gặp nhau một lần đi Coffee Hạ Trắng gần đây thôi anh. Dù anh có nói không yêu em, hoặc coi em như em gái vẫn không sao. Anh ơi gặp gỡ nhau đi. Trăm năm có biết duyên gì chứ anh... Em Thu Hường.

Nàng đọc xong nhìn Quang Thoại, chàng liền nói ngay:

- Anh có gặp rồi. Hai anh em chỉ coi nhau như là anh trai em gái thôi. Anh còn nói về em vợ anh Diễm Trinh. Và anh có mời nếu muốn thăm nơi vợ chồng anh đang sống.

- Trời ơi anh thiệt tình. Lúc này Diễm Trinh mới mim mỉm một nụ cười, và lắc đầu trong trạng thái vui vui không hiểu từ đâu. Nàng lại bảo tiếp:

- Thôi anh cứ mời Thu Hường vào nhà chúng ta đi. Em muốn biết. Chắc cô ta cũng xinh đẹp dễ thương chứ anh?

- Cô ta cũng thanh lịch hiền hòa lắm. Nhưng anh đã nói anh có vợ rồi xem như em gái thôi anh mới dám ngõ lời mời chân thành.

- Em hiểu mà anh. Còn nhà cô ấy ở đâu, gần đây không anh?

- Ở trong quận 5 thành phố này.

- Được rồi anh mời tới cho em gặp với. Nếu em còn ở với anh là tốt. Còn nếu em ra đi anh nên chọn cô Thu Hường đi. Đọc thơ cổ, giọng văn cổ hiền lành, chân thật cũng dễ mến mà.

- Anh không chọn cổ như em nói, nhưng anh sẽ mời cổ đến thăm em thôi...

- OK anh.

- Sau đó chỉ một ngày. Chàng lái xe tìm đến nhà Thu Hường. Thấy bóng dáng chàng nhấp nhoáng nơi mặt đường là Thu Hường chạy ra. Và anh nhanh nhẩu gởi cho nàng một lá thư vắn tắc có mấy chữ:

Anh mời em đến nhà anh thăm chơi. Vợ anh có đồng ý. Vậy em đừng phụ lòng anh nha. Địa chỉ anh đã có cho em trước rồi.

Anh Trai Quang Thoại.

Nhận được thư cô bé Thu Hường đem vào nhà bí mật đọc. Rồi ăn mặc cũng gọn gàng lịch thiệp đã lái xe đến không chậm trễ.

Buổi gặp mặt đó Thu Hường còn chứng minh được vợ của ca sĩ Quang Thoại vừa đẹp vừa xinh lại hiền hậu đáng nể. Tuy nét đẹp chị ấy là sự pha trộn của buồn đau và vui vẻ, hãnh diện và khiêm nhường, vừa cổ điển nhưng cũng có chút gì tân tiến. Nàng đến chỉ uống ly nước cam Diễm Trinh mời, và được xác định anh Quang Thoại đã có vợ, cùng địa chỉ anh cho là thật mà thôi. Ngoài ra Thu Hường còn biết căn phòng họ không to lớn lắm vừa đủ, hai vợ chồng chưa con cái, và tiện nghi của họ cũng hầu như khá ổn. Phòng khách, phòng ngủ, giường ngủ, căn bếp, phòng tắm nơi vệ sinh, nơi cất đồ đạc quần áo, tiện nghi giày dép v.v... Điểm nổi bật căn phòng họ ở trên lầu hai và có một góc nhỏ ở ngoài cũng có nhiều loài hoa chưng đẹp. Bên trong phòng khách là thấy chưng sách hơi nhiều. Thu Hường đoán là sách của vợ anh Diễm Trinh đọc chắc... Và khi ở đó nàng cũng được nghe anh Quang Thoại giới thiệu về vợ anh Diễm Trinh hát hay biết làm thơ giỏi, biết nấu ăn ngon nếu không lười biếng ngày đó. Diễm Trinh mỉm cười còn trong e ấp. Còn Thu Hường ngồi góc ghế, đã đứng lên chúc mừng cho vợ anh Diễm Trinh. Diễm Trinh đưa tay ra nắm tay Thu Hường và bảo:

- Không có chi, ảnh chỉ ca tụng quá thôi em gái à.

Sau đó anh đánh đàn và chị hát bài Hoa Đào Năm Trước thiệt là hay. Một lời ca hết sức lãng mạn. Xin trích lời bài ca: *Năm ấy xuân tươi, mùa hoa bướm nắng đẹp gió hiền hòa. Một chàng thư sinh, mãi tìm nguồn thơ đi giữa một rừng hoa. Tình xuân thắm nồng, ngàn hoa ánh hồng. Vườn đào rực rỡ đón xuân sang, chợt nhìn gặp một ánh mắt giai nhân. Như tiên giáng trần hiện ra giữa nắng vàng. E ấp bên hoa, người thôn nữ má hồng như màu đào. Tình ngoài còn e, mà lòng đà như ghi nhớ ngày gặp nhau. Nhẹ quay gót hài, còn lưu luyến nhiều. Để sầu để nhớ đến mai sau. Để lòng người gặp gỡ đã in sâu. Bâng khuâng ngỡ ngàng đào nguyên riêng bóng chàng. Xuân qua rồi tới, nơi vườn cũ hoa tàn rồi lại nở. Tìm về thôn xưa. Hoa còn đó nhưng người nào thấy đâu. Người đẹp vườn đào, gieo bao sầu nhớ giờ này nơi nao. Giai nhân mùa cũ, đâu dáng tiên thẹn thùng nơi đào nguyên. Vân vê tà áo, bên nếp rêu phong. Chàng thi sĩ tất dạ luôn ngậm ngùi. Để một bài thơ, mà lòng ngẩn ngơ thương nhớ người mộng mơ. Đào hoa ánh hồng. Còn đang hé nở, mà lòng thầm nhớ bóng xuân qua. Mùa đào nào rạng rỡ với muôn hoa. Vi vu gió về gợi bao nhiêu não nề... Vi vu gió về gợi bao nhiêu não nề...*

Và anh Quang Thoại cũng đệm đàn cho chính anh để hát bài Chiều Sân Ga, và Thành Phố Mưa Bay thật xuất sắc. Xin trích lời bài hát Thành Phố Mưa Bay:

Có những chiều thành phố mưa bay, công viên buồn tượng đá cũng buồn, chân đi tìm tuổi hồng sa mạc nắng. Câu kinh giáo đường ngày tháng trút đau thương. Có những chiều thành phố mưa bay, thương em nhiều giọng hát đêm dài, nghe hơi thở chạnh lòng khơi niềm nhớ. Môi giăng mắt đỏ mòn mỏi theo đợi chờ. Cuộc tình đó đã thoát xa tầm tay. Tiếng hát em còn đây tơ vương lệ thấm đầy. Hồn còn say men ái ân chiều ấy. Bóng dáng em từ đây đã khuất sau trời mây. Em đi rồi thành phố hôm nay, mưa giăng đầy lạnh buốt tim này. Em đi rồi kỷ niệm xưa còn đấy. Em đi mất rồi còn nhớ chăng tình này...

Sau hết Thu Hường được Diễm Trinh cầm tay khen là đẹp và hiền lắm em gái. Rồi nàng có làm bài thơ tặng cho cô bé trước khi rời nhà.

Cảm tình em đã đến đây rồi...
Ơn này ghi nhớ mãi không thôi
Thu đi thu lại bao ngày tháng.
Hường chẳng nhạt phai. Hường mãi Hường ...
(Tức là ghép chữ Cám Ơn Thu Hường...)

Và cuối cùng họ chia tay. Hai vợ chồng Diễm Trinh cùng Quang Thoại đưa Thu Hường xuống lầu khỏi căn hộ họ. Trong lòng ba người đều hoan hỉ vui sướng, lưu luyến lúc chia tay...

Nhưng rồi một ngày nọ Diễm Trinh thật sự rời bỏ thành phố, rời bỏ Quang Thoại để ra đi. Nàng lẻn trốn đi, trở về xóm núi của nàng. Diễm Trinh có viết để lại một lá thư:

Anh Quang Thoại Yêu Mến. Em đã trở về xóm núi xa anh. Em là một người con gái bồng bột nông nổi và sai quấy. Khi em có chồng, lại đã tiếp nhận tình anh, gieo rắc một tình yêu cho anh. Nhưng rồi trái tim em vẫn không chịu thuộc về anh. Anh Quang Thoại xin anh đừng nhầm lẫn điều này: Không phải vì em mong còn trở về với Ngọc Dinh đâu. Và không có nghĩa là em còn yêu Ngọc Dinh, và muốn đem lại ái tình cho anh ấy vị sa di lần thứ khác nào cả. Vả lại có thể anh ấy cũng chết đi đâu rồi, vì anh ta bảo anh bịnh tật chữa không khỏi thì chết thôi. Sự xuất hiện của chúng ta trên dương thế, hay thảm cảnh chia ly nào đó con người ta khó biết được tất cả. Nhưng không hiểu sao một điều em tự hỏi: Sao em không trọn vẹn thuộc về anh, khi anh đã hai lần cứu em thoát chết trong gang tất. Nếu em về sống lại nơi đó, em vẫn làm công việc như xưa, trong bản làng đó hay em buồn bã có đi tu đi nữa cũng là một duyên kiếp em. Anh đã quan tâm và hết lòng cho em nhiều lắm rồi. Em thật sự không ghét anh đâu mà cảm ơn anh nhiều lắm. Nhưng em đã chọn một lối đi riêng mà anh không thể cản em được, hoặc bất cứ người nào đó đứng ra để ngăn cấm em nổi.

Anh yêu mến. Em muốn nói với anh điều này quan trọng đây. Em cũng rất quý Thu Hường và thương yêu cô gái đó. Cô ấy đến với anh khởi đầu bằng một tình yêu thơ ngây vụng dại nhưng cũng khá đẹp và chân thành. Đời sống anh cần có một người như cô ấy... Thôi thì anh nên kết hợp với Thu Hường để lo cho cuộc sống thực tế nơi anh. Cô bé đó cũng hiền lành trong sáng, tế nhị và đáng yêu lắm. Anh không nên bỏ qua cơ hội với cô ấy. Và anh nên trân trọng bảo bọc một cô gái như thế đó, như là anh bảo vệ một sự ngưỡng mộ của một báu vật thiêng liêng anh nhé. Anh đừng hững hờ để mất. Điều đó sẽ là anh làm em vui rồi. Em thật là không xứng đáng với anh. Xin anh hãy quên em đừng tìm kiếm em nữa, chỉ tốn công cho anh, và tốn phí thời gian cho cả hai ta. Rất vô ích lắm anh.

Em: Diễm Trinh...

Hôm đó Quang Thoại buồn bã đọc thơ của Diễm Trinh không biết là lần thứ mấy rồi.

Rồi chính hôm đó Thu Hường tới thăm, anh đưa Thu Hường coi lá thư. Cô gái ngồi lặng lẽ đọc bức thư xong nhìn chàng:

- Buồn cho anh quá, em không biết nói thế nào đây?

- Anh đã sai khi anh khởi đầu tấn công Diễm trinh. Nhưng anh không phải người đi cưỡng bức. Mà là Diễm Trinh đã đưa anh vào sâu của đam mê hoan lạc này em. Và anh không phải tên khở khanh lường gạt. Anh đã yêu Diễm Trinh chân thành, anh ám ảnh đến cứu cô ta hai lần.

- Em hiểu mà anh.

- Vậy đứng về góc cạnh công bình. Em gái có trách anh không?

- Theo em tình yêu không có tội. Nhưng bây giờ anh phải nghĩ cho tương lai anh chứ anh. Chẳng lẽ anh Quang Thoại buồn mãi sao? Hãy thay đổi anh, để thích hợp cho anh hơn.

Im một chút Thu Hường vẻ cảm động chia sẻ tiếp:

- Em thiệt tình vẫn thấy thương chị Diễm Trinh. Nhưng mà...

Quang Thoại lặng thinh không trả lời đưa mắt nhìn những quyển sách nàng hay đọc, giờ vẫn còn nằm yên trong kệ đó, mà người chủ đã rời xa nó. Một chốc anh đứng dậy rời ghế xa chiếc bàn, như vẫn còn một nỗi đau chưa dứt.

Thu Hường liền bảo:

- Thôi em đề nghị anh một kế hoạch mới nghen.

Chàng quay lại nhìn Thu Hường:

- Kế hoạch gì em hã?

- Thôi thì ta đi chơi chút đi. May ra anh giảm nỗi buồn hơn, để còn tiếp tục đi hát chứ. Si tình quá anh sẽ mất tất cả nơi tầm tay. Anh nên nhớ anh là ca sĩ mà.

- Cũng được em gái. Nhưng ta đi chơi nơi đâu nhỉ? Nếu em muốn?

- Em cho anh trai chọn đi.

- Anh bây giờ tối trong dạ lắm. Nghĩ không ra những gì xuất sắc đâu. Đi rồi em không được vui. Em cứ chọn, anh Quang Thoại đi theo em?

- Vậy thì em hỏi anh. Anh có thích lên Thủ Đức đi chơi không? Mình đi ăn nem nổi tiếng ở nơi đó. Và nơi Thủ Đức không gian yên tĩnh hơn, nhiều cây xanh, và nhiều điểm đẹp. Như cảnh đẹp chụp hình ở Đầm Sen Tâm Đa, công viên Suối Tiên. Hoặc là nơi có chùa Nam Thiên Nhất Trụ, là có mô phỏng lối kiến trúc hình dáng Chùa Một Cột Hà Nội cũng đẹp đó anh. Có thể làm cho tâm hồn ta thư thới chút anh à.

Quang Thoại gật đầu như có vẻ hài lòng và đồng tình với ý nghĩ Thu Hường vừa đưa ra. Anh lại hỏi:

- Chúng ta nên đi há em?

- Thì vậy đó...

Thu Hường nhìn anh vừa thương hại vừa cảm thông rất nhiều.

Thế là chàng lấy mô tô phân khối mạnh đó để lái chở Thu Hường về một nơi không gian yên tĩnh hơn. Cách trung tâm Sài Gòn 25 Km. Và họ cũng đã ăn uống dạo chơi và chụp hình những nơi họ thích. Ba điểm điều ghé qua. Nhưng với Thu Hường có là nàng thích nơi chụp hình ở Đầm Sen Tâm Đa nhất. Vì nét đẹp của hoa sen thuần phục và dịu dàng, tinh khiết của nó khiến nàng buâng khuâng lạ thường...

Trong lần đi chơi đó Thu Hường không còn đề cập gì cả về Quang Thoại và Diễm Trinh nữa. Nàng chỉ nghĩ vai trò nàng hôm nay là đưa anh trai đi chơi một chuyến cho quên hết nỗi buồn nơi anh mà thôi. Nhưng không biết con tim anh có quên được Diễm Trinh không? Là do nơi anh cảm nhận. Nhưng Thu Hường thấy Quang Thoại vui đôi chút, nàng cũng mừng cho anh ca sĩ hào hoa này, mà quá si tình đến một người con gái, mà thật sự nàng ấy đã có lang quân...

MƯỜI BA

Bao năm trôi qua ở xứ người. Xứ mà hầu như mọi người được yêu thích vì quý trọng tự do. Chủ thuyết của họ là tư sản thương mại làm mực thước, công bình dân chủ, hiệp ái. Và chuyến vượt biên thành công đó. Lệ Trâm đến được đất nước xứ cờ hoa Hợp Chủng Quốc này... Người phụ nữ trẻ góa chồng sớm và vì hoàn cảnh xa con này. Lệ Trâm đã nổ lực làm việc ngay khi đến đất Mỹ. Buồn đau nhưng Lệ Trâm nuốt cay đắng làm việc để hướng về một tương lai hơn là ngồi khóc. Lệ Trâm là thợ dũa Nail 5 năm trong tiểu bang California này, và rồi trở thành chủ Nail gần như 10 tiệm Nail. Và hợp tác liên đới làm ăn chung với bạn bè là 8 nhà hàng. Tuổi trẻ hạnh phúc và niềm vui bà bị tước mất sau 1975. Người chồng Ngọc Bảo đã ra đi vĩnh viễn, một cách bất đắc dĩ, hoặc là vô lý. Khi bên thắng cuộc với những tư tưởng và bàn tay ác độc của họ còn lại. Đến khi qua Mỹ tuổi Lệ Trâm còn rất trẻ, và những đường nét thanh xuân của bà được phục hồi. Nhưng bà không còn chủ trương có chồng thêm một lần nữa. Lệ Trâm chỉ là hết lòng chú tâm đến công việc và điều hành công việc cho trôi chảy xuất sắc thôi. Cũng có những người đàn ông Mỹ trắng Mỹ đen thích, Hàn Quốc, Đài Loan, Ấn Độ, Singapore, và cả người Việt có địa vị business thích. Nhưng Lệ Trâm không cần. Thỉnh thoảng bà có đi chơi ăn uống, hoặc xem phim, hay đi thưởng thức ca nhạc với một người đàn ông Ấn độ, hay Đài Loan nhưng đó cũng chỉ dừng lại ở tình bạn giao hảo mà thôi. Và rồi thời gian cứ trôi qua, nối tiếp trôi qua. Đến ngày tháng, chính phủ Mỹ dỡ bỏ lệnh cấm vận đối với nhà cầm quyền C.S.VN 1994. Nhưng lấn cấn mãi công việc làm ăn đến năm 1996 bà mới có cơ hội về nước. Lúc này con trai bà là Ngọc Dinh đã lên 20 tuổi rồi. Bà muốn trở về thăm thằng bé ngày ấy. Tất nhiên ngày ra đi bà vẫn thầm mong được ngày trở lại xứ sở mình, sẽ thăm được đứa con sớm hơn. Vậy mà mình ao ước được về bên nó là một chuyện lâu rồi, hoàn cảnh thực tế buộc lấy là một chuyện khác quá xa vời đi. Đến hôm nay Lệ Trâm mới được thực hành...Trên đất Mỹ giàu có cho bà những hưởng thụ về vật chất sung túc, nhưng trong trái tim bà vẫn hướng về VN thân yêu ruột thịt của bà, chỉ vì hoàn cảnh bà phải xa con. Trong mắt Lệ Trâm cho nàng cái cảm giác được quyền sống làm người với một thế giới hệ tư tưởng tự do nhân đạo, không quá tàn ác và độc tài, nhưng không phải nhà, không phải quê hương bà, chỉ là mảnh đất bà ở tạm... Thì Lệ Trâm vẫn không có niềm vui sướng nào hoàn toàn. Đúng năm nay thằng con trai đó đã 20 tuổi, là một cơ hội dịp tốt, bà mới dễ dàng tìm về bên nó...

Khi mà về Vn. Từ khách sạn một hôm bà đến thăm ngôi chùa Hưng Tịnh ngày xưa bà gởi nó để ra đi. Thì thầy Nhất Tâm đã cầm quà Lệ Trâm đưa mình để xuống gần đó rồi bảo:

- Ngọc Dinh Nhất Nguyên đã ra chùa, về đời từ lúc 18 tuổi. Khi có một cô gái đi chùa gặp nó và yêu nó. Ngọc Dinh có viết lá thư để ra đi, nhưng không dám gởi cho tôi. Sau đó khoảng hai tháng khi hai đứa đã vào núi sinh sống, nó đã sao chép lại gởi cho tôi để biết, một bản qua bưu điện thấy nó nói như vậy.

Hai người vừa mừng vừa tủi khi xa cách nhau trên 20 năm, họ là tình bạn giữa nơi chồng Trung Úy Ngọc Bảo. Và họ mới được gặp lại nhau. Cái gì nói cho nhau nghe thời gian như đã chứng minh, và nói hết rồi. Lệ Trâm chỉ còn nói là:

- Rất tiếc cho Ngọc Bảo đã mất đi oan uổng. Và giờ chỉ cần anh Võ Toàn bạn của chồng tôi cố giữ gìn sức khỏe an vui trong đạo hạnh anh chọn nghen. Tôi không kêu anh bằng thầy hay thích vì tôi giữ nguyên lối xưng hô của chúng ta ngày đó cho thân mật. Và tôi xin gởi anh những tặng phẩm cúng dường, sau này chúng ta sẽ có thời gian nói chuyện hơn, liên lạc hơn. Đất nước này Mỹ đã hết cấm vận. Giờ tôi cần thời gian đi tìm ra Ngọc Dinh trước. Và Võ Toàn biết địa chỉ nó chứ?

- Nó ở nơi đó không có địa chỉ cụ thể rõ ràng. Nhưng Lệ Trâm cứ tìm về buôn làng xóm núi của người Lạch, ở chòm dân cư thưa thớt, chưa đông đúc lắm. Và ngôi nhà gần cuối buôn Lang Biang, thuộc về núi Lạc Dương... Thư nó gởi cho tôi chỉ ghi Lang Biang thuộc về núi Lạc Dương thế thôi. Nhưng địa chỉ về tôi đầy đủ, nơi chùa này thì đã đến nhanh... Nam Mô A Di Đà Phật.

- Xin Cám ơn Võ Toàn. Lệ Trâm hy vọng sẽ tìm được.

- Ồ Toàn quên mất một việc khá quan trọng. Là nói Lệ Trâm đừng buồn nó đã xa cô gái đó rồi. Vì một hoàn cảnh nào đó tôi không rõ.

Vậy sao buồn quá nhỉ? Nhưng làm sao Võ Toàn biết được sự việc ấy?

Toàn có quen với một vị tăng. Một khất sĩ trong chùa cũng nơi cao nguyên Đà Lạt này nói. Ngọc Dinh đã đi tu lại nơi khất sĩ... Tôi chỉ biết chi tiết tới đó thôi Lệ Trâm.

Cám ơn Võ Toàn. Lệ Trâm sẽ đi tìm ra con. Xin cám ơn. Nam Mô A Di Đà Phật...

Như thế Lệ Trâm đã từ giã chùa Hưng Tịnh có Võ Toàn Nhất Tâm ở đó. Nàng không tâm sự chia sẻ gì nơi cuộc sống xứ người. Vả lại một vị chân tu thì không cần chia sẻ gì nhiều. Cứ để cho họ tịnh tâm tu hành việc của họ.

**

Lệ Trâm cuối cùng vẫn tìm ra được nhà của Diễm Trinh ở xóm núi. Lệ Trâm với tư cách là một vị tu tại gia đi viếng cảnh núi rừng bà ghé vô quán vắng để ăn miếng cốc dầm chua ngọt, Bà đến thì thấy Diễm Trinh ăn mặc bình thường, cô có một nét đẹp tinh khôi dễ cảm, nhưng nghiêng về sầu muộn. Bà đoán là nàng sầu khổ vì tình yêu chứ không phải là vật chất. Nếu đau khổ về vật chất cô gái không cần ở nơi đây. Lệ Trâm vô quán ăn hai trái cốc trả tiền và tâm tình gợi ý:

- Cốc cô dầm ăn ngon quá chua ngọt và giòn thơm lắm. Cô ở nơi đây một mình buồn thế. Có ai đó ở chung với cô không?

- Dạ con chỉ ở một mình thưa bà. Song con không buồn, vì con đã chọn. Nhưng con có buồn riêng, vì con đã sai quấy đôi điều coi như lầm lỡ.

- Hình như cô không được vui lắm ở tâm hồn. Có gì kể cho tôi nghe mà chia sớt. Coi như tôi là kẻ tu hành tại gia, tâm nguyện mong an lành, hỉ xả đến nỗi đau con người. Cô sẽ vơi đi phần nào khi nặng lòng vì được san xẻ. Và mọi phiền não ắt tiêu tan đi trong hơi thở chúng ta mà thôi.

Diễm Trinh thấy người đàn bà sang, cốt cách, nói chuyện hay. Nàng chưa trả lời câu hỏi bà, mà quá ngạc nhiên lại nói:

- Bà chắc ở nơi đâu xa ghé về buôn bản chơi thôi phải không. Con có được một người như bà ngồi quán chỉ dạy những điều rất quý giá. Con xin hân hạnh...

- Tôi đấy à? Xa lắm nơi tôi sống cách nơi đây. Nhưng tôi thích nơi này nên viếng thăm đi cầu nguyện cho thoải mái tâm tư. Nếu mà cô sẵn lòng cho tôi ở. Xin cô cho tôi xin vài tuần để coi và đọc kinh nơi này mà an dưỡng...

- Con ăn uống đạm bạc lắm, như ăn chay làm sao dì ở được. Con xin thành tâm nói ra sự thật.

- Trời ơi tôi là một người ăn chay, từng an cư kiết hạ. Ăn chay với tôi lại một điểm thích sao lại không được.

-Vậy à. Vậy thì con hân hạnh lắm, vui nào bằng...

Thế rồi bà được ở lại đó cả đêm và ngày khoảng trên một tuần bà được Diễm Trinh kể cho bà nghe mối tình oan trái của nàng:

- Ngày đó con có yêu một nam tử, từ sa di đẹp trai lắm người cao ráo thanh mảnh, khuôn mặt thật là dễ cảm, da trắng tươi, môi son mắt sáng mũi cao, con đem lòng lưu luyến và rồi chàng đó tên là Ngọc Dinh vì tình yêu con, đã ra đời chung sống cùng con nơi này.

Nàng lại im lặng nhìn bà như nhận một cái tội nơi mình. Và kể tiếp:

- Nhưng sau đó con sai phạm. Con có nhẹ lòng quyến luyến một nam tử khác là một danh ca từ đâu đến đây thăm quán này. Và trong hai lần sai phạm đó con...

Nàng không dám kể chỗ hai người. Diễm Trinh khựng lại nhưng nàng phải can đảm kể nốt cho một người đàn bà nghe, vì để như tâm sự một nỗi lòng nơi mình:

- Và con đã chung chăn chung gối với họ, vì con sa ngã say mê lạc lối... Không biết chồng con có biết hay không sau đó anh đã viết một lá thư để lại cho con nói là trong người mang bịnh và phải ra đi chữa bịnh. Nếu còn khỏe mạnh sẽ về. Và nếu anh không về thì coi như anh đã chết vì bịnh tật.

Lệ Trâm biết chính là con trai bà vì có bức hình hai đứa chụp chung còn treo trên vách nơi góc phòng ngủ nó. Và còn nghe Diễm Trinh kêu tên đích thực là Ngọc Dinh thì bà không thể lầm lẫn là ai nữa rồi. Tình thương con nơi bà bị khích động theo như Diễm Trinh bà như giật mình nảy lên. Bà lại nói:

- Không là cậu ấy bịnh tật chết đi chứ? Trời ơi...

- Con không biết. Nhưng anh ấy ở với con hoàn toàn khỏe mạnh lên rừng lên núi làm rẫy rất giỏi, đi từ sáng sớm đến tối mịt mới về. Anh còn biết ca hay và biết vẽ đôi chút...

Lệ Trâm bỗng dưng cay mắt, và hình như muốn chảy những giọt lệ.

Diễm Trinh nhìn bà vô cùng ngạc nhiên vì thấy tình yêu bà dành cho người con trai xa lạ đó lớn quá, sự quan tâm nơi trái tim bà thánh thiện đến khác thường. Nhưng cô cho là bà đã cảm xúc đúng cho kẻ bất hạnh do nàng gây ra. Song sao bà không mắng chửi nàng cũng là một điều lạ. Tuy nhiên nàng cũng mau hiểu bà không phải là mẫu người thô thiển, mà bà là mẫu người giàu cảm thông, giàu nhân ái, giàu lặng lẽ...

Riêng Lệ Trâm tuyệt đối bí mật không cho Diễm Trinh biết bà là mẹ của Ngọc Dinh? Từ Mỹ về tìm đứa con và viếng thăm nơi đây với mục đích hiểu thêm sự thật.

Hai người cơm cháo đạm bạc trong hơn một tuần. Lệ Trâm thấy yêu người con gái này lắm, từ sắc diện đến nết na hiền lành. Đạo hạnh cốt cách, ăn nói hiền lương. Nhưng tại sao nàng có thể sai lầm gây ra sai phạm một cách đáng tiếc quá. Tuy nhiên Lệ Trâm vẫn giữ thái độ ôn hòa nhã nhặn với Diễm Trinh trong thời gian ở đó. Bà đặt ra câu hỏi nếu Diễm Trinh không sai lầm thì bà về đây hạnh phúc quá, có con ngoan dâu thảo, thì mừng nào bằng? Nhưng mà trời cứ làm phong ba chia ly đôi ngã, cho con người đau xót kia mới lạ chứ? Có những đêm Diễm Trinh đọc sách văn chương rồi ngủ ngon, bà đọc kinh xong cũng ngủ ngon nơi phòng ngoài. Vậy mà lúc khuya khắc bà tỉnh dậy vào phòng nàng nhìn nàng thấy thương tâm lắm. Rồi sẽ lén đi vuốt ve tấm hình con trai chụp chung với Diễm Trinh treo trên vách kia, lòng người mẹ thêm ray rức cay xé thương con. Thật ra Ngọc Dinh không giống bà, chỉ giống chồng bà thôi, là giống Ngọc Bảo hoàn toàn như hai giọt nước. Bà thêm ngậm ngùi thương xót hai người đàn ông. Một chồng, một con của bà không thể nào tả hết trong tim mình...

Thế rồi Lệ Trâm cũng phải giã từ Diễm Trinh ra đi. Mục đích lớn hơn của bà là đi tìm cho ra thằng con Ngọc Dinh mà thôi. Bà không hỏi nhiều về Diễm Trinh về sự chờ đợi và hy vọng gì nơi Ngọc Dinh cũng như đi sâu vào tình tiết nơi vợ chồng nó. Thứ nhất là Lệ Trâm là người ảnh hưởng Tây Âu không đào sâu về chuyện cá nhân ai nếu người ấy không muốn kể ra nhiều. Thứ hai bà cũng sợ sự sơ suất nào đó là bại lộ, bà không muốn Diễm Trinh biết thân phận bà vào lúc này. Lệ Trâm coi như cũng quá sớm để nói cho nàng hay về mình?

Thế rồi một buổi chia tay bịn rịn và thương mến giữa Lệ Trâm kẻ ra đi và Diễm Trinh người ở lại. Căn phòng, vườn hoa, bàn ghế, sách vở, cả bức hình Ngọc Dinh và Diễm Trinh- Lệ Trâm đã bao lần sờ sẫm vào nó kia, cũng mang nhiều nỗi niềm lưu luyến... Như muốn giữ người thiếu phụ đó ở lại. Nhưng mà không, bà đâu thể nào ở lại đây lâu hơn được.

MƯỜI BỐN

Lên rừng xóm núi ở cùng Diễm Trinh và rồi trở về với khách sạn Dalat Palace. Lệ Trâm nằm trăn trở suy nghĩ về người con trai của bà rất nhiều. Ở xứ ngoài Lệ Trâm lo làm ăn và đôi khi nhớ cũng đành lãng quên, vì công việc dày tréo ở lịch, thì bà đâu đủ thời gian ngồi nghĩ. Có chăng bà chỉ mang nơi lòng niềm hy vọng cuối cùng sẽ gặp lại con một nơi nào đó, ở trong tìm ẩn mà thôi. Một mình đi lang thang nơi Hồ Xuân Hương ngắm làn nước trong xanh nhẹ lắng mình mơ mộng, ngắm cơn gió thổi nhẹ trên cành những cụm thông, hoặc cơn gió lả lướt trên những nhánh hoa tươi như mỉm cười... Rồi Lệ Trâm cũng trở về khách sạn vốn bà yêu thích này, mà nghỉ ngơi tĩnh dưỡng, rồi đọc sách, xem báo, nghe tin tức, ngồi thiền v.v... Đêm đó Lệ Trâm nằm ngủ bỗng hiện ra trong một giấc mơ. Lệ Trâm thấy mình được gặp con trai nơi tăng đoàn đi khất thực, mà chính bà nhìn kỹ ra thì tăng đoàn của pháp tu- Hạnh Đầu Đà. Bà đứng nhìn người con trai bước đi bà kêu lên một câu với bốn tiếng:

- Ngọc Dinh con ơi.

Người đi tu Ngọc Dinh pháp danh là Nhất Nguyên ngoái lại nhìn bà, như ngỡ ngàng rồi đi tiếp...

Lệ Trâm giật mình tỉnh dậy ngơ ngác thì ra chỉ là một giấc chiêm bao.

Coffee có sẵn nơi khách sạn này, nơi phòng bà này. Lệ Trâm lấy ra uống cho tỉnh táo.

Đoạn bà suy nghĩ có thể nào mình mơ để mà sự thật, hay là mình quá mong ước mà nhảy vào một giấc chiêm bao hão huyền chăng? Thôi thì điều lành ta nên cố nắm bắt, coi sẽ ra sao.

Sáng ngày hôm sau đó Lệ Trâm liền hỏi thăm một người dọn dẹp có tuổi, tại nơi khách sạn, và tại phòng bà:

- Thưa dì, ở đây cho tôi muốn hỏi thăm một chuyện.

- Chuyện gì thưa cô?

- Dạ ở đây thành phố này, chung quang cao nguyên này. Dì có bao giờ nghe Hạnh Đầu Đà. Họ đi qua một nơi nào đó không? Con thích đi chào đón họ, nhìn họ khâm phục, và cúng dường thức ăn cho họ.

- Ồ cô có lòng tốt quá. Ồ thưa hình như có cô à.

Nhìn vào gương mặt Lệ Trâm đầy tình thương trong đôi mắt. Bà ta chậm rãi nhưng rồi sốt sắng bảo tiếp:

- Họ ở đâu tôi không biết, nhưng họ hay đi qua thành phố này vào sáng thứ bảy. Tức là ngày nay khoảng từ 9 giờ đến 12 giờ... Tôi nghĩ họ từ trong núi Lang biang ra không biết có trúng không? Hoặc ở một ngôi chùa nào đó ra...

- Ô không sao thưa dì. Họ từ đâu đến cũng được miễn là dì biết họ có đi qua vùng này thì tôi quý rồi.

- Họ thường đứng vào góc phố bên kia kìa... Cũng gần đây thôi, rồi vòng đi ngang qua khách sạn này chừng mấy phút thôi. Có khi như vậy...

- Dạ cám ơn dì cung cấp thông tin. Trước khi rời khách sạn này tôi sẽ có quà cho dì nha. Tôi yêu quý dì đó.

- Tôi xin cám ơn.

- Được rồi dì đi làm đi. Tôi chỉ cần hỏi bấy nhiêu thôi.

- Dạ. Dạ...

Đúng hôm đó ăn sáng xong. Lệ Trâm nóng lòng đến giờ giấc, nàng đã tự đi mua xôi và bánh mì chay nơi hai quán nhỏ cũng gần nơi khách sạn Dalat Palace này, nơi bán xôi và bánh mì nối liền nhau một dãy gần cận, hầu như sát bên. Lệ Trâm mua rất nhiều và để sẵn sàng trong một giỏ xách lớn. Người bán hàng bánh mì chay rất mừng khi sáng sớm có một người mua hết hàng như vậy. Chị ta làm không kịp tay mừng như muốn run lên. Lệ Trâm bây giờ thì tin lời nói của chị dọn dẹp khách sạn, nàng trong tâm trạng sẵn sàng, may đâu có giờ phút thiêng liêng kia...

Tuy thế thời gian đến với Lệ Trâm sao mà lâu quá. Nàng có cảm tưởng như đồng hồ bị chạy ngược, nhưng đồng hồ có bao giờ chạy ngược kim. Chỉ là tâm trạng mình cảm giác lâu như chạy ngược mà thôi. Một đoạn thời gian khoảng 9 giờ Lệ Trâm đã thấy những kẻ cho thức ăn cúng dường kia, từ đâu họ cũng đến tới gần đó đông dần, cứ đông dần lên, họ tự động thứ tự thành dãy dài hai bên. Có lẽ con đường này không có lối xe đi vào, chỉ là dành cho đi bộ và tự nó như quy hoạch cho việc cúng dường thích hợp thoải mái thôi. Thì ra lời chị dọn dẹp phòng nói không sai rồi. Thế là sau vài phút đoàn chư tăng từ đâu đã xuất hiện đổ về, họ có khoảng trên bốn chục người. Những anh chị em cô chú vui vẻ chắp tay niệm Phật Tổ và gởi thức ăn vào bình bát từng chư tăng ghé qua. Nếu cá nhân họ, hành giả nào đầy rồi, thì họ chắp tay lạy lại, và ví như không cần lấy thêm nữa, họ bước đi khoan thai, khoan thai để phần cho những ai chưa có bước đến nhận lãnh. Lúc này Lệ Trâm mãi đưa mắt nhìn phía đằng xa, tay thì cứ loay hoay lấy bánh mì và xôi đưa ra gởi vào bình bát từng hành giả đi ngang trước mặt. Đến một hồi khoảng mười lăm phút trôi đi, đã quá hơn nửa tăng đoàn. Lệ Trâm nhìn thấy gần đoạn chót, có người con trai tóc cạo trọc lóc thấy da đầu, nhưng giống chồng nàng Ngọc Bảo khi xưa, giống không thể tưởng như hai giọt nước... Lệ Trâm mừng lên không còn nghi ngờ gì nữa, và xúc động kêu: - Con ơi ngọc Dinh của mẹ.

Người con trai tu hành đó cũng vừa bước kịp đến. Chàng nghe tiếng kêu một người phụ nữ trẻ gọi đúng tên mình thì ngạc nhiên đến nỗi quên luôn công việc chìa bình bát ra. Đoạn giật mình xong chàng đưa bình bát ra cho một người đứng trước Lệ Trâm để bỏ vào cho chàng. Chàng như vừa sợ vừa lo tiếng kêu đó không có thật. Vì rằng Ngọc Dinh lớn lên nay 20 tuổi chàng mới nghe được tiếng kêu chàng như vậy lần đầu tiên. Riêng Lệ Trâm mừng quá bà bật lên tiếng khóc và tiến tới định nắm tay Ngọc Dinh, nhưng mà không dám chỉ thốt ra lời cho chàng nghe:

- Mẹ là mẹ của con đây Ngọc Dinh. Xin con dừng lại cho mẹ nói đôi lời. Gần 20 năm mẹ xa con. Nay mẹ về tìm con.

Ngọc Dinh như người nghe trong mộng mị, tựa là những câu nói của một người đàn bà xa lạ, mà sao trở nên thân quen ràng rịt. Chàng đưa mắt và nghẹn ngào đôi chút nhìn Lệ Trâm, nhưng vẫn ôm bình bát bước theo tăng đoàn trong lễ phục.

Lệ Trâm thì nước mắt cứ trào ra và cố bước theo tăng đoàn. Khi mà mọi người nối tiếp nhập cuộc bước đi, họ bước đi theo sau hành giả tăng đoàn vài khoảng, như hộ pháp giáo độ nghi thức. Và cuối cùng đã giãn ra hơn để chia tay từng đoạn, từng đoạn, khi tăng đoàn đi xa và đã rẽ vào những lối khác xa trung tâm thành phố. Bây giờ những vị tu hành, hành giả đó đi là đi theo pháp môn, song phần thức ăn trước ngọ đã đủ cho họ trong bát rồi.

Còn lại một mình trong đoàn người cúng dường thức ăn hôm ấy là Lệ Trâm. Lệ Trâm đã chuẩn bị đầy đủ, bà đã mặc áo màu nâu ngay từ đầu như một cư sĩ tại gia, và cố nhiên đi theo đoàn tăng xem họ về đâu, nghỉ đâu, học pháp gì nữa? Để Lệ Trâm sẽ cố gắng tiếp cận Ngọc Dinh mà nói lên sự thật trong lòng bà.

Tăng đoàn vẫn đi chậm rãi khoan thai, nhịp nhàng theo nghi thức, và đúng bữa từng vị hành giả ngồi ăn trên các nẻo đường họ chuộng nơi an tịnh sạch sẽ, và chỉ đủ chỗ ngồi ăn thế thôi.

Qua hết Ngọ tức qua 12 giờ trưa họ đi dần dà về nơi núi rừng, một số hành giả ngủ ngoài rừng được thì họ chọn nơi nào đó, một số về chùa ngôi chùa sơ sài nơi thung lũng kia. Và tự bản thể mỗi người rèn luyện cho cá nhân thích nghi, tọa thiền hay xem sách đọc kinh niệm chú, ai thích phù hợp tọa thiền thì họ chọn nơi rừng yên vắng vẻ, ai thích xem kinh đọc sách niệm thần chú thì về chùa, các vị tu sĩ hay hành giả tuân theo một lẽ tự nhiên nơi chính mình ưa chuộng. Không ai nói gì Lệ Trâm cứ đi nơi xa Ngọc Dinh một khoảng khá lớn nhung tất nhiên là Lệ Trâm phóng tầm mắt có thể thấy được con trai. Cuối cùng mặt trời như muốn vào núi đã xuống thấp, gió đêm như sắp về, chân trời như chuyển tiếp, màu đất như gần và thẩm thêm... Lúc đó đoàn người đã tản ra nhiều hướng, nhiều phía. Lệ Trâm thấy Ngọc Dinh tìm chỗ ngồi trụ trên một tản đá gần lùm cây dại, chung quanh cũng có một vài cây lá, hoa cỏ lơ thơ. Chàng chuẩn bị trải tấm bạc nhỏ để ngồi thiền và sẽ ngủ về đêm. Xa xa nơi đó cũng có một vài vị tìm nơi an trú cũng giống như kiểu con mình. Thương con tội nghiệp Lệ Trâm đứng gần kêu lên những âm thanh:

- Con ơi con là con của mẹ đây. Con tên là Ngọc Dinh mẹ đã vì hoàn cảnh gởi con nơi chùa Hưng Tịnh. Và người này, tấm hình này chính là ba con Ngọc Bảo đã mất. Ôi ba con giống con lắm con ơi...

Ngọc Dinh im lặng một hồi nhìn Lệ Trâm như vẫn còn trong giấc mơ mộng mị nào đó, rồi cầm lấy tấm hình để xem, rồi đứng lên chắp tay lạy người trước mặt:

- Có thật điều này như thế không trời đất phật tiên? Có

thật như thế không đây là người mẹ ta. Nhưng tại sao mẹ bỏ con, rồi mẹ ở đâu? Hôm nay mẹ mới tìm đến con, quá muộn.

- Vâng quá muộn nhưng không muộn lắm con à. Mẹ đã đi Mỹ vì nhiều lý do lắm. Từ từ mẹ kể. Trước hết mẹ xin con hãy về cuộc sống đời thường đi. Mẹ thương tâm và quý cách tu này lắm. Nhưng nhìn con mảnh dẻ yếu đuối quá, con không thể đi theo hạnh này được. Con sẽ kiệt sức và chết mất.

- Con lạy ơn mẹ đã nói về điều này, ước vọng đó. Vì mẹ muốn dành tình thương cho con nhiều quá. Con sẽ nhận mẹ là mẹ ruột con. Nhưng hạnh này con đã đeo đuổi. Và con không về với đời đâu. Về với đời con khổ lắm con từng trải qua...

Nói với mẹ tới đó. Bỗng nhiên Ngọc Dinh thấy nhói đau một cái gì nơi tim mà chàng không thể tránh được. Chàng chắp tay lạy xá đất trời; Nam Mô A Di Đà Phật.

Một câu tụng của chàng như muốn quên đi một quá khứ của tình yêu. Lệ Trâm đã đọc được trong đôi mắt người con trai, với tình yêu của nó bà đã biết quá rõ. Nhưng Lệ Trâm không thể nào cho nó biết về bà đã tới nơi nhà Diễm Trinh, và biết mối tình con bà ngang trái như thế, ai oán đau khổ cho cả hai như thế.

Đọan bà cố gắng thuyết phục thêm:

- Con đi tu vì ngày đó con ở chùa và lớn lên. Con ham mộ đạo pháp. Con không có gia đình không có ba mẹ, không có ruột thịt thân thiết. Còn giờ này mẹ đã về mẹ muốn chuộc lại lỗi lầm và đền bù cho con tất cả.

- Thưa mẹ, mẹ không có lỗi lầm chi cả. Đó là nguồn vui là duyên nghiệp nơi con. Con thích cuộc đời tu hành hạnh ngộ nơi đó của con từ nay và mãi mãi. Mọi trở ngại con bước qua và trở về với chính con. Nam Mô A Di Đà.

- Con không thương mẹ sao Ngọc Dinh. Cuộc đời vật chất này mẹ không để con thiếu nữa. Con đã mất nhiều thứ trong cuộc đời. Xin con hiểu dùm cho mẹ điều đó.

- Con thương mẹ. Cám ơn những gì mẹ muốn mang

lại cho con. Nhưng đi tu là một chân lý con đã tìm đúng hướng. Con vui mừng khi tu hành, khi hạnh đầu đà này, dù rằng ngày mai nếu bước chân con phải đi xa hơn lang thang khắp xứ để khổ luyện hơn nữa. Và rồi con phải tự thích hợp, tự thích nghi thôi.

Chàng nói tới đó. Ngước nhìn cơn gió tạt qua. Ngọc Dinh cảm thấy lạnh và biết người mẹ mình sẽ lạnh. Chàng ngước nhìn những vì sao trên nền trời xa xa lốm đốm xuất hiện. Ngọc Dinh vội nói:

- Thôi mẹ về an nghỉ đã về đêm rồi. Con sẽ coi lại. Nhưng mẹ ơi, hy vọng mẹ đừng khuyên con bỏ tu hành. Con sẽ đau khổ lắm. Hiện con có ở ngôi chùa tên là Phước Hạnh. Cũng trong núi Đà Lạt này. Nhưng thật sự con cũng ít có mặt trong ngôi chùa. Con đi khất thực hạnh đầu đà là chính. Những rằm mỗi tháng thì con thường có ở đó hơn...

- Được rồi mẹ sẽ đến cúng dường làm công quả thăm con. Mẹ xin gởi số phone cho con. Để con gọi mẹ. Mai này mẹ sẽ mua phone cho con.

- Không mẹ à đời sống tu hành con đã gát lại mọi liên lạc riêng tư. Và chuyện phone sẽ tính sau đi. Mẹ cứ đến đó. Có người sẽ báo cho con.

- Mẹ đang ở khách sạn Dalat Place và mẹ sẽ về khách sạn, cũng không đến đỗi quá xa nơi đây.

- Dạ thưa mẹ. Chúc mẹ trở về nơi đó bình an.

Hai mẹ con chia tay, họ đã chia tay nhau...

MƯỜI LĂM

Gặp lại người mẹ Lệ Trâm, Ngọc Dinh mừng vui không xiết. Ngọc Dinh không thể tưởng tượng rằng: Chàng có một người mẹ xa xôi đã trở về tìm kiếm chàng và nhìn lại đứa con. Nhưng không hiểu vì sao niềm vui đó không cho chàng dài lâu. Cứ làm Ngọc Dinh thao thức suy nghĩ đủ thứ. Bởi mẹ chàng không muốn cho chàng tiếp tục đi tu. Chàng thương mẹ không muốn mình làm điều gì, xa hơn nơi lòng mẹ thích. Nhưng chàng đâu thể nào lìa bỏ cõi tu hành về nơi thế tục một lần nữa. Suy nghĩ quá mà tinh thần chàng cũng trở nên xuống dốc. Con người Ngọc Dinh ốm yếu lại thêm ốm yếu thêm. Và rồi lần đó đi khất thực theo Hạnh Đầu Đà chàng về chùa rồi trở bịnh sốt nặng. Một trận bệnh coi như khủng kiếp đã đe dọa đến tính mạng Ngọc Dinh. Chàng khởi đầu nóng lạnh bất chợt, rồi mê man với một con virus nào đó tấn công hành hung, và phải đi vào bệnh viện cấp cứu gấp. Trông tướng mạo Ngọc Dinh càng thảm thương vào lúc này.

Nhưng rồi tai cũng qua nạn cũng khỏi. Chàng nghĩ rằng ngày xưa chàng từng viết thư nói dối với Diễm Trinh để ra đi, nhưng chàng chưa bao giờ đâu bịnh chi hết. Bây giờ chàng không nói gì cả lại xảy ra như thế này. Là thế nào cho con người mình thế nhỉ? Mẹ chàng từ Mỹ về thăm, nên thân thể chàng nhõng nhẽo một cách đáng sợ thế sao? Hay là chàng trả con nợ chàng đã viết thư cho Diễm Trinh - Với ngày tháng xa xưa trước kia, bây giờ chàng phải bị. Hú mới là quá ư nguy kịch nhưng chàng chưa chết và còn sống đây nè. Hay là trời đã thỏa hiệp với mẹ chàng, là không cho chàng đi tu theo Hạnh Đầu Đà khất thực nữa rồi. Mà cố gây nên cảnh trạng bịnh hoạn đau lòng kia. Đúng là sau lần Ngọc Dinh xảy ra bịnh trạng đó, Mẹ Lệ Trâm chứng kiến và nuôi dưỡng, Lệ Trâm đã đem Ngọc Dinh từ bệnh viện về một nơi, bà mới thuê khá cao giá cho Ngọc Dinh ở, và tiện lợi để bà chăm sóc.

Sau lần ấy mẹ Lệ Trâm quyết định:

- Con không thể đi theo Hạnh Đầu Đà nữa. Con đã bị suýt chết như vậy đó. Thì con còn gì để nói. Tu nào cũng có một cái duyên cái hạnh thôi. Con đừng tự mình cố chấp cho mình.

- Thưa mẹ con chỉ muốn đi khất thực và con tự yêu lấy hình ảnh khổ hạnh luyện tập đó con không thể chuyển dời.

- Nói như con vậy thì bao hạnh khác không tốt sao? Khất thực là chính con độ cho con và cùng độ bao người khác. Nhưng tỉ lệ vẫn không đông khi con thuyết giảng bằng kinh thư, đạo hạnh pháp tu. Hơn nữa con cần khôn ngoan một chút tùy theo sức khỏe con. Con nên vận hành uyển chuyển mẹ chỉ mong con như vậy. Mẹ đâu có buộc con ra đời lấy vợ.

- Mẹ ơi đừng nói chuyện với con có danh từ vợ con. Con sợ lắm.

- Mẹ đã muốn chuyện này khi mới gặp lại con, nhưng con từ chối thì mẹ Lệ Trâm đâu thể nào ép con. Vì chân lý con đã chọn. Mẹ chỉ mong con thương mẹ là mẹ không muốn con chết sớm vì thân thể con mảnh dẻ yếu đuối. Mà Hạnh Đầu Đà thì quá ư là khó khổ, cực nhọc như ép xác để...

- Không mẹ ạ, mẹ đừng nói như vậy.

- Thì rõ ràng con đã bị mà. Kham khổ quá con chịu không nổi nên sinh ra sém chết... Tùy vào sức khỏe mình mà đem ánh sáng đạo hạnh đến cho con người học hỏi ứng dụng là tốt thôi... Đi trong rừng miết lâu ngày, sơ sài ăn mặc thì sẽ sốt rét, bịnh tật và đủ thứ theo, virus thâm nhập. Điều đó khoa học hoàn toàn chứ đâu phải mẹ bịa ra và ngăn cấm con.

Ngọc Dinh làm thinh Lệ Trâm nói thêm.

- Thiệt ra mẹ về đây với cái tuổi con, mẹ muốn kiếm vợ cho con, để hưởng hạnh phúc trần gian. Một cô vợ đẹp xinh hiền lành và sẽ sinh cho mẹ nhiều đứa cháu.

- Mẹ ơi mẹ đừng nói chữ có tiếng vợ nữa. Con cảm giác một thứ ác mộng hãi hùng đến với con... Con sợ lắm và không muốn đi theo con đường mẹ đang nói đó đâu.

Lệ Trâm thực lòng muốn kể cho Ngọc Dinh nghe về tất cả những gì nơi Diễm Trinh mà bà đã chứng kiến đã biết, chỉ vì cô sa ngã một đôi lần đó thôi. Cô ấy vẫn xinh đẹp và hiền lương, đoan trang và dễ cảm. Nhưng bà nghĩ nếu kể ra chưa chắc đem lại cho Ngọc Dinh một cái nhìn thiện hữu và bao dung cho Diễm Trinh được. Làm sao chặt đứt được sự ghen hờn trong máu người con trai bà. Tuy cái ghen nó rất thanh cao và thánh thiện, và mang ý nghĩa giàu lòng từ bi, tránh xa mọi phiền khổ cho ai? Hay là biết đâu cũng có thể nó còn không muốn mình có mặt nơi đó, với tư cách là mẹ chồng đã biết tường tận. Và chính bà cũng chưa từng giới thiệu bà là mẹ chàng Ngọc Dinh cho Diễm Trinh biết. Như vậy thôi thì bà chẳng dám hở môi với con trai lời khuyên nào về Diễm Trinh nữa cả. Thôi thì để nó dứt nợ trần theo nó nghĩ và đã một lần tê tái ấy. Bây giờ bà biết nó chỉ muốn tập trung cho con đường nó tu hành là đạo Pháp Phật Học mà thôi. Bà sẽ không thắng Ngọc Dinh về việc khuyên chàng lấy vợ, thì coi như người mẹ giả vờ không biết gì về tình yêu quá khứ của con trai, Thì coi như bà chỉ còn khuyến khích dựa theo cái nó có mà thôi. Lần cuối cùng bà đưa ra cho Ngọc Dinh:

- Thôi thì con không chấp nhận việc ra chùa lập gia đình. Mẹ coi như đồng ý với con. Nhưng mẹ không muốn con tiếp tục theo Hạnh Đầu Đà vì sức khỏe yếu đuối của con. Mà con hãy là. Mẹ có ý tưởng muốn lập chùa cho con ở đó tại chùa sưu tầm học đạo. Giữ vững Phật Giới cho xứng đáng nếu con chọn đã đi tu rồi. Con hãy cố gắng mà trở nên thượng thừa bác nhã. Và rèn luyện tư cách nhân phẩm tâm đức để giảng kinh hay cho mọi người tới lắng nghe, nuôi dưỡng tâm hồn thanh tịnh hiền lương, tránh xa việc gian ác mưu mô hại người, chỉ ích kỷ vị lợi cho mình. Về Phật Pháp có hàng ngàn cái hay. Các vị thầy giảng hay được, là bao nhiêu người ngưỡng mộ và noi theo lời dạy của sự truyền bá đó. Con hãy cố gắng làm nên một cái cho mình trong truyền bá chuyển tải. Coi như mẹ mãn nguyện phần còn lại ấy nhé.

Ngọc Dinh gục đầu nhẹ nhàng đáp lễ:

- Con xin cám ơn mẹ có ý tưởng mang lại cho con, vẫn không xa Đạo Pháp Phật Giáo. Con nguyện sẽ tu hành học hỏi nươi pháp giới để làm nên... Với những điều mẹ sẽ mong ước vì con. Và con xin đa tạ và chấp nhận những điều mẹ thỉnh cầu như vậy. Con sẽ vận hành đạo giáo của Phật dạy mà chuyển tải tư tưởng đến bá tánh cùng muôn loài...

MƯỜI SÁU

Mới đó là thoáng một cái đã 2 năm nữa trôi qua. Ngọc Dinh đã làm theo điều người mẹ mong ước còn lại. Lệ Trâm đã tu bổ ngôi chùa trong núi Đà Lạt Phước Hạnh lớn hơn, và khang trang coi được hơn lúc xưa. Và bà về Quy Nhơn cất công xây một ngôi chùa to lớn về gần biển Quy Nhơn cho con trai mình tu hành trong ngôi chùa đó. Để học đạo và tập sự giảng thuyết ở ngôi chùa. Nơi đây ở một nơi quê Ngoại gốc của Lệ Trâm quê hương Bình Định. Lệ Trâm vốn yêu biển cũng như núi rừng. Nhưng bà cần làm một cái với địa lý khác hơn chùa Phước Hạnh là hoàn toàn gần núi, mà cái thứ hai bà muốn là gần biển hơn. Hơn nữa Quy Nhơn thì xa Đà Lạt là mấy. Bà mong một vị trí xa xa như vậy. Dù tính ra cũng không xa xôi gì. Ngọc Dinh Nhất Nguyên đổi sang pháp danh là Chánh Tâm. Chùa thầy ngày càng có nhiều phật tử đến dự lễ và cũng có nhiều khóa tu mang tầm ảnh hưởng xa rộng. Người già trung niên các nơi, cả tuổi trẻ đến tham gia học hỏi tu rất đông.

Còn phần Diễm Trinh từ ngày xa Ngọc Dinh và xa cả Quang Thoại nàng trở về xóm núi sống đạm bạc như một thiếu nữ trẻ tu tại gia. Nàng cũng không biết Ngọc Dinh còn sống hay chết như thế nào. Hình bóng chàng luôn lởn vởn bước đi trong giấc mơ, giấc ngủ nàng. Còn người ca sĩ Quang Thoại kia đã ra sao? Quang Thoại có kết hợp được với Thu Hồng không? Chàng còn mang tiếng hát đến với mọi người, và còn đứng trên sân khấu hát nữa không? Lâu lâu, thỉnh thoảng nàng cũng tự hỏi. Diễm Trinh vẫn mong cho đôi bạn kia họ hạnh phúc. Vì nàng xét tận cùng ra thì Quang Thoại đã không thuộc về nàng, chỉ là những phút giây bồng bột sa ngã của nàng mà thôi, dù chàng đã vì nàng mà hy sinh rất nhiều công cán. Và đối với gia đình, ba mẹ cũng đã biết nàng bỏ nhà ra đi vì tình yêu với Ngọc Dinh, vì cuộc sống riêng tư thỏa thích của Diễm Trinh. Người mẹ Diễm Thanh có cho nàng mười cây vàng mang theo, và dặn dò nếu mai này có con thì dẫn về ba con ắt sẽ nhận vì thương cháu ngoại. Nhưng mà nàng chưa có con, đâu đã có con. Chỉ hai năm sau đó đã xa Ngọc Dinh. Và nàng không hề gởi thư cho ba mẹ một lần. Vì gởi thư cho ba mẹ Diễm Trinh biết cái gì để nói, để phân minh khi lỗi của mình gây ra cho chồng cũng quá lớn. Vậy thôi nàng coi như nàng sống an lành bên Ngọc Dinh chưa con cái, nên không cần liên lạc. Diễm Trinh chỉ có một cách nghĩ như thế cho ổn đi. Khi nào quá lắm thì nàng sẽ trở về, hoặc xin đi tu luôn cho qua một kiếp nhân sinh khổ đau. Và rồi cuộc gặp gỡ giữa nàng và người phụ nữ xa lạ ở trong ngôi nhà nàng xóm núi này trên một tuần. Rồi sự chia tay lưu luyến của họ. Lệ Trâm chưa bao giờ thố lộ cho Diễm Trinh biết bà là mẹ ruột của Ngọc Dinh từ Mỹ trở về tìm chàng. Lệ Trâm quả là tuyệt đối bí mật. Chỉ là để bà biết nàng mà thôi, khi nàng đã là vợ của con trai bà là Ngọc Dinh, được theo Võ Toàn Nhất Tâm cho hay.

Và rồi Diễm Trinh nghe đồn một ngôi chùa gần biển Quy Nhơn nổi tiếng có vị Đại Đức còn trẻ nhưng giảng kinh Phật, thuyết pháp rất hay. Nàng ước chừng một ngày sẽ đến nơi đó. Rồi đến hôm nay giữa tiết thu se lạnh nàng bỗng nhớ đến Ngọc Dinh xôn xao. Hơn bốn năm trôi qua còn gì, nhưng không ngày nào nàng không nhớ chàng, nhưng sao mùa này, ngay giờ phút này nàng nhớ chàng một cách khó tả. Cuộc sống nàng thì như vậy thôi, chăm hoa trồng hoa bán thì ít, mà mua vui thưởng ngoạn thì nhiều. Diễm Trinh cũng bán kẹo đậu phụng, bán cốc ổi giầm cay chua ngọt thế thôi. Nàng còn đọc kinh nghe ca nhạc qua đài, và tự hát một mình ên nghe. Trong hoài vọng nàng vẫn mong Ngọc Dinh trở lại, dù bệnh tật hay nghèo khổ như thế nào, nhưng hoàn toàn đã không có. Nỗi niềm thất vọng ấy khiến Diễm Trinh bao mùa tái tê. Nhưng riết hồi cũng quen dần. Tuy nhớ Ngọc Dinh thì nàng chưa bao giờ quên nhớ. Định ngày mai này đi ra ngoài ấy viếng chùa nổi tiếng, thì tối nay nàng càng khắc khoải để nhớ hơn, không biết vì sao nàng không ngủ được, đành lòng phải tự ca một bài mà nàng muốn hát cho chàng ở đâu đó chàng nghe, dù ước mong nàng quả là viễn vông hết sức, không thể xảy ra... Tính công bằng ra nàng vẫn là một kẻ chung tình hết sức. Nàng ca bài Cỏ Úa với lời nhạc hay:

Còn nhớ tên nhau xin gọi trong giấc mộng, còn chút

hương yêu xin đưa vào dư âm. Có phải còn yêu vì đôi lần thầm nhớ, mình đã thật quên cớ sao lòng vẫn chờ. Từ lúc anh đi trong rượu cay men nồng, màu trắng khăn tang quanh căn phòng em cô đơn. Bão tố triền miên ngày em về nhà đó, buồn hắt buồn hiu ngõ đêm sầu cô liêu. Một chiều trên đồi anh làm thơ. Cỏ biếc tương tư vàng úa, mộng dệt theo đàn bên người mơ, mới biết mình yêu tận bao giờ. Hỡi cố nhân ơi chuyện thần tiên xa vời. Tình đã như vôi mong chi còn chung đôi. Cứ cúi mặt đi để nghe đời lầm lỡ, đừng níu thời gian cho thêm sầu vương mang...

Và rồi nàng tìm vào giấc ngủ để quên vùi bao kỷ niệm. Thì Diễm Trinh lại trong chiêm bao độ giữa khuya. Nàng thấy gặp lại Ngọc Dinh mặc quần áo tu hành tại một nơi ngôi chùa nào đó. Nàng mừng quá cả xúc động kêu lên thảng thốt:

- Anh Ngọc Dinh em đây nè. Em là Diễm Trinh đây mà anh.

Ngọc Dinh quay lại nhìn nàng đáp.

- Tôi không phải. Chắc người yêu cô là ai chết rồi. Nam Mô A Di Đà Phật.

Diễm Trinh chỉ thấy tới đó. Nàng giật mình thức dậy cơn gió thu lùa vào thêm lạnh ngắt, trăng mười bốn tháng tám mùa thu về khuya vẫn mờ ảo hư huyền nơi xóm núi. Diễm Trinh nhìn ra bên ngoài, kéo chăn lên đắp tới ngực nghe lòng cô đơn và cố hình dung lại giấc mơ đã trải qua, nhưng nàng khó tìm ra một chi tiết nào ở đâu mà nàng gặp chàng...

Và rồi nàng đã đến chùa Thuận Phước Quy Nhơn trong ngày rằm trung thu. Ngôi chùa cách thành phố Qui Nhơn về phía Đông Nam chừng hơn 3 km, vẫn nằm trong quần thể của Ghềng Ráng Tiên Sa và bãi tắm Hoàng Hậu không xa với nhà thờ Đá Ghềnh Ráng (Ghenh Rang Stone Church.) Nhân một đại lễ cho các em thiếu nhi viếng chùa trong đêm, được thầy Chánh Tâm khai mạc lễ với lời chúc mừng đến các em vui chơi ý nghĩa. Kính Phật, kính hiếu cha mẹ, thuận thảo với anh chị em. Thương người thương vạn vật...

Và sau cùng là bài thuyết giảng ngắn cho mọi gia đình Phật Tử lớn tuổi hơn là. Con người và các em hãy yêu thương muôn loài.

Trong lần xuất hiện của Đại Đức Chánh Tâm làm lễ khai mạc, và phát quà trung thu, cùng các em tình nguyện viên nhìn ngắm lồng đèn của thiếu nhi. Diễm Trinh đã thấy vị đại đức này sao giống người yêu nàng quá. Nhưng nàng nghĩ mình bị sa vào ám ảnh Ngọc Dinh nhiều. Đến khi Đại Đức thuyết giảng Con Người Hãy Yêu Thương Muôn Loài thì nàng cố gắng nghe giọng nói, và càng cố nhìn vị thầy trẻ đó hơn nữa. Cuối cùng nàng kết luận là chàng đó chứ không ai, Ngọc Dinh Nhất Nguyên chứ không ai khác. Nhưng Diễm Trinh vẫn để cho thầy làm tròn trách nhiệm và cố kìm tư tưởng mình trong một đêm…

Về phòng nghỉ trọ Quy Nhơn nơi cũng rẻ tiền Lê Hồng Phong. Sáng sớm nàng ghé vào chùa liền. Nàng cố gắng tiếp cận một chú tiểu và bảo rằng:

- Chú ơi tôi là người quen, muốn gặp thầy Chánh Tâm.

Chú tiểu nhìn nàng không chớp mắt rồi gục đầu đi vào trong thưa Đại Đức:

- Có người muốn gặp thầy. Cô gái đẹp lắm…

Chánh Tâm chấp tay lạy phật Nam Mô A Di Đà và bước ra sân, nơi gần cửa chính cổng tam quan chùa thì thấy một người con gái người đó, hình hài không ai khác hơn Diễm Trinh, chàng như biến sắc. Nàng vẫn đẹp như chú tiểu bảo và ăn mặc đoan trang hiền thục quá. Nhưng hai giây trôi qua Đại Đức ráng cố gắng bình tâm:

- Thưa cô tôi là đại đức Chánh Tâm, cô muốn gặp tôi có chuyện chi không?

- Dạ em là Diễm Trinh. Anh là Ngọc Dinh chính là người yêu em lúc xưa, tên em gọi anh. Chúng ta đã có một quá trình chung sống ở xóm núi làng Lang Biang Đà Lạt. Và sau đó một đêm anh viết lá thư để lại bảo đi chữa bịnh hết sẽ về. Nhưng em trông mòn mỏi không thấy…

Đại Đức Chánh Tâm im lặng chưa trả lời gì để. Diễm Trinh nói thêm:

- Lúc xưa anh đi tu nhưng vì yêu em anh ra chùa. Và có lẽ lúc đó em còn nhỏ dại, nên em sa ngã đôi lần. Có lẽ anh biết và cố tình xa em phải không? Nhưng trọn đời này em chỉ yêu anh mà thôi.

- Nam Mô A Di Đà Phật. Những chuyện đó không hề xảy ra nơi Chánh Tâm. Chắc cô lầm tưởng đến một người nào rồi. Tôi từ An Giang Châu Đốc đến nơi này và ở nơi này. Không hề rõ gì những điều cô vừa kể. Nam Mô A Di Đà Phật. Xin cô hiểu cho nơi này chốn tu hành đừng đem những chuyện ái tình ái ân vào chốn thiền môn mà tìm kiếm. Xin cáo lỗi. Còn cô muốn viếng cảnh chùa cứ vào đây thong thả...

Chánh Tâm nói và bước vào nơi phòng riêng tu học của mình.

Diễm Trinh bước vào nơi khuôn viên chùa và không còn cách nào hơn nàng chỉ lạy phật bà rồi ra về, lòng buồn khôn tả... Biết nói gì hơn khi người xưa đã nghoảnh mặt do lỗi mình đã gây ra. Nàng biết là chàng đích thực nhưng chàng chối từ. Ôi giấc mơ kia đã cho nàng giống như vậy mà.

Diễm Trinh đi rồi về rồi. Ngọc Dinh chính là Chánh Tâm bây giờ mới gợn lên một niềm đau nơi lòng cho nàng, mà nơi chàng đã từ chối. Thiệt ra chàng từ Đà Lạt xuống chứ chàng có biết gì An Giang và Châu Đốc. Nhưng chàng đã vọng ngữ nói nơi ấy để đánh lạc hướng cho người con gái. Tội nghiệp nàng vẫn yêu ta, nhưng làm sao khác hơn khi ta trở lại chùa và xóa bỏ mọi thứ nơi trần gian này để trở thành vị Đại Đức cho muôn người lâu rồi. Chánh Tâm nghĩ mà tối đó không thể nào ăn cơm uống nước được. Miệng lưỡi khô khan nỗi buồn trầm uất.

Mẹ chàng từ Mỹ về dự lễ Trung Thu và phát quà cho thiếu nhi năm nay, rồi còn ở đó. Sáng qua Lệ Trâm cũng đã thấy Diễm Trinh ghé qua nơi cổng tam quan và chùa này đứng nói chuyện với Chánh Tâm con trai bà và dạo quanh khuôn viên chùa mấy phút. Lệ Trâm cũng tránh lẩn không cho Diễm Trinh gặp, bà không muốn Diễm Trinh biết bà là gì của Ngọc Dinh. Và cũng không muốn để Ngọc Dinh biết bà từng đến nhà Diễm Trinh trong góc núi. Lệ Trâm còn muốn giữ thân phận về mình trong bí mật cho hai người chưa từng biết...

Nhưng một chiều nọ khác, khi thành phố Quy Nhơn sắp lên đèn. Lệ Trâm lại muốn mời, muốn nói chuyện với Chánh Tâm những điều cần thiết. Khi hai mẹ con bước thong dong dạo cảnh gần chùa. Bà nói với con trai.

- Nay mai này qua hết mùa trung thu mẹ lại về Mỹ. Mẹ muốn nói một sự thật mẹ đã giấu con.

- Chuyện gì nữa thưa mẹ.

- Mẹ đã gặp Diễm Trinh cô gái mới sáng qua gặp con ở chùa Thuận Phước này.

Mẹ gặp cô ấy ở đâu nơi nào. Sao mẹ không nói cho con rõ.

Khi mẹ từ Mỹ về tìm con đã ghé chùa Hưng Tịnh lúc xưa mẹ gởi con nơi đó để ra đi. Thầy con đã cho mẹ biết con yêu thương Diễm Trinh và ở nơi xóm núi Lang Biang. Tuy bây giờ hai đứa đã giận hờn xa cách, con tìm về chùa Phước Hạnh rồi. Mẹ tìm đến nhà Diễm Trinh nhưng mẹ chỉ nói mẹ là kẻ tu tại gia muốn đi viếng cảnh làng mạc xóm núi, và mẹ muốn ở lại đó tu hành một tuần. Diễm Trinh đồng ý cho mẹ ở. Khi mẹ về khách sạn Dalat Palace. Mẹ gặp con có nói xa nói gần mong con lấy vợ, chính là cô gái Diễm Trinh đó. Vì mẹ ăn ở nơi đó cả tuần mẹ đã thấy cô đẹp người đẹp nết chẳng qua duyên con và nó nghiệt ngã. Nhưng con nhất định không muốn lấy vợ, nên mẹ không nhắc đế sự kiện này.

- Trời ơi Nam Mô A Di Đà Phật.

- Chùa Thuận Phước con đã nổi tiếng, hoặc một duyên gì nó được biết? Sao nó nghe và tìm đến đây. Có lẽ nó nhận ra con, mà con từ chối phải vậy không?

- Thưa mẹ đúng vậy. Trong trái tim con lúc đó vẫn dâng lên một nỗi niềm còn yêu thương nhớ cổ. Nhưng con muốn lãng tránh và không nhận mối tình đó. Con muốn chôn vùi và hiện là con Đại Đức một ngôi chùa Thuận Phước này.

Hai mẹ con tiếp tục bước đi và tâm sự. Chàng vẫn mặc

đồ màu nâu đậm tu hành, người mẹ vẫn mặc đồ lam nhạt của một phật tử tại gia họ bước đi trong khoan thai. Bây giờ chàng mập mạp có da có thịt hơn ngày xưa ốm yếu mảnh khảnh, song đâu có khác gì lắm nên Diễm Trinh nhìn ra chàng không phải là một điều chi lạ?

Họ đã đi qua khu đồi thi nhân đến dốc Mộng Cầm và viếng thăm mộ Hàn Mặc Tử. Rồi tìm xuống bãi tắm hoàng hậu nhìn vè bán đảo Phương Mai. Lệ Trâm đã ngồi xuống nơi đó một góc. Chánh Tâm thì vẫn đứng đó bên cạnh mẹ đưa mắt nhìn những cụm đá đẹp hình thù tròn trịa nhẵn bóng nơi thiên nhiên đã tạo ra... Lệ Trâm tâm sự tiếp:

- Lạy Phật Quan Thế Âm Bồ Tát, mẹ muốn nói. Nếu con còn yêu thương Diễm Trinh và muốn ra đời mẹ ủng hộ con. Từ lâu mẹ nói rất nhiều là cô gái này thôi. Con sẽ có vợ có con và má có cháu nội bồng. Nhiều khi mẹ ao ước lắm...

Chánh Tâm lắc đầu và đưa mắt nhìn ra hướng biển nước dội vào đá...

Riêng Lệ Trâm một phút tưởng tượng ra. Con trai bà sẽ qua Mỹ thăm bà cùng vợ là Diễm Trinh ở trong một gia đình họ luôn mỉm cười trong các bữa ăn đủ đầy có bà là người mẹ. Hoặc con trai bà chính là Ngọc Dinh rồi sẽ mặc đồ xavin và đưa vợ Diễm Trinh về đây đến nơi này để tắm. Bà thì ngồi trên bãi đá nơi kia giữ đứa con trai bé bỏng khoảng ba tuổi của nó, cho hai vợ chồng nó thư thả đôi chút, đứng trước bãi tắm hoàng hậu mà hai đứa ngắm để yêu nhau hơn...

Nhưng ước mơ hai hình ảnh đó, chỉ là ước mơ của riêng bà mà thôi. Ngọc Dinh chính là Chánh Tâm đã không còn mong mỏi ra đời nữa thì bà biết làm sao? Đến nỗi gặp lại người xưa nó yêu là Diễm Trinh mà nó không chịu nhận, thì bà cũng hết phương pháp. Nếu nó muốn một cô gái nào khác bà cũng chiều thôi, tuy bà không thích bằng Diễm Trinh. Nhưng tất cả là những ước mơ xa vời vợi của bà quá. Trong khi bà chỉ có duy nhất là một con trai Ngọc Dinh đó mà thôi. Song nó quyết lìa xa thế tục bảo vệ một chân tu

Đại Đức của nó. Có lẽ như bảo vệ một luận án giá trị nào đó, mà nó dày công hướng nghiệp đến thì nó không thể dứt bỏ.

Biết mẹ đang suy nghĩ mông lung bao điều cho mình. Chánh Tâm bỗng đánh trống lãng:

- Mẹ ạ biển đẹp làm con nhớ đến thơ Xuân Diệu quá.

- Ô má cũng yêu thơ bài Biển Xuân Diệu lắm, cũng giống như ba con ngày đó...

- Ô má đọc đi con thưởng thức nơi này cho thiêng liêng...

- Được thôi.

- *Anh không xứng là biển xanh. Nhưng anh muốn em là bờ cát trắng. Bờ cát dài phẳng lặng. Soi ánh nắng pha lê... Bờ đẹp đẽ cát vàng. Thoai thoải hàng thông đứng. Như lặng lẽ mơ màng. Suốt ngàn năm bên sóng... Anh xin làm sóng biếc. Hôn mãi cát vàng em. Hôn thật khẽ thật êm. Hôn êm đềm mãi mãi. Đã hôn rồi hôn lại. Cho đến mãi muôn đời. Đến tan cả đất trời. Anh mới thôi dào dạt... Cũng có khi ào ạt. Như nghiến nát bờ em. Là lúc triều yêu mến. Ngập bến của ngày đêm. Anh không xứng là biển xanh. Nhưng cũng xin làm bể biếc. Để hát mãi bên gành. Một tình chung không hết. Để những khi bọt tung trắng xoá. Và gió về bay toả nơi nơi. Như hôn mãi ngàn năm không thoả. Bởi yêu bờ lắm lắm, em ơi!*

Cuối cùng hai mẹ con lại ra về. Phố xá toàn cảnh quy Nhơn đã lên đèn bao ngọn gió thu lung lay dưới trời sao biếc. Trăng đêm cũng muộn hơn một chút, nhưng đã mọc rồi.

Đi ngang qua đồi thi nhân Hàn Mặc Tử một lần nữa. Lệ Trâm bỗng nhớ câu thơ thi sĩ tài hoa này:

Thuyền ai đậu bến sông trăng đó. Có chở trăng về kịp tối nay? Thật là hay đến thán phục. Bà thầm khen.

Riêng Chánh Tâm lại mang một tâm sự khác chàng lại nhớ đến câu thơ cũng là trăng của Hàn Mặc Tử, được một nhạc sĩ tài hoa đã chuyển qua ngâm nga để trước khi vào nhạc:

Ai mua trăng, tôi bán trăng cho. Trăng nằm yên trên

cành liễu đợi chờ. Ai mua trăng, tôi bán trăng cho. Chẳng bán tình duyên ước hẹn hò... Ý của thi sĩ Hàn Mặc Tử thật quá cao xa vời vợi sâu sắc đến khôn cùng.

Hai mẹ con trong những ý nghĩ riêng tư cá nhân họ và cũng về đến nhà sau một chiều chuyển đêm, đi tham quan Gềnh Ráng Tiên Sa nơi.

Một tuần nữa Lệ Trâm về Mỹ. Chánh Tâm biết thế. Mẹ về vì cuộc sống của mẹ nơi đó, và công ăn chuyện làm bà đâu thể nào ở mãi Vn và nơi này. Đêm đó Chánh Tâm lại ôn lại một quyển kinh của Thiền Sư Nhất Hạnh mà chàng không thể nào đọc được nhớ gì được. Chàng lại suy nghĩ miên man về Diễm Trinh và mẹ. Chàng không muốn mà tâm tư lại nghĩ tới:

- Nếu mình giao chùa ra đời, và bỏ lại cho ai chắc mẹ mừng lắm. Vì đã là đàn bà ai cũng muốn có con trai bên cạnh, có dâu và có cháu nữa đề huề như thế là vui lắm. Mẹ mình chỉ có mỗi một mình ta, thì ước mong đó không thể là sai chút nào. Nhưng mà làm sao đây. Ta đã chọn, duyên tơ đã chọn, trời đất đã chọn... Nếu ngày ấy Diễm Trinh không sa ngã không bị hư đốn thì đâu có gì để khó khăn khi mẹ từ Mỹ về... Nhưng nàng đã phạm tội. Ta tha thứ cho nàng thì cũng được quá. Nhưng mà lỡ nàng hư lại lần nữa thì tính sao? Ta sẽ xấu xa và khổ sở biết nhường nào? Song nàng đã 4 năm trưởng thành, từ khi ta xa cách, từ khi tuổi nàng mới bước qua 18, giờ tuổi nàng đã 22, lớn hơn rồi thì già dặn chín chắn, sâu sắc hơn chứ. Nhưng tính kỹ trong luân lý: Thì nơi ta mà ra đời, là ta phản phật tổ, phản thầy, phản đạo, phản đủ thứ không thể được. Thôi nàng cứ sống cho nàng. Mẹ thì cứ sống cho mẹ đi. Bao nhiêu người con ra đi tu hành không phải là họ không từng biết hy sinh mái ấm đó sao? Họ không từng để cha mẹ thương nhớ và khóc đó sao. Nhưng họ đi theo ánh đạo phật pháp là một lối giải thoát siêu cao về phẩm hạnh mà phục vụ cho số đông nhân quần đại chúng hơn là cho cá nhân và gia đình họ.

Nghĩ rất nhiều và Chánh Tâm ể ỏi, tìm về giấc ngủ. Đêm đó bất chợt chàng lại mơ, thấy như giấc mộng ngày nào hai đứa mới yêu nhau. Tiếng của Diễm Trinh thốt lên:

- Vậy sao anh không thương em, khi em buồn khổ khóc than hã anh?

Chàng ỡm ờ bảo:

Ngọc Dinh Nhất Nguyên này đã vì đi tu, là em biết phải quên hết cõi nhục dục của thế gian, đã hy sinh vì đạo pháp làm sao anh có thể… Hã Diễm Trinh em ơi…

Nàng lại nói:

- Anh vốn muốn đem lại vạn điều hạnh phúc cho tha nhân? Sao chỉ một điều hạnh phúc tình yêu cho em anh nỡ chối từ. Trời ơi… *Người đâu gặp gỡ làm chi. Trăm năm có biết duyên gì hay không?*

- Ô hay em lại đọc thơ Đoạn Trường Tân Thanh - Truyện Kiều để trách cứ anh.

- Ủa sao anh Ngọc Dinh biết Truyện Kiều vậy hã anh?

- Anh có quyển đó. Khi anh trưởng thành năm lên 18. Thầy cho anh đọc để giải trí thơ văn thôi.

- Vậy là anh quá am tường mọi thứ, chỉ vì anh tàn ác với em. Anh không đem lòng để mà yêu em thôi.

- Nhưng mà em đã nói anh gặp em để nghe em hát và dù sau đó xa nhau em lấy làm kỷ niệm thôi mà. Vậy thì mọi yêu cầu em đã đi xa hơn lời em nói quá nha.

Chàng mới cười tươi chọc nàng, nhưng rồi lại buồn.

Và chàng tự động buồn bã nhìn trời đã sắp vào đêm nơi đây. Sau đó nàng hiểu ý chàng, nàng gục đầu muốn hát cho chàng nghe. Nàng bảo:

- Đúng rồi anh hãy cho em hát một bài bên anh và coi như em cũng mãn nguyện, em không đòi hỏi hơn đâu. Nàng hát bài: Ngày Xưa Anh Nói. Chàng Ngọc Dinh có đàn guitar và tự đệm đàn hát theo nàng vài đoạn như ý nàng thích: Xin trích bài hát hay này:

Ngày xưa anh nói: Anh thương có em thôi không ai ngoài em nữa"!Ngày xưa anh nói: Em như áng mây trôi, theo anh về cuối trời! Muôn kiếp xây đời, dựng lều hoa bên suối, sống cho nhau mà thôi. Những lúc sương chiều rơi, và khi gió lơi, rồi mùa đông băng giá em không ngại đơn côi.

Ngày xưa anh nói: Không mơ ước cao sang, hay cung vàng gác tía. Ngày xưa anh nói: Anh mơ có em thôi, cho tim hòa tiếng đời."Đôi bóng chim trời quyện vào nhau bay mãi tới phương xa nào đâu, đón ánh sao tình yêu, buồn vui có nhau, để ngàn câu thương nhớ xanh thắm màu nhớ thương.

Thời gian đi qua bao mùa trăng, ở chốn phương trời xa, anh đi mãi chưa về, em đây vẫn trông chờ. Từng đêm trông sao nhắc tên anh. Sao ơi sáng ngời thêm, soi qua lòng đất mẹ, lạy buồn thôi não nề. Ngày xưa anh nói: Tuy xa cách đôi nơi, nhưng hai người một lối. Ngày xưa anh nói: Em ơi, có chia phôi mới biết tình lâu dài. Anh hãy quay về... Sương khói tan rồi. Đẹp mùa vui xác pháo thắm tung trên thềm hoa, những gió mưa buồn xưa chìm theo giấc mơ, trọn đời cho thương nhớ, muôn kiếp tròn nhớ thương.

Sau thì Ngọc Dinh tự ca anh thích là bài Tình Bơ Vơ. Anh hát và đánh đàn guitar một cách say mê...

Anh dứt bài ca xong, anh nhìn nàng. Diễm Trinh lại mỉm cười hỏi: - Ủa sao anh biết nhiều nhạc tình thế?

- Thầy cho anh hát mới vài năm nay thôi để giải trí cho vui.

- Ô vậy thì nơi chùa này cũng cấp tiến quá mà anh.

- Chỉ là giải trí nhạc hay thôi em. Còn phải giới luật là vẫn giữ nguyên, trau dồi phẩm hạnh chứ.

- Em hiểu... Nhưng cũng có bao ni cô hoặc sa di bỏ chùa về với đời mà anh.

- Chuyện đó là không tránh khỏi khi họ hết duyên nơi chùa, nơi cửa Phật thôi. Nhưng anh không muốn mình như vậy đâu Diễm Trinh.

Nàng bỗng từ đâu buồn và muốn rơi nước mắt để khóc nữa. Chàng xót lòng đem lời năn nỉ:

- Thôi đừng buồn em ạ để anh coi lại thôi.

- Thật không anh?

- Nhưng nếu anh ra chùa thì mình sống làm sao đây hã em? Thiên hạ sẽ đồn thổi về em và anh rất nhiều.

- Đã là tình yêu em và anh sống cho chúng ta mà thôi,

Không cần ai khen chê, hoặc là quan tâm quan tưởng chi cả. Nè anh ơi ba má em giàu có, em sẽ tìm cách giúp anh, giúp cho tình đôi ta.

- Nghĩa là sao em Diễm Trinh?

- Em có vàng má em cho em, em có nhà bank riêng mình sẽ trốn đi lập nghiệp chứ sao. Em cả đời này yêu anh và chỉ thích sống bên anh mà thôi. Dù phải vào chốn nơi nao, thâm sơn hay cùng cốc...

- Cám ơn em đã nghĩ đến anh nhiều. Thôi thì anh cũng đã xao xuyến khi gần em đây. Anh nghĩ anh cũng đã yêu em rồi.

Nghe chàng nói, nàng vui sướng ngã người vào vai chàng và ngồi vào lòng chàng hôn lấy hôn để. Chàng như bị kích động quá đứng dậy bồng nàng lên tay mình và để bứng nàng đến một chỗ khác ngồi thêm.

- Cám ơn anh, cám ơn anh em sung sướng lắm, sung sướng như muốn chết được bên anh nè.

Và rồi trăng đã lên cao, hai người ngồi bên nhau tình tự thêm. Gió như lao xao, cây lá như sột soạt, màng đêm rung động mập mờ như trao về cho họ, một món quà thật tuyệt diệu... Họ đâu nghỉ rằng khi ái tình đã làm cho họ quấn quít, say nồng và rồi đón nhận dễ thương như thế...

Và giấc mơ nhớ lại được chuyển tiếp. Đó là lần thứ hai cũng một đêm trăng thanh của mùa hè. Diễm Trinh tiếp tục lái xe hẹn chàng đến điểm đó, như lần trước sau chùa, nơi đi qua một thung lũng, rồi đến gần khu đồi lộng gió...

Lần này nàng cố tình đã mua cho chàng một chiếc áo sơ mi màu cam hồng và quần tây nâu. Để chàng thay cho bộ độ tu hành chàng thường mặc áo nâu lam kia.

Nàng bảo khi gặp:

- Nè anh Dinh ơi, anh đi thay bộ đồ này đi, anh sẽ đẹp trai như một hoàng tử.

- Vậy sao em muốn hã?Anh đi thay nghen chỗ nào hỡi em?

- Em không nhìn đâu mà. Anh cứ đi đến chỗ nào gần tiện thì cởi ra thay đi.

- Nhớ không nhìn anh nha. Nếu em nhìn anh không mặc lại được đó.

- Hi hi. Em hứa mà. Nàng đã mỉm cười chân thật và đáp.

Chàng rảo quanh một nơi kín đáo, đi vào hố thấp thung lũng sâu hơn, có những tàn thông che chắn, và nán lại nơi đó nhìn rồi chàng phải làm, như dạn dĩ ra, để đi thay cho bộ đồ. Dinh tự ngắm nghía và ngượng ngùng tý đỉnh, vì từ nhỏ đến giờ Dinh chưa mặc đồ kiểu như vậy.

Nàng ngồi chờ chàng. Trinh vẫn mỉm cười bâng quơ.

Một chốc sau chàng trở lại nàng thấy chàng đẹp thêm bội phần, dù dáng dấp chàng chưa được tự nhiên cho lắm.

- Đó anh tin không bây giờ anh đẹp lắm. Nàng bảo.

- Nhưng anh chỉ thấy anh mặc đồ tu đẹp thôi.

- Anh thấy không bằng em đâu. Anh giờ đẹp hơn em nhiều chứ, nếu so sánh đôi ta.

- Em là cô gái đẹp nhất mà, không thua ai đâu. Nhưng mà nét của em giống ba hay má vậy Diễm Trinh?

- Em giống em nhất thôi.

- Em trả lời hay ghê. Chàng cười tươi nhìn nàng.

- Thì em giống em nhất mà. Tin em đi. Hi hi.

- Anh phải chào thua câu em trả lời thôi.

Thấy giấc mơ dài như thế đó. Chánh Tâm bỗng giật mình hóa ra chàng đang nằm nơi căn phòng chùa Thuận Phước. Chàng trở giấc hình dung và không tài nào ngủ được của một đêm trăng như thế... Cuối cùng chàng tự chắp tay niệm:

- A Di Đà Phật. Chánh Tâm muốn quên đi bao kỷ niệm. Và không mong mỏi gì hơn của quá khứ đã trôi qua... Chỉ muốn hướng về một chân tu mà thôi...

Ngoài trời kia trăng vẫn sáng, sương khuya ướt đẫm bao lối đi, cành lá, nhánh cây, bông hoa, hình tượng Phật đúc, mọi vạn vật trở nên huyền ảo, tịch mịch linh thiêng hơn...

Chánh Tâm lại nghĩ đến mẹ. Chàng mong giấc ngủ mẹ hiền được ngon giấc, để mà giữ gìn được sức khỏe...

HDT. Tạm ngưng câu chuyện đã viết: Dec /2023

HẠNH PHÚC KHÔNG TRỌN VẸN...

MỘT

Mới đó mà Hằng đã có chồng trên hai năm. Nàng quen rất nhiều người: Mỹ trắng Mỹ đen và Mễ, Ấn độ, Tawan, Việt Nam, Hàn Quốc, Thái Lan, Indonesia. Nhưng cuối cùng nàng lấy người Bangladesh. Là vì nàng cũng có yêu chàng một thời gian tìm hiểu. Và rằng nhiều lý do hơn nữa. Là vì mẹ nàng cho rằng cậu trai này hiền hậu có tư cách hơn, nghề ngỗng lại vững chải một kỷ sư điện toán một năm cũng được 150 ngàn mỹ kim. Cũng đủ cho Hằng sống cuộc đời thoải mái rồi. Đã qua cái thời High Schooll mấy năm rồi phải chọn chồng thôi. Đúng ra Hằng có quen một cậu trai Mỹ Trắng khá lâu nhất. Mỹ trắng tuy thế có những cậu học hành cũng chẳng xuất sắc gì, phần lớn cũng ăn chơi lười nhát, chỉ là có cái mã đẹp trai thôi. Hơn nữa dính đến nó thì sợ nó khinh người coi nhẹ người Việt, sợ nó đối xử như phân biệt chủng tộc là mệt nữa. Vì mình là giống da vàng mũi tẹt hạ đẳng. Nói chung vậy thôi, người gái Việt cũng tùy người chứ. Thật ra Hằng không giống như người Việt lắm, khó ai biết cô là người Việt vì cô cũng mũi cao, mắt nâu đẹp, da trắng sáng ngời, chiều cao không cao lắm nhưng cũng không thể gọi thấp, cô cũng được một mét sáu tức là 5 feet 8, vậy khá chuẩn. Người ta đa phần kể cả người Việt cứ tưởng là cô người Mễ hay Ấn Độ lai. Hoặc thậm chí có người bảo cô là có ông cố bà cố, ông sư bà sư gì đó chắc lai Pháp, Đức, Mỹ, Bồ Đào Nha,

Tây Ban Nha, một thời nào đó xa xăm...

Quay lại nói chuyện có chồng của một cô gái chưa hẳn là mình hay ba mẹ chọn, mà cũng do duyên nợ nữa. Tất nhiên nhìn vào trực tiếp là do mình chọn, cô gái chọn (Dĩ nhiên là phải nói anh ấy thương yêu và mong mỏi nữa.) Nhưng cũng do ông tơ bà nguyệt vui vẻ sắp xếp cho họ hai đứa "trai tài gái sắc nào đó thôi."

Có chồng rồi lại có con. Mỹ Hằng đã có cậu con trai bụ bẫm được sinh ra sau một năm cưới nhau và bây giờ đã là hai tuổi hơn. Nàng thì còn đi học luật sư tại tiểu bang này. Còn hai năm nữa mới ra trường. Ngày trước cuối những năm học của High School Hằng ước mơ, ước ao nhiều thứ lắm. Nàng là cô gái giàu lòng mộng mơ, tuy ham chơi nhiều bạn bè, nhưng cũng cô gái ham học và học giỏi. Hằng cố vô cho được trường Harvard nhưng có lẽ nàng vẫn nghĩ tất cả con người chúng ta không ai thoát khỏi số phận, hay có thể vượt ra định mệnh được. Nàng thi vô ở đó ba lần nhưng lần nào cũng lọt ở vào trong danh sách dự bị, nghĩa là chờ. Nhưng rồi cuối cùng bước vào năm học mới danh sách lại không kêu nàng vô trường. Hằng không trách mình mà cũng không trách ông trời. Nàng vẫn biết là nước Mỹ nói cho nhiều nhưng hệ phân biệt, hoặc kỳ thị bao giờ cũng tồn tại. Mặc dầu Hằng vẫn biết là xứ sở này có những thứ hay hơn mà các quốc gia khác không có, một sự thèm khác của các nước trên thế giới đối với Hoa kỳ là rất nhiều. Điều này không thể ai chối cãi được. Đó là tự do quan điểm, tự do ngôn luận, tự do chọn lấy cuộc sống mình, không ai bắt buộc mình. Mình là một công dân rồi đi đâu ở đâu cũng được trên toàn nước Mỹ mà thôi, tiểu bang nào cũng được, vì mỗi tiểu bang họ có những luật lệ quy ước riêng, để mời mọc thu hút con người đến. Tuy nhiên là vẫn có luật liên bang. Đất nước Hoa Kỳ này hay ở nhiều thứ như vậy, không bị áp lực chèn ép, quá ư là tự do vùng vẫy điều ham muốn của cá nhân. Thể chế là như vậy, nhưng họ vẫn có những chèn ép ở phạm trù kiến thức, ngôi vị, và môi trường đại học mà mình không thấy rõ ràng thôi. Đa phần những ngôi trường đó họ ít thích nhận người Á Châu đó là một sự thật. Năm khi mười họa lắm mới được vài chục người Á Châu trong vài ba năm, mà thường là người Ấn và người Hàn thôi. Còn Việt Nam, Lào, Campuchia Thái Lan là hơi bị khó. Nói chung tỉ lệ cho người Châu Á vào đó rất ít. Biết như vậy nhưng Hằng vẫn thầm mong sự hên kia có mình. Và mình cũng khá là xinh gái, nhưng cái tên Trần Thúy Hằng Vietnamese đặt sệt đó có thể làm họ muốn loại ra. Điều này Hằng nói có quá mâu thuẫn chăng? Vậy sao Hằng lại muốn thi vô trường đó khi đã biết khá nhiều về họ như vậy. Xin thưa là vì tuổi trẻ, vì ước mơ, vì mong mỏi trưởng thành v. v... Thử mới biết, không thử làm sao biết mà dám nói...

Như đã nói về Hằng, có chồng thì lại có con. Nên mối lo toan trong xã hội nhiều hơn, khắt khe nhiều đối với cuộc sống cô hơn. Hơn nữa chồng của Hằng muốn kinh doanh mua nhà cửa vài ba căn để cho thuê thêm. Anh đã nói anh muốn nhờ Hằng ủng hộ. Anh nhờ Hằng về mặt xã giao lanh lẹ, đăng tin, nói chuyện và tìm khách. Và những thứ từ đâu đổ đến bày ra mà Hằng phải gánh gồng nhiều nữa. Hằng rồi phải bận rộn với bao điều ấy. Hằng vốn ham làm và thương chồng, nên than ôi Hằng như mất đi qua rồi thời gian ăn học vui chơi và mơ mộng. Còn nữa chồng Hằng là một người con trai theo đạo hồi nên Hằng còn phải lo toan nấu nướng theo truyền thống đàn bà của họ. Nhưng Hằng vẫn phải đi học đi làm, chăm con chăm chồng nhiều lúc muốn đuối luôn. Chiều nay mệt quá trái tim Hằng cảm thấy ngột ngạt khó thở. Nhưng Hằng nghĩ ra bao điều mình trải qua và bao điều phải làm lấy để cho thật ổn nơi cuộc sống đòi hỏi. Trong căn phòng nơi bàn làm việc tại nhà, cô đang học bài về luật để chuẩn bị thi kiểm tra lần tới. Và rồi như mệt quá cô lại đến ngủ thiếp đi trên chiếc giường gần đó.

HAI

Thằng bé con nàng tên Khải tên Mỹ là A-Dzanh nó đói bụng chạy lên nói với mẹ:

- Mẹ ơi con đói bụng rồi. Con muốn ăn cơm ngon (Nó nói bằng tiếng English hết. Nhưng tôi là người tạo lên tác phẩm này. Tôi muốn viết bằng nghĩa tiếng Việt hết.)

- Con nói ba lấy đi. Mẹ đang bận học mà.

- Không con muốn mẹ lấy thôi. Mẹ lấy cơm con ăn ngon, ba lấy con ăn hổng có ngon, con không thích. Ba không làm tốt cho con như mẹ nữa. Ba chỉ lo chơi game tốt kìa thôi.

Hằng quay ra nhìn thằng con nói thấy thương nó quá. Và Hằng ngẫm nghĩ rồi bước vào phòng làm việc nơi chồng. (Hai vợ chồng đều có phòng làm việc riêng, cá nhân riêng. Và họ có chung một phòng để vui chơi và sinh hoạt chung của vợ chồng. Thằng bé có hai tuổi nhưng cũng phòng riêng cho nó. Khải -ADzanh thích qua ba hay mẹ, giỡn chơi hay hỏi han gì đó là tùy nó.)

Nàng qua nhìn chồng một đoạn thấy chồng tay đang thao thao bấm game, nhưng nàng vẫn nói (Tất nhiên cả hai vợ chồng đều nói tiếng English nhưng tôi muốn ghi tiếng Việt thôi.)

- Anh ơi giúp cho em một tý. Anh lấy cơm cho con nó ăn đi nó đói bụng kìa. Em đang lo học bài nữa để chuẩn bị kỳ thi mà.

Chàng vẫn im re không để ý tới ai. Chàng như không nghe ai nói gì, cứ tiếp tục bấm máy lia lịa như đang lúc trận căng, để lấy điểm lấy thắng hay sao đó.

Hằng cảm thấy buồn bã nhưng ráng nói tiếp:

- Anh có nghe em nói không. Khải đói bụng kìa anh lấy cơm cho nó đi. Em đang học anh giúp em đi. Làm ơn chút đi anh.

Bây giờ chồng mới quay ra nhìn cô:

- Em lo cho Khải - ADzanh đi. Em làm vợ để làm gì. Thời gian này không phải là để anh lo cho con nữa nhé. Em là đàn bà mà. Anh đã lo nhiều rồi trước kia...

- Em thanks anh nhiều lo cho em trước kia, lúc em mới sinh ra khải. Anh lo giúp em nuôi nấng con lúc ấy. Và để cho em được ngủ ngon hơn em biết. Nhưng mà hôm nay em vẫn cần. Vì thời gian em không có dư, không có rảnh rang nhiều. Em vừa đi học, vừa nuôi con vừa cơm nước cho anh, vừa lo nhà cửa kiếm khách cho anh. Anh thấy đó bao nhiêu bill bộng em cũng phải check dòm ngó giúp anh, kiểm tra trước cho anh, để khi đưa, anh nhìn dễ hơn thứ tự hơn. Em vô cùng là bận rộn anh phải giúp em một chút chứ.

- Còn gì kể tiếp cho đủ đi. Chồng liếc nàng và nói thế.

- Quần áo, khăn lau, mùng mền giặt giũ, xếp cất. Và bếp núc gọn gàng sạch sẽ, chén bát nồi xoong rửa ráy, clearn up mọi thứ em cũng là làm hết. Anh chỉ mỗi hút bụi nhà và giúp lấy cơm cho con ăn anh không chịu làm thì anh đâu có thương con mình.

- Dân tộc anh là người phụ nữ phải giúp chồng tất cả mọi thứ ở gia đình, và cả nuôi con em phải vì con và vì chồng hơn chứ.

- Em biết điều đó, nhưng là ngày xưa phụ nữ với truyền thống đó, họ không đi làm hoặc ít đi làm. Còn bây giờ ở đây khác. Ở xứ Hoa Kỳ này phải khác lắm chứ, em cũng phải đi làm cùng anh tạo dựng. Và hơn nữa anh sinh ra ở đây anh phải hiểu cho mỗi đất nước với hoàn cảnh của nó chứ anh.

- Em nói nhiều quá. Thật chán cho anh vô cùng.

- Ngày xưa anh nói chỉ cần em theo Đạo Hồi anh thôi. Còn mọi chuyện khác em khỏi phải lo lắng. Anh vẫn là người con trai đàn ông trên đất Mỹ. Em mới ưng anh, lấy anh làm chồng. Anh còn nhớ lời anh.

Chồng Jack đã rời bàn bước ra đứng đó nói:

- Chỉ có lấy cơm cho con ăn mà nói đủ thứ. Bây giờ có lấy không nè, nói đi cho tôi biết.

- Chuyện lấy cơm cho con ăn thì em làm cũng được thôi, Nhưng cái chính là em cần anh hiểu em. Và cần anh giúp em nhiều hơn. Anh không nên ngồi đó chơi game nhiều đến như vậy. Nếu mà khi em đi đâu thằng nhỏ chịu đói, chịu khát như vậy sao?

- Em nên biết tôi làm có nhiều tiền thì tôi phải có những ưu tiên vui chơi giải trí game giếc là kệ tôi. Cô đi lấy cơm cho con ăn một chút thì có gì đâu. Bây giờ đi lấy cơm cho con ăn đi đừng nói nhiều. Được không trả lời đi?

- Sao lại không được, nhưng em không muốn những lời nói của em với anh hôm nay là vô ích...Xin anh nghĩ lại.

Chồng Jack đã vào ngồi chỗ bàn bấm máy chơi game tiếp. Hằng bước qua phòng cá nhân mình riêng, thì nàng không thấy thằng bé. Hằng bước qua phòng Khải thì thấy nó ngồi một góc chơi xếp hình, mặt nó buồn xo khi bước chân mẹ đến. Hằng đâu có biết rằng Khải có đến phòng ba. Nhưng thấy hai người không vui, và có gì căng thẳng cãi cọ nhau quá, nó đành tránh và bước về phòng mình, trước hết Khải buồn ý tháo một cỗ xe ra, và ráp lại nhưng không được chuẩn và chính xác. Không hiểu vì sao Khải mò mày mãi không ra, đành chán bỏ. Nó lại buồn ý nhồi đất tạo những con vật theo khuôn mẫu đã có, rồi chơi một trò khác, nó chơi xếp hình nối theo kiểu tay chân mặt mày bằng giấy để vui vui.

Hằng đến nhìn con một đoạn rồi kêu:

- Khải ơi theo má xuống lầu má lấy cơm con ăn nè.

Thằng bé ngước lên đưa mắt nhìn mẹ và gật đầu.

Nàng hiểu thằng bé đã đói bụng lắm, liền đưa Khải xuống lầu ngay. Đặt con ngồi vào bàn gọn gàng rồi bảo:

- Má sẽ lấy cơm, canh cá, thịt trứng nữa con ăn ngon nha. Má thương con lắm, ăn đi cho ngon nghen. Khải của má nha.

Khải gật đầu nhìn má Hằng, thấy nụ cười của má khi nhìn mình, nhưng sao đôi mắt má là một nỗi buồn không được vui.

Hằng lẳng lặng đi lấy nước và lấy thêm chén cơm thứ hai và những thức ăn thêm cho Khải. Mà chính lòng nàng lúc đó cũng xót xa, thầm kín đến khó tả...

BA

Mỹ Thụy nghe tiếng chuông reo chỉ một lần thôi nhưng hơi kéo dài. Nằm trên giường đã hơn 9 giờ night, Thụy đưa tay nhìn đồng hồ thấy lạ. Tự nhiên phải chau mày để hỏi thầm:

- Ai vậy ta 9 giờ hơn rồi đến làm gì? Người nào nhỉ? Bạn bè thân thiết của Thụy muốn đến nhà thì phải nói trước, điện báo trước. Chàng nào nàng nào mà cả gan xăm mình như vậy. Nghĩ vớ vẩn nhưng Thụy cũng phải nhanh chóng ngồi dậy xỏ đôi dép mang ấm cho mùa lạnh và bước xuống lầu để coi ai. Thì ra con gái Mỹ Hằng đã đứng trước ngay cửa chính loay hoay mở giày ra, vừa nhoẻn miệng cười, vừa bảo với mẹ:

- Con đây chứ ai. Con về thăm mẹ mà.

- Vậy sao con có mật mã, không tự vô bấm chuông làm gì. Thụy thắc mắc nhìn con gái.

- Ý dza dza con quên má ơi.

- Con cái gì cũng dễ quên, là hư quá. Vậy thì còn nhớ cái gì nữa trên cuộc đời này để mà sống chứ?

- Nói đùa với má thôi. Con nhớ chứ. Cái mật mã ngày birthday con ai mà quên. Con chỉ muốn đánh thức má chơi, vì sợ má ngủ sớm thôi.

- Má cũng sắp ngủ, thường thường má không ngủ sớm lắm nhưng hôm nay thấy buồn ngủ nên ưu tiên ngủ sớm chút.

Lúc đó Hằng đã tháo giày ra rồi đứng nơi phòng khách Hằng khoanh tay trước ngực nói với má Thụy:

- Má có biết sao con về thăm má, mà không báo không?

- Sao hã? Lại đi một mình không chồng không con đi cùng?

- Để con nói hết đã chứ. Con muốn đi Uber về thăm má thôi. Cha con họ thì cứ để qua một bên đi. Vì tối qua con nằm mơ thấy má đau bịnh gì nhẹ nhẹ thôi, nhưng đi uống thuốc và nằm trăn trở, rồi đứng dậy cố đi tìm quyển sách nào đó, rồi cầm tay mà đọc. Nên con lo ngại phải về thăm.

- Ồ biết đâu má lại chỉ đi uống thuốc dưỡng da hay thuốc bổ cho trí não thì sao? Thụy nói và cũng muốn mỉm cười.

- Vậy thì tốt cho má thôi.

- Nhưng má không tin điều con nói đó đâu. Con mà đi về một mình không chồng không con không gọi điện cho má trước là không thể như vậy được. Có gì lên lầu lên phòng nói thiệt má nghe coi. Coi bộ con tươi cũng có, mà loáng thoáng cái gì nữa má chẳng biết đâu.

- Má đi làm thầy bói chắc cũng giỏi nha.

Hằng nói đùa, và mỉm cười nhìn mẹ đi trước mình.

Hai mẹ con cùng bước lên trên lầu vô phòng Thụy luôn. Đối diện phòng mẹ là phòng Hằng rộng rãi master room. Nhưng từ khi Hằng lấy chồng mua nhà ở riêng và bỏ vắng hai năm rồi. Ngôi nhà má Thụy ở đây cũng là nhà của Hằng và chị hai Vy thêm tiền cùng má mua đủ paid off cho má thôi.

Thụy vô phòng mình nhẹ nhàng ngồi xuống chiếc giường mình và kéo cái ghế nơi bàn bảo con gái:

- Con ngồi vào ghế đi. Nói thật đi sao đêm hôm khuya rồi đó mà về một mình. Con không buồn nhưng má biết có việc gì đó thôi.

Hằng ngẫm nghĩ đôi chút rồi thưa:

- Nói chứ thiệt ra con về nói với má, là con không ở với thằng chồng Jack nữa đâu. Nó tệ quá con ở không nổi.

- Vợ chồng nào ở với nhau cũng có cái đụng chạm nho nhỏ mà con. Làm sao con muốn nó như ý con hết được.

- Không phải vậy má. Ảnh tệ lắm…

- Thì con nên biết đàn ông như vậy hết. Khi mình ở chung với họ không có người nào hoàn hảo đâu. Khó có một người nào mà giữ được vẻ thơ mộng ban đầu con ơi.

Dạ con biết điều đó nhưng mà.

- Không phải họ toàn bộ hết như vậy, thì nói xấu họ mất đi. Nhưng đa phần phái nam họ yêu mình say đắm lúc chưa có con cái.

Hằng cắt lời má:

- Thiệt là chán họ.

Mỹ Thụy tiếp tục nói cho hết ý:

- Sau mình có con rồi, thì họ lại ham chơi đổi tính nết ít hy sinh cho vợ con lắm. Còn ngược lại đàn bà thì yêu chồng hơn lúc mà làm người tình. Đó là một điều thiệt thòi của người đàn bà. Muốn khác hơn chỉ chờ đổi kiếp thôi.

- Má nói đó là phụ nữ ngày trước ngày xưa thôi, chứ phụ

nữ bây giờ tiếp nhận ánh sáng toàn cầu và văn minh, xu hướng mới họ không chịu thiệt thòi đâu má.

- Phụ nữ có con rồi hay nặng nghĩa với đàn ông. Con phải ráng chịu hy sinh thì mới đem lại hạnh phúc.

- Con nói thiệt nếu má thương con. Con không muốn má dạy con cách đó khổ con lắm.

- Con à Khải còn nhỏ lắm không được đâu. Nó cần sống có cả ba lẫn mẹ chung đã. Hay là con ráng chịu một chút. Nếu Khải lớn hơn mẹ đồng ý và cho con đi theo ước muốn con. Và má không đến nỗi quá ép con đâu. Con phải nghĩ được như vậy chứ.

Hằng rời ghế tới ngồi sát bên, nhìn má Thụy để phân minh:

- Thiệt ra con chịu hết nổi rồi má ơi.

- Nó tệ quá sao, con kể sơ vài nét má nghe thử.

- Thì một trăm chuyện con phải lo hết. Tối ngày chỉ biết rảnh để ngồi chơi game thôi. Từ sáng đến chiều từ chiều đến tối ngoài lúc đi ăn và đi tắm thôi.

- Vậy thì làm sao nó còn làm việc.

- Làm computer tại nhà, lập trình tại nhà có mấy tiếng thôi. Hoàn toàn rảnh là có job chơi game đó.

- Thì nó làm ra tiền nhiều, con phải cưng chiều nó chút đi.

- Cưng chiều cái gì má? Má nói vậy con bỏ về luôn cho rồi. Má chẳng bênh vực gì con, má đi bênh vực cái sai của ảnh quá.

- Chính má thương con con không biết đó thôi. Má không muốn con gãy đổ vợ chồng. Tính ra nó ham chơi chứ chẳng cờ bạc hút xách, hay theo gái ngoài để làm khổ con.

- Trời ơi bao nhiêu cái khổ đó muốn chết rồi. Má ví dụ những thứ to tát chắc con điên luôn.

- Thôi nói tóm lại để Khải lớn hơn con không thích sống với nó nữa thì má cho con tùy ý như vậy được chưa.

- Chắc là không được.

- Con chồng hư chút đó con chịu không được la làng. Má thì ba con hư gấp trăm lần má cũng ráng, đến khi qua

Mỹ má vẫn nhịn, đến khi con và chị trưởng thành, tức là lên high school má mới chịu chia tay ba con đó. Bây giờ con mới được như hôm nay. Im một giây Mỹ Thụy lại nói:

- Tất cả vì thương hai con thôi.

- Con hiểu. Có lẽ má là người phụ nữ vĩ đại nhất thế gian này má ơi. Hằng đã đi pha hai ly trà sữa một cho mình, một cho mẹ Thụy và để uống nói chuyện thêm.

Hằng mời mẹ và chính cô đã bưng uống trước.

Mỹ Thụy bưng ly nước uống sau đó nói tiếp:

- Đó cũng là lý do má không muốn lập gia đình lần thứ hai nữa con biết chính xác vì sao không?

Hằng không trả lời câu hỏi má Thụy mà lại chuyển qua một tâm sự khác:

- Hồi đó con cũng muốn má có ba khác đó chứ?

- Nhưng cái cách má nhìn lúc đó đã khác hẳn con. Má chán ngán và không muốn dính vô đó nữa.

- Con cũng không biết là ý tưởng của con và chị Vy lúc đó đúng hay má đúng.

- Theo má không phải con và chị Vy đúng, hoặc má sai. Không ai đúng hay sai cả trong những trường hợp này. Chỉ là do cách nhìn thôi.

- Má có những can đảm khác thường.

- Tất nhiên thì cũng có những phụ nữ khi lập gia đình lần thứ hai thì họ vô cùng hạnh phúc và gặp người như ý hơn. Vì tuổi trẻ bồng bột, và có thể sai lầm chạy theo màu hồng của tình yêu. Nhưng má thì má không muốn như vậy nữa. Má cho là tình yêu khi ở xa thì hạt kim cương, lại gần như hai giọt nước mắt. Còn như má bước vào đam mê viết lách nữa, thì càng nên tránh xa nam giới, vì sợ họ làm phiền cho má, và má cũng làm phiền họ. Vì má mất đi tự do.

Mỹ Hằng lại đi kiếm một hộp bánh sacôla bỏ vô miệng ăn, mời má nữa rồi hỏi tiếp:

- Con hỏi thiệt má nè. Vậy nếu má có ba trong đời cuộc sống cứ bình thường như bao người khác đã là chồng vợ. Và một cuộc đời người viết văn hay giỏi, đại tài má chọn cái nào hơn.

- Dĩ nhiên má chọn cái nhà văn hơn chứ. Và cố nhiên là không cái gì mình thầm ước mà đến đâu? Tất cả đều duyên nghiệp của mình, được dẫn dắt đi tới, nhiều khúc quanh lối rẽ. Nhưng má từng nghĩ…

- Nghĩ sao má?

- Cuộc đời vợ chồng sống cho chính hai người rồi cùng lắm là cho con cái, rồi già đi cũng chết thôi có gì hay đâu. Còn nhà văn họ sống biết để lại cho thế giới một cách nhìn về họ. Và thế giới loài người rất cần họ về mặt tâm hồn, cũng như ước vọng của con người sẽ đi về đâu một cách nhìn.

Hai mẹ con tâm sự thật lâu. Hằng đã thấy đủ. Nàng xin phép má Thụy đi tắm thêm và về phòng ngủ một giấc ngon lành. Hằng giận chồng nhớ con nhưng nàng đã vô tư ngủ ngon khi trở về phòng riêng nàng…

Thiệt ra đêm đó Ngọc Thụy nghĩ thêm về con cái, và cuộc đời riêng bà. Thụy nghĩ rằng cuộc đời và sự nghiệp của Mỹ Vy con gái đầu của bà có vẻ may mắn hơn nhiều so với những gì nó đang có, tính với hiện tại. Còn Hằng thì giống bà nhiều về cả tình yêu và sự nghiệp lao đao nhiều ở tuổi trẻ. Tuy nhiên Hằng vẫn có những cái được và mất khác bà, và cũng khác bà ở những quan điểm.

Thiệt ra Mỹ Hằng thông minh và xinh đẹp hơn cả Mỹ Vy, nhưng cuộc đời không suông sẻ lắm về đường tình yêu và sự nghiệp. Tuy là cũng một luật sư, nhưng đó không phải là trường cho nó mong mỏi, hoặc một luật sư theo ý nó từng mong đợi. Và tính tới hiện tại nó cũng đã gặp người chồng không toại ý theo nó mong muốn…

**

BỐN

Hằng đã gọi lại cho chị Vy. Hằng tâm tình giữa cô và chồng Jack. Hằng than thở nhiều về người chồng cho chị gái nghe.

Và cách khoảng chưa đầy ba ngày thì Vy gọi lại cho mẹ Thụy. Bà bắt phone lên. Vy hỏi han ngay:

- Má khỏe không thưa má.

- Khỏe, có gì không con?

- Có chứ Hằng muốn li dị Jack chồng nó đó má. Nó đã gọi phone cho con báo vậy.

- Thì nó có về đây cũng cho má biết ý muốn như thế đó, nhưng mà má không chịu. Vì má thương Khải A Dzanh còn nhỏ quá.

- Hằng nói với con nó sẽ ưng lấy người Mỹ trắng. Vy bảo.

- Thì nó từng yêu Mỹ trắng sợ họ. Giờ đòi lấy họ là sao? Má chưa nghe Hằng nói cụ thể. Nên má không hiểu lắm.

- Thì chuyện gì nó cũng thường hay tâm sự với con nhiều hơn. Là ngày đó nó ngán Mỹ trắng đôi lúc họ phân biệt đối xử với gia đình mình, để lấy người Nam Á Bangladesh cho gần quốc gia mình hơn. Họ cũng là gốc di dân gần hơn thôi. Nhưng mà rồi lại không phải như vậy. Tệ quá thì nó đành chia tay, ý Hằng nói như vậy.

Im một giây Vy nói thêm:

- Hơn nữa lúc xưa nó quen người Mỹ Trắng ở trường, chỉ đẹp trai chứ ăn chơi lêu lỏng thôi.

Má Thụy hỏi:

- Còn bây giờ Mỹ Trắng này ra sao?

- He là luật sư đã ra trường. Là ông chủ nó đang thực tập phụ tá đó.

- Trời ơi. Coi chừng tránh vỏ dưa gặp vỏ dừa.

- Chàng ta có vợ VN rồi, nhưng vợ chết vì tai nạn xe cộ, thì mình cũng tin tưởng anh ta thích vợ VN. Hơn nữa anh ta là người giới luật sư tri thức thì mình cũng tin tưởng hơn.

- Nó không nói với má về chuyện này nha.

- Hằng cũng mới tìm hiểu thôi. Vì nó thận trọng cho cá nhân nó, là vì thực tại Hằng chưa ly dị chồng mà.

- Con biết không? Má không muốn mất Khải khi Khải còn nhỏ quá. Với lại Khải tuy mới nhích trên hai tuổi nhưng cực kỳ thông minh. Nó cần một môi trường an bình để nó vui phát triển trí thông minh. Má không muốn làm tổn hại cho nó quá nhỏ. Con biết không má kể con nghe nè.

- Sao? Má kể đi.

- Hôm má dắt nó đi dự Lễ Hai bà Trưng cho vui. Nó hỏi má. Người ta đang làm gì đó ngoại.

- Má đáp:

- Người ta đang kỷ niệm lễ hai bà Trưng.

- Nó hỏi tiếp: Lễ hai bà Trưng là ai hả ngoại

- Má nói đó là hai vị nữ nhi anh thư, anh hùng.

Nó lại hỏi:

- Vậy má con có anh hùng không?

- Má cười mà cay mắt để giải thích. Má con anh hùng chứ. Anh hùng mới sinh ra con thời Covid đó.

Vy bật cười qua phone:

- Khải thiệt là dễ thương và khôn lanh quá má hả.

- Còn nữa. Khải về nhà ngoại. Trời sắp mưa. Ngoại nhớ về dĩ vãng kể cho nó nghe: Hồi xưa nhà ngoại nghèo ở Apartment, ngoại thường đem mấy thùng lớn hứng lấy chứa nước mưa ngoài trời mà để dùng tưới cây, tưới hoa, rửa dép guốc. Má con lanh lẹ cũng hay phụ làm cho ngoại, khi má Hằng còn bé. Khải nghe liền đi tìm xách mấy thau nhỏ, xô nhỏ ra để cửa chờ hứng nước mưa. Không hiểu sao nó lại thích làm như vậy lúc nghe kể đó. Má biết trẻ con thì cũng thích trò chơi như vậy chắc. Nó chờ lâu quá, ra vô nhìn trời không mưa, nó lại đi chơi những thứ khác, và rồi khoảng 10 phút kéo theo, thì bảo ngoại:

- Ngoại ơi con bị buồn ngủ rồi, con ngủ nghen. Khi nào trời có mưa ngoại nhớ kêu con dậy con thích nhìn mưa, con thích tắm mưa ngoài trời, và con đi hứng lấy nước mưa cho ngoại nha...

- Ừ được cứ đi ngủ cho ngon đi. Khi nào ngoại kêu cho.

Trời chuyển mà không biết mưa không chứ? Nếu mưa ngoại sẽ kêu. Tuy nhiên sau đó trời đổ mưa cấp kỳ mà Khải đã ngủ say má Thụy lại không đánh thức nó. Đến khi ngủ dậy thấy trời hết mưa nó lại bệu bạo trách ngoại:

- Sao ngoại không kêu con dậy. Con không được đi hứng lấy nước mưa, và chơi dưới mưa con buồn lắm. Con bắt đền ngoại. Hu hu.

- Ngoại trả lời rằng, để con ngủ cho ngon an giấc mà khỏe mạnh. Và con biết ngày xưa nhà ngoại nghèo lấy nước mưa để tưới cây, hoặc làm bao điều khác. Bây giờ ba con là kỷ sư, mẹ là sắp luật sư, gia đình ba mẹ con giàu. Ngoại cũng đủ sống rồi, thì hứng lấy nước mưa làm gì để cực xác con kia chứ.

- Không phải, con thích được làm vậy mà. Giọt mưa trời cho, là con được tắm mình, con quý lắm chứ ngoại... Nó như muốn la lên giải thích.

- Trời ơi thằng bé có tâm hồn đẹp quá giống Hằng ghê má nhỉ...

- Ai biết được Khải còn nhỏ lắm. Nhưng mặt mày thì nó giống cha nó 100% chứ? Không có giống má Hằng chút nào?

- Thì con nói tâm hồn tính tình thôi. Còn về thân xác bóng dáng là y hệt ba nó hồi nhỏ thôi. Nhưng mà người ta nói từ nhỏ lớn lên thay đổi nhiều gương mặt lắm má.

- Chắc cũng có thể vậy. Nhiều đứa con nhỏ nhìn giống cha , nhưng rồi dần hồi lại lớn, nét giống mẹ... Còn nữa con muốn nghe chuyện về nó má kể nốt nè:

- Kể đi thú vị quá, và con cũng yêu thích thằng bé rất thông minh, của em Hằng dù nghe qua phone má kể.

- Trước cái vụ hứng nước mưa đó, khoảng hai ba hôm gì đó. Nó cũng được đưa về nhà ngoại chơi. Mấy hôm trước bầu trời xấu không thấy ánh mặt trời vào buổi sớm mai được. Hôm đó bầu trời tương đối, và mặt trời hiện ra dưới những áng mây, mặt trời trở nên màu vàng óng ánh và gom nhỏ. Nó thấy vậy kêu lên:

- Ngoại ơi mặt trời hôm nay mới ló dạng và đẹp vô ngần ngoại. Đang xuất hiện nhìn con và ngoại kìa... Ước gì nó không bị che lấp mãi hả ngoại... Tại sao nó bị che lấp tội nghiệp ba ngày rồi nhỉ?

- Thời tiết và khí hậu làm nên thôi con. Chính vì thế con mới thấy khoảnh khắc đẹp đẽ này chứ?

Ngoại giải thích hay quá con cám ơn ngoại.

- Khải thông minh và năng động hiểu nhiều đó chứ?

- Thì đó nên má thương nó và nhớ nó, không muốn thằng bé bị tổn thương. Hơn nữa chưa chắc gì Hằng được quyền nuôi con, tính theo luật hiện hành của tiểu bang này mới nhất.

- Dạ con hiểu nhiều tiểu bang người đàn ông vẫn có quyền nuôi con khi họ có công việc, tiền bạc nhiều hơn. Và còn nơi người mẹ chưa có job làm chính quy.

Im một chút Vy lại nói thêm với mẹ:

- Thôi thì con chỉ gọi báo má hay. Vì Hằng biết má khó chấp nhận nó li dị vào thời điểm này. Để con sẽ nói lại và phân tích thêm cho nó thấu đáo hơn.

- Má có thể đành chấp nhận nhưng không phải là thời gian này thôi, nếu nó không hàn gắn được. Nhưng má nghĩ suy ra đàn ông thì Jack không đến nỗi Hằng phải đi đến giải pháp đó. Má nghĩ không nên là tốt cho cả hai.

- Con cũng nói với nó nhiều rồi. Nhưng mà tánh nó nóng nảy cộng với bồng bột, còn hay tự hào về mình đẹp nữa.

- OK con gái Vy. Cám ơn con gọi cho má về Hằng còn con thì sao? Sức khỏe và công việc thế nào? Về chồng của con nữa.

- Con mọi việc ổn. Chồng con thì không đến nỗi như vậy. Elias ưa đọc sách coi phim chút đỉnh cùng con chứ không mê game. Cũng biết phụ nấu ăn, rửa chén bát, giặt giũ hút bụi nhà, bao chuyện đàn ông trong gia đình ảnh phải làm.

- OK, vậy thì con may mắn hơn em. Tội nghiệp nó đấy.

- Nhưng chồng con không làm ra tiền như chồng Hằng.

- Thì con làm nhiều tiền được rồi. Má quan niệm tiền chưa phải là của hạnh phúc. Hạnh phúc cần nhiều thứ...

- Con hiểu mà, chỉ nói vài câu với má cho vui thôi. Được rồi con chúc má sức khỏe. Con đi làm cái này chút. Con bye má nha.

- OK.

NĂM

Thấm thoát mà thời gian trôi qua hai năm sau đó nữa. Khải đã lên bốn tuổi hơn. Hằng đã ra trường và cộng sự hợp tác với một luật sư lâu năm khác. Hằng chuyên về luật sư di trú. Nàng cũng không lấy được anh chàng Mỹ trắng là ông chủ kia. Nơi mà nàng trước đó hai năm ra thực tập. Ông chủ của nàng đã lấy một cô gái Hàn Quốc. Ông chủ này chắc thích người Asia. Ông không thể chờ cô lâu được. Còn nữa Hằng thì cũng chưa dứt khoát với chồng. Nghĩa là trên danh phận chưa li dị chồng, làm sao ông có thể chờ đợi.

Hằng và Jack vẫn đi làm về nhà. Cả hai chung sống một ngôi nhà nhưng sinh hoạt vui chơi giải trí thì khác phòng. Nghĩa là cả hai còn vợ chồng nhưng tình yêu đã nhạt loãng, như bị mất đi của hương vị ngọt ngào và đậm đà. Hằng đã làm như một bổn phận thì đúng hơn. Nhưng cô vẫn giúp chồng Jack bao việc tìm khách, nói chuyện xã giao, cho thuê nhà, giá cả thương lượng v.v…

Vậy thôi dần dà nàng ít cãi nhau với Jack nữa rồi. Có cái gì nữa để mà cãi. Jack cũng lủi thủi làm việc của anh, rồi ăn cơm, rồi uống nước, rồi đi tắm, rồi làm ít thủ tục với người đàn ông, vẫn ngồi mê chơi game lớn hơn, và không bỏ được. Hằng thì Khải lớn hơn nàng đỡ vất vả hơn. Còn bao việc nhà nàng tự làm hết. Má Thụy có muốn xuống phụ giúp nhưng Hằng không cho, và nàng cũng chả mướn ai làm. Đúng là nàng cũng tự biết mình can đảm lắm. Thôi ngoại Thụy mong Khải lớn hơn thì nàng ráng chịu cho Khải lên tám lên mười xem sao?

Thế rồi Jack chồng nàng lại có ý muốn du lịch châu Á đem con trai cùng đi. Thì thôi đi sao thì đi. Hằng như đồng ý gật đầu để hưởng ứng theo anh.

Kế hoạch của Jack là hai vợ chồng mang đứa con trai lên bốn cùng đi du lịch một vòng Châu Á với thời gian năm tuần. Jack bốc vé máy bay chờ ngày giờ để đi thôi. Ngày bốc vé chuẩn bị, với ngày ra đi chỉ cách hơn một tuần. Nói một vòng Châu Á cho vui vậy thôi, chứ họ chỉ đi về ba nước Thái Lan, Malaysia, Việt Nam. Trước hết là Thái Lan, tiếp theo là Malaysia, Việt Nam là sau cùng. Rồi trở lại Thái Lan để đi về Mỹ (Chương trình chủ yếu là họ ở Vương Quốc Thái Lan nhiều thôi.)

Trước hết họ từ Mỹ đi, đường bay là hạ cánh sân bay Suvarnabhumi của Thái Lan ngon như ý tưởng, đẹp như tình mộng. Rồi họ lần lượt đi về khách sạn nơi Bangkoh ăn uống, nghỉ ngơi, và thư giãn. Tiếp theo sau đó là hướng tới của họ cho mục đích: Là đưa Khải đi coi những chú voi trước nhất, vì cả hai ưu tiên cho Khải trong chuyến đi du lịch này. Vợ chồng cả Jack và Hằng đã chịu thống nhất lên lịch như vậy. Vì họ biết Khải - Con trai họ rất vui và thích thú giỡn chơi, hoặc nhìn ngó những con vật to lớn lạ lẫm nhưng hiền lành tử tế từ miền nhiệt đới này, mà có lẽ họ khó kiếm ra ở xứ Mỹ kia. Đúng vậy Khải viếng thăm muốn ở lại đó lâu hơn song lịch trình họ thì dày đặc nhiều nơi, nên cậu bé cũng phải chia tay với những chú voi mà Khải quá yêu thích. Dù sao ba má cũng để cho Khải nhìn chúng và vui vẻ tặng thức ăn đến chúng trên 20 phút rồi: nào chuối, nào bắp, nào mía, nào đậu. Ở America Khải có thấy nhưng chỉ thấy trên tivi mà thôi. Jack và Hằng đều nghĩ con trai họ sẽ dạn dĩ và thích thú với những chú voi to cao nhưng dễ gần và thân ái này. Mà sự thật là như vậy nên lòng họ cũng vui lắm theo con trai. Những chú voi đã qua quá trình luyện tập nơi con người, thành ra trở nên thuần phục lễ phép, hiền lành, một cách hết sức đáng yêu đến ngạc nhiên. Con nào được quà tặng thức ăn, nước uống cũng quỳ chân, quỳ gối để tỏ lòng biết ơn và đưa vòi lên cao biểu dương cho thiên hạ đứng nhìn tán thán. Đôi lúc còn đưa cái đuôi vẫy vẫy đập đập vô mông nhẹ nhàng một cách thích thú đáng yêu nữa. Thế rồi sau đó, họ cũng phải rời xa nơi này, và phải đi đến những chỗ khác tham quan thêm với xứ sở được gọi là xứ sở vương quốc chùa chiền mà. Họ đi đến chùa và đền Wat Phrakaew. Khải mới bốn tuổi nhưng biết chắp tay niệm Phật theo như ba mẹ, và tâm thái ôn hòa, tư cách trang nghiêm, kính cẩn trọng đạo giống hệt như ba má mình, nhất là má Hằng. Rồi họ đi đến hai bên dòng sông có tên là chợ nổi Damnoen Saduak. Lần này có con trai còn nhỏ, nên nàng ngừng lại chưa cần đến với các hòn đảo thơ mộng, cùng những bãi biển êm đềm, có nước trong xanh cát trắng, những hòn đảo đẹp không thể tưởng đó ở phía Nam như vịnh Phang Nga. Hoặc bãi biển Railay có thể gọi thiên đường nhiệt đới. Hoặc đảo Koh Phi Phi hòn đảo du lịch sạch nhất tuyệt đẹp nổi tiếng nhất thế giới, tại đây ngắm rặng dừa, rặng san hô, nghe tiếng sóng rì rào. Những đảo và bãi biển này Hằng đã cùng chồng ghé qua trước khi cưới nhau, họ đã đến hai lần. Nàng giờ không cần đến nữa. Với lại có con Khải mới bốn tuổi đi lại nhiều cũng khó khăn. Hằng chỉ thấy rằng chồng nàng mắc nợ nàng về đảo Koh Samui mà thôi. Đảo này được biết như dãi cát trắng tinh, hang động hoang sơ, và nước biển trong vắt, tại đây du khách có thể ngồi thưởng thức những giây phút bình yên, tránh xa sự ồn ào của thành phố, hay là dạo bộ trên cát nhìn ngắm những cảnh giao hòa tuyệt đẹp của trời, mây, nước. Thế mà bây giờ Hằng cũng không đòi hỏi, trong lịch trình cho qua luôn. Dự định của Hằng trong những ngày có con trai là: Đi thiên về cảnh sôi nổi gần gũi cho trẻ thơ hơn. Phương tiện đi lại sao cho dễ dãi hơn, ổn thỏa hơn. Như Lumpini Park, hay công viên Singha- Chiang Rai, Sông Chao Phraya là đã có trong lịch trình, họ sẽ lần lượt mà đi nữa.

Hai ngày sau đó Hằng cùng chồng đưa Khải ngao du đến đây là một điểm họ cần đến nhất để cho con trai Khải được biết. Một dòng sông đẹp nổi tiếng ở đây. Khải và cả ba má cùng những người đi chung, đi du lịch tham quan chứng kiến được những đàn cá nhiều khủng bơi lội dưới nước, và quá là dạn dĩ để lấy những thức ăn do con người trên thuyền thả xuống cho chúng nơi vùng cạn. Và Khải cũng nhìn thấy hàng trăm hàng ngàn chim bồ câu bay đậu lởn vởn trên các lối đi khi thuyền cập neo lên bờ. Điều này cũng làm cho Khải ngạc nhiên đến lạ lùng, khi mắt cậu bé nhìn thấy hiện tượng lạ và rất đáng yêu đó.

Và cuối cùng ở Thái Lan là chương trình của họ đưa con về công viên Singha Chiang Rai. Một địa danh của đất Thái Lan mà Hằng cùng chồng chưa đến. Giờ này có con hai vợ chồng cũng đã chọn điểm đó trước khi rời khỏi đất nước này, dù trở lại lần nữa tại đây để về Mỹ.

Nơi công viên hai vợ chồng và thằng con đi qua nhiều điểm để họ chụp hình lấy cảnh vườn hoa quỳnh anh, đồi chè xanh ngát, xích đu chiều lộng v.v... Đến một nơi hai cha con đang say sưa ngồi vui chơi. Thì Hằng lại muốn đi rong chơi mình ên tý. Nàng đôi lúc vẫn thèm thời gian như vậy. Hằng muốn lội bộ một mình ra đó xem sao? Nơi không phải có một dòng sông uốn quanh khúc khủy, hay gồ ghề, hoặc bóng dáng mơ màng dưới những rặng liễu nên thơ. Mà nơi đó chỉ là những hồ nước yên tĩnh dịu dàng êm ái, khoảng không gian không lớn lắm, nhưng đủ sức quyến rũ cho trái tim đa cảm của nàng, đã được bàn tay con người cổ xúy tạo ra trước mặt để nhìn.

Mỹ Hằng đã chọn một chỗ đứng nhìn về một vẻ đẹp êm đềm của mặt nước hồ trong xanh, rồi chạnh lòng nhớ nhung nhiều về quá khứ. Và Hằng càng bâng khuâng trước một tương lai...

Thì có người con trai Việt chạy đến đứng cách xa Hằng chừng 20 mét. Anh ta đang cố vẽ hình cho nàng một cách họa ký nhanh chóng, rồi đi ngang ký tặng cho Hằng.

Anh ta nói tiếng anh:

- Xin tặng cho người đẹp đang chạnh lòng trước những hồ nước dù chẳng có lung linh.

Làm Hằng quá đổi ngạc nhiên cầm lấy và gượng cười tươi - Vâng. xin cám ơn. Hằng cũng nói tiếng English.

Anh ta nhìn nàng hỏi:

- Cô người Vn. Anh đã hỏi sang tiếng Việt

- Vâng tôi người VN. Anh là người... Hằng bẽn lẽn ngập ngừng.

Chàng hiểu câu nói nàng và đáp:

- Tôi là người Việt sống trên đất Thái và các nước láng giềng nhiều hơn. Chàng nói tới đó rồi bước đi nhanh.

Hằng lẳng lặng nhìn anh, thêm ngạc nhiên.

Lúc này Jack hướng dẫn cho Khải, coi như hai cha con đang vui chơi trò cầu tuộc, máng trượt, nên họ cũng không để ý đến ai? Huống hồ chi Hằng đã đi cách xa trong tầm mắt họ.

Hằng nhìn tranh ký họa của mình. Chàng ta chao ôi! Sao mà trong nháy mắt anh ta ký vẽ giống mình như tạc. Và còn hay hơn nữa là anh đã vẽ được cái hồn của nàng bên trong đôi mắt. Hẳn là anh ta người có tài về ký hội họa, một cách thể hiện độc đáo lắm. Nàng cố làm dạn dĩ thêm thơ thẩn bên dọc chung quanh bờ hồ, biết đâu chàng trở lại. Mình muốn anh ta vẽ thêm vài bức khác mà để dành.

Đúng vậy. Người họa sĩ trẻ đó cũng đang tìm đến Hằng lần nữa anh ta vui vẻ liến thoáng:

- Hân hạnh quá hôm nay tôi gặp cô. Tôi tên là Võ Ngọc Thạch vốn người Việt nhưng thường sống các nước Asia này, với cái nghề này. Hân hạnh và hân hạnh quá được biết cô, và vẽ hình cho cô.

- Ông nói thì hoa mỹ và cũng quá lắm đấy. Nhưng vâng ông tốc ký cho tôi một bức khác đi tôi trả tiền hoàn toàn cho ông. Ông vẽ free cho tôi thì ông sống bằng gì nào?

- Vẽ cho cô thì được nhưng cô đừng lo lắng tiền cho tôi. Tôi không vì đói mà chết đâu.

- Haha ông nói chuyện vô tư quá làm tôi thấy cũng lạ.

Chàng phả tay ý nói chàng sẽ tập trung, đừng nói nữa.

Đúng vậy hai phút sau chàng gởi lại bức hình nàng cười như lúc nãy và hỏi:- Cô có facebook chứ?

- Vâng tôi có. Thời buổi này điều đó coi như tối thiểu và khá giản đơn mà.

- Có vậy thì cô có thể cho tôi đi. Viết vào mảnh giấy cho tôi. Chàng nói và đưa mảnh giấy cho nàng.

Thưa ông thưa. Hằng bảo.

Chàng mỉm cười và nói:

- Xin cô đừng kêu tôi bằng ông chứ. Tôi còn trẻ mà, cùng lắm là lớn hơn cô hai, đến ba tuổi thôi mà.

- Dạ. Nhưng.

- Thôi dạ nhưng chi. Nếu cô không khó cho tôi biết cái tên cô thực đi. Tôi sẽ gọi tên cô nhiều trong giấc mộng.

- Dạ tôi tên Hằng. Nhưng xin ông đừng bông đùa quá trớn.

- Tên cô đẹp quá. Hằng là trăng là Moon mà. Xin cám ơn.

Chàng chỉ nói thế rồi vội đi nhanh lần này nữa. Hằng cũng thấy chàng thiệt lạ.

Trở lại với chồng con. Hằng đã cuốn hai bức tranh cất vào nơi xách nàng vì tranh chàng vẽ đẹp lạ trên giấy mỏng thôi. Hằng cất gọn không thì chồng hỏi thêm rườm rà hoặc đi vào rắc rối.

Hai vợ chồng và cậu con trai tiếp tục đi. Qua các nơi du lịch lân cận vùng công viên như một nông trại kết hợp Âu – Á này, Singha Park này, và họ đã trở về khách sạn nghỉ ngơi, ăn cơm uống nước theo đơn đặt hàng của mình...

SÁU

Thời gian ở Thái Lan được hai tuần. Hằng cùng chồng và cả Khải đi về Malaysia. Hằng biết Malaysia nằm ở vị trí giao nhau của các nền văn minh nên từ xa xưa đã có rất nhiều chủng tộc, tôn giáo và nền văn hóa xuất hiện trên bán đảo Mã Lai này. Sự đa dạng được thể hiện ở cơ cấu dân số của quốc gia này. Trong số hơn 33 triệu người. 59% là người Mã Lai, 22% người Hoa và 10 % người Ấn. Số còn lại thuộc về những dân tộc thiểu số từ các nước nữa. Mỗi dân tộc lại có bản sắc văn hóa riêng, tạo nên một bức tranh đa sắc màu. Malaysia là trở nên một quốc gia đa dân tộc và đa văn hóa.

Quốc vương Malaysia sẽ được lựa bầu theo chế độ luân phiên và chỉ tại vị trong nhiệm kỳ 5 năm là bầu lại. Malaysia là một quốc gia theo chế độ quân chủ lập hiến với người đứng đầu là quốc vương. Tuy nhiên đây là vị trí có ý nghĩa về mặt hình ảnh, quyền hạn thực sự nằm trong tay thủ tướng. Một sự thật thú vị là ngôi vị vua Malaysia không được truyền theo hình thức cha truyền con nối theo truyền thống. Quyền hành và lập pháp đi theo hệ thống Westminster là hệ thống nhà nước dân chủ nghị viện theo mô hình chính trị. Hồi giáo là tôn giáo đông đúc nhất, rất có quyền hạn trong 9 tiểu bang trong 13 tiểu bang, coi như có thể nói là quốc giáo của họ. Nhưng Phật giáo, Ấn giáo, Kito giáo, các tôn giáo vẫn được tự do phát triển. Và coi như đất nước hội tụ đủ tinh hoa của miền đất Đông Nam Á. Mỹ Hằng cũng biết thời tiết và khí hậu ở đây cũng khá tuyệt vời, ôn hòa quanh năm, hệ sinh thái thì phong phú. Ẩm thực đa dạng độc đáo và đặc sắc vì giao kết của những nền ẩm thực khác nhau, và nhiều sáng tạo riêng... Nàng biết và đánh giá nước Malaysia này là như thế.

Nói về tâm hồn Mỹ Hằng không hạp với chồng Jack về nhiều mặt tư tưởng cũng như ý thức hệ. Nhưng nàng vẫn tôn trọng chàng và đạo của chàng. Điểm đến đầu tiên sau ngày thứ nhất nghỉ dưỡng theo máy bay về Malaysia thủ đô Kuala Lumpur. Là họ đi về thánh đường Hồi giáo Putra Mosque thành phố Putrajaya, để cầu nguyện. Đúng thế lần lượt, Mỹ Hằng cùng chồng và cậu con trai được xem cho biết phong cảnh nơi thánh đường đẹp đẽ đó. Và sự tiếp cận này sẽ đem đến chính họ và niềm cảm nhận cho Khải con của họ nhiều hơn.

Nàng biết nhà thờ Hồi giáo Putra Mosque ở Malaysia còn được gọi với cái tên "thánh đường màu hồng" với kiến trúc tuyệt đẹp - Giao thoa vẻ đẹp kiến trúc đền thờ Hồi giáo khu vực Trung Đông và những nét truyền thống của văn hóa Mã Lai kết hợp. Thánh đường này nguy nga tráng lệ, bên bờ hồ thơ mộng, đã được xây dựng xong vào năm 1999. Hơn ba phần tư thánh đường này nằm trên hồ nhân tạo Putra đẹp và thơ mộng ấy. Hồ này rộng khoảng 650 héc-ta, được xây cất với mục đích điều hòa không khí trong thành phố. Đây là đền thờ Hồi giáo đầu tiên ở Malaysia được xây bằng đá hoa cương pha lẫn với hoa văn trắng cao 75m, và ngọn tháp năm tầng cao 116m, sức chứa lên đến 15.000 người khi đến cầu nguyện tại đây. Nàng cùng chồng và đưa con trai đến đây cầu nguyện rồi dạo quanh. Mỹ Hằng cũng đem lòng tán thán vẻ đẹp lỗng lẫy, kiêu sa kỳ vĩ, quá mức tưởng tượng của nó. Nàng nhìn nổi bật tựa như một đóa hồng rực rỡ mà bao người cảm giác đồn thổi đã không ngoa. Và sau đó thuận tiện họ ở lại thành phố

Putrajaya cũng là một thủ đô thứ hai non trẻ (sau Kuala Lumpur đã quá tải và nhiều áp lực). Họ ở lại thành phố này nơi khách sạn để tham quan, đi du lịch nhiều điểm hơn nữa như quảng trường Putra, tòa thị chính, và công viên vườn bách thảo Taman Botani xinh đẹp, họ đi dọc những bờ sông, những hồ nhân tạo, ngắm những chiếc cầu mang nhiều phong cách khác nhau. Và để họ hít thở không khí, không gian xanh đẹp này. Và để công nhận thủ đô mới này có nhiều vị trí hấp dẫn, có thể mời gọi được du khách, không thua kém ở thủ đô cũ là Kuala Lumpur. Và ai trong chúng ta phải biết rằng Malaysia tồn tại hai thủ đô tính tới thời điểm hiện nay, đó là Kuala Lumpur và Putrajaya mỗi nơi có vẻ đẹp kiêu kỳ riêng.

Sau ngày đến với thánh đường Hồi giáo Putra Mosque. Họ đã ở lại dạo chơi thủ đô mới Putrajaya, cùng dạo chơi thăm viếng cảnh đẹp thiên về yên bình nơi thành phố này. Đúng ba ngày, gia đình Hằng lại về thủ đô Kuala Lumpur cũ và đi thăm những nơi nổi tiếng ở đây nữa mà họ chưa được trải nghiệm hoặc đặt chân đến gần. Về lại nơi Kuala Lumpur, tại thành phố này, gia đình Hằng tức là chồng con cùng nàng viếng thăm Tháp đôi Petronas. Họ đứng trên cầu theo lượt đi để nhìn thấy Petronas như ước muốn. Twin Towers là tên một cao ốc tại Kuala Lumpur của Malaysia. Tòa tháp đôi này đã từng là tòa nhà cao nhất thế giới khi đo từ tầng trệt lên đến đỉnh cao nhất của tháp. (Tuy sau này đã bị cao ốc Đài Loan soán ngôi và cả tòa tháp Burj Khalifa Dubai đã qua mặt.) Tháp đôi Petronas Twin Tower được hoàn thành năm 1998 với tổng chiều 452 mét và 88 tầng. Lấy cảm hứng từ kiến trúc nhà thờ Hồi giáo cộng với những nét hiện đại, nên kiến trúc của Petronas đã mang đến cho tòa tháp đôi này một phong cách độc nhất vô nhị trên thế giới.

Hằng cùng chồng Jack, cũng đã đưa con trai Khải viếng thăm công viên KLCC, tức là công viên Kuala Lumpur City Centre. Mà họ đã viết tắc với cụm từ. Công viên này nằm ở trung tâm thành phố, ngay dưới chân tòa tháp đôi Petronas

Twin Tower. Với diện tích rộng 20ha trồng nhiều cây xanh, được mệnh danh là lá phổi xanh của thành phố. Công viên KLCC là nơi giải trí phổ biến không chỉ của khách du lịch mà còn là nơi rất thân thuộc của người dân địa phương. Khuôn viên KLCC có hồ bơi, khu vui chơi trẻ em, đài phun nước với các chương trình nhạc nước, đường chạy bộ và những bãi cỏ lớn cùng những bức tượng. Đi tới đâu họ vui cho họ thì ít mà vui cho cậu con trai đã lên bốn tuổi là phần nhiều. Vì Khải lúc nào cũng thích thú, giỡn chơi cười hớt chạy nhảy ngạc nhiên đến sáng cả hai mắt.

Và có lẽ một hôm Hằng ngồi nơi khách sạn ở Kuala ôn lại, điểm lại những nơi đã đi qua, những nơi chưa được đến trong dịp này. Nàng hình như thích thú khu chợ đêm Jalan Alor. Nên nàng bàn với chồng đến đó. Jack cũng đồng ý và anh cũng hạp với khẩu vị ăn uống bình dân nơi đây lắm. Bởi tới đây, Mỹ Hằng và Jack được thỏa sức ăn ngon, mua sắm dễ dãi, mà còn có cơ hội gặp rất nhiều nghệ sĩ đường phố, với những màn biểu diễn nghệ thuật đặc sắc của nhóm họ. Nghệ sĩ biểu diễn tại đường phố làm cho không gian nhộn nhịp sôi động đáng yêu hơn. Hằng và Jack cũng bắt gặp lồng đèn màu đỏ giăng giăng, kiểu Trung Hoa đẹp mắt kia họ thích. Chính con trai Khải ưa nhìn quang cảnh đó, chợ đêm này, mà nó thích rồi mỉm cười luôn miệng.

Mỹ Hằng thì rất thích món ăn, cơm Nasi Lemak béo béo vì gạo nấu nước dừa, có lót nồi vài lá dứa, nên thơm ngon. Cơm này ăn kèm với dưa chuột đậu phộng rang, có cá kho tương ớt, hay ăn kèm thịt gà, hay thịt bò, hoặc ít hải sản, hoặc là cari cừu, chung vào nó cũng là nhất hạng. Hôm nay Hằng chỉ ăn cơm Nasi Lemak với gà chiên đậu phộng rang, dưa chuột kèm chút ít tương ớt nữa mà thôi. Nhưng hương vị đậm đà thơm ngon khó quên Hằng yêu chuộng lắm. Còn chồng Jack nàng thì thích món Sa tay ở đó, vì độ ướp ngọt dịu của gia vị rồi nướng lên thơm phưng phức của nó. Khải thì Hằng chỉ cho con món nào, Khải cũng lắc đầu không muốn, nhưng lại ăn ké với má Hằng và ăn xén theo ba Jack một ít, để mà vui vui thôi. Khải thì thích uống nước mía nhiều hơn... Riêng Hằng thích ăn sầu riêng của Malaysia thơm ngon đặc sắc lắm, mà Hằng không cần chờ về Vn dẫu giá rẻ hơn cả nửa. Nhưng đối với Jack và Khải họ không ăn được món này. Cha con họ không thể nào hít hơi được, chứ nói chi ăn hoặc uống nó...

Hằng và chồng Jack cùng Khải ở đây. Tại Kuala Lumper này hơn ba ngày nữa. Tính cả thảy là họ ở tại nước Malaysia cũng đã trên một tuần. Như vậy thì thời gian đã nuốt của họ trên ba tuần rồi, khi từ Mỹ về Thái Lan và đi qua bên đất nước Malaysia. Thật sự cả Hằng và Jack đã chuẩn bị rời đất nước Malaysia này để về VN theo lịch trình. Vì Vn là quê hương của Hằng của má Thụy ở đó, dẫu rằng nàng không thực sự được sinh ra tại nơi đó. Và biên giới VN có liên đới không xa với Malaysia...

BẢY

Chuyến du lịch hành trình về VN gia đình Hằng dự định sẽ đến thăm các nơi. Phú Quốc, Nha Trang, Qui Nhơn, Đà Nẵng Hội An. Và nhất định phải về làng Quê Mỹ Trinh nơi Hằng được không sinh ra, nằm nôi cất tiếng khóc chào đời ở đó như đã nói trên. Nhưng Hằng sống từ hồi 6 tháng tuổi ở đó với mẹ (Hằng sinh ở Láng Dài đất đỏ Miền Nam khi ba đi Mỹ là Hằng theo mẹ về Trung và ở với ngoại nơi này.) Tuy nhiên tính là như vậy, nhưng tùy vào thời gian có thể không đủ thời gian thì họ sẽ loại ra không đến Phú Quốc Và Nha Trang. Mà chỉ cần những điểm còn lại kia mà thôi. Đó là những địa danh của gần Qui Nhơn, Đà Nẵng Hội An. Và nhất định phải về làng Quê Mỹ Trinh.

Đúng vậy. Họ đi máy bay từ Malaysia về thẳng Đà Nẵng nghỉ ngơi và sau đó đi về tham quan Hội An trước tiên. Từ lâu Mỹ Hằng cũng đã nghe nổi tiếng của Phố cổ Hội An này, là một đô thị cổ nằm ở hạ lưu sông Thu Bồn, nhưng trực thuộc nằm hai bên bờ sông nhỏ nước chảy êm đềm của sông Hoài. Cách thành phố Đà Nẵng khoảng 30 km về phía Nam, tức cách hơn mười dặm cũng là khá gần. Và Hằng cũng từng nghe sự ca tụng thành phố Hội An này từng là thương cảng sầm uất vào thế kỷ XVI - XVIII, nơi giao thoa giữa các nền văn hóa Việt Nam, Trung Quốc, Nhật Bản và phương Tây. Nên nàng mạnh chân cùng chồng và con trai viếng thăm thôi. Tới Phố cổ Hội An mang vẻ đẹp mộc mạc với những ngôi nhà mái ngói đỏ, tường vàng nhuốm màu thời gian và dàn hoa giấy nở rực, gợi lên khung cảnh hoài cổ đầy thơ mộng hỏi lòng ai không dâng lên niềm xúc cảm mến thương. Đến nơi đó họ dạo chơi khắp khu phố, nào chợ Hội An, nào Chùa Cầu, nào hội Phúc Kiến, nào hội Quảng Đông, hội Nam Hải, hội Triều Châu v.v... Hằng cùng chồng con trai Khải cũng ăn uống, giải khát ra dọc bờ sông, và cố chờ đêm lên (Đó là những đêm cuối tuần không khí thật háo hức sinh động nữa.) Họ đi tìm mua quà làm kỷ niệm vài thứ. Và chính yếu mua cái hộp chỉ to hơn bàn tay mỏng manh, được làm mấy cánh giấy kia, như những cánh hoa xanh đỏ vàng trên những dãy phố và những cây đèn cầy nhỏ nhoi. (Dĩ nhiên phải mua theo một hộp quẹt ga tân thời gọn ghẽ nữa,) Để mà họ đem ra sông đốt đèn cầy lên đưa vào hộp giấy thả xuống dòng sông, cho nó nhờ được sức nước đẩy đi, thả trôi như vậy với mang theo điều ước muốn của mình. Chưa hết họ còn thuê mướn thuyền để đi và bỏ ngay lúc đi thuyền chạy nhẹ nhàng trên sông, đó mới thật thú vị vô cùng. Hằng mua rất nhiều hộp giấy búp hoa ấy và thả rất nhiều đèn hoa đăng. Tính cả thảy Hằng mua mười cái mười búp, chồng Jack cũng bắt chước nàng thả một đôi lần cùng nàng. Riêng Khải thì không có thả lần nào cả, chỉ thích đứng nhìn say mê nơi tay má Hằng thắp cây đèn lên cầu nguyện rồi cầm thả mà thôi... Thành phố cổ này đẹp lắm. Hội an đẹp, Hội an thơ mộng, Hội an giản dị, nhưng Hội an thân thiện, Hội an dễ hòa nhập. Có lẽ là Hội an khó quên... Làm Hằng chợt nhớ đến bài thơ má Ngọc Thụy đã làm trong một tác phẩm nào đó má viết. Nàng nhớ mang máng lời:

Ta về thăm lại Hội An
Người xưa còn đó áo nàng tìm đâu...
Ngẩn ngơ chân bước qua cầu

Thức trong kỷ niệm hoa ngâu vỡ òa
Người về ngắt một cành hoa
Ta về ngắt một... nụ là tương tư...
Hội An là thế đấy.

Sau một ngày và cả một đêm nơi vui chơi và nghỉ ngơi ở phố cổ Hội An. Ngày thứ hai tiếp theo cả gia đình đi về rừng dừa bảy mẫu là một thú vị riêng khác nữa. Thật ra thì nghe nói rừng dừa bảy mẫu này đã phát triển lên tới 100 mẫu, nhưng cái tên thuở ban đầu đã khó quên, mà trở nên gắn bó đến xuyên suốt... Và cả gia đình họ đi ngồi trải nghiệm trên sông nước tung tăng bằng thuyền thúng, rồi đưa mắt nhìn những chiếc thuyền thúng chung quanh, các chủ thuyền cũng vui say háo hức kể chuyện và tiếp chuyện, với những câu hỏi của khách dập dồn đi trên thuyền mình, và có những cảnh lân cận thuyền thúng kia quay tít thật tuyệt đẹp của những người nam nữ đủ hạng tuổi, với tay nghề chuyên nghiệp, thạo nghề, gan dạ, và vui tính. Dĩ nhiên là trên những chiếc thuyền thúng đó là chỉ một hay hai người nam thanh nữ tú mà thôi. Chứ còn như gia đình Hằng thì đi trên con thuyền thúng đã là quá rồi, vì có bé Khải bốn tuổi hỏi ai dám mà thử bảo, để mà tìm cảm giác mạnh đó chứ.

Sau đó họ lại trở về thành phố Đà Nẵng nghỉ ngơi khách sạn ở đó, tìm vài món ăn uống. Rồi chiều họ ra biển Mỹ Khê dạo chơi ngắm nhìn - Một bãi biển đẹp nức tiếng của Đà Nẵng và tính luôn cả nước Việt Nam nó vẫn là hạng top luôn, dẫu là đang ngự trị và trực thuộc thành phố này. Tối họ không thể bỏ qua một cảm giác khác nữa, là thường nổi tiếng ở đây. Là đi xem cầu rồng. Nghĩa là nơi có chiếc cầu rồng bắt ngang qua sông Hàn. Vì được thiết kế với kỷ thuật rất hiện đại, văn minh, một vị trí khá đẹp của thành phố. Đó là họ đi đến địa điểm này, họ sẽ được xem tận mắt có một con rồng phun lửa và phun nước thật là kỳ ảo hấp dẫn đến quá tuyệt vời...

Tiếp theo định đi thăm Bà Nà Hill một cảnh đẹp lạ lùng ở Đà Nẵng nghe nói có Làng Pháp - Là một Châu Âu thu nhỏ, có Hầm rượu, có Vườn hoa, có chùa Linh Ứng đẹp, Có Tháp Chuông cao nổi tiếng, có nơi uống trà gọi là: Trú Vũ Trà quán, theo phong cách người Nhật. Có đủ thứ vui chơi tham quan trên một đỉnh núi. Sẽ được đi qua những hệ thống cáp treo hiện đại, nhưng Hằng giờ chót cũng bỏ qua. Vì Hằng sợ nơi Khải còn nhỏ quá đi cáp treo sẽ làm ảnh hưởng cho óc não không tốt. Hơn nữa nàng cũng có cảm giác sẽ thấm mệt. Nên nàng chờ dịp khác cho con lớn hơn tý. Thì mọi chuyện chắc chắn ổn hơn. Nàng sẽ dẫn Khải trở lại, về thăm mà.

Nghĩ vậy nhưng mà qua một đêm đến sáng. Một sáng tinh sương mát dịu của mùa hè đã làm Hằng thay đổi. Hằng có ý cùng chồng bốc vé đi về Bà Nà Hill cho trọn vẹn khỏi tiếc nuối sau này. Hơn nữa trẻ con người ta hai- ba tuổi đã đi được. Huống hồ chi Khải đã lên bốn tuổi hơn.

Ấy vậy nên cả gia đình Hằng giờ chót đã phải cùng nhau đến điểm du lịch này. Trước hết họ thuê xe taxi đi về hướng đó, cách trung tâm thành phố hơn khoảng 25 km về phía Tây Nam, và đi hơn 35 phút họ đã tìm về lộ trình cáp treo mua vé để lên đỉnh Bà Nà Hill. Thật sự đi cáp treo lần này là một thử thách trải nghiệm khó quên có đứa con trai lên bốn là Khải. Chứ trước kia thì nàng và Jack từng đi bằng cáp treo những nơi ở xứ Mỹ và vài quốc gia khác lâu rồi. Kể cả VN họ cũng đã đi về núi Bà Đen Tây Ninh một lần.

Đến nơi Bà Nà Hill trên đỉnh núi được phục dựng lại từ ý tưởng của những người Pháp họ đã sống ở VN và tìm nơi nghỉ mát xứng tầm với thứ hai Đà Lạt. Là núi chúa Bà Nà Hill này mà họ - Những người Pháp đã bỏ công tìm kiếm đã không hổ thẹn với thời gian. Thế thì cả gia đình Hằng, Jack, con trai Khải bốn tuổi, đã tận mắt thấy được vẻ đẹp hữu tình, rất là tiên cảnh pha trộn Tây Âu – Xứ Á này. Hoặc được những người yêu thương còn gọi là “hòn ngọc quý” nơi lòng đất thiên nhiên của người dân Đà Nẵng. Với những cảnh tượng nổi tiếng họ đã được chứng kiến tận mắt thật là lý thú, mà không thể tưởng để so sánh nơi đâu…

Thế rồi sau 6 tiếng tham quan, ăn uống vui chơi giải trí,

thỏa mãn ước mơ, cùng chiêm nghiệm cúng bái. Hằng cùng chồng và đứa con trai đi theo hệ thống cáp treo để ngược xuống chân núi với điểm khởi đầu họ đi lên. Và taxi đã chờ sẵn để chở họ về thành phố. Trong lòng Hằng và Jack cả Khải cũng luyến lưu nơi này. Họ như muốn ngước cổ mà nhìn lại khi xe đã bắt đầu chuyển bánh để đưa họ về thành phố. Nơi mà họ đang đóng đô để dễ tiện đi tham quan các nơi quần thể - Những vùng lân cận của thành phố Đà Nẵng này…

Những ngày trở lại Quy Nhơn và làng quê Mỹ Trinh như đang định hình trong lòng Hằng suy nghĩ. Nàng cũng đang chọn ra những điểm đến và không đến trong sự lựa chọn ban đầu đó. Bởi vì không đủ thời gian. Hầu như thời gian đã nuốt gần hết tuần thứ tư rồi. Nói gì nói. Hằng như tiếc nuối những dãi biển Những bãi tắm của Mỹ Khê thơ mộng. Nên sau khi đi Bà Nà Hills trở về thành phố. Hằng muốn một mình đi để cảm nhận và đi để trải nghiệm hơn. Hôm rồi nàng đi với chồng và thằng con vào buổi chiều tối, nhưng chẳng khác nào như người ta bảo đó là cỡi ngựa xem hoa thôi. Kiểu đi vụt lẹ quá, nhanh quá, thưởng thức chưa đủ vào tim nàng. Nàng chưa đủ cảm nhận được như ý. Nên sáng sớm nay chồng và thằng con trai còn đang say giấc ngủ nồng vì cả ngày hôm qua họ đi cũng đã mệt. Chỉ có nàng mang nhiều ước vọng nên tỉnh ngủ sớm hơn. Đúng vậy Hằng thức giấc đánh răng rửa mặt làm vệ sinh cá nhân xong. Là Hằng đi thay đồ ngủ nhanh, mặc đồ đẹp, tức là mặc bộ váy dài mong manh màu cam nhạt khoác lên chiếc áo ngoài màu xanh biển vì sáng sớm còn lành lạnh là nàng đi liền. Nàng sẽ đi bộ mà thôi. Hằng không thể đến hết những sở hữu đẹp của các bãi biển như Non Nước, Đá Đen, Nam Ô, Tiên Sa, Lăng Cô v. v… vì không có thời gian nhưng sáng nay nàng phải đi chiêm nghiệm lại vẻ đẹp của bãi biển Mỹ Khê gần đây nhất. Mỹ Khê là tên gọi chung của đường bờ biển kéo dài khoảng 10 km bắt nguồn từ núi bán đảo Sơn Trà đến núi Ngũ Hành Sơn. Còn riêng bãi tắm của Mỹ Khê có đường bờ biển dài chiều dài khoảng hơn 900 mét. Và nó cũng được chia ra ba bãi tắm riêng nối gần tiếp giáp. Bờ biển bãi tắm Mỹ Khê quả là sạch sẽ, còn có hàng dương và những rặng dừa xanh tươi ôm ấp phủ bóng, cũng tạo nên vẻ đẹp yên bình thư thới cho con người. Thỉnh thoảng có những chiếc thuyền thúng được các nghệ danh tô vẽ nơi mặt đáy, hoặc nơi kiểu khung tròn chung quanh để chưng, nhìn ngắm rất là đẹp, rất là sinh động đáng yêu. Hằng đi dọc bờ biển cát trắng mịn, sóng vỗ êm đềm, không gần sát nơi chân mình, nhưng cũng làm cho Hằng dễ dàng nhìn thấy tất cả bên hướng biển, và Hằng cũng thấy những khu khách sạn nghỉ dưỡng hạng sang nằm về phía bên tay trái kia. Các khu du lịch giải trí hấp dẫn, cùng với quán ăn nhà hàng la liệt. Nhưng bên cạnh đó phía sau những dãy cao ốc đó vẫn có, vẫn tồn tại nhà cửa của dân cư yêu biển, đi biển làm nghề biển. Có như thế mới tạo ra những bãi tắm nối liền rất phồn thịnh trên mảnh đất trung tâm thành phố này chứ… Hằng cảm giác rất nhiều thư thới khi sáng nay đi dạo một mình ngắm nhìn và cũng hiểu biết địa lý khi du lịch Đà Nẵng đã xem qua. Hằng đã đi bộ xa hơn ba bãi tắm đó và ngắm nhìn tất cả, Hằng vẫn biết đôi chân mình khỏe và dẻo dai khi đi bộ mà. Nhưng cuối cùng Hằng dừng lại nghe một bản nhạc văng vẳng đâu đó vọng ra Bài Gõ Cửa Hằng rất thích: *Nếu có lần em gõ cửa ghé thăm. Gác vắng buồn thiu khung cảnh âm thầm. Em ơi người xưa đã ra đi. Không gặp em lúc phân ly. Không cho sầu thương đổ bờ mi. Luyến ái làm chi sẽ khổ lắm em. Đếm lá mùa thu vương đổ bên thềm. Khi sơn hà nhiều nỗi điêu linh. Đôi bờ đôi ngã phân tranh. Nghĩ chi nhiều đến chuyện chúng mình. Đêm nay ngoài xa mịt mờ. Nằm đây ôm chiếc ba-lô. Thấy đời vương cả ý thơ. Niềm vui là kiếp sống tung hoành. Là chiến đấu cho mình. Và mong mối tình đẹp xinh. Nếu biết rằng tôi đã bỏ cố hương. Khoát áo đời trai đi ngựa lên đường. Tôi tin rằng người ấy thêm thương…*

Rồi chấm dứt đột xuất nhanh khiến con người ta nghe như còn luyến tiếc hụt hẫng. Hằng đi tìm chỗ ngồi nghỉ chân. Nàng lại ngồi một nơi không phải và ghế đá, không phải là nơi ghế của quảng trường công viên lộ thiên, mà là hình thức của chỗ ngồi trên một mui tuýt lô nối dài hình chữ nhật, có thể nhiều người ngồi chung được. Nhưng mà trang trí nhiều chỗ ngồi như vậy lắm, nên Hằng chỉ ngồi một mình thôi. Hơn nữa còn sớm lắm nên nàng thong thả ngồi một mình ngắm biển xanh phía trước, rồi suy nghĩ trầm tư về cuộc đời đôi chút...

Xa xa lệch về hướng bên phải khoảng kia, có những người đang tập buổi sáng với môn yoga, và một nhóm khác đang trong thiền định. Lòng Hằng lại lắng xuống, dâng lên một nỗi niềm ôn hòa khó tả từ đâu. Đoạn nàng hết nhìn họ và cũng đứng dậy, muốn tiến đến gần mặt biển sớm mai kia, để đưa tay vờn giỡn với sóng nhỏ ập vào bờ và rẽ ra, rẽ ra rồi ập vào... Nàng như muốn nhắn gởi thật nhiều với sóng biển những tâm tư, mà hóa ra Hằng cũng không biết nhắn gởi lời gì? Nơi con tim đang xao xuyến mạnh một bình minh đẹp trên biển... Có lẽ là một cảm xúc bình yên như ru cảm, khiến ra bao lời nói nàng đã như trở nên vô hiệu hóa nơi đây. Và đoạn xong nàng mở phone chụp thêm vài tấm hình nữa rồi trở vào nghỉ chút để chờ gọi taxi mà đi về. Thì ra nàng đã trải bộ khá lâu trước bãi biển một mình. Giờ nàng phải về thôi. Để kẻo con đợi chồng mong khi thức dậy không có mình, đặc câu hỏi, và rồi đi ăn sáng v.v... Hằng thẩn thờ dạo vô ngồi lại vị trí ban nãy nghỉ chân kia, và mở facebook coi có gì lạ không? Thì nàng thấy Võ Ngọc Thạch đã âm thầm gởi cho nàng những bức hình chàng tự vẽ về nàng và dăm ba câu hỏi thăm. *Hằng Khỏe không? Hằng đã đi đến đâu? Anh mến Hằng... Và anh mong em yêu đời xinh đẹp mãi mãi...*

Chàng gởi và tin nhắn lâu rồi nhưng Hằng chẳng hề coi. Và cũng không có thời gian nhiều vào facebook, hôm nay rảnh nàng ghé vào thì thấy như vậy thôi. Nàng mỉm cười và lắc đầu off phone, rời facebook không trả lời chi cả. Hằng lại mỉm cười rồi lại suy tư đôi chút mông lung. Rồi nàng đành bỏ qua tất cả để bấm máy gọi xe taxi chở về. Vì Hằng lật đồng hồ đeo tay coi đã là 9 giờ của buổi sáng rồi... Thế là chớp nhoáng có xe taxi chạy tới, Hằng nhìn đúng số xe liền gật đầu chào cô chủ lái còn khá trẻ, và bước lên. Không đầy 5 phút taxi đã đưa nàng về tận khách sạn thuê ở... Đúng là đi bộ thì lâu, và các phương tiện khác quả là không mấy lát sẽ đến nơi mình muốn...Tuy nhiên mỗi cuộc đi, mang ý nghĩa và mục đích khác nhau. Và nhất là đi bộ có giá trị của nó khác hẳn vì sống chậm, và thưởng thức chậm, không thể mà so sánh với các phương tiện nào. Hằng nghĩ và cũng bước vào phòng...

Hai cha con họ cũng mới thức dậy đánh răng súc miệng và ngồi chơi. Chồng Jack vẫn bấm tay lia lịa chơi game. Còn Khải ngồi đó tay cầm một món đồ chơi điện tử nhưng không buồn chơi, mắt cứ ngong ngóng ra cửa chờ má về. Tuy Hằng có nhắn message cho chồng là nàng muốn thả bộ ngắm quanh cảnh biển Mỹ Khê khoảng gần 2 tiếng, và sẽ về mau bằng taxi khoảng 9 giờ hơn...

Thế rồi sau đó gia đình họ đi ăn sáng, kế đến họ tản bộ công viên gần nơi, cho cậu trai Khải vui chơi độ một tiếng. Rồi họ quay về nghỉ ngơi để chuẩn bị chiều đó rời Đà Nẵng...

Hằng nghĩ có lẽ, có thể Hằng không định đến với thành phố Quy Nhơn được. Mà chỉ đến Eo Gió, và bãi tắm Kỳ Cọ mà thôi. Với lại đối với Quy Nhơn những điểm trung tâm thành phố nàng như đã từng nhiều lần đến, mà thời gian bây giờ eo hẹp quá nàng không thể đến được. Thôi nơi nào đến được thì đến, nơi nào không đến được thì hẹn dịp khác. Quan trọng là về quê má Thụy và nàng ở đó lúc nhỏ, là nàng không thể cho qua mà thôi.

Đúng vậy. Tiếp theo là Hằng bỏ qua thành phố Quy Nhơn. Bỏ qua bãi tắm trung tâm thành phố. Bỏ qua khu đồi thi nhân Hàn Mặc Tử. Bỏ qua khu bãi tắm Hoàng hậu tiên sa luôn. Nói chung về trung tâm thành phố Quy, Hằng chỉ hẹn vào dịp khác, coi như đã mang nợ trong dịp này. Và đối Quy Nhơn nàng và chồng cũng đã thăm qua trước khi họ cưới nhau. Còn đối với Hằng cùng má Thụy đã bao lần đến. Nói nợ là nợ cho cậu con trai Khải mà thôi. Đợi dịp khác Khải lớn hơn một tý, nàng sẽ đưa con về tham quan. Vì tính tới thời điểm hôm nay họ thật sự không còn đủ thời gian nữa.

Thế rồi nàng đến với Eo Gió trong một ước vọng đến vì Hằng chưa đến bao giờ tuy cách Quy Nhơn không xa. Nơi đây quả là một thắng cảnh kỳ bí và lạ lẫm. Ngay khu vực làng chài Eo Gió nghe tiếng đồn và sự thật có con đường đá xanh tuy nhỏ nhưng khá đẹp và thơ mộng hiền hòa làm sao. Con đường đá xanh thuộc về Nhơn Lý đáng check-in để biết. Con đường đá xanh rất bắt mắt dù yên tĩnh ẩn mình trong làng chài của họ, cách không xa Eo Gió 350m. Hằng và chồng cùng con trai thuê Homestay ở đó. Họ ăn uống và tham quan nơi làng chài này luôn. Người dân nơi này có phong thái rất giản dị, dễ gần thân mật, cũng như hiếu khách. Hằng và chồng cùng con trai Khải sáng hôm sau là đi thăm biển Eo Gió liền theo lịch trình của họ. Eo Gió quả nhiên phụ thuộc tên vì có hình dạng là một cái eo biển nằm, chung quanh bao bọc bỡi là núi, và nhìn trên cao xuống giống như một cái phểu. Hằng đã nghe khái niệm hoặc định nghĩa được như vậy, quả là không sai. Và khu vực này đón gió rất là mạnh vì sự dồn gió từ các phía góc núi, để nhận gió một cách trực tiếp. Nhưng Hằng và chồng con hôm nay đi mùa hè này nữa thì những cơn gió mạnh ít xuất hiện hơn. Trời êm ả dịu đẹp và gió thoang thoảng của nó ưu đãi cho mọi người hôm nay nhiều hơn. Hằng cùng chồng con gia nhập vào những khách du lịch gần xa đó, đi mà tham quan. Con đường của Eo Gió thì nhiều vòng cung. Nơi đón hoàng hôn đẹp nhất của Vn mà phải đi vào mùa hè từ tháng 4 đên 9 mà thôi. Hằng nghe nói vậy, nhưng không tham gia vào chương trình này. Hằng và chồng con đi đến ngắm cảnh chụp hình bãi đá địa mà thôi. Hình thức đá ở đó rất đẹp có đá bằng một khoảng, cùng có đá lởm chởm nữa, có đá tách rời vùng ngoài một tý, lẫn chìm với nước trong xanh ập vào, rồi tan ra trắng xóa rất là nên thơ và lãng mạn. Bên cạnh con đường cung vòng đi xuống tạo thành có những góc đá dựng đứng lặng thầm hướng về biển, trông cũng rất là huyền hoặc uy nguy. Và những cung đường đi đó có những lan can để đưa tay vịn ngắm rất là đẹp. Và nó được làm bằng những chất xi măng mà tạo như gỗ thiệt rất là xinh. Có rất nhiều lối, dẫn đi đến các bãi đá nơi Eo Gió nhiều, nhiều lắm. Nhưng bãi đá địa là một bãi đá khá đặc biệt, ven các dãy núi làm Hằng rất thích. Chồng nàng thì bồng thằng con đi theo đứng nhìn mà thôi. Khải rất muốn đòi bước xuống tay ba để đi. Nhưng cả Hằng và chồng không dám để cho Khải tự do như vậy được. Vì sợ Khải chạy nhảy gấp té, hơn nữa đá này cũng trơn và chông chênh rất dễ trợt. Tùy nơi tùy vùng mà họ cho Khải chạy nhảy. Cả ba người rồi họ cũng ghé lại cái chòi mua nước uống và mua quà lưu niệm. Cái chòi khá lớn có chứa mỏm đá to và đẹp tự nhiên. Thật thú vị khi có hòn đá được giữ lại có mái che chắn đàng hoàng kỹ lưỡng, để thu hút gió và còn là nơi giữ một kỷ niệm trên mô đất cao. Nơi mà con người nghỉ mát thư thả, thư giãn để nhìn được biển xanh dưới kia, hiện lên đá nổi từng vùng dưới tầm mắt tuyệt vời của họ. Và nó cũng là lối nhìn ngược về thấy những khách sạn, con đường đá xanh, hoặc làng chài sinh hoạt nơi ấy...

Và rồi Eo gió Kỳ Co không xa. Hai vị trí chỉ nằm trên cùng một quần thể đó thôi. Trên con đường xe khách chạy đi về Kỳ Co thật thú vị họ bắt gặp những trụ điện gió như đưa bàn tay, ngón tay vẫy chào đón họ rất là đẹp. Và rồi gia đình họ cùng đoàn người đến Kỳ Co. Họ có thể nhìn về khu chơi dù lượn rất là trải nghiệm, rất là khám phá, và cũng là rất can đảm phi thường, đẹp lắm! Và biển tắm Kỳ Co đâu đâu cũng cắt trắng ngã đôi chút màu vàng óng, rất mịn màng và sạch đẹp. Nơi bãi cát thụt vô sâu hơn, có vài ba xích đu cấu trúc được dựng lên bằng tre, trông đơn giản nhẹ nhàng nhưng khá thánh thoát. Hằng ôm con, để con vào lòng mà ngồi đu đưa, nhìn trời mây, biển nước ngắm người đi trước mặt mình v.v.. Và nơi đây họ cũng làm được cầu thang giả giữa trời mây để chụp hình v.v... Xa xa hơn ngoài bãi tắm có những người đi chơi mô tô nước âm thanh vang lên bắn tận nơi tai Hằng...Song nàng cùng chồng và thằng bé ngơ ngẩn nhìn về hướng đó, mà Hằng cùng chồng không thể tham gia được vì có Khải bên cạnh. Khi trò chơi này tung tóe nước, động cơ vang dội, phải có tuổi một chút, và dạn dĩ với sóng nước mới chơi được. Biển thì bao la hiền hậu, nhưng biển đâu có thể nào hoàn toàn bảo vệ sinh mạng con người đến tuyệt đối, nếu mình xem thường, thiếu ý thức, hoặc không chịu cẩn thận. Bãi tắm Kỳ Co vừa đẹp, vừa sạch sẽ, và hình như kiếm tìm không ra được, không có được một chút rác rưởi gì ở đây. Điều này Hằng cũng quá biết ơn cho một bãi biển tắm gần ven đô thị này. Bãi biển về phía trên kia, nơi tương lai sẽ triển khai nhiều cái home, để trải nghiệm cho du khách ban đêm, ăn tiệc nướng, đốt lửa trại, vui chơi ca hát. Và xa hơn đó tý, đã có một cây cầu làm lâu rồi nối dài trên là vách núi dưới là biển, Hằng cảm giác là như vậy. Hình thức được sơn với các thanh nắm là lan can bước vào là 7 sắc cầu vòng đẹp mắt. Cây cầu một đoạn dài bên dưới lại có hồ nước len vào khu đá, check in chụp hình vẫn dễ thương. Ngoài ra còn có thêm trong khu vực cây Cầu Yến này, là khung cầu choãi nhánh ra biển hơn, được gọi cái cầu nhỏ tình yêu vì có nền lót đứng là một trái tim màu hồng đậm cũng khá đẹp. Có thể ai đó mới yêu nhau chụp làm kỷ niệm... Hoặc gia đình con cái đứng chung chụp để làm tưởng nhớ. Nói chung bạn bè ai thích cảnh này thì cũng có thể chụp lấy cảnh trí để dành v.v. Ngoài ra Hằng còn thấy nơi gần bãi tắm có những cái chòi cao có thang trèo lên để ngắm biển xanh thì thầm trong mơ ước chúng ta gởi hồn mình cùng sóng nước... Chồng Jack đã chụp cho hai mẹ con họ nhiều. Hằng cũng chụp lại cho con trai và dady Jack là nhiều. Thỉnh thoảng nàng nhờ khách du lịch chụp hộ cho mình bên chồng và con trai Khải.

Và rồi cả gia đình Hằng đi vòng vòng nơi bãi biển. Họ lại được tận mắt nhìn thấy, và gặp gỡ một chiếc cầu khác bằng gỗ bắt ngang ra biển sâu được gọi là cầu cảng. Vì rằng thường các ca nô cập bến nơi đó, để cho khách lên cầu, và tìm đến bãi tắm, cũng như tìm đến các trò chơi mình thích, hoặc đi ngắm cảnh khắp nơi ở đây. Chiếc cầu cảng tuy không dài lắm, rộng lắm nhưng cũng đủ không gian cho con người đi lại chụp hình chụp bóng thoải mái... Hằng dẫn tay Khải bước ra nơi đó và nhờ chồng chụp vài bô hình ở chiếc cầu cảng để khỏi bị thiếu phần nào khi tham quan Kỳ Co. Họ để chờ đến giờ xem xuất biểu diễn xiếc của Hải Cẩu. Chỉ còn 15 phút nữa thôi. Cả gia đình họ, tức là Hằng, chồng Jack, và con trai Khải đi vào một bullding có hồ nước xanh đẹp phía bên trong, và nơi đó đã có số đông người ngồi theo thứ tự để chuẩn bị tư thế thưởng thức show này. Tí tách cũng đến nhanh cuộc biểu diễn bắt đầu hai con Hải Cẩu đứng sững lên cùng hai huấn luyện viên để chào tất cả quan khách. Hai con Hải Cẩu làm rất nhiều thứ cùng với hai huấn luyện viên phụ diễn đi đứng nhanh chóng, chớp nhoáng, mau lẹ và đẹp mắt, Phần Hải Cẩu chúng xoay vòng xuyến trên cổ rất tài tình khéo léo, phóng mình luyến thoáng trong hồ bơi rất là tuyệt, rất là tinh ý, và thể hiện cũng rất là hiền lành.

Trong buổi chiều đó, Hằng chồng Jack và đứa con trai được vui chơi tắm mát một trận trên bãi biển này. Thấy thằng con trai bốn tuổi thích nước vờn chơi cười luôn miệng. Nàng thấy thương con và hạnh phúc với con trai nhiều. Điều đó cũng làm Hằng hình như quên hết những gì chung quanh nàng, dù bao nhiêu ước mơ đang trổi lên, hoặc có cả buồn phiền hay cay đắng nào...

Thức ăn của Vn nơi đâu cũng tươi ngon nhưng có lẽ với Hằng là nơi Kỳ Co ngon nhất. Không thể nào Hằng quên hào nướng, mực nướng, mực xào tươi ngon, bánh xèo mực, bánh canh chả cá, bánh tráng cuốn cá hấp, hương vị tuyệt vời không thể tưởng...

Và cuối cùng của cuộc du lịch ở Vn là Hằng về quê Mỹ Trinh Phù Mỹ của má Thụy và nơi nàng sống từ hồi còn bé. Có lẽ đây là điểm kết thúc của cuộc du lịch hơn năm tuần với ba nước Thái Lan Malaysia Việt Nam cùng những địa danh cụ thể họ đã đi. Hằng cùng chồng và con trai sống tại ngôi làng thôn ấp đó thêm ba ngày nữa. Hằng không thể nào quên được những đám ruộng nối tiếp nhau chạy dài trước mặt nhà ngoại. Thuở đó còn bé, những chiều Hằng thường chạy nhảy ra đồng, vui chơi thoáng chốc rồi trở vào nhà, vậy mà bây giờ họ đã đổ đất cao lên, để cất nhà lên hết. Ruộng đã mất, cỏ xanh không còn, con mương cũng biến đi đâu. Trâu bò, ngựa nuôi đủng đỉnh đi ăn chiều về cũng không còn. Ruộng chỉ còn ở hướng xa phía Tây và phía Nam cách nơi nhà rất nhiều dặm. Còn mặt hướng Đông trước nhà ngày xưa, giờ toàn là nhà ở và quán xá mà thôi. Một xóm làng đã bị đô thị hóa phần nào nhưng tại sao trong lòng Hằng bỗng dưng kém vui, mà thoáng buồn. Bởi tính đa cảm của Hằng. Hằng vốn dĩ yêu thương nguồn gốc hơn là tiến hóa. Có phải chăng là Hằng về đây bỗng sống cho phần hồn nhiều hơn. Nên sự đánh mất của quá khứ mà Hằng từng thấy, thành ra Hằng cứ buâng khuâng tiếc nuối vào lòng. May đâu họ còn giữ lại và phát triển vài hồ sen hồ súng lấy cảnh kia, tuy là hồ nhỏ kiểu tạo dựng sau này nhưng Hằng cũng nhìn được ấm lòng đôi chút... Ở đó Hằng đi thăm bà con thân thuộc chị em cô dì với má Thụy và quà cho họ là những chai dầu mua từ Thái Lan hay Malaysia mà họ thích mà thôi.

Hằng đóng đô ngôi nhà ông bà ngoại. Ông bà ngoại đã qua đời lâu. Ngôi nhà chỉ để cho con cháu sinh sống các nơi khi trở về thăm viếng nhớ lại mà thôi. Và có người cháu nội có gia đình ở gần đó thụt về phía sau cách nhà ngoại chừng 150 mét qua một bờ rào bông ngâu tận thuở đó. Vợ con anh ta sớm hôm quét dọn sân nhà cho ông bà ngoại Hằng. Và anh ta đóng vai trò hương quả thừa tự của gia đình. Hằng ở lại đó ăn uống và viếng thăm cho tiền quà cáp đến các cô chú anh chị, bà con họ hàng thân tộc bên ngoại, tức là bên của má Thụy. Và rồi cũng phải trở về Thái Lan để về lại Mỹ, vì quê hương thứ hai là nơi cô phải sống. Quê hương Vn này chỉ còn trong ký ức để nhớ mà thôi...

PHẦN HAI -TÁM

Về máy bay lại Thái Lan, rồi trở về Mỹ Jack đi làm lại công việc của anh. Hằng cô cũng tiếp tục học thi đợt cuối và hầu như chuẩn bị ra trường. Cuộc đi du lịch vừa qua cả hai đi để thưởng thức và cảm nhận. Nhưng mục đích chung lớn hơn là cho con trai Khải của họ vui hứng khởi trong tuổi còn thơ.

Hai ngày sau đó Hằng lại check message facebook thì thấy nhiều tin nhắn của Ngọc Thạch đúng hơn là một lá thư của chàng viết:

Hằng em đi du lịch đã về Mỹ chưa? Khi nào rảnh thì em đọc tin nhắn anh nha, dù chỉ vài phút thôi, nhưng anh sẽ vui và mong đợi được như thế lắm đấy. Nếu nơi nào mà em thích nhất. Em có thể kể cho anh nghe với. Anh nói thật song tốn thì giờ của em, thì anh không dám làm phiền em đâu nha.

Mỹ Hằng em. Em người con gái thật dễ thương như cái tên em. Anh gặp Hằng để rồi anh mến yêu, anh lưu luyến, anh thèm khác, anh ao ước đủ thứ... Nhưng rất tiếc em đã có chồng và có con. Em có những bức hình của một family hạnh phúc, anh thấy mà ao ước đâm ra muốn ghen tỵ, cả thầm trách. Anh biết anh không có quyền nói lên điều đó, như một người con trai dở hơi, thậm chí là vụng dại điên rồ đi mất. Nhưng anh lại có cái quyền rung động và thèm khác như trái tim anh mà không ai có thể cấm đoán. Thôi thì cứ cho anh Võ Ngọc Thạch này là kẻ vụng dại ngu xuẩn, nhưng mà đã thốt lên từ tấm lòng là anh mãn nguyện phần nào. Thôi thì kiếp này anh chấp nhận Hằng không phải là của anh. Nhưng kiếp đến anh sẽ theo em như từ thuở trăng non đến khi trăng chếch bóng qua mành... Anh sẽ là kẻ rượt đuổi bắt em, nhưng chính anh là người quỳ dưới chân em xin làm nô lệ cho em, cho một kiếp người hầu cận đặc biệt bên em. Anh ví như vậy, anh nói như thế chắc em hiểu lòng anh. Và xin em đừng khinh dễ anh mà hãy coi anh như một kẻ thất tình đơn phương vụng dại nhất. Hay em có quyền coi anh như một người anh để cho anh tâm sự chia sẻ nỗi niềm cũng là vinh dự cho anh lắm rồi.

Anh có lẽ yêu em trong muộn màng hối tiếc. Xin em hãy tha thứ cho lời anh nghen. Mỹ Hằng em! Anh: Ngọc Thạch.

Hằng đọc thơ một chút vui vui, một chút buồn buồn đến với tâm trạng mình. Nàng tự thầm nhủ:

- Cái anh chàng này lạ quá mới gặp mình mấy phút mà nói gì như tiếng sét ái tình. Và may là chàng yêu thầm mình chứ không biết gì giữa chồng và mình rõ lắm. Thiệt ra những bức hình nàng up lên facebook hình chỉ là hình, bóng chỉ là bóng mà thôi. Vui là vui gượng kẻo mà/ Chỉ là hình bóng chỉ là thế thôi. Hằng lắc đầu và cố kìm cảm xúc nàng...

Ba ngày sau suy nghĩ Hằng lại viết lá thơ cho Ngọc Thạch gởi vào tin nhắn chàng:

Anh Thạch Mến. Cám ơn anh đã nhắn tin cho em và viết cho em những tin nhắn dài như một bài thơ gởi đến em.

Anh mến! Sự thật em có đọc tin nhắn anh vào một buổi sáng em dạo một mình ở biển- bãi tắm Mỹ Khê Vn. Nhưng mà rồi em không trả lời gì, vì anh biết em bận lo cho chồng con bên cạnh. Nên em trả lời với anh thì em sẽ cuốn vào và dan díu mà không trọn vẹn cho chồng và cậu con trai được, thành ra em cũng muốn né tránh để làm tốt bổn phận. Nhưng đã về Mỹ rồi thì em tự do thả lỏng hơn em đã vào facebook để đọc tin nhắn khắp nơi, thì thấy anh gởi cho em tiếp. Những lời anh viết cho em đọc thật sự em có cảm động vì em không phải là một người có bộ óc và trái tim xơ cứng. Em thật sự là một cô gái một phụ nữ dễ rung động và cũng dễ tổn thương lắm. Em nói như thế đã xa xôi làm anh có thể khó hiểu về em. Nhưng không sao miễn là mình nói lên điều phải nói là vui rồi.

Anh Thạch mến: Thật sự em không muốn viết và nói cho anh biết điều này, nhưng mà tạm thời em coi anh như một người anh tốt để mà cho em tâm sự, để mà cho em cởi mở hơn. Sự thật em và chồng đi du lịch vì những ngày ở nhà thật là thiếu thú vị quá, nên đi để xả stress, đi để thay đổi không khí, và đi chỉ vì cho đứa con trai vui. Nhưng có lẽ thành tích đạt được có 30 % mà thôi. Vui với cảnh vật, vui với thiên nhiên vui với con thơ, mà thật sự chưa có cảm nhận hai vợ chồng để vui chung hòa điệu lắm. Em cũng không biết vì sao chỉ là em cảm giác định mệnh như vậy. Em mong khác hơn cũng không được hay nói đúng hơn là rất khó. Không biết tình hình sẽ về đâu. Chụp hình em up lên kia em coi như chỉ là ảo ảnh.

Em nói thiệt với anh số là vợ chồng em không còn ngọt ngào ân tình. Vì Jack và em không cùng duy tư giống nhau trong tim óc, không cùng quan điểm trong nhận định, nói chung đã phát hiện nhiều điểm hỏng, và không cùng tần số, chồng Jack em đã không lắng nghe lời em, những gì em nói và mong mỏi khi con trai em lên mới hai tuổi, giờ đã lên bốn. Em thật sự muốn chia tay mau lúc đó, khi con trai lên hai tuổi nhưng mẹ em không cho. Mẹ em nói em cố đợi cho Khải, tức con trai em lớn hơn, ít ra cũng là 8 - 10 tuổi. Nên em cố đợi mà sao ngày tháng với em quá dài đăng đẳng.

Anh Thạch mến. Em biết em đem ra tâm sự với anh là cũng hơi quá đáng, nhưng mà anh có mang tâm sự gì đã nói với em được. Tại sao em lại không thể tâm tình cho anh nghe nỗi niềm gánh nặng của em kia chứ.

Thôi thư đã dài em xin dừng bút. Coi như anh là người bạn, người tri kỷ, hay người anh. Em xin giải bày những gì nơi trái tim em. Em:Mỹ Hằng.

Thạch vào tin nhắn facebook lại đọc. Anh lại chưng hửng toát mồ hôi những gì Hằng tâm sự, anh không thể tin nổi, nhưng đó là sự thật. Anh càng thấy anh được phép yêu Hằng hơn. Nếu thế thì anh sẽ mạnh dạn tỏ tình với Hằng nhiều. Dù rằng Hằng có đáp trả tình anh hay không lại là chuyện khác. Nghĩ thế anh lại viết cánh thư cho nàng tiếp:

Hằng yêu của Thạch

Hằng yêu của anh. Đọc thơ em mà anh nghẹn ngào khôn tả.. Anh không thể nào nghĩ một cô gái còn trẻ đẹp tuyệt sắc giai nhân như em lại có cuộc đời bất trắc như vậy. Anh như muốn rưng rưng cả giọt nước mắt đau thương cho em một sự bất hạnh và bất công đến thế. Như vậy bây giờ anh có quyền yêu em hoàn toàn khác hơn. Anh không còn hẹn kiếp nào xa xôi, mà cả trong kiếp này. Và anh sẽ hết đi, sự đánh giá của điên dại, ngu xuẩn hay lầm lạc. Mà anh được quyền nói anh tương tư em, có lý hoàn toàn. Hằng ơi cho anh nói anh yêu em và có quyền yêu em mãi mãi trong sự sống của anh. Em là một kiệt tác trong anh không thể là ai thay thế. Anh xin chấp nhận mọi hình phạt nào ai buộc, để mong có em bên cạnh cuộc đời, thì mọi đau khổ nơi anh coi như xóa tan hay dỡ bỏ. Hằng ạ không cần thời gian 8 năm hay 10 năm nữa mà ngay cả giờ phút này, hay ngày mai, hoặc lâu nhất là 3 đến 5 tháng hay 10 -12 tháng tới anh được gặp em để hai ta đến với nhau. Anh không muốn, đừng để muộn màng phí uổng thời gian em ạ.

Hằng Yêu của anh! Hoàn toàn anh không có ý cướp giật em, nhưng em trong tình trạng đó, anh không thể chờ đợi làm chi. Anh sẽ cưới em ngay, anh mong vậy xin em tha thứ. Chúng ta chỉ cưới nhau trong cảm nhận nghĩa là em cảm thấy yêu anh được chúng ta sẽ là của nhau em nhé. Hằng à để cho thời gian rộng rãi hơn. Em sẽ sắp xếp năm tới em về Thái Lan hay bất cứ nơi nào trên trái đất này anh sẽ đến. Chúng ta sẽ nhận ra nhau là cuả nhau hoàn toàn.

Anh xin nói cụ thể là em đem con đi du lịch và em đến đó. Anh sẽ đến và trước mắt giới thiệu coi như bạn học em rồi chúng ta tiếp cận, rồi chúng ta tìm hiểu về duy tư của nhau, mọi mặt khác nếu em phù hợp được anh. Anh xin hân hạnh đi làm nuôi em và con cả một đời ăn chơi, đi du lịch mà em không cần lo lắng chi cả. Chỉ cần em yêu anh là đủ cho anh làm việc và vui bên em.

Hằng yêu mến vì anh nhận được những điều em tâm sự anh không thể chờ lâu anh vội vàng mong mỏi nói với em. Vì anh sợ anh mất em, mất cơ hội Hằng thông cảm cho anh nha. Nếu anh chần chờ thì anh đánh mất cơ hội hóa ra anh sẽ cắn lưỡi mà đau để chết khi người anh yêu lọt vào kẻ khác. Vậy nên em hiểu được nỗi lòng cho anh nha. Anh: Ngọc Thạch

Tin qua tin lại từ message facebook Hằng cảm giác lòng

như bối rối rộn rã như thuở vào yêu. Phải chăng Jack đã vô tình, để tạo một cơ hội cho Ngọc Thạch anh đã làm cho Hằng trái tim như đập lại liên hồi và nóng lên. Nàng đã hình thành những điều táo tợn hơn. Hằng nghĩ Hằng sẽ về Thái để gặp gỡ chàng, rồi hãy tính nếu được chàng, sẽ tìm cách ưng lấy chàng. Nếu không được thì coi như một cuộc gặp gỡ không hơn không kém cho vui thôi cũng chả sao? Nhưng mà phải khoảng 10 tháng hơn nữa, nàng mới có điều kiện đi hơn là ngay bây giờ hoặc vài tháng sau, vì nàng mới đi du lịch về mà, có lý do nào được đi mau nữa vậy? Và kể từ đó Ngọc Thạch luôn kể cho nàng nghe về những cuộc hành trình du lịch của chàng. Từ Âu sang Á. Chàng đã đến với các nước Pháp, Ý, Bỉ, Anh, Bồ Đào Nha, Tây Ban Nha, Hà Lan, Đan Mạch, Na Uy, Thụy Điển. Từ những công trình kiến trúc cổ xưa đến thời hiện đại, chàng chiêm ngưỡng và tái tạo từng tác phẩm trên giấy để gởi tặng cho du khách khi đến gần. Và du khách đã không ngần ngại gởi tiền thưởng cho bàn tay tài hoa của chàng. Nhất là cặp đôi tình yêu, họ cho là chàng cây bút thần tốc ký cho tình họ đẹp làm sao. Bên châu Á chàng thường kể về các đất nước chàng từng đến như Thái Lan, Singapore, Malaysia, Ấn Độ, Indonesia, Campuchia, Lào, Nhật Bản, Trung Hoa, Hàn Quốc, Đài Loan, có cả Thượng Hải và Hongkong. Mỗi nước có một vẻ đẹp và ưu thế riêng, và những trải nghiệm thích thú riêng. Chàng kể cho nàng nghe sơ lược thôi. Hoàn toàn là những bài bút ký du lịch, Thạch ghi lại để cho Hằng đọc rõ ràng hơn. Thạch cũng biết là nàng có phần hồn, hướng về văn học, văn chương miêu tả nhiều mà. Vì Hằng nói thời gian khi rảnh chút Hằng ưa đọc tất cả các loại sách để giải trí, và coi những thắng cảnh miêu tả các nơi để đáng đi du lịch. Có một điều chàng chưa kể đó là sự nghiệp chàng, gia thế chàng. Nhưng điều này chứng minh rằng Hằng đã yêu con người chàng chứ không phải gia thế và sự nghiệp chàng. Từ từ gặp nhau lâu hơn chàng sẽ kể thôi. Và chàng thề với nàng là chàng chưa vợ, chưa yêu ai trong tim, và chàng chưa bị cô gái nào ràng buộc cả.

Bây giờ chàng yêu Hằng và muốn Hằng ràng buộc chàng, thì chàng cũng xin tự nguyện...

CHÍN

Cuộc sống cứ bình thường trôi qua. Như dòng sông lững lờ trôi đi dù êm đềm hay khúc khủy. Hằng vẫn làm tròn bổn phận người vợ người mẹ tốt. Và sau đó gần đúng một năm nữa, nhưng chính xác là 10 tháng. Tức là Khải đã xấp xỉ lên được 5 tuổi. Hằng đã sắp xếp hết ý trong lòng nàng xin và hỏi chồng:

- Em muốn dẫn Khải về Vn chơi em đi giống như ngày xưa chúng ta đi. Về Thái trước giá vé đang rẻ. Nhà cửa bây giờ đã đi vào ổn định, có người thuê đầy đủ, và các contract không còn trục trặc gì nữa. Anh cứ ở nhà làm việc. Anh tạm mua thức ăn hay nhờ má anh nấu. Em muốn về đi du lịch tý. Anh biết tim em gần đây lại không được khỏe. Em cần đi du lịch thay đổi cho đỡ hơn.

- Ở Mỹ thì bác sĩ tốt nhất mà.

- Chị hai em là bác sĩ nhưng đã khuyên em đi rong chơi nghỉ dưỡng là tốt, hay hơn...

- Thôi em muốn thì anh phải đồng ý chứ biết làm sao.

Im một chút chàng lại hỏi:

- Em có định dẫn Khải đi không?

- Dĩ nhiên là có chứ?

- Anh nhớ nó lắm.

- Anh gắng chịu sẽ quen dần. Với lại anh làm sao chăm con tỉ mỉ, khổ công anh lắm. Ở đây em mượn anh đi lấy cơm cho nó tý, anh đã gây gỗ với em và không làm...

Jack cắt ngang:

- Có em thì em lo, không có anh phải lo cho Khải thôi.

- Anh nói thế nhưng làm không xong, anh lại đi nhờ vả ông bà nội nó. Phiền họ em không muốn vậy. Anh cứ thong thả ở nhà một mình. Chỉ vài tháng là em và con về.

- Thôi cũng được.

Nói thế nhưng sau đó Hằng không mua vé về Thái Lan mà Hằng đã mua vé đi thẳng về Sài Gòn Vn. Ngọc Thạch đã về VN đón nàng.

Chàng tiếp cận nàng như một người thân quen họ hàng của gia đình Vn, đón mẹ con Hằng. Sau đó Ngọc Thạch thuê xe về khách sạn bình thường như hảo ý Hằng muốn. Họ vẫn vui sướng mừng rỡ nói không hết lời, nhưng cả hai vẫn gắng giữ sự thân ái chỉ chừng mực. Họ đi tắm rửa riêng và ở riêng. Hằng ở với Khải con trai nàng. Thạch ở một mình phòng chàng, trong lòng ngổn ngang tơ tưởng nhưng chàng phải chậm và không dám. Dù sao nàng vẫn có con bên cạnh, không nên để thằng bé thấy sự thân thiện khác lạ kia.

Sau một giấc ngủ nàng và con thức dậy, nàng bảo với con trai:

- Người này là bạn học thân của má khi còn nhỏ. Cậu là một tay vẽ đẹp. Trạc tuổi cũng bằng ba con đấy. Cậu sẽ đưa má con mình đi du lịch Phú Quốc ngày mai con có thích không.

Thằng bé không trả lời câu nói Hằng đặt ra. Mà nó chỉ lắc đầu tiu nghỉu hỏi mẹ:

- Sao ba không đi về chung với mình hở mẹ?

- Ba phải đi làm, ba về sau này vài hôm thôi.

- Thiệt hả mẹ.

- Ba có nói với mẹ vậy mà.

- Con mong thế. Thằng bé lại cười tươi.

- Biết thuyết phục con được phần nào khi mới gặp Thạch. Hằng vui hơn.

Thạch chuẩn bị xong ở phòng mình bước sang hỏi:

- Sao em và con ngủ ngon không?

- Ngon anh. Cám ơn anh đã lo cho mẹ con em chu đáo quá.

- Chuyện nhỏ xíu hà đâu có gì em?

Hằng mỉm cười nhìn Thạch không nói. Sau đó nàng bảo Khải:

- Con vòng tay thưa cậu đi kêu bằng cậu cho thân mật nhé: Dạ cậu Thạch con ngủ ngon. Xin cám ơn cậu quan tâm.

Thằng bé chắp tay làm y như lời Hằng dạy.

Thạch vuốt đầu con trai nàng và hôn lên tóc nó.

Không để thời gian trôi qua vô ích, vì thời gian một giây mỗi phút của họ rất quý. Thạch tranh thủ đưa Hằng và Khải con nàng đi ăn một điểm ở Sài Gòn gần đó mà chàng thích, dạo chơi đâu đó 5 đến chừng 7 phút cho cậu trai nhỏ đủ vui. Họ đã có dự định, đi về khách sạn để ra đảo Phú Quốc ngay. Thạch đã bàn với Hằng rồi họ gởi đồ lại đó nhiều, và chỉ xách một vali nhỏ đựng quần áo và ít đồ cần thiết, để đi thôi. Dĩ nhiên chàng có vali riêng của chàng. Hằng nhanh chóng thay đồ cho con, và cả nàng ăn mặc rất dễ thương gợi cảm, làm Thạch ưa nhìn hai mẹ con họ. Người ta nói bây giờ chàng mới thấy, mới trải nghiệm là gái một con nhìn mòn con mắt quá rõ. Nhưng Hằng đối với chàng còn hơn thế nữa, nàng là một thiên thể tuyệt mỹ, một vưu vật của thế gian mà chàng không thể rời mắt thì đúng hơn. Họ ra phi trường rời khách sạn này cũng bằng xe ta xi của bữa trước. Thạch đã gọi để liên hệ.

Thế rồi máy bay nội địa chở đưa họ về Phú quốc. Cũng qua nhiều thủ tục nhưng Thạch làm nhanh chóng nhẹ nhàng và êm ái. Bên cạnh nàng đứng đó với con trai Khải lên 5 tuổi. Dĩ nhiên ở ngoài nhìn vào người ta sẽ tưởng là chồng vợ lo cho nhau hoặc nàng là người yêu của Thạch thôi. Nó có cái gì đó khác hơn là họ hàng thân thuộc, hoặc huyết thống. Và dĩ nhiên người tinh ý một chút sẽ dễ dàng nhận ra tình cảm của họ đang dành cho nhau thôi mà.

**

Họ đã đến với đảo Phú Quốc là một quần đảo xinh đẹp nằm sâu trong vịnh Thái Lan. Là hoàn đảo lớn nhất Vn. Diện tích tương đương với diện tích Singrapore về mật độ và... Được mệnh danh hoàn đảo ngọc của vùng biển Tây Nam xứ Việt, thiên nhiên đã ban tặng cho Phú Quốc tất cả những giá trị tuyệt mỹ của một thiên đường biển du lịch.

Về Đảo thành phố Phú Quốc. Thiệt ra Phú Quốc chỉ là một huyện lỵ của tỉnh Kiên Giang Rạch Giá ngày trước, nhưng sự phồn thịnh và phát triển nhanh sau này, cũng như sự đầu tư của các tập đoàn đổ về nơi đó để làm ăn kinh doanh, mưu cầu hạnh phúc cho các lĩnh vực giải trí, khu nghỉ dưỡng dài hạn ở đó nhiều v.v… Nên Phú Quốc bây giờ đáng tự hào, và bây giờ đã trở thành Phố đảo lớn và xinh đẹp phủ sóng trên toàn lãnh thổ của nước Việt. Hằng đến đó cùng con trai Khải, và với Thạch. Thạch đã đặt chọn thuê khách sạn để ở, để thuê xe taxi đi xem những nơi nổi tiếng như là Chợ đêm. Và rồi họ đi chợ đêm Hằng chỉ ngắm nhìn không khí nhộn nhịp lạ mắt ở đây mà thôi. Nàng chỉ ăn cái bánh bắp nướng thơm phức. Thạch thì ăn bánh nướng chuối dẻo mềm và cũng không kém phần thơm tho hấp dẫn, nơi Khải chỉ thích ăn cây kem dâu tây kia.

Sáng ngày hôm sau là Thạch đưa Hằng cùng Khải đến chùa Hộ Phúc liền. Hằng đến trước là để cầu phúc thứ hai sau xem cảnh đó cũng nghe tiếng đồn. Bên chồng là Hồi giáo nhưng đức tin Hằng từ thuở bé lớn lên nàng nghiêng về đạo Phật. Hằng tin hai điều căn bản của con người là nhân quả và kiếp luân hồi. Tất nhiên Hằng còn thẩm thấu mọi chướng nghiệp cũng có thể sẽ chuyển đổi, nếu đủ duyên và con người mình năng tu niệm Phật, tu luyện công đức từ bi. Nàng thì rất ưa đọc và tìm hiểu về kinh Phật như má Thụy. Tới ngôi chùa này nàng còn nghe nói ngôi chùa do Nguyễn Tấn Dũng lập nên. Như vậy người ta nói người đi theo chủ nghĩa cộng sản là chủ nghĩa max Le sẽ luôn ba vô, hay ba không, nghĩa là vô thần, không thần thánh để phụng sự, vô gia đình, nghĩa là người không biết yêu thương gia đình, không lắng nghe nơi gia đình, không ràng buộc bởi máu mủ tình thương lẽ phải nơi gia đình, và không tổ quốc, nghĩa là phục vụ cho ai đó, giai cấp đó không đặc thù hay đại diện ưu tiên cho tổ quốc. Thậm chí còn phản tổ quốc. Như vậy mà sao thấy một cái rõ nhất của ông thủ tướng này, đã là thờ thần, trọng thần thánh và không vô thần. Không biết lời nói kia tuyên truyền có sai không? Hoặc là chính cá nhân ông Dũng này muốn khuynh đảo một đường lối chính trị cá nhân mình khác đi, hay là làm để mà làm, lấy dải thưa để che mắt thánh, hay là dọn đường những sáng kiến mới mẻ khác lạ của ông nữa đây. Nhưng nói cho cùng dù sao công trình này xây dựng khá kiên cố và đẹp mắt, uy nguy và tôn nghiêm chỉn chu và giá trị. Cũng nên đáng khen nơi ông đã chủ xướng... Tiếp theo là Hằng muốn đi xem công trình tre thế kỷ của Phú Quốc. Họ cũng chỉ đi bằng phương tiện taxi, để mà đưa họ đến đó thôi. Công trình này gọi là huyền thoại tre nơi GRAND WORLD PQ, Hằng đi tham quan với con trai Khải 5 tuổi bên cạnh người thanh niên tên Thạch. Chàng đã yêu thầm nàng từ dạo đó, đến nay đã gần giáp năm mới gặp lại. Hằng đang choáng ngợp bởi sự hoành tráng của tre, về sự cấu trúc đan chen kiểu mã hoàn hảo của nó, các cây tre tầm vông được bện thắt với nhau, một cách cực kỳ hoàn hảo, cực kỳ chi tiết, cực kỳ vĩ đại... Mọi thứ đã cho phép đảm bảo độ chắc chắn, kỳ thú đến lạ lẫm, nét đẹp mỹ thuật những cây tầm vông được uống cong từ các cổng chào và độ cao vút bên trong lòng nhà, nhìn đến mỏi cổ nhưng mà thích thú đến vô biên. Đúng là Hằng con trai Khải cùng Thạch đang tham quan và choáng ngợp, bởi sự hoàng tráng thiêng liêng và kết cấu có một không hai của huyền thoại tre.

Tiếp theo Thạch đi mua trà sữa nướng cho ba người uống. Và rồi sau đó họ đi xem chương trình nhạc nước, thật quả là tuyệt vời. Âm nhạc đệm trên sóng nước lung linh, đèn sao lấp lánh chiếu rọi những nghệ nhân lướt đi trên con thuyền nhỏ dịu dàng, nghe sao êm đềm dìu dặt đến thơ mộng quá. và cũng có những khi, những bản, những bài lúc Hằng nghe như đến rộn rịp hào hứng, và cả hối thúc mạnh mẽ. Rồi Hằng nhìn xa xa đó những nghệ nhân múa dẻo kia trên khán đài sân khấu, và Hằng nhìn chung quanh khán giả ngồi thưởng thức như mình, Nàng lại đưa mắt nhìn thằng con và nhìn Thạch bên cạnh. Đến hồi cao trào kia, những bệ nước, đài nước, vòi nước, theo nhạc phun lên, phun lên cao ngất rồi rơi xuống mặt hồ lung linh đẹp, của một cách hết sức huyền ảo tân kỳ lại thần bí sâu xa. Nàng như thầm phục cảnh đẹp rạng ngời khó lãng quên của chương trình như thần tiên, bởi sóng nước, và nhạc nước đệm hay...

Ngày thứ hai ở Phú Quốc. Hằng có ý muốn nói với Thạch giảm coi xuất show tinh hoa ở Grand World. Hằng nói thấy quảng cáo nhiều, nhưng Hằng không đến vì đối với nàng thì hơi boring và cũ kỹ tái lại quá nhiều. Nàng như đọc được hầu hết ở sách vở. Mà nàng phải đến những nơi khác hơn. Tất nhiên nhiều người đến PQ thì không thể bỏ qua show này, nhưng cá nhân nàng lại khác. Hơn nữa Hằng cần đưa con trai đến những nơi vui thú của tuổi thơ hơn, như trượt máng nhẹ. Viếng thăm bảo tàng gấu Teddy cho Khải vui hơn. Đặt biệt là đến với show diễn các loài động vật hoang dã, Khải rất là thích làm cho Hằng và Thạch cũng khá thích theo. Ở nơi đó họ và Khải sẽ nhận ra những con chim từ đâu vươn cánh bay đến rất ngoạn mục, để cho họ thưởng thức vẻ sở hữu độc đáo của chúng. Và mỗi loài chim cách tìm mồi, hoặc đi kiếm thức ăn, một lối di chuyển của nó, rất là khác nhau duyên dáng, bất ngờ, có khi đặc biệt. Có loài đến từ Châu Phi như Sếu vương miện xám. Có loài đến từ Châu Á như Hồng hoàng tê giác, và là Phượng hoàng đất, chim mỏ sừng lớn nhất được tìm thấy ở Vn. Và còn có loài đến từ Bắc Phi, Nam Mỹ, hay Bắc Mỹ. Các loài chim cả Hằng, Thạch, và Khải nghe tên qua cũng không nhớ hết nổi của người dẫn chương trình giới thiệu. Nhưng họ đã nhớ cho rằng các loài chim vẫn luôn khôn ngoan, thông minh, linh lợi. Có thể tìm trốn thoát, hoặc gạt gẫm cả đối phương để bảo vệ sự sống an toàn cho chính mình khi nguy hiểm. Qua lời của huấn luyện viên nghe vô cùng hấp dẫn, thánh thoát sôi nổi, và ấn tượng. Đi xem biểu diễn thú ở vườn Safari để lại sự tươi mát trong mắt Khải và để lại trong lòng Khải ham thích nhất đã làm cho Hằng và Thạch đủ vui lắm rồi...

Sau một ngày đi đây đó. Thì họ về ăn tối thêm nơi khách sạn đơn giản là cháo cá diêu hồng có hòa lẫn ít nấm rơm lát đát, và gia vị thêm ngò hành, cùng tiêu thơm phức thế thôi. Hổng hiểu sao lâu lâu Hằng như ghiền món cháo cá, quen thuộc gần gũi này của nàng. Con trai Khải và Thạch cũng lấy làm yêu thích lắm món này. Xong cuộc ăn uống họ tìm cách giải trí với nhau, nói chuyện dăm ba câu vui vẻ, về du lịch Phú Quốc này, rồi họ lại đi nghỉ ngủ…

Đến sáng tiếp theo cả ba người đi ăn buffet, Buffet thì nhiều món nhiều thứ, nhưng Hằng chỉ thích những đồ có rong biển đi kèm. Thạch cũng bắt chước nàng, ăn giống như nàng. Con trai Khải thì thích mì xào nên Hằng đi lấy cho con mì xào cải xanh với ít hải sản mực tôm trong đó. Rồi họ có dự định đi thăm thủy cung, hay còn gọi là cung điện Hải Vương. Theo sự diễn tả, thì trong lòng cung điện Hải Vương là chú rùa to lớn về mặt diện bề ngoài phô trương kia, bên trong là được chia ra ba tầng luôn, Thủy cung siêu hoành tráng đó, rộng 15 ngàn mét vuông và là thủy cung nắm giữ nhiều kỷ lục, thủy cung lớn nhất Vn là top 5 của thế giới. Và là thủy cung hiện đại nhất Đông Nam Á. Trong đó được chia ra nhiều khu, nhiều loài với những đời sống của sinh vật ở biển, có cả chim cánh cụt ở biển. Và nhất là nàng tiên cá ở đây được ca tụng hết mức bởi cách bơi điêu luyện của những cô gái còn trẻ giàu tâm huyết, họ phụng sự cho khách du lịch nhiệt tình. Mỗi người được xem qua là thán phục. Có thể là, không thể nào quên hình bóng các nàng tiên cá đó. Nhưng mà cuối cùng rốt cuộc đi dạo chơi ở biển chờ đợi giờ giấc, là Hằng đã đổi ý, nàng muốn giảm đi thăm vị trí này luôn. Hằng lại muốn lên đường đi Nam Đảo tuy hơi xa với Bắc đảo, nhưng không thể mà không đi chuyến này. Hằng thật sự muốn về nơi ấy. Sẽ thăm khu vực Địa trung Hải. Khu cảng An thới. Nàng nghe tiếng đồn ngắm hoàng hôn ở địa trung hải rất thơ mộng, vì khu vực này sẽ có cây cầu hôn, hay người ta thường gọi bãi biển hoàng hôn, một bãi biển trải dài xinh đẹp sạch sẽ, để khám phá nhiều nét đẹp phía Nam độc đáo của nó. Và đây chính là nơi chụp hình rất là đẹp, nên cặp đôi tình nhân hay cặp đôi vợ chồng cưới nhau đến chụp để láy cảnh, lấy hình để đời. Hằng đã nghe đồn thổi sự thật như thế. Và có một điều tuyệt vời nhất để bắt trọn khoảnh khắc mặt trời lặn, khu vực này chúng ta nên đi vào thời gian 5:30 đến - 6 giờ thì sẽ tận hưởng sức hút diệu kỳ của nó. Thạch đã làm theo ý nàng thầm mong muốn. Thạch đã đưa mình và Hằng, cậu nhóc con Khải đã đến với khoảnh khắc kỳ tú mỹ lệ, và chứng minh tất cả những gì ở đây những gì Hằng thích. Dĩ nhiên là họ rời khách sạn sớm hơn một chút, để thoải mái, dư thời gian nghắm quanh cảnh lân cận trước đó cho thêm thú vị. Hằng và Thạch có thể đứng nghe tiếng gió biển sóng biển đập rì rào, rì rào gợi cảm. Và họ có thể cho Khải tắm chính nơi này rất Ok hơn, yên tâm hơn, khi mà biển sóng không lớn to, mà chỉ nhẹ nhàng lặng lẽ. Và họ ngồi uống cà phê gần đó enoy thoải mái, thả hồn, không bị hồi hộp nhiều. Nhưng rồi Hằng lại có cảm giác thương con và mến đất biển bãi sao này. Nên Hằng nhanh chóng thuê đồ tắm cùng con trai. Thạch thấy vậy anh càng kỹ hơn nữa, anh thuê phao cho Khải và cả mình cũng xuống tắm với hai mẹ con họ. Đây là lần đầu tiên Hằng tắm biển với Thạch và con thơ nơi đảo biển ngọc này, Đã mấy ngày trôi qua ở Bắc đảo đi dạo biển cũng nhiều nhưng nàng không có ý đó. Nghĩ cũng lạ cái gì cũng đủ duyên và thuận duyên thì mới xảy ra. Họ không tắm lâu chỉ độ 20 phút là cả thảy lên bờ. Thạch còn tiếc nuối người tình mình đùa giỡn với sóng nước, thân thể nàng đẹp đẽ, cân đối trắng tươi. Nhất là đôi mắt Hằng là một vùng trời rung động man mác tươi son, đáng yêu vô bờ bến. Thạch như tan đi, quên hết buồn phiền nếu có...

Sau đó họ lên bờ đi đổi đồ lại. Và bây giờ họ mới đến quán cà phê tên là Hương Thảo đã lên đèn, và nhạc đang xập xình vẫy gọi du khách dạo trước bãi biển. Dừng ở đó chừng 15 phút. Họ lại tìm sâu vào những quán ăn để Khải và cho mình ăn một cái gì kẻo đói bụng, vì đã hơn hai tiếng đồng hồ dạo chơi, và mấy vòng bơi lội... Hằng luôn mỉm cười và thấy Thạch chu đáo cho mẹ con nàng quá, đôi khi cũng làm cho nàng trở nên cảm động, nói không hết lời. Sau đó Hằng, Khải, Thạch đi lang thang một ít nơi nữa, rồi họ trở về nhà. Điều Hằng mới cảm nhận ra nhất, đó là Khải thân ái với Thạch hơn. Khải thỉnh thoảng đưa tay mình cho Thạch dắt đi. Và thằng bé cũng không còn hỏi hoặc nhắc tên ba Jack nhiều nữa.

Lịch trình họ đến Phú Quốc hầu như gần kết thúc. Thạch đã đồng ý với Hằng trong cách giảm đi tour 4 đảo và đi cáp treo Hòn Thơm vì họ không có thời gian nhiều. Họ sẽ trở về khách sạn Sài Gòn và ra Vịnh Hạ Long theo lịch trình. Hằng đang suy tư về mối tình giữ nàng và Thạch. Tất nhiên ở thơ lúc trước tình yêu Thạch đã nói hết rồi. Được gặp Thạch nàng cảm giác phù hợp lắm vì chàng yêu nàng rất nhiều, nhiệt tình vui vẻ, hy sinh và không chút gì khó chịu nhăn nhó. Nhưng làm sao ưng lấy chàng là một cái cũng rất khó, khi mà nàng đã có con với Jack. Thằng bé có chịu ở bên Thạch không? Mặc dù nàng quyết định không về Mỹ nữa? Đối với nàng bây giờ nước Mỹ không phải là thiên đường đâu? Tất cả đã đảo lộn trong nàng. Hằng đang tính một bài toán khó để xa Jack. Không phải nàng phụ tình chồng Jack, nhưng sống mà hết tình yêu, thiếu tôn trọng, nguội lạnh nhau quá rồi thì sống để làm gì? Thôi thì nàng hãy tính cho cuộc đời nàng sao cho dễ thở, dễ chịu hơn, tươi đẹp hơn. Nghĩa là nàng phải tìm cách tốt nhất để chia tay Jack, trốn thoát Jack. Nàng sẽ nói nàng đang chữa bịnh không thể trở về Mỹ sớm như dự định được. Nhưng mà nói như thế rồi đến khi cũng phải về. Như vậy giải pháp đó thật sự không hay và không ổn. Bí lối suy nghĩ Hằng lại thôi. Nàng chỉ muốn vui chơi với Thạch và rồi sẽ tìm cách mới bàn với Thạch để tính. Biết đâu chàng có ý nào đó hay hơn.

Và chính đêm cuối cùng ở biển Nam đảo Phú Quốc đó. Khải đã ngủ say nàng tự chế Coffee Phố bưng uống (dạng coffee instsant thôi.) Nàng ra đứng dãy lan can trên lầu mà nhìn ra biển suy tư tay vẫn cầm ly coffee uống chưa hết. Thạch vẫn ở riêng phòng từ đó đến giờ. Hai người say đắm tình yêu nhưng họ chừng mực, và không quá dễ dãi để gần gũi nhiều. Thạch từng nghĩ của nhau thì sẽ là tìm đến với nhau, của nhau thôi, còn không phải của nhau có đánh chiếm vồ giữ lấy gì, thì trước sau gì nó vẫn tìm cách xa nhau mà thôi. Chàng vừa nghĩ và cũng lẹ chân bước tới bên nàng:

- Sao em không ngủ với con ra đây làm chi nữa. Khuya rồi lạnh lắm em.

- Em đang nghĩ, tính về chúng ta đó chứ.

- Em nghĩ gì và như thế nào em?

- Em nghĩ em ở lại sống bên anh, em làm vợ anh như anh hứa với em nha. Nhưng con trai em không biết tìm cách nào cho hợp lý hơn đây.

- Em lo tính chi cho mệt xác em?Anh nuôi Khải và em được mà. Anh đi du lịch vẽ là cái nghề anh đam mê. Nhưng anh còn nhiều nghề khác lắm, anh có nhiều cửa hàng và nhiều công ty anh chưa muốn giới thiệu cho em nghe đó thôi.

- Công ty gì vậy, và cửa hàng gì hả anh?

- Từ từ anh sẽ nói sau này. Nói sớm chả hay đâu. Nhưng anh có tiền đưa em và con đi du lịch toàn thế giới mà.

- Em không muốn làm phiền anh nhiều về tiền bạc đâu. Em vẫn có cách tính cho em rồi. Em bỏ luật sư bên Mỹ. Em phải có một việc làm phụ cùng anh để kiếm ra tiền sống với anh chứ.

Thạch cắt ngang giọng Hằng:

- Anh không muốn em suy nghĩ gì hết, sẽ làm em buồn. Cứ sống thoải mái bên anh vì duyên trời kia đã định. Tiền bạc anh làm ra mà em vội lo chi sớm vậy?

- Nhưng em sợ hao hụt kinh phí anh lắm.

- Đã nói anh đi chơi với em du lịch cả đời không hết đâu. Nếu anh không sa vào bài bạc. Em tin đi.

- Nhưng mà em muốn bàn với anh như thế này. Em sẽ tìm kiếm một cách bán hàng ở trang mạng như, thức ăn bổ dưỡng xinh đẹp, săn sóc da, hay giảm cân, giới thiệu nước hoa giá trị, các loại kem đánh lúc nào, mùa nào cho thích ứng v.v... Nếu như vậy anh thấy sao?

- Em không cần làm những thứ đó. Chỉ cần em hiền

và ngoan bên anh. Xinh đẹp bên anh là đủ rồi. Còn tính chuyện gì nữa sau này. Em sẽ là bà chủ của anh và bà chủ bao người chắc chắn kia mà. Thạch nói và nắm tay nàng bóp nhẹ. Chàng còn nhìn vào đôi mắt của Hằng như thấy cả hai vì sao lấp lánh dưới trời đêm.

Hai người nói chuyện và sau đó Thạch ôm nàng đi về phòng chàng, thiệt ra chỉ cách phòng nàng một bức tường thôi. Hằng hiểu ý người yêu và đi theo chàng...

Nằm với người yêu chừng khoảng gần tiếng đồng hồ. Hằng lại ngồi dậy muốn đi về phòng có cậu con trai. Thạch hiểu ý nàng cầm tay nói:

- Con ngủ say rồi em ở đây với anh thêm tý đi.

Hằng trả lời:

- Thôi để em về ngủ gần con trai. Hơn nữa nằm bên anh là em thức suốt luôn. Anh mệt và em cũng mệt, chúng ta cần sức để đi và chăm con.

Chàng mỉm cười lắng nghe. Hằng nói thêm:

- À em định đưa con về Phù Mỹ Bình Định. Gởi cho Dì Ngọc giữ hộ giùm, để thằng bé chơi ở đó với bọn trẻ, lần trước nó về đó nó vui lắm. Cả ngày không tìm em.

- Ô ô không được đâu.

Nàng cắt ngang như giải thích:

- Em và anh ra vịnh Hạ Long hai ngày về sẽ thoải mái hơn chứ. Vì con nít ra đó chắc khó khổ lắm. Tuy là xa con thì em vẫn nhớ...

- Mình đi đâu là con ở đó với mình thôi em. Anh sẽ bồng con và bảo vệ con khi nó mỏi chân, hoặc bất cứ điều gì làm khó cho Khải. Thạch sẽ lo được mà. Hằng em nên yên tâm. Anh không muốn để con lại, em đi với anh em nhớ nó em buồn, và con ở nhà khi nào nó nhớ em, nó sẽ buồn tội nghiệp.

Hai người nói chuyện họ ôm nhau, âu yếm nhau, tìm hơi thở nhau, mặn nồng trên mắt trên môi chừng hơn nửa tiếng nữa. Sau Hằng đã phải từ giã phòng nơi Thạch và quay về bên con để ngủ. Bên chiếc giường chờ nàng trống vắng khoảng hơn hai tiếng đồng hồ. Hằng quay về đó ngồi và nhìn thằng con bên chiếc giường kia. Khải đang ngon giấc một giấc điệp của trẻ thơ ai cũng phải khát thèm. Hằng muốn đi hôn con, nhưng nàng cố kìm cảm giác, chỉ đi lại gần hơn để nhìn rồi quay lại giường mình nhẹ nhàng nằm xuống. Hằng kéo chăn len đắp ngang ngực, nghiêng người ôm gối để ngủ. Tuy rằng nhiệt độ phòng và ngoài trời không lạnh lắm. Bên kia Thạch vẫn chưa ngủ. Chàng ngồi dậy loay hoay vẽ thêm bức tranh mới nhất chàng vừa thoáng nghĩ...

**

Như thế họ, cả ba người rời Phú Quốc đi máy bay về lại Sài Gòn... Họ ở lại khách sạn mà đã thuê để đồ trước đó, đúng một ngày nữa... Và họ đã đi máy bay ra Hà Nội rồi bay thẳng đến Vịnh Hạ Long với sự ước muốn trong chuyến du lịch này. Hằng vốn là người siêng đọc sách nên nàng biết sơ phần nào về truyền thuyết cũng như về khảo cứu khoa học nói lên sự hình thành của Vịnh:

Đó là vào thời xa xưa thuở sơ khai có người Việt cổ sinh sống ở nơi đây, thì có giặc ngoại bang muốn xâm lấn chiếm đất. Lúc này trên thượng giới, thượng đế biết như vậy. Ngài đã sai rồng mẹ rồng con nơi ấy xuống lãnh thổ này, giúp đỡ người dân xứ này. Rồng mẹ rồng con đã thi lệnh thượng đế. Rồng mẹ rồng con xuống trần gian mà nhả ngọc, phun ngọc để tạo nên các đảo vùng, ngăn chặn sự tiến bước của quân thù, phá hủy những đợt tấn công của quân xâm lược, nhằm bảo vệ đất nước bờ cõi xứ này. Chính vì thế đất Việt không bị mất đi hay rơi vào đế chế xâm lấn kia. Các đảo lớn nhỏ đã có vai trò lớn trong sự bảo vệ lãnh thổ... Và rồi các đảo lớn nhỏ đó tồn tại đến bây giờ... Hằng rất quý truyền thuyết hay và độc đáo mà nàng đọc. Tuy rằng thực tế khu vực là đá vôi các động thực vật xác chết liên kết, sau quá trình tân kiến tạo vỏ trái đất, núi lửa hình thành, nước biển rút dần tạo nên những trạng thái nổi trồi lên mặt nước, là quá trình thủy hóa trên mấy ngàn mấy trăm năm tạo nên được như thế. Hằng hiểu được thủy hóa trên thế giới này đã tạo ra những kiệt tác để lại cho nhân loại. Nhưng đọc truyền thuyết hay Hằng vẫn thích thú...

Hằng Thạch và con trai Khải đi ra Vịnh Hạ Long và di chuyển về thuyền Năm Sao của du lịch đưa đi. Rồi họ đã sang qua một con thuyền nhỏ hơn để đến gặp đảo Ti Tốp đầu tiên. Theo lộ trình của các du thuyền đã vạch sẵn. Hằng cũng biết đảo này ngày xưa là tên gọi đảo các nàng, vì các nàng tiên hay xuống bãi biển này để tắm, và cũng là bãi biển dài thơ mộng, mềm mại đẹp đẽ như các nàng con gái xinh tươi. Có tên Ti Tốp là nhà du hành vũ trụ người Liên xô cũ. Là người thứ hai bay vòng quanh, bay vào vũ trụ. Sau này có cơ hội lớn, ông đặt chân đến nơi này, nên đã để kỷ niệm tên ông. Và cái tên đó hiện giờ thông dụng cho du khách tìm trên google để biết...

Có hai cách trải nghiệm vui chơi hoạt động chính, thường xảy ra ở đảo Ti Tốp là tắm biển, thư giãn con người cho thoải mái, niềm rung động bản thân với sóng nước. Và cách khác đó nữa là lên đỉnh đảo, để ngắm được toàn cảnh. Bao quát hơn từ trên đỉnh đảo, tự do phóng đi tầm mắt, và thong thả ghé xuống nhìn chung quanh, biển cả nơi vịnh Hạ Long này...

Hôm đó gia đình Hằng đi lang thang trước bãi biển Ti Tốp và sau đó cũng chỉ đi lưng chừng leo lên đỉnh đảo. Thật sự họ chỉ lên mới một phần tư. Vì Thạch vừa đi vừa cõng Khải chàng vẫn vui tươi mỉm cười. Nhưng Hằng thấy quá đủ đến đó rồi, Hằng không muốn chàng phí sức vô lý và cũng mệt mỏi cho con trai nàng nữa. Nàng bàn với Thạch một vài lời nho nhỏ, nghĩa là dừng, ngưng với việc truy đuổi này...

Thế thì họ đi xuống. Thạch vẫn cõng Khải như thuở đi lên. Và họ chờ giờ giấc để con thuyền nhỏ, tàu nhỏ này chở họ đi tham quan vị trí khác: Những hang động của luồng...

Thế rồi những chiếc thuyền thúng chở khoảng được 5 đến 10 người đã chờ sẵn khi thuyền nhỏ cập bến neo. Nghĩa là thuyền thúng tiến hành với nhiệm vụ đón khách để đi về hang luồng. Các vị khách vui vẻ bước sang thuyền thúng để chuẩn bị với phận sự mới của mình, đi tham quan nơi khác. Hằng Thạch và Khải cũng thế nhanh nhẹn, liếng thoáng, tươi tắn, Hằng cả Thạch và Khải cùng những người đi chung trên con thuyền thúng đó đang ổn định chỗ ngồi, nghe cô hướng dẫn viên giải thích trước tiên: Sau lời chào cô mỉm cười với khách: - "Tại sao phải kêu hang luồng vì rằng chúng ta phải luồng qua trước mặt phần khối đá nhủ thạch được cong vòm hình thù lồi lõm nhưng rất đẹp, và chúng ta phải luồng qua đó để thăm bên trong của hang động. Các vị khách có biết Vịnh Hạ Long nổi tiếng ba loại hình hang động. Một là hang một nửa dưới mặt nước biển, một nửa trên, tham quan chúng ta có thể ngồi thuyền thúng hoặc thuyền ca dắt tự chèo để tham quan. Một loại hình gọi là hang động khô, nó hoàn toàn ở trên mặt biển 20 đến 30 mét, ta có thể leo một đọan để rồi đi tham quan. Hình dáng của hang động đó thì có tên là hang sửng sốt. Chắc chiều các bạn mới đi. Vô đó các bạn sẽ sửng sốt hơn, ngạc nhiên hơn. Còn loại hang động cuối cùng là ngay sát mặt biển, chỉ bước chân lên vào, là đi thẳng hang luôn, không mất thời gian leo trèo..."

Im một chút mỉm cười, cô gái nói tiếp:

-"Hang luồng có nhiều thú vị khi hình thù gợi cho ta nhiều trí tưởng tượng thêm, vì hình thù cái gì, con vật, biểu tượng v.v... Và chính hang động luồng này qua các khoang, cũng có một vài khoảng trời đẹp, có mặt hồ nhỏ yên tĩnh, để thư giản, nghỉ ngơi, tham quan, ngắm bản thân mình lại.

Và cô trái trẻ đôi mươi ấy, nhìn khách trên thuyền thúng lòng vui rộn ràng theo họ. Cô buông lời giải thích thêm:

- Và xin thưa tất cả trên Vịnh Hạ Long trải qua thời gian lâu hàng trăm triệu năm. Trước đây Vịnh Hạ Long các hang nằm ở dưới đáy biển, rồi hình thành các xác động thực vật chứa can xi, vỏ rùa, mai, ốc, nghêu, sò. Chúng chết đi và dần hồi liên kết lại với nhau tạo thành những khối đá vôi dưới đáy biển và các tạp chất khác nữa, rồi nó quyện vào hòa lẫn của quá trình đè nén khí... Sau thời gian dài, sau quá trình tân kiến tạo vỏ trái đất kia, núi lửa lại hình thành. Bắt đầu nước biển rút dần, nó phải nổi lên trên mặt nước, tạo thành những khu như thế. Thật sự là bị thủy hóa vô tình, nhưng tạo ra những kiệt tác của vũ trụ, mà chúng ta hôm nay được nhìn thấy...

Cô gái hướng dẫn viên kia, vừa cười vừa nói chuyện duyên dáng, cởi mở, lanh lợi hoạt bác quá. Đã làm cho bao người đi tham quan du lịch thêm phần thích lắm. Hằng cũng nhận ra điều đó như vậy.

Trong cuộc hành trình du lịch này. Hằng nhớ nhiều nhất là khi vô hang luồng sửng sốt, nơi khoang đầu tiên của sửng sốt. Là người hướng dẫn viên giới thiệu về hang nước ngọt ở đó. Theo truyền thuyết ngày xưa có một cô gái tiên trên trời theo các nàng xuống đây để ngắm cảnh. Nàng đã phải lòng đến một chàng dân cư làng chài. Rồi họ trở nên lương duyên vợ chồng, nàng đã ở lại đó với chàng. Nhưng sau đó chàng phải đi xa bờ để đánh bắt cá tôm, chàng đi lâu mãi không về, để người vợ hiền trông đợi thương nhớ mà nước mắt khóc chảy nhiều, rồi tạo thành một hồ nước. Đó chính là hồ nước ngọt trước mắt, trong hang này, như bây giờ chúng ta nhìn thấy đây. Thật là cảm động qua câu chuyện kể của cô gái hướng dẫn viên làm nhiều người nghe đến mủi lòng... Và Hằng nghĩ đúng là sửng sốt, từng hình ảnh một ở hang động với cái tên sửng sốt này. Những luồng không khí mát mẻ khi ta tiến gần miệng hang phát ra. Bởi gió thổi từ hang đưa đến bất ngờ nhưng ai cũng có thể nhận được, cảm giác được. Còn phong cảnh phía trước hang, hay ngay ở vị trí trong hang. Nếu chụp hình thì cũng cực kỳ đẹp đến sửng sốt, vì Hằng tin không ở đâu hút hồn bằng. Quả là sửng sốt... Chính vì thế mà nàng nhờ Thạch chụp cho hai mẹ con họ ở đây hơi bị nhiều.

Có nhiều điều rất đáng nói. Cuộc hành trình du lịch ở đây trên con thuyền Năm Sao Hằng chắc không bao giờ quên được cảnh trí ngồi trên thuyền ăn buffee mà đưa mắt nhìn về khung cảnh sắc biếc của đảo nhấp nhô, nhấp nhô những dãy núi non trùng trùng hữu tình uốn lượn, sóng nước trời mây vùng vịnh tạo nên một sắc thái nên thơ lãng mạn, êm ái và nhẹ nhàng, xúc động và trải nghiệm. Như là đưa con người chúng ta phải rời xa thực tế một chút của cơm áo gạo tiền, để mà tận hưởng một thế giới, một thiên đường của hạnh phúc như ru, đầy hư ảo dịu mộng...Thật là tuyệt vời khi Hằng nhớ nhung với cảm tưởng.

**

Và rồi cuối cùng họ mắc nợ với Hà Nội. Hồ Gươm và Hồ Tây, bao hồ đẹp khác ở Hà Nội. Có lẽ hình như Hằng thích không gian nước, và sóng nước và cảnh vật liên quan đến nó hơi bị nhiều. Nên Thạch đưa mẹ con họ về máy bay đến khách sạn Văn Hiến Hà Nội họ ở đó, để đi tham quan những nơi như nàng muốn. Trước khi về lại quê hương ngoại của Hằng.

Đúng thế Hồ Gươm, Hồ Tây là những thắng cảnh đẹp nhiều bài ca dao, nhiều nhà văn, nhà thơ, kể cả các nhạc sĩ cũng đã xúc cảm, sáng tác thành những khúc ca nói lên lòng mình đối với quang cảnh tình tứ này. Tuy nhiên Hằng yêu thơ nhất nên đã thuộc những bài ca dao nói về nó, hoặc những nhà thơ từ án bút của họ đã trào dâng một tâm hồn dành cho xứ sở Hồ Tây, Hồ Gươm, Đất Thăng Long: như nữ sĩ Hồ Xuân Hương, nữ sĩ Đoàn thi Điểm, nữ sĩ Bà Huyện Thanh quan v. v... Thật ra chính má Mỹ Thụy bảo Hằng phải đọc những vần thơ hay của các nữ sĩ này để hiểu thêm đất nước và để giỏi tiếng Việt. Thành ra đến mãi bây giờ ra thăm Hồ Tây. Hồ Gươm, Đất Thăng Long Hà Nội ngàn năm văn hiến làm Hằng thêm nhớ lại:

Gió đưa cành trúc la đà
Tiếng chuông Trấn Vũ, canh gà Thọ Xương
Mịt mù khói tỏa ngàn sương
Nhịp chày Yên Thái, mặt gương Tây Hồ.

Hoặc bài của nữ sĩ Hồ Xuân Hương

Phong cảnh Hồ Tây chẳng khác xưa
Người đồng châu trước biết bao giờ
Nhật Tân đê lở nhưng còn lối
Trấn Bắc rêu phong vẫn ngấn thờ
Nọ vực Trâu Vàng trăng lại bóng
Kìa gò Phượng Đất khói tuôn mờ

Hồ kia thăm thẳm sâu dường mấy
So dạ hoài nhân chửa dễ vừa?

Hoặc là bài của Bà Huyện Thanh Quang: Thăng Long thành hoài cổ"

"Tạo hóa gây chi cuộc hí trường
Đến nay thấm thoắt mấy tinh sương
Lối xưa xe ngựa hồn thu thảo
Nền cũ lâu đài bóng tịch dương
Đá vẫn trơ gan cùng tuế nguyệt
Nước còn cau mặt với tang thương
Ngàn năm gương cũ soi kim cổ
Cảnh đó người đây luống đoạn trường!

Họ đi tham quan đó đây nơi Hà Nội. Và buổi chiều họ chuyển về một khách sạn mới tên là Ven Đô trước mặt có hồ Thiên Quang và để đi bộ trên con đường cây xanh dễ thương này. Họ sẽ đi ăn cơm chay một nhà hàng ở đó và buổi tối chính xác sẽ là lúc 7 giờ. Và cũng rất tiện lợi cho sáng mai họ đi taxi ra phi trường được gần hơn. Mọi việc tính xong như ý, đẹp như tình. Hằng cùng bạn trai Thạch và con trai Khải đã trải nghiệm enjoy một cách thoải mái với bao dự định.

Nhưng tối đó đã hơn 10 giờ khuya Hằng lại chưa ngủ. Nàng lại ra trước lan can lầu nhìn ra cảnh vật nơi hồ Thiền Quang để gởi nỗi lòng gì đó. Vừa lúc Thạch bước ra. Thạch lại thấy eo lưng của nàng. Rõ là nàng có một cái eo và cái lưng rất xinh, mảnh mai và mềm mại chàng muốn được lại ôm nàng ngay mà chưa dám. Chàng mãi đứng ngắm nàng mà chưa muốn nói gì. Vì lúc nào trong cuộc hành trình du lịch này, Thạch chỉ ở riêng, cách phòng mà thôi.

Đoạn chàng phải tiến tới nhủ bên tai nàng:

- Ngủ đi em sáng mai mình đi sớm. Em không qua anh. Anh cứ tưởng em ngủ rồi chứ.

Chờ câu trả lời của Hằng nhưng nàng vẫn lặng thinh đưa mắt nhìn chàng rồi nhìn ra hồ mà như im lặng. Thạch chưng hửng nói:

- Sao em có vẻ buồn vậy? Bộ thiếu nợ gì với hồ này đòi

lại đây. Rồi nhìn mãi như không muốn chớp mắt vậy em.

Bây giờ Hằng mới quay lại trả lời một tâm tư:

- Em có chớp mắt nhiều đó chứ anh nói sai cho em rồi nghen. Nhưng mà em có buồn là sự thật. Vì em vẫn chưa tìm ra một đáp số, là không biết Khải nên ở đâu. Anh ơi em thương con lắm.

- Anh biết điều đó mà. Thì cứ để Khải ở lại bên em, bên chúng ta.

- Không được anh Thạch. Khải chắc là không ở với chúng ta được. Khải phải về sống với ba nó. Khi em ưng lấy anh và xa ba nó. Nhưng phương pháp bằng cách nào thì em chưa nghĩ ra để được ổn thôi.

- Xa Khải em sẽ nhớ thì khổ cho em cho anh. Hơn nữa anh nghĩ con không thể xa mẹ khi còn bé quá.

- Luật ở Mỹ thay đổi hoài anh à. Hơn nữa em đi ra khỏi Hoa Kỳ thì khả năng em có quyền nuôi con khó lắm. Và hơn nữa Khải không còn trong giai đoạn nằm nôi uống sữa, có thể tự lập được những điều của ý thức. Thật sự ba nó có việc làm income cao sẽ dành và ép em. Tòa sẽ ưu tiên cho ba nó hơn.

- Thôi em à từ từ trời sẽ sắp xếp cho chúng ta. Không ai vượt qua ý trời Hằng ạ.

- Em nghĩ chính xác là em cứ để ba nó nuôi đi. Em biết là em đau và nhớ Khải lắm. Nhưng đâu có thể nào trọn vẹn được ý mình anh? Khi lớn con em có thương, thì nó sẽ về bên em. Nhưng bằng cách nào xa Jack ba nó là em đang nổ lực tính. Em động não nhiều song chưa tìm thấy con đường nào khả quan phù hợp nhất.

-Thôi mà đi ngủ đi em. Vô nằm bên anh một tý rồi về bên con. Chúng ta sẽ tính ở sau này mà. Để mình hưởng vui đi Hằng. Kìa những đôi thiên nga dưới đèn màu lung linh của hồ như cũng muốn tỏ tình yêu nhau kia em. Chỉ có một cặp thôi mà lung linh đẹp giữ nha.

Hằng mỉm cười nhưng lắc đầu không nhìn. Vì nàng đã nhìn quá nhiều trước khi Thạch đến bên nàng rồi mà. Song chàng cố nài và chỉ tay như mời nàng cùng nhìn. Thành ra

Nàng cũng hưởng ứng chung với Thạch cho vui. Họ nhìn chỉ còn có một cặp Thiên Nga bơi lội lả lướt kia thôi. Và xa hơn một con đang thiếu bạn bơi đơn độc buồn tẻ đi tìm... Thế rồi quá đủ thời gian nơi lan can ngắm quanh cảnh Hồ Thiền Quang. Thạch đã nắm tay Hằng, chàng gục đầu, như tỏ ý thân thiện cả yêu dấu cố mời nàng đi vào phòng mình...

MƯỜI MỘT

Thế là Hằng Thạch và con trai Khải về quê Ngoại Hằng. Thời gian đã thánh thoát nuốt của họ đi du lịch lòng vòng đã trên ba tuần. Hằng phải nghĩ đến chuyện hệ trọng chứ. Chiều đó Hằng muốn gởi con cho dì Ngọc coi. Thằng bé cũng thích nơi Dì Ngọc chăm nom nó. Hơn nữa ở bên má Hằng mãi gặp lại dì Ngọc thằng bé cũng vui mừng khôn xiết. Vì dì Ngọc ưa cưng chiều như ngoại Thụy ở Mỹ nên Khải thích. Dì Ngọc luôn cho Khải ăn nhiều kem và socola, và Khải muốn gì được nấy nên cậu bé hơn hở lắm, Phần Hằng thì dẫn Thạch đi tản bộ lên đồi về phía tây Nam cách nhà ngoại chừng 1km để họ ngắm cảnh và nói chuyện, bàn về chuyện quan trọng đó.

Hằng đưa ra ý khi họ ngồi trên một tản đá chung quanh có cây xanh và ít loài cỏ dại dưới chân nàng:

- Hằng định như thế này anh Thạch. Em mới nghĩ ra thôi. Nhưng cũng vắt óc thỉnh thoảng nghĩ đó chứ?

- Em thử nói cho anh nghe đi.

- Thế này nè anh chỉ có một cách em giả tim bị đột quỵ và nhanh chóng chữa không kịp đã ra đi. Mình dàn ra cảnh bố trí để Khải cũng thấy sơ. Con nít mà thấy là thấy chứ đâu biết gì. Sau này điện về nói em đã mất đi trong bất đắt kỳ tử thế thôi. Và Jack sẽ về đây cùng lắm là đi thăm bia mộ em. Rồi đưa Khải về Mỹ để sống. Em thương con lắm nhưng muốn xa ba nó và yêu anh. Em chỉ có thể tính ra cách này đó thôi. Tất nhiên ba nó đã không tốt với em và em đã tìm được tình yêu chân thành nơi anh. Chỉ có con đường em đi cách đó thôi anh.

- Tội nghiệp cho Khải thật sự anh khong muốn cách đó. Anh chỉ muốn Khải ở với em với chúng ta.

- Em đã nói với anh nhiều rồi. Nếu được mình thắng thì em đâu dễ gì muốn xa con. Nhưng mà em phải mất Khải bên cạnh để bên anh. Hai là anh Thạch phải mất em, khi em ở bên con em. Nghĩa là chúng ta chỉ được chọn trong một cái. Hoặc là chúng ta phải chia tay.

- Thôi được anh yêu em và thương Khải. Song phải chiều theo ý em quyết định. Để mà anh không mất em.

- Vậy thì nghe theo em rồi đó nha. Bây giờ yên chí đi về và em nói với má Thụy bên Mỹ. Để em bắt đầu tiến hành như dự định nha anh.

Thạch gục đầu không nói nữa, mà chỉ ngắt một cộng cỏ dại cắn trên môi. Anh nghe một hương vị ngọt ngọt nhưng chát chát ở đầu lưỡi. Hai người đứng lên đi vòng qua xem một con đê bên kia trườn dốc và cuối cùng họ phải về nhà khi hoàng hôn xuống dần...

Nơi đó Ngọc đang cho Khải ăn cơm chiều xong. Và đã dẫn Khải lượn chạy theo một con sóc nhỏ, rất dạn dĩ từ đâu tới, mà nó cứ đi từng bước một, cho Khải đam mê nhìn nó rượt theo...

**

Như thế thì kế hoạch đã tiến hành

Hằng đã gọi cho má Thụy và chị hai Vy là bác sĩ kia. Hằng bảo là Hằng không về Mỹ nữa. Nàng cũng cho người mẹ và người chị biết là nàng sẽ làm một cuộc chết vì bịnh bất đắc kỳ tử mà thôi.

Hai mẹ con bên Mỹ nghe thấy khó xử trong tình trạng giả chết đi như thế này, nhưng vì họ thương Hằng cho Hằng tự ý quyết định. Vì thế nào Hằng chỉ báo cáo chứ Hằng không nghe lời họ nữa đâu. Hơn nữa, giữa lúc bối rối đó thì má Thụy chợt nghĩ ra bà có người bạn hiện là bác sĩ ở Huyện Lỵ có phòng mạch nơi nhà riêng. Họ từng học chung với nhau, khi còn thời trung học ở mái trường. May ra bà gọi về cho bạn là Lê Thiện để giúp con gái dễ dàng hơn không?

Thụy mau mắn gọi về cho Lê Thiện liền, Thụy cũng

không dám để chậm trễ, sẽ hệ lụy hơn. Thụy kể rõ cho Thiện nghe sự thật nơi đứa con gái. Vốn bạn bè thân hồi đó nên bà cởi mở và nói lên hết nguyện vọng con gái của bà, là tên Hằng như thế. Bác sĩ Thiện đã đồng ý, vì tình bạn giữa Thụy và ông, ông cũng khó mà lẩn tránh. Hơn nữa cũng là thương hại cho cô gái nơi lòng nó, có nhiều bất trắc dị thường…

Đúng như dự định và tranh thủ ngày hôm sau đó, Hằng la lên đau bịnh khó thở, vì ngộp tim. Dì Ngọc cũng liền gọi bác sĩ Thiện nhanh chóng tới khám bịnh Hằng.

Hằng đã chuẩn bị ôm đầu rên rỉ nằm dài nơi phòng khách cho bác sĩ khám khẩn cấp. Ông đo máy khám đủ thứ nơi Hằng để biết. Bác sĩ Thiện như trầm tĩnh báo:

- Hằng có triệu chứng đau tim dễ dẫn tới đột quỵ.

- Dạ con có tiền sử tim không tốt, có vấn đề thưa bác sĩ

Lê Thiện có đem thuốc theo và nhìn Hằng:

- Cháu Hằng uống thuốc này đỡ đi. Sáng mai dẫn đưa đến phòng khám tại nhà tôi. Tôi sẽ có cơ hội chuẩn đoán và điều trị trúng hơn.

Cả dì Ngọc, cả Thạch và Khải đứng đó. Họ nhìn vị bác sĩ và Hằng. Khải biết má Hằng đau nên buồn bã nhìn mẹ muốn khóc. Hằng cũng nhìn con lòng dạ xót xa giữa đôi bờ thư thực, nhưng nàng đã quyết thì nàng không thể đổi ý hay làm gián đoạn sự việc này.

Và rồi ngày tiếp đến. Hằng đã xuống phòng mạch bác sĩ nằm để khám vì bịnh tình đi vào thêm có phần nguy hiểm, và căng thẳng…

Thạch dẫn Khải vào cho Khải thấy mẹ đang chuyền nước biển cho khỏe người. Hằng nhìn Khải muốn chảy cả nước mắt là sự thật. Khải cũng thương má Hằng kêu má. Và thằng bé thấy đau lòng dụi mắt muốn khóc luôn. Thì bác sĩ Lê Thiện đứng đó ra hiệu cho Thạch dẫn bé ra để Hằng được tiếp tục tĩnh dưỡng và chuyền nước.

Thạch đưa Khải đi ra khỏi phòng điều trị bịnh cho má Hằng và về nhà luôn. Như bác sĩ khuyên và sẽ xuống thăm những lần thứ khác.

Nhưng chỉ cách một này lần thứ hai xuống thì bác sĩ bảo:

- Thưa chủ nhân cô Hằng không nhận nước và cả máu vào nữa rồi. Chúng tôi tạm ngưng để xem lại. Cậu dẫn cháu ra chờ khoảng chừng 20 phút chúng tôi sẽ cho biết kết quả sớm.

Thạch dẫn Khải ra ngoài mua một hộp kem đưa cho Khải nhưng Khải không buồn ăn. Khải chỉ mong vào thăm má Hằng thôi.

Song lần thứ ba xuống thăm, đó cũng coi như lần cuối cùng.

Bác sĩ đã đắp mặt Hằng như những bịnh nhân từ trần, bị tắt thở, bị tử thần gọi rồi.

Thạch dẫn Khải vào. Bác sĩ lắc đầu thông báo:

Hằng đã không thể sống. Tim đập bị ngưng từng hồi và ngưng hẳn. Các mạch máu đóng hết. Nói chung tôi hết cách. Hằng như biết, và đã có chảy nước mắt. Tội nghiệp cô gái trẻ xinh đẹp mà cuộc sống ngắn ngủi quá. Mẹ cô ấy là bạn tôi thời trung học, học chung một lớp, của ba năm...

Sau đó Khải được đưa vào nhìn mẹ nhưng mặt Hằng đã phủ khăn trắng là biểu tượng người tắt thở, người chết, người đã trút cạn linh hồn. Thằng bé như hoảng hốt điều gì bưng mặt khóc mà lặng lẽ nắm tay Thạch bước đi ra. Nó thấy buồn lắm muốn trở vào ôm mẹ, nhưng cửa họ đã đóng lại. Và Thạch bồng nó trên nách để ra đi, dành thủ tục còn lại nơi phòng mạch cho bác sĩ...

MƯỜI HAI

Thời gian cứ lặng lẽ trôi qua. Jack về viếng mộ vợ chỉ có thế thôi tiếc gì cũng đã muộn. Anh chỉ còn cách dẫn đứa con trai về Mỹ vì Hằng đã qua đời bất đắt kỳ tử lúc đó. Và anh sống lặng lẽ nuôi bé Khải không một lời than oán ai. Vì than oán ai cho được khi nguyên nhân cái chết của Hằng hoàn toàn lỗi anh gây ra cho Hằng đau ốm không khỏe mạnh đến suy tim và mất đi xa vòng tay anh...

Thật sự Hằng không có chết. Cái chết của Hằng để

trừng phạt Jack, vì tình yêu của chàng nguội lạnh đối với nàng. Trong khi nàng bắt gặp một tình yêu thơ mộng nóng bỏng, thông cảm hơn đó là Thạch. Chàng đã làm mới lại nàng và cho Hằng có một cuộc sống ý nghĩa vạn lần hơn so với Jack, của hôn nhân hay tình nghĩa vợ chồng.

Đến hôm nay Hằng mới đọc nhật Ký của Thạch có những trang chàng viết: Nàng đang nhìn một sự bí mật nơi chàng:

Ông Ngoại của Thạch là người Pháp. Người của chính phủ Pháp được điều hành sang Việt Nam làm kiến trúc sư cho nhà cửa và đường sá cầu cống, mở rộng văn minh nơi đất miền Nam, Nam Việt. Bà Ngoại của Thạch ngày xưa lúc đó cô gái tên Việt Hà nghèo bán hoa mướn ở một shop lớn của thành đô, nhưng có nhan sắc diễm lệ trời cho. Ông ngoại hay tới đó để mua hoa hồng tặng cho các người đẹp phái nữ, những thư ký, chủ nhà báo, chủ bar, một vũ nữ v.v... Ông bất chợt thấy đã mến yêu Việt Hà, trong mắt mình khi bắt gặp, tức là yêu cô gái Việt Hà thật lòng nơi tim rồi. Và muốn cưới cô gái đất Nam Việt này làm vợ thôi. Dĩ nhiên lúc đó Việt Hà thấy ông thành thật thương yêu nên đã đồng ý. Họ đã sống chung với nhau trong những ngày và thời gian quý báu của hạnh phúc. Nhưng sau đó Việt Hà, tức là bà ngoại mình có bầu là má mình Ngọc Nga đã được sáu tháng... Thì có một ngày ông ngoại nghỉ làm việc ở công trình thiết kế. Ông cần đi chơi với hai người, tức là ba người đi trên cây xe về vùng đồn điền cao nguyên Đà Lạt tham quan (Một tài xế, một chủ đồn điền, một ông ngoại đi thăm.) Bị bọn phỉ chống Pháp và chống chính phủ Pháp. Họ chặn đường lôi xuống xe, kéo tới mé rừng nhét cổ vô họng và hạ sát giết chết hết. Một sự việc chủ quan sai sót khi đi xa, ba người đều không ai mang theo súng ống dự phòng chi cả. Vì họ nghĩ cuộc đi chơi vui vẻ và ổn thỏa thôi. Ai nào ngờ, nguy hiểm đã đến với họ khôn lường... May mà khi ưng nhau ông ngoại người Pháp đó cho bà ngoại Việt Hà một căn nhà to lớn lộng lẫy giữa Hòn Ngọc Viễn Đông là Sài Gòn. Và ông kỹ lưỡng cho bà thùng vàng trị giá 500 lượng để phòng thân. Còn rất nhiều vàng bạc kim cương đá quý ông tặng riêng cho bà từng ngày, mỗi ngày đang có nữa...

Sau đó cũng đủ thời gian và đủ tháng bà ngoại sinh ra má Ngọc Nga và tiếc thương chờ đợi chồng đi đâu quá lâu, bà mong ông trở lại, nhưng biền biệt không thấy bóng dáng ông của những ngày qua. Bà ngoại có người bạn cùng bán hoa trong shop thương yêu bảo bọc và giúp đỡ ngoại nuôi má Ngọc Nga từ thuở lọt lòng cho đến hôm nay. Sau một năm vẫn không nghe tin tức gì chồng ở đâu, làm gì, sống chết ra sao? Thì một hôm Việt Hà tức là bà ngoại nằm mơ thấy ông về báo mộng:

- Tôi đã bị giết oan chết rồi. Việt Hà còn trẻ lắm. Em có thể coi ai được vừa ý. Em sẽ lấy chồng người đàn ông đó cùng em để nuôi con mình... Anh không trách em đâu. Mà anh tự trách anh đã bỏ mẹ con em đi sớm. Tiền của anh cho em đó, chưa chắc đã làm cho mẹ con em hạnh phúc ở đời. Con chưa thấy mặt anh, tội nghiệp con. Nhưng anh biết nó chắc chắn giống em và anh... Và linh hồn anh về quấn quít bên con... Anh có nhìn được con. Thế giới anh nhìn được con, nhưng con không thể nhìn được anh là qui luật em à. (Ông Ngoại giỏi tiếng Việt khi ở đất Việt 5 năm. Và cũng hiểu nhiều về triết lý phương Đông...)

Thời gian trải qua giấc mơ khá lâu. Sau này bà ngoại Việt Hà phải lấy chồng người Việt giàu có ở Thái Lan tên là Quốc Thanh. Vì có một cuộc gặp gỡ của bà và người đàn ông đó khi bà sang viếng thăm chùa chiền Thái Lan và đi đổi gió từ Vn. Dĩ nhiên chuyến đi đó là bà mang Ngọc Nga con ruột mình mới lên 3 tuổi. Có cả Hồng Quế người bạn giúp đỡ cho Việt Hà xưa nay, họ tự coi là chị em ruột thịt giúp đỡ nhau. Và còn hơn cả ruột thịt nơi tấm lòng thương yêu mật thiết nữa. Sau bà đi thuyền du lịch, chơi với chồng cùng con Ngọc Nga không sao. Nhưng về nhà bà lại chết đi vì cũng chứng đột quy tim.

Việt Hà có người bạn là Hồng Quế trước khi chết bà trăn trối với người bạn tình, và cũng đang là vị hôn thê thứ hai của bà:

- Xin ông hãy vì tôi, vì Việt Hà này. Xin ông hãy lấy bạn tốt của tôi là Hồng Quế để mà nuôi con Ngọc Nga. Khi con khôn lớn trưởng thành có chồng có con. Thì ông đem lòng lấy vợ khác vẫn không muộn. Hồng Quế sẽ cho phép ông. Việt Hà chỉ yêu cầu bấy nhiêu trước khi nhắm mắt. Hồng Quế là người bạn tốt của tôi lắm. Tôi biết sẽ yêu thương con tôi.

Ông nghe lời Việt Hà, để Hồng Quế nuôi Ngọc Nga. Nhưng sau đó ông thương Hồng Quế thiệt tình, mà bà đã vô sinh. Dù Hồng Quế có đi khám phụ khoa nhiều lần, cơ thể bà vẫn tốt. Song khả năng sinh con của bà khó có thể đạt đến. Bà vẫn vui lòng nuôi lấy Ngọc Nga làm con duy nhất của bà.

Lớn lên 17 tuổi Ngọc Nga lấy chồng thuyền trưởng người gia đình Việt Nam nhưng cũng ở đất Thái đã lâu. Và sinh ra con trai Ngọc Thạch. Hiện gia đình họ giàu có, nhưng Thạch là con một của Ngọc Nga cùng chồng là thuyền trưởng về hưu sớm. Họ có bốn tiệm vàng kinh doanh đắt đỏ tại đất Thái. Và hai cửa hàng trên đất Việt Sài Gòn. Nhưng mướn thợ và nhờ công nhân trông coi. Nghề nghiệp mua bán vàng bạc đá quý này không khó, song phải giàu và đủ vốn đầu tư, để mua vô bán ra kịp thời trôi chảy, mới lấy làm phát triển như ý và hoạt động mạnh mẽ lớn được. Thạch được cưng chiều và anh có hai cửa hàng độc lập riêng theo sở thích anh: Một tiệm cho Stone Art. Và một nơi tạc tượng, cùng họa vẽ linh tinh đủ loại, đủ thứ trên giấy lụa, trên đồ gỗ, giấy thông thường, và nhiều loại giấy khác, hoặc kiểu sơn mài v.v... Nhưng chàng thích đi du lịch đó đây hơn, khi nào kiếm ra vợ thì về... Anh có hứa với má Ngọc Nga như vậy.

Hằng đọc một hơi và hình dung thiết tưởng về cội nguồn gia đình Thạch. Thì ra anh con nhà giàu nhưng với cô yêu Thạch là không hề nghĩ đến chuyện đó bao giờ. Hằng yêu Thạch vì anh khá đẹp trai, hình bóng mảnh mai, đi đứng thánh thoát nhanh nhẹn mà nhẹ nhàng, ngay từ phút đầu cô đã thích anh điều đó. Thạch lại có sóng mũi cao, đôi mắt sáng. Tâm hồn anh thanh cao hiểu biết chia sẻ không cộc cằn thô lỗ để cô phải buồn bất cứ việc gì xảy đến. Thiệt ra chồng Jack của Hằng vẫn đẹp trai cân đối, mạnh mẽ, mũi thẳng, cằm hơi vuông, da nâu nghiêng màu bánh mật, mắt to đen sáng. Nhưng về tâm hồn chàng không được như Thạch một góc nhỏ. Nói đúng hơn là thua Thạch khoảng cách khá xa. Mà đó là những điều đối với Hằng trở nên cần thiết trong tim nàng để thấy. Chính vì thế mà lần đi du lịch có Khải bên cạnh Hằng đã đành quyết định một tương lai khác của cô...

**

Thế rồi Thạch đưa Hằng về Thái Lan, về Bangkok. Hằng đã được gặp má Ngọc Nga của chàng. Thiệt ra Thạch đã gởi thư và email về cho mẹ biết lâu rồi về hoàn cảnh của Mỹ Hằng. Ngọc Nga sẵn sàng chấp nhận và muốn làm đám cưới cho hai đứa. Nhưng Thạch van xin điều đó không cần thiết và chàng không muốn. Thạch chỉ trả lời:

- Chàng chỉ muốn Hằng thật sự yêu chàng và có mặt với chàng trên từng góc phố nhỏ hay đại lộ thênh thang hoặc bất cứ nơi chàng đến nơi đâu mà thôi.

Và lần ấy Mỹ Hằng về Thái Lan gặp má Thạch là Ngọc Nga. Bà lấy làm thương yêu nàng. Và rất muốn Mỹ Hằng sinh con đẻ cháu cho họ mau hơn, mà hiện tại Hằng chưa có bàu bì, hay thai nghén chi cả. Bà ngoại Hồng Quế và ông ngoại Quốc Thanh cũng đều mong muốn như vậy. Song Thạch lại vui vẻ giải thích;

- Hai chúng con sẽ có con thôi mà nhưng ít nhất hai năm nữa đi, sẽ hợp lý hơn. Biết đâu rồi có con Hằng lại thương con, rồi không thích đi du lịch thường xuyên bên con nữa. Như thế con sẽ thất bại những đam mê. Còn đâu những ngày con ước vọng đó chứ.

Ngọc Nga càng quả quyết:

- Con có biết thất bại điều đó, sẽ là thắng lợi lớn hơn cho gia đình chúng ta. Má mong như thế cứ xảy ra, để con tập trung cho công việc làm ăn nơi gia đình mình lớn hơn.

- Nhưng má thấy đó huê lợi con thu đâu có ít mà cuộc đời chúng ta cần sung sướng cộng với thoải mái nữa chứ má. Hai năm nữa, tức là nhiều nhất 24 tháng nữa, con sẽ có công chúa thì hay lắm. Và chúng con sẽ đổi ra nhiều cách làm ăn khác hơn. Có Hằng quản lý và tìm ra nhiều sáng kiến mới.

- Má mong và má tin lời con nói Thạch ạ.

Những cuộc họ nói chuyện là tương tự như vậy thôi. Khi Thạch dẫn Hằng về thăm gia đình. Thiệt ra Hằng đâu có kiên cữ gì đâu nhưng nàng chưa thấy dấu hiệu của thai nghén. Nàng biết gia đình họ mong nàng có con, để họ có cháu và thắt chặt tình máu mủ trong gia đình họ. Nhưng chính Hằng cũng thấy còn sớm. Song mà nếu trời cho thì nàng vẫn vui mừng, để đón nhận thôi.

**

Những ngày tháng tiếp theo Hằng tiếp cận các công ty và cổ đông của mẹ Ngọc Nga trên giấy tờ, và trên hình ảnh trên từng chi tiết nơi mạng. Hằng đã xin mẹ Ngọc Nga cho nàng nhận một việc làm ở công ty để giúp mẹ. Tuy rằng nàng vẫn chỉ theo dõi trên máy tính, kiểm soát quản lý thử cũng chỉ trên máy tính mà thôi. Vì Hằng vẫn phải theo Thạch đi chu du khắp bốn bể năm châu cho thỏa thích lòng chàng. Nói cho suông vậy thôi. Sự thật Hằng theo Thạch thường đi du lịch ở hai châu Á – Âu. như xưa nay của Thạch là phần nhiều. Hết Đức tới Pháp, hết Anh tới Bỉ, hết Ý tới Thụy sĩ, hết Tây ban Nha tới Hà Lan, hết Thụy Điển tới Đan mạch, hết Hy Lạp tới Bồ Đào nha, hết Na Uy tới Áo, v. v… và v. v… Còn các nước châu Á anh ưa đặt chân đến như: Malaysia. Indonesia, Singrapore, Philippines, Thái Lan, Việt Nam, Campuchia, Lào, Nam Hàn, Trung Hoa, Đài Loan, Mông cổ, Anh thường xuyên ở lâu hơn hai nước là Việt Nam, Thái Lan, tuy nhiên anh ít về gia đình ba má Ngọc Nga, khi họ ở trong đất nước này. Nhưng chỉ nửa năm sau đó Hằng không muốn đi du lịch, hoặc đi chơi chi nữa. Nàng muốn quay về với đại gia đình họ và làm ăn cai quản những công ty của má Ngọc Nga và của riêng chàng.

Thạch rất yêu Hằng, chiều Hằng, và cũng là đến thời điểm, anh muốn sự đóng góp nào đó rõ ràng, hoặc sáng kiến chi của Hằng. Nên sau đó cả hai báo với mẹ là anh dừng chân du lịch thường niên và về đất Thái làm ăn thôi. Hằng sẽ sinh con và nàng không muốn du lịch nhiều. Thời gian quá đủ thì dừng mẹ ạ...

Nghe nói đến Hằng sẽ có con, cháu ruột bà thì Ngọc Nga mừng lắm. Tuy thế Hằng vẫn chưa có thai nghén bầu bì con cái chi cả. Hằng trở về Bangkok nàng đã định hình và tổ chức các khâu quản lý lại từng công ty. Thạch và Hằng vẫn sống riêng trong ngôi biệt thự vài trăm hecta. Thạch yêu mẹ và ông bà ngoại Hồng Quế, Quốc Thanh. Nhưng chàng không chọn muốn sống chung với họ nơi đó đâu. Tuy rằng sự tự do và thoải mái không thiếu nơi biệt thự đến mấy ngàn mẫu đất kia. Song không đời nào chàng thấy đủ chỗ lãng mạn cho chàng và Hằng trong đôi trái tim nhỏ bé đó của hai người.

Thời gian nối tiếp thời gian không bao lâu. Hằng đã giúp chồng dành lấy thị trường tạc tượng và cảnh trí những bức tranh đẹp hơn cả Thạch luôn. Hằng chỉ còn vẽ chân dung trên mảnh giấy nhanh chóng tốc ký, thì không thể giống được như chàng mà thôi. Thạch rất vui mừng và hớn hở khi thấy khả năng hoàn hảo rất lớn của Hằng, anh từng nghĩ Hằng là vưu vật của thế gian, nhưng thượng đế đã riêng tặng cho anh bởi thế, nên anh cảm thấy trong lòng lúc nào cũng muốn ca hát vài nhạc điệu, hay huýt sáo vang vang...

Hằng lại bàn với chồng mở rộng cửa hàng quần áo thời trang. Và nước hoa lấy tên T& H. Tiệm và các cửa hàng của Thạch và Hằng hoạt động mọi thứ đều phát triển tốc độ mạnh và nhanh như không thể tưởng. Bất cứ điều gì Hằng đưa ra sáng kiến, rồi áp dụng đều thành công như phất cờ chiến thắng ngay. Chỉ duy một điều nàng muốn có con với Thạch thì chưa hề có, chưa xảy đến, hoặc là không thấy được của bóng dáng nơi đâu.

Thời gian cứ mãi trôi dòng đời cứ lặng lờ xuôi chảy... Jack là nàng không còn chút gì để tưởng nhớ. Vì Thạch đã cho nàng một tình yêu hầu như tuyệt đối, của hạnh phúc vợ chồng, của hạnh phúc ái tình, của thơ mộng và lãng mạn... Hằng vẫn bận rộn với công việc và vui bên chồng mới là Thạch. Chỉ duy là nàng thỉnh thoảng vẫn nhớ con trai Khải. Khải bây giờ chắc cũng đã lớn rồi. Con nít mà mỗi ngày mỗi lớn. Nàng mong khi Khải lên 14 tuổi nàng sẽ tìm cách cho Khải biết, và nàng sẽ mong gặp được lại nó. Có thể nó trở về bên nàng, hay không muốn xa ba nó là tùy ý con. Nhưng Hằng sẽ nói lên sự thật phũ phàng lúc đó chồng Jack đối với nàng...

MƯỜI BA

Đúng thời gian cứ mãi trôi dòng đời cứ lặng lờ xuôi chảy. Jack đã nuôi Khải tức là ADzanh khôn lớn, trưởng thành, nên người. Jack đã hối tiếc về Hằng nhưng nàng đã ra đi vĩnh viễn từ dạo đó. Jack âm thầm sống và chàng chẳng ham chi đến vợ con hay một người đàn bà nào khác trong đời nữa. Chàng vẫn ước mong nếu nàng còn sống còn làm vợ chàng, thì chàng sẽ thay đổi toàn bộ bất cứ điều gì để cho Hằng vui Hằng muốn. Nếu nàng còn sống còn tha thứ chàng sẽ làm bất cứ điều gì để nàng hạnh phúc, để nàng an vui. Nhưng trời ơi ước mơ đó quả là viễn vông quả là không thể có được. Chàng biết nhưng sao chàng vẫn thầm mong một điều vô lý xa xôi đó, không hiện thực đó.

Và thời gian mãi trôi năm đó Khải đã lên 14 tuổi. Tức là theo Jack nghĩ là Hằng đã rời xa sự sống, đã ra đi trên 9 năm lìa xa dương thế rồi... 9 năm thời gian không phải là dài. 9 năm thời gian cũng không phải là ngắn. Thời gian đó cũng trôi qua nhanh như chớp mắt trong cuộc đời mình thôi. Đúng là thời gian nhanh chậm do con người mình duy tư làm nên hay suy diễn tạo ra. Dù móc cột nơi thời gian của vũ trụ là con số có tính chất không đổi, hay còn gọi là vĩnh hằng như nhau. Như 2 +2 là 4. Hoặc 3 + 3 là 6 mà thôi. Đâu có thể khác, đâu có chuyện xê dịch bẻ cong. Nhưng đối với Jack là thời gian đi qua đã quá nhanh.

Một hôm đó Jack đang ngồi coi quyển album ngày trước

vợ chồng chụp hình đã để lại theo ngày tháng...Khải ngồi chơi một điệu đàn đã học. Rồi bỗng Khải muốn nói với ba: (Dĩ nhiên là nói tiếng English với ba Jack hết, nhưng tôi muốn ghi bằng ngôn ngữ Việt để tiện theo dõi câu chuyện bằng ngôn ngữ Việt hết thôi.)

- Ba ơi con muốn đi du lịch ba à? Ba có thích du lịch không?

- Ba không còn thích. Nhưng con muốn thì ba phải cho con vui và ba sẽ thực hiện theo ý con.

- Vậy nhá ba.

- OK thôi. Nhưng con muốn đi đến những nơi đâu?

- Dạ con muốn đi Thái Lan nơi mà ba má và con đi chơi cuối cùng ở đó. Có ba má và cùng con ở đó ba còn nhớ chứ? Mỗi lần con nhìn hình con càng nhớ lắm. Hai cha con lại cúi đầu nhìn chung những tấm hình mang dấu ấn thời gian đó trong căn nhà họ.

- Làm sao ba quên được. Những bức hình và những khoảnh khắc còn lại đây nè. Con muốn thì dễ mà. Ba sẽ mua vé cha con mình đi thôi.

Tiếp theo hai cha con mua vế đi liền. Vì cũng là mùa hè Khải nghỉ học và đi nhanh được theo dự định, Họ đến đất Thái đúng ngay ngày mà cách đây 10 năm họ được đến đó. Một năm sau đó Hằng dẫn Khải đi không có Jack đi và nàng mất luôn, tại VN. Lúc chàng cùng nàng dẫn khải đi là thằng bé chỉ lên bốn. Một năm sau đó Hằng dẫn Khải đi đã lên 5 bây giờ 9 năm nàng mất như thế thằng bé đã lên 14.

Hai cha con về Thái và đúng ngày năm xưa Jack đưa dẫn Khải ra công viên Singha Chiang Rai. Thì hai cha con như muốn thăm lại vết chân họ từng dẫm lên nơi đó, tuy gió bụi thời gian đã làm mờ đi kỷ niệm nhưng ký ức trong lòng họ không dễ phai nhòa, Jack muốn dẫn Khải đến các hồ mà Hằng ngày xưa đến đó ai đã chụp cho nàng những bô hình đẹp còn đây. Chắc là các họa sĩ lang thang nhưng tài hoa. Chàng thầm nghĩ như vậy...

Thì đúng lúc này Thạch cũng đưa Hằng đến đây để họ ôn lại ngày xưa lần đầu tiên họ gặp nhau nơi này. Hai người ôm nhau đi tình tứ và lãng mạn.

Vừa lúc đó Khải nhìn thấy được má Hằng. Khải reo lên:

- Ôi ba ơi ai kia giống mẹ Hằng con quá. Ôi mẹ con rồi không ai khác hơn.

Rồi cậu vội kêu:

- Mẹ Hằng ơi con là Khải đây. Mẹ Hằng ơi con là Khải đây…

Vừa lúc Hằng nghe và nàng kinh hồn cả sửng sốt vì biết con trai đau đó gọi nàng. Nàng liền kéo tay Thạch đi nhanh nàng cố tìm vào một quán coffee gần nhất để trốn trước hết, và sau đó luồng lách khỏi nơi đây tức khắc.

Trong lúc này Jack không thấy gì với một khoảng không. Thì bảo con trai:

- Khải con mê sảng nhớ sảng quá. Mẹ con đã mất từ lâu. Chắc ai đó thôi. Con lại lâm bịnh trạng ảo tưởng mất rồi.

- Không con không có ảo tưởng mẹ con đó mà. Mẹ Hằng đã trốn nhanh. ba không kịp nhìn. Hơn nữa ba không nghĩ mẹ con còn sống, ba không quan tâm câu nói của con mất rồi. Và con khẳng định con không ảo tưởng. Con đề nghị cha con mình đi về hứng đó xem thử.

- Con đã chứng minh mẹ con mất, con có mặt tại nơi. Bia mộ cả tan đám đã có. Giờ con nói thế làm sao ba tin. Chính ba đã về thăm bia mộ má con. Đâu thể nào Hằng tồn tại nơi dương thế, không chết được.

- Nhưng tại sao con lại thấy một người tạc như mẹ.

- Do con yêu thương và mang tư tưởng đem lòng thấy thôi.

- Con không hiểu thế nào về cái chết má cho lắm. Nhưng con thấy vừa rồi má con 100% kể cả nụ cười giòn tan thoáng chốc…

- Vậy con muốn lại nơi đó không?

- Thì trong lòng con đang muốn chứ.

- Thôi hai cha con ta lại nơi đó xem nào?

Họ đi lại chỗ từ góc cạnh nơi con đường bờ hồ, lá rũ theo kiểu thưa thớt đẹp in bóng dưới nước, cha con đang đi ngang qua. Nhưng nào thấy bóng dáng của Hằng. Hai cha con tìm về một quán coffee gần đó, nhưng đã sai không phải là quán của Hằng ghé vào vừa rồi. Vì nơi đó ba shop coffee kề cận nhau. Như vậy cha con Jack và Khải vẫn chưa đủ nhanh nhẹn, hay lanh lẹ để làm nghề thám tử đâu. Thực tế thì Jack cãi với thằng con trai chừng đó thời gian, Vì Jack không tin Hằng còn sống, cũng quá đủ thuận lợi cho Thạch và Hằng biến xa mảnh đất, nơi khu vực công viên này… Coi như hai cha con không phát hiện được chi Hằng có mặt ở đây. Hai cha con thêm ngẩn ngơ như đứng trước thất bại, một sự việc khó tin…

Đúng là Hằng đã biết là Khải. Nên nàng dẫn Thạch đi trốn và tìm về một nơi xa cách đó 30 dặm ở trong một khách sạn trung tâm thành phố để dấu kín, để phủ lấp một tin tức là Hằng còn sống…

Hơn bốn ngày ở Thái Lan để viếng thăm những nơi có Hằng cùng đi cùng đến với họ, đi như tham quan lại cảnh và đi để nhớ về những kỷ niệm êm đềm. Xong thì hai cha con đi về VN và quê thăm mộ Hằng tiếp. Họ cũng thắp nhang như những người thân, đến thăm mộ người đã ra đi ngoài thế giới của sự sống này. Cả hai Jack và Khải đều luyến lưu mân mê vuốt tấm hình của Hằng, của chiếc miệng cười tươi thanh thản, nhưng đôi mắt là cả môt trời thu tím buồn rưng rưng u ám… Sau đó hai cha con về một nhà nghỉ của thị trấn vùng này. Jack không muốn bàn nơi nhà dì Ngọc. E chăng với chàng còn quá sớm để kết luận, những gì nghi ngờ. Và chàng muốn bí mật tìm hiểu ngay nơi con trai chàng.

Jack tiếp tục hỏi con trai Khải.

- Những cuộc đi chơi đó con đi với má và ai nữa?

Khải thưa rằng:

- Má có một người bạn học. Má không về Thái Lan má về VN Sài Gòn luôn. Người đó ra đón con và má. Chú rất là vui tươi hớn hở lắm. Má cũng vui vẻ giới thiệu cho con biết là bạn thân lúc đi học.

- Vậy sao. Jack ngạc nhiên trố mắt nhìn Khải.

- Dạ. Lúc đó con có hỏi ba con đâu sao không đi.

- Má nói ba bận công việc sẽ đi sau. Nhưng mà con mong mỏi mắt cũng không thấy ba.

- Rồi sao nữa?

- Cuộc đi du lịch đó. Hoàn toàn chú có mặt đi chung giúp đỡ cho con và má mọi lúc mọi nơi.

Im một tý nhìn ba Jack. Khải nói tiếp:

- Đi ra Đảo Phú Quốc biển xanh và Hà Nội hồ nhiều má thích. Chú đó vẫn đi chung cùng. Chú rất tốt, thương má và chiều má lắm, cũng thương con nhiều lắm. Chú lo cho con cùng má mọi mặt đi đứng, ăn ở, tham quan. Chú cưng con, chú bồng con khi con mỏi chân.

Im một chút nữa để nhớ. Khải kể thêm:

- Chú lo cho con lúc lên đỉnh đảo Ti Tốp khoảng một phần đường, má kêu dừng đi xuống. Chú cõng con đi xuống.

- Ba hỏi thiệt tối ngủ nghê, phòng ốc thế nào?

- Lúc nào cũng thuê hai phòng ké nhau. Nhưng má ở với con, ngủ nghỉ với con nơi phòng đôi. Chú ở phòng riêng của chú.

- Chú tên gì con còn nhớ không?

- Dạ chú tên Thanh hay Thạch gì đó con có nghe má kêu đôi lần. Nhưng má hay kêu anh nhiều hơn.

- Khi lúc bịnh của má diễn ra như thế nào? Lẽ ra ba hỏi con từ lâu thì hay hơn, nhưng ba nghĩ má con chết ba cho qua. Gần đây ở Thái Lan con nói con thấy rõ ràng, má con đi đứng còn sống nên ba phải tìm ra tông tích. Biết đâu người đàn ông nào đã dính vô, và chẳng lẽ giết chết má con?

- Không chú đó không giết má con đâu. Chú thương má lắm.

- Được rồi những thông tin từ con ba có thể mạnh dạn hỏi dì Ngọc thêm.

Đúng vậy khi về nhà dì Ngọc. Jack tìm cách gặp riêng dì Ngọc để hỏi:

- Dì Ngọc vợ con lúc trước đến nhà dì có người đàn ông nào đi chung, và sau khi vợ con ngã bịnh qua đời. Rồi người đó hiện ở đâu?

- Dì không biết Hằng chỉ nói là bạn của nó đi du lịch chung. Khi Hằng qua đời cậu về gia đình cậu từ đó đến giờ tôi không biết và không cần tìm hiểu. Vì Hằng ngã bịnh mất đi. Chứ không phải là nơi cậu ấy gây ra cái chết của Hằng thế thôi.

- Dì có biết tôi về Thái Lan đúng với ngày xưa cách nhau 10 năm tôi đưa Hằng đến. Hôm nay tôi đưa Khải về nơi đó Khải nói nó có thấy mẹ Hằng đi với một người đàn ông. Họ đi với nhau cũng tại công viên này. Như thế nghĩa là sao?

- Chắc Khải thương mẹ nó ám ảnh thôi. Hằng đã chết thật rồi có hình có bóng lúc ngã bịnh qua đời, và có mồ mả mà?

- Thật rắc rối tôi khó xác định việc này đâu ảo đâu thật? Và tôi chỉ hỏi vài lời, đó là hình bóng kia chưa chắc đã thật.

- Khi Hằng qua đời tôi ngậm ngùi và lo cho cháu tôi. Ngoài ra tôi đâu biết gì về quan hệ với cậu trai đó. Nhà cậu cậu về, quê cậu cậu ở. Tôi đâu có quan tâm.

- Thôi được rồi. Tôi chỉ thoáng nghi ngờ xin dì thông cảm. Tôi sẽ về hỏi má vợ tôi thêm. Nhưng tôi cũng không chắc bà biết gì trong vụ trắc ẩn này. Thật là như một bộ phim hay.

Im một chút để suy nghĩ Jack nói tiếp:

- Được rồi dì tự nhiên nghỉ ngơi đi. Hai ngày nữa tôi về lại Thái Lan và về Mỹ. Khải cũng sắp đi học lại năm tới.

- Không sao Jack thắm mắc gì cứ tự nhiên hỏi, còn tôi biết bao nhiêu thì nói bấy nhieu thôi.

- OK. Thanks!

**

Về lại Mỹ Jack có hỏi má Thụy và chị Vy của Hằng nhưng tất cả đều trả lời. Họ không biết diễn tiến xảy ra ở Vn khi Hằng đã có mầm bịnh trong người, và chuyện mất đi thì chuyện không có gì không thể, không có gì để mà đánh giá sai khoa học thế thôi. Má Thụy tuy dễ chịu phóng khoáng nhã nhặn, nhưng bà cảnh báo:

- Chuyện gì đã qua để cho qua, tôi không muốn niềm

đau khơi lại. Khi tôi mất đứa con gái là nấm ruột tôi từng yêu thương nhất. Tất nhiên lỗi của Jack phần nhiều, ăn ở không tốt, không quan tâm chu đáo đến nó.

Jack đã phải lắng nghe sorry má Thụy. Anh không dám hỏi để làm tổn thương bà nhiều.

Về lại Mỹ Quốc lần quần rồi đến niên học mới Khải đến trường như các bạn trang lứa với nhau. Thì mới đầu năm học mới đã có vụ nổ súng xảy ra, khi mà đạo luật tiểu bang và liên bang cho súng ống dùng tự do. Họ chỉ dùng cảnh sát nhiều hơn để mà canh gác thực thi bảo vệ. Nhưng mà bản chất của vấn đề là thoải mái mua súng và dùng súng thiên về thích thì bắn, thích thì làm, thích thì nổ, thích thì bóp cò. Nói chung chứng tỏ luật súng sử dụng coi như; gần đến bừa bãi rồi. Thế thì ngôi trường của Khải học một sáng mùa thu đó bị sả súng(Ngôi trường đó có thật nhưng việc tế nhị không cần ghi tên ra đây.) Khải đã trầy xược nơi đầu gối viên đạn bay qua và đọng lại mảnh vỏ. Và trong đó có hai cậu nam đã ra đi tức khắc và mọt cô gái kia cũng không giữ lại được mạng sống của 15 phút sau.

Như thế Khải được chở vào bịnh viện Hopital. Khải nằm ba Jack đến, có ông bà nội, bà ngoại Thụy và cô Vy vào thăm. Nhưng Khải nhớ nhất là má của Khải. Cậu trai kêu tên má mãi lúc vừa mổ mảnh đạn xong. Và khi bà ngoại cùng cô Vy thăm đó. (Dĩ nhiên trong tim mình thì bà ngoại và cô Vy biết má Hằng còn sống. Sự chết kia chỉ là đánh lừa của Hằng để xa Jack mà thôi.)

Trong khi đó má Thụy và cô Vy gọi về đất Thái cho Hằng biết. Và muốn Hằng bằng mọi cách trở về Mỹ Quốc thăm Khải. Hằng được tin hồn vía như lên mây, nỗi đau tiếc thương sskhi có một người con trai bị vấn nạn vì xả súng. Hằng thương con và liền thưa với Thạch nơi ngôi biệt thự riêng của hai người. Hằng vẫn chưa con cái gì với Thạch cả. Khám sức khỏe hai đứa vẫn tốt nhưng mà họ chưa có con chung.

Thạch nghe lòng càng thương xót cho Khải và hối Hằng về thăm Khải ở đó đón đợi nuôi con bình yên, rồi trở lại lâu một tý vẫn được. Không sao anh chờ...

Hằng buồn bã, nhưng cũng cám ơn người chồng tốt thương con nàng nhiều. Và Hằng mua vé máy bay, bay nhanh về lại xứ sở cờ hoa, một xứ sở đã cho nàng khôn lớn trưởng thành và những suy tư của người phụ nữ ngay ở đó...

Hằng về gấp nàng vô bịnh viện thăm Khải liền cùng bà ngoại Thụy và cô Vy đi cùng. Sau đó họ để cho Hằng và Khải nhìn nhau, ôm nhau tình mẹ con, của giây phút thiêng liêng... Khải như lại, không tin đâu là sự thật. Họ như giấc mơ của một người mẹ và đứa con trai bao năm xa cách...

Và cuối cùng Khải được xuất viện ngay ngày hôm đó luôn.

Về nhà mẹ con tâm tình chia xẻ tình thương. Và Hằng giải thích vì sao nàng đành xa đứa con thơ dại khi Khải mới 5 tuổi. Hằng đưa ra hai video để làm bằng chứng. Jack đã cầm con dao lăm le bảo rằng:

- Tôi không có cuộc sống vui vẻ happy trong đời tôi nữa. Tôi không muốn có cô bên cạnh nữa. Tôi thật sự muốn cô biến đi cho đời tôi thoải mái hơn, để cho tôi dễ chịu hơn...

Một cái khác:

Hằng ngồi khóc khi Jack đứng đó la lên:

- Tôi có gì hạnh phúc đâu. Thằng con kia cũng chỉ là một sản phẩm cô tạo ra để tôi đau khổ. Tuy tôi vẫn quý nó. Còn cô thì đã đến lúc hoàn toàn không. Cô đã làm tôi mất đi đủ thứ.

Hai video ngắn thôi nhưng mà Hằng còn lưu giữ từ đó đến giờ. Cô nghĩ một ngày nào cô về đưa cho Khải thấy, một năm nữa nhưng mà chuyện lại xảy ra sớm hơn. Hằng đã về kể và show ra tất cả như thế.

Khải nhìn video mà lòng thương mẹ. Cậu ngồi ôm chân mẹ mà khóc. Khải không biết nói gì hơn hai dòng lệ rưng rưng trên mắt, một cậu con trai tuổi như vẫn còn trong thơ dại...

**

Sau đó Khải quyết định về Thái Lan ở với má Hằng và đi học tại nơi đất nước này cho yên ổn. Và ở Thái Lan có nhiều trường dạy chuyên: ngôn ngữ English rất tốt. Thật ra không có má Hằng còn sống, và trở lại. Thì Khải vẫn ở đất nước này đi học để lớn lên, dù luật súng ống có bị sả súng bất ngờ, vào trường học như thế nào cũng đành cam chịu. Hay là mạng sống có bị đe dọa hằng ngày như cơm bữa cũng phải chấp nhận. Nhưng Khải đã có má ở đất Thái, ba Jack đã sai lầm và ác ý làm má sợ hãi bỏ đi. Như vậy không phải lỗi má. Khải nghĩ và thương má Hằng, nên điều ra đi cùng má đến đất Thái là chuyện không sai của Khải.

Nhưng về sống với má Hằng ba sau là Thạch. Khải lại nhớ ba Jack vô cùng. Nhớ như không sao chịu nổi, dù lỗi lầm của ba với má quá lớn, Khải không thể nào tha thứ cho ba được. Song như vậy, mà nỗi niềm thương yêu sự chu đáo của Thạch cũng không thể nào làm Khải quên đi kỷ niệm với ba Jack, hay nhạt nhòa tình yêu ba trong lòng Khải. Đôi khi Khải còn cáu gắt với Thạch những điều vô lý, làm Hằng thêm bận tâm lo buồn. Một hôm nàng nói với con trai:

- Con không được hỗn và nói to tiếng với chú Thạch như vậy. Chú Thạch hiện giờ là vai trò ba của con rồi mà. Không có chú không biết đời má có được như bây giờ không. Hay má buồn chết bờ chết bụi rồi. Sao con không thương má?

- Con thương má nhiều lắm má ơi. Má đừng nghĩ…

- Còn chú Thạch ba Thạch thì sao?

- Dạ con có thương nhưng mà…

- Nếu con thương chú thì hoàn toàn không có chữ nhưng mà cho má nghe.

Một hôm khác hai mẹ con ngồi khu vực vườn hoa nói chuyện:

- Má à má tha thứ cho ba Jack. Má trở về với ba đi. Chú Thạch đẹp trai mà chú chưa có con với má. Chú có thể lấy vợ khác. Con cũng thương ba con.

- Nhưng con đã biết ba con có lỗi với má chứ?

- Ba Jack biết lỗi sau đó mà. Nhiều lúc ba ôm hình má khóc miết. Ba hối hận.

- Trời ơi hối hận làm gì khi đã làm cho người khác tổn thương đau khổ rồi sau mới hối hận. Con nghĩ như thế thì con thiên vị cho cái độc ác. Không công bằng cho má và chú Thạch. Con nên nhớ chú Thạch từng thương con, bồng con đi du lịch với má khi con mới hơn bốn tuổi...

- Con hiểu điều đó nhưng mà.

- Nhưng mà cái gì chứ?

- Thôi thì con ở với má hai năm nữa con về Mỹ với ba. Ba con cô đơn tội nghiệp.

- Đó là tùy con thôi. Con ở với má con vẫn có tất cả. Ba Thạch không hẹp lòng cho con mọi thứ má vẫn có quyền để cho con mọi thứ. Con về Mỹ lớn lên dù kỷ sư hay bác sĩ con vẫn phải đi làm vất vả. Súng ống, đạn dược, bắn xả vào người cho sử dụng tự do. Con đã bị rồi mà con không sợ sao?

- Họ chỉ xả súng nơi trường học nhiều thôi không biết sao họ ghét nhà trường vô lý.

- Con nói vậy chứ theo má biết tin tức sự xả súng ở Mỹ thì khắp nơi nơi chứ trường học gì? Bịnh viện, business, sòng bài, tiệm phở, tiệm nail, nhà hàng, nhà bank, cửa hàng thời trang, nơi nhu hóa phẩm v.v... Bất cứ cá nhân nào họ thù ghét, là họ có quyền bắn xả..

- Coi như ai chết thì số đi má.

- Số gì? Má thiệt không hiểu con nổi. Khi con nói quá ngớ ngẩn.

- Bây giờ cho con hỏi một điều nơi thiệt má nè.

- Hỏi gì cứ hỏi đi?

- Hay là má và chú Thạch có quen biết nhau. Nên ba con mới hờn giận gây gỗ, và nói những điều xúc phạm đến má như thế? Để má ra đi chứ?

- Trời ơi sao con đi hỏi má những thứ không thể xảy ra. Con lại độc ác cho má và chú Thạch quá. Con là cái gien giống ba con rồi, nói mà không sợ người ta đau. Chú ở tận Thái Lan má ở Hoa Kỳ làm sao biết nhau...

- Thời đại công nghệ mà má. Liên lạc đủ thứ đủ cách để quen biết: Intergram, Facebook, Phone gọi đủ thứ.

- Nói như thế con không hiểu về má cả. Má và chú Thạch thất vọng nơi con lắm đó. Chú Thạch nghe sẽ buồn con lắm nghen. Chú có thể đứng tim được vì con đó.

- Con chỉ hỏi nói vậy thôi. Vì con rất nhớ ba con.

- Thôi con về ba con, ở với ổng luôn đi...

- Má tha thứ cho ba má về luôn chứ.

- Im đi con nói sai, quá bậy bao lần rồi nha Khải. Làm sao mà má về chứ con lại có ý ngớ ngẩn. Chú Thạch mà nghe, là không được nghen Khải?

Thật ra Thạch đã đứng một góc nhỏ nghe họ nói chuyện từ đầu đến cuối. Không biết sao Thạch tự nhiên cảm thấy ngộp thở anh phải vào giường nằm suy nghĩ. Hôm đó là một hôm cuối tuần...

Sau một hồi nói chuyện với con. Hai mẹ con chia tay nơi vườn hoa. Mỗi người bước vào phòng riêng của mình trong ngôi biệt thự to lớn này. Hằng đảo về phòng chung của vợ chồng. Nàng vào thấy Thạch không vui nằm đó. Hằng hỏi:

- Anh sao vậy, ít khi em thấy anh nằm vào giờ này nếu không có em...

- Anh tự nhiên coi mấy bức hình lại muốn ngồi vẽ nhưng xẩm mặt, hoa mắt. Nên anh muốn đi nằm. Thạch phải nối dối sự thật với Hằng. Thật ra thì Thạch chưa vẽ viết, chưa có ý tưởng gì của cuối tuần... Ngoài việc đi ăn nhà hàng về, và bên vợ vui chơi của mỗi cuối tuần thôi...

Thời gian không bao lâu thì Thạch đau chứng khó thở nghẹt tim nhiều hơn.

Đi bác sĩ khám bịnh cho thuốc uống để xem xét điều trị. Thời gian này Khải lại xin mẹ về Mỹ để thăm ba Jack. Miễn cưỡng lắm nhưng Khải nằng nặc đòi. Hằng đành lòng cho con ra đi.

Trong khi nàng nhận tin từ nơi Thạch đang bác sĩ nói: "Thạch cần vui vẻ tỉnh dưỡng, không nên suy nghĩ lo buồn. Hoặc quan tâm điều chi thái quá sẽ ảnh hưởng đến tim nhiều."

Hai tuần sau vô thì Thạch phải đi đến mổ tim. Mổ xong một ngày Thạch được về... Tình trạng tim anh có phần ổn hơn. Một ngày, anh lại hỏi Hằng:

- Khải về Mỹ hã em? Con có trở lại với chúng ta không?

- Em không biết nữa. Thôi kệ anh nó đã biết em còn sống không chết tìm về bên nó rồi. Còn chuyện quyết định ở với chúng ta cũng là nơi nó đưa ra. Giờ Khải có thay đổi hay thế nào chúng ta cũng không nên quan tâm nữa. Em chỉ quan tâm nơi anh sức khỏe và bịnh tình tự nhiên xảy đến mà thôi.

- Cám ơn em nhưng anh biết là anh thương Khải nhưng Khải không mấy thương mến anh đâu. Anh nghĩ cũng buồn.

- Anh không được buồn chuyện vớ vẩn. Em với anh mới là chính. Em mãi mãi yêu anh thương anh là được rồi. Con cái còn trẻ con lúc này khác, lúc kia lại khác là chuyện bình thường...

-Anh biết nhưng Khải không muốn em ở với anh. Khải thích em tha thứ cho ba nó và về với ba nó.

- Không có chuyện đó xảy ra đâu. Em làm sao về với ba nó được.

- Nhưng anh biết Khải có nhã ý đó. Thật tình mà nói anh yêu thương Khải từ lúc mới gặp, lúc con mới lên bốn tuổi, như chính con anh. Song với nó anh biết là khác. Đôi lúc nó tưởng anh cướp em, cướp đi hạnh phúc của ba Jack...

- Nơi chính là ở em thôi, Khải nghĩ gì sai kệ nó. Em cũng giải thích hết những nghi ngờ cho nó nghe rồi. Mà thôi anh tĩnh dưỡng đi sao lại quan tâm chi những điều làm gì không tốt cho anh, bác sĩ nói anh nên vui vẻ để mà dưỡng bịnh tình.

- Biết thế nhưng mà. Hay em có muốn tha thứ cho Jack và về Mỹ bên con.

- Không đời nào. Anh đừng hỏi em thế, bộ anh hết yêu em rồi sao anh Thạch?

- Không anh yêu em. Anh yêu em nhiều lắm nên mới hỏi. Thật sự anh sợ mất em nên mới nói...

- Em mãi mãi là của anh... Xin anh tha thứ cho con em nếu anh có nghe điều chi nó nói không phải.

Hai người lại ôm nhau. Hằng đã ôm chồng rồi để mở một bài hát dịu dịu cho tốt tim anh. Và sau đó hai người như thiếp đi trong cơn mộng mị hạnh phúc của bình yên...

Song sau đó không lâu thì bịnh anh tái phát và bác sĩ bảo lén với Hằng:

- Anh Thạch không sống được bao lâu anh có thể chết đi. Nếu có thể cô hãy sống với anh trong những ngày hạnh phúc còn lại..

Hằng nghe như vậy thì khóc thật nhiều. Không nỗi đau nào lớn hơn khi nàng sắp mất anh, và sẽ mất anh trong cuộc sống dương thế này.

Hôm Thạch nằm tại giường lòng đang buồn tê tái. Hằng ngồi gần đó cầm tay chồng. Thạch lại nói thêm:

- Anh muốn Khải về thăm anh. Anh được nhìn lại gương mặt nó, và có thể nói chuyện với nó lần cuối nếu có thể. Mà không biết được không?

Thật ra Thạch nhớ Khải có nét giống mẹ nhiều hơn ba. Mũi cao, da trắng, đi đứng khoan thai dịu dàng, cả ánh mắt nhìn hiền hậu lắm... Nhưng tại sao có chút gì đó nghịch ngợm cũng lạ...

Hằng lắng nghe nhìn chồng Thạch:

- Con sẽ về mà. Nó ham chơi hè ở bên đó tý nó sẽ về lại thôi anh Thạch.

- Em đừng gạt anh. Khải sẽ không về đâu. Khải muốn anh chết đi để em về với ba nó. Ôi đó cũng là ý trời thôi...

- Anh đừng nói vậy ác cho con em. Con em không phải là một đứa con như vậy đâu. Nó sẽ về thăm anh ở với em, ở với chúng ta mà. Nó về Mỹ là như đi chơi ngẫu hứng thôi.

- Nhưng đi đúng dịp anh đau bịnh... Thạch nói trong mơ màng hơn là nói trong thực tế.

- Em biết điều đó với con là sai. Song nó vẫn còn trẻ nít mà anh. Anh nằm dưỡng bịnh đi nghe lời bác sĩ đi không nên lo nghĩ nhiều thêm.

Thạch nhắm mắt lại lần nắm tay Hằng trong cảm xúc. Hằng nhẹ nhàng lại hôn mặt anh rồi bỏ đi để anh nghỉ cho khỏe.

Tiếp theo Hằng muốn gọi điện cho Khải về liền. Nhưng thằng bé không chịu về thăm Thạch ngay. Thật đau lòng nàng. Đến ngày thứ ba, lần thứ ba nàng cầm phone khóc gọi con trai. Thì Khải mới chịu trở lại Thái Lan.

Thật sự Khải về trong cơn bịnh tình hấp hối của Thạch Khải khum người quỳ xuống than thở:

- Xin chú tha lỗi cho con. Con thương chú, con thương ba Thạch. Ba Thạch đừng chết ba hãy sống với má và con mà... Con thật lòng có những lúc sai quấy chắc làm ba Thạch buồn...

- Ba Thạch muốn nói với con ba thương con nhiều. Từ khi con lên 4 tuổi mãi đến hôm nay kỷ niệm vẫn còn đầy. Nhưng ba muốn nói với con một điều ba không hề cướp đi hạnh phúc của má con và ba Jack bên Mỹ đâu. Ba đã yêu má Hằng con nhưng chấp nhận đã muộn màng hẹn lại kiếp khác. Song má đã đến với ba Thạch một cách tự nguyện, khi mà tình yêu ba Jack đối với má Hằng đã hết, đã khô cạn. Đó là điều ba muốn nói với con, gặp lại con trước mặt đây. Cám ơn con đã về và lắng nghe để hiểu điều này.

Nói tới đó Thạch nhìn Hằng như rưng rưng giọt lệ rồi tự nhiên nhắm mắt đi luôn. Cả hai mẹ con đứng đó buồn như muốn chết theo. Họ thương lấy, có gào khóc, hay than vãn gì nữa Thạch cũng đi rồi và ra đi vĩnh viễn. Thạch sẽ xa họ nghìn trùng thiên thu thế kỷ này...

Đúng chàng đã rời khỏi cõi ta bà này một cách nhẹ nhàng nhanh chóng và có phần thư thới. Bởi Thạch biết số phận nơi anh không thể thay đổi hơn. Những gì muốn nói với Hằng anh sợ Hằng khóc nhiều, nên Thạch đã hoàn thành một bức thư riêng...

Mỹ Hằng em yêu

Mỹ Hằng yêu Quý nhất của anh. Thật sự mà nói anh Thạch yêu em biết nói thế nào cho cạn ý nơi lòng anh. Từ một cái tên thôi anh vẫn muốn gọi mãi em có biết không? Và duyên nợ đã cho chúng ta có nhau, bên nhau trên 9 năm em ạ. Nhưng rồi định mệnh buộc anh phải xa em, xa cõi đời này. Anh không biết lấy nỗi buồn nào lớn hơn nữa. Tại sao trời bắt anh xa em, bắt chúng ta cách trở, bắt chúng ta phải mất nhau, bắt chúng ta phải chia tay hợp tan, tan hợp...

Nếu như khóc được anh sẽ khóc cho lệ anh chảy thành sông suối, trôi giạt khắp nơi để bày tỏ niềm đau thống thiết đó đi khắp thế gian này để nhẹ lòng hơn. Nhưng mà nói gì thì nói, rồi cũng thực thế anh sẽ rồi bỏ thế gian này mà đi, để em và con ở lại, thật là tan thương ray rức vô bờ trong những ngày anh còn sống đây, hơi thở anh còn ở đập đây. Anh muốn gào thét hỏi ông trời vì sao như thế. Anh có lỗi lầm gì nhưng ông trời đâu chịu lắng nghe lời anh than thở. Và hởi ơi giông tố bủa vây một người con trai hiền lành như anh. Và anh Thạch như đã thấy muộn tất cả rồi em ơi... Trời đã không cho anh nhiều hơn...

Nhưng thôi Hằng ạ. Anh muốn nói với em điều này em hãy lắng nghe anh một chút. Hằng ơi thôi thì em phải chịu chấp nhận kiếp này mình đã dở dang, hẹn lại một kiếp nào khác đủ duyên đủ nợ, ta sống bên nhau dài hơn em nhé. Mình sẽ đi trên con đường đôi lứa mình dài hơn em à. Anh van em nghĩ là dù có bao nhiêu năm tháng đó nhưng em đã cho anh hoàn toàn hạnh phúc, Anh Thạch hồi tưởng và cũng đã sung sướng thoải mãn làm sao. Nhớ nụ cười tiếng nói em, nhớ dấu chân em bước, nhớ đôi tay dịu dàng thoăn thả cầm lấy tay anh và hôn lên nồng nhiệt, nhớ cả những lúc em buồn im lặng nhớ con thơ. Anh vẫn biết em là người mẹ rất thương con, song vì tình yêu anh, vì tình yêu của chúng ta đã tìm thấy nhau, em đành lực bất tòng tâm phải xa con. Bây giờ nó về bên em rồi anh lại ra đi vĩnh viễn... Thôi thì ngần ấy ta sống hạnh phúc. Một ngày, một tháng, một năm, hay mười năm ta sống hạnh phúc bên nhau, là vẫn hơn ta sống hơn vài chục năm bên nhau mà chưa bao giờ có hanh phúc, có vui sướng trong một ngày hay nửa giờ, hoặc một khoảnh khắc nào để có đáng nhớ. Thì điều đó sẽ là đáng buồn cho kiếp người phải không em?

Hằng em yêu của anh! Một điều anh muốn tâm sự với em nữa là. Anh qua đời em còn trẻ lắm. Nếu Jack đã biết sai lầm và hối cãi, thì em hãy vì con mà trở lại bên Jack, xây dựng lại cuộc đời bên Jack. Anh hy vọng Jack hiểu ra cội nguồn sự tan vỡ và yêu quý em hơn. Hay là em không tha thứ được cho Jack, thì em cũng nên tìm đến một người đàn ông con trai khác tốt, biết yêu em và cưng chiều em cho hạnh phúc vợ chồng ở đời với em. Anh hy vọng em sẽ tìm thấy, vì em là người phụ nữ một đàn bà giàu đức hạnh sẽ không kém may mắn khi lập lại gia đình lần khác đâu. Nếu mà em không nghe lời anh em nhớ thương anh, em không có hình bóng để thay anh thì em sẽ nhớ anh một đời còn lại, em sẽ khổ và sẽ mất sức khỏe, và em sẽ mất tất cả. Mất anh, anh biết em buồn lắm, nhưng cuộc sống em còn ở lại trăm mối em còn phải lo. Thì em phải cố quên anh để đi tìm một cuộc đời hạnh phúc mới cho tinh thần em thoải mái và đáng sống hơn. Hãy nghe anh về điểm này em ơi… Hằng ạ. Anh mãi mãi yêu em/ Ngọc Thạch…

**

Như thế sau đó Hằng và Khải đi thăm mộ Thạch. Không hiểu sao. Nàng cứ ngồi hằng giờ nơi đó không biết chán. Mỗi lần đi là nàng đem theo cánh thơ của Thạch ra đọc nghẹn ngào, Hằng như không đọc được. Hằng đem ảnh Thạch và nàng chụp chung để nhìn, nhìn mãi mà khóc sụt sùi rồi hôn những tấm hình đó ngồi mãi tại ngôi mộ của Thạch mà thôi. Thật sự nàng chẳng muốn quay về nhà. Còn Khải thì cũng cảm xúc cậu nhớ lại lúc mình mới lên trên bốn tuổi Thạch cõng Khải đi tham quan trên đảo Ti Tôp của Vịnh Hạ Long, và cậu còn nhớ lúc Thạch dìu Khải tập bơi ở Nam đảo Phú Quốc. Hoặc thăm vườn thú hoang dã chim chóc ở Safari Bắc đảo Phú Quốc… Khải nhớ nụ cười Thạch hớn hở thương yêu khi nhìn mình lúc ấy v.v…

Cứ thế hai mẹ con nhớ về Thạch rất nhiều và cuối cùng chiều đã xuống hoàng hôn sắp lặn. Khải cùng mẹ cũng phải lái xe ra về…

Lòng Hằng bồn chồn nhớ đến bài thơ của Xuân Diệu:

Hoa nở để mà tàn/ Trăng tròn để mà khuyết;

Bèo hợp để chia tan/ Người gần để ly biệt.

Hoa thu không nắng cũng phai màu/ Trên mặt người kia in nét đau....

HDT viết xong 11/2024 AL

Nhân Ảnh
2025

Liên lạc tác giả
tranhieuthaovi@gmail.com
(678) 462-4754

Liên lạc Nhà xuất bản
han.le3359@gmail.com
(408) 722-5626

www.ingramcontent.com/pod-product-compliance
Lightning Source LLC
LaVergne TN
LVHW090213051026
849517LV00001B/53
9798348587376